D1679896

தென்சின் டிகி

எழுத்தாளரும் மொழிபெயர்ப்பாளருமான தென்சின் டிகி ஹார்வர்ட் பல்கலையில் ஆங்கில இலக்கியமும், நுண்கலைகளில் முதுகலைப் பட்டத்தைக் கொலம்பியாவிலும் பெற்றவர். இவர் நியூயார்க் நகரில் வசிக்கிறார். இவருடைய படைப்புகளும் மொழியாக்கங்களும் *டிபெட்டன் ரிவ்யூ, இண்டியன் லிட்டரேச்சர், கல்ச்சுரல் ஆந்த்ரபாலஜி, தி வாஷிங்டன் போஸ்ட் ஆன்லைன், ஹிமாசல் சவுத் ஏஷியன், வர்ட்ஸ் வித்தவுட் பார்டர்ஸ், மாடர்ன் பொயட்ரி இன் டிரான்ஸ்லேஷன்* ஆகியவற்றில் பிரசுரிக்கப்பட்டுள்ளன. இவர் *'ட்ரெஷரி ஆஃப் லைவ்ஸ், எ பயோகிராஃபிகல் எண்சைக்ளோபீடியா ஆஃப் டிபெட், இன்னர் ஏஷியா அண்ட் தி ஹிமாலயன் ரீஜியன்'* எனும் இதழின் ஆசிரியர் ஆவார். இவர், அமெரிக்கன் லிட்டரரி டிரான்லேட்டர்ஸ் அசோசியேஷனின் உறுப்பினராக 2014–2015ஆம் ஆண்டு பொறுப்பு வகித்துள்ளார்.

கயல்

கவிஞர் கயல் வேலூர், முத்துரங்கம் அரசு கலைக் கல்லூரியில் வணிகவியல் துறை உதவிப் பேராசிரியராகப் பணியாற்றிவருகிறார். ஆங்கிலத்திலிருந்து தமிழுக்கும் தமிழிலிருந்து ஆங்கிலத்திற்கும் அவர் மொழியாக்கம் செய்துள்ள கவிதைகள், சிறுகதைகள், கட்டுரைகள் பல்வேறு இலக்கிய, இணைய இதழ்களில் பிரசுரமாகி உள்ளன.

இதுவரை வெளிவந்த கவிதை நூல்கள் *கல்லூஞ்சல்* (2015), *மழைக் குருவி* (2016), *ஆரண்யம்* (2018), *ஆதிவாசிகள் நிலத்தில் போன்சாய்* (2019), *உயிரளபெடை* (2020).

பழைய துர்தேவதைகளும் புதிய கடவுளரும் இவருடைய முதல் மொழிபெயர்ப்புச் சிறுகதை நூல்.

பழைய துர்தேவதைகளும் புதிய கடவுளரும்

சமகாலத் திபெத்தியக் கதைகள்

தொகுப்பு

தென்சின் டிகி

தமிழில்

கயல்

எதிர் வெளியீடு

பழைய துர்தேவதைகளும் புதிய கடவுளரும்
சமகால திபெத்தியக் கதைகள்
தொகுப்பு: தென்சின் டிகி

தமிழில்: கயல்
முதல் பதிப்பு: ஜனவரி 2022

எதிர் வெளியீடு,
96, நியூ ஸ்கீம் ரோடு, பொள்ளாச்சி – 642 002
தொலைபேசி: 04259 226012, 99425 11302
விலை: ரூ.450

Old Demons New Deities: Contemporary Stories From Tibet
Edited by Tenzin Dickie
Copyright © Tenzin Dickie

Translated by Kayal
First Edition: January 2022

Published by
Ethir Veliyeedu, 96, New Scheme Road, Pollachi- 642 002
email: ethirveliyedu@gmail.com
www.ethirveliyedu.in

ISBN: 979-93-90811-76-2
Cover Design: Santhosh Narayanan
Printed at Jothy Enterprises, Chennai.

English Edition Published by Navayana Publishing Pvt Ltd., 2017

All rights reserved. No part of this book may be reprinted or reproduced or utilised in any form or by any electronic, mechanical or other means, now known or hereafter invented, including Photocopying and recording, or in any information storage or retrieval system, without permission in writing from the Publisher.

எனக்கு முதன்முதலாக கதைகளை அறிமுகப்படுத்திய
என் பெற்றோருக்கு...

கதைகள்

- **அறிமுகம்** 09
  – தென்சின் டிகி
- **கண் சிமிட்டல்** 23
  – பெமா பூம்
- **அன்பளிப்பு** 52
  – பெமா பூம்
- **அமைதி** 65
  – ஜாமியாங் நோர்பு
- **வேட்டையாடியின் நிலவு** 79
  – ஜாமியாங் நோர்பு
- **ராலோ** 87
  – செரிங் டோண்ட்ரப்
- **கறுநரிகளின் பள்ளத்தாக்கு** 116
  – செரிங் டோண்ட்ரப்
- **தண்ணிழல்** 153
  – புச்சாங் டி. சோணம்
- **தொடர்பு** 171
  – புச்சாங் டி. சோணம்
- **இரத்தினக் கல்லும் பாடகியும்** 187
  – கியாப்சென் டெட்ரோல்
- **பனிமலைப் புனித யாத்திரை** 195
  – கியாப்சென் டெட்ரோல்
- **புதுச் சாலையின் சர்ச்சை** 211
  – டாக்பும் கியால்
- **நயிமா செரிங்கின் கண்ணீர்** 221
  – வோய்சர்

- ❏ காற்றுக் குதிரையின் பயணம் 233
  – பெமா செவாங் சாஸ்திரி
- ❏ காதலுக்காக ஒரு கடிதம் 241
  – செரிங் வாங்மோ தோம்பா
- ❏ ஒளி 277
  – செரிங் லாமா
- ❏ சமய நோன்புக் காலம் 299
  – செரிங் நாம்கியால் கோர்த்சா
- ❏ அந்த ஐந்தாவது நபர் 315
  – தென்சின் டோர்ஜீ
- ❏ பட்லிகுஹலில் ஒரு குளிர்காலம் 327
  – தென்சின் டிகி
- ❏ சும்கியின் பனிச் சிங்கம் 347
  – தென்சின் சண்டியூ
- ❏ டோல்மா 357
  – தோண்டப் டாஷி ரெக்ஜோங்
- ❏ நாடோடி இசைக்கலைஞனின் கனவு 381
  – பெமா செடான்

அறிமுகம்

தென்சின் டிகி

நவீன திபெத்தியச் சிறுகதைகளை நான் ஒரு தொகுப்பாகக் கொண்டு வர விரும்பினேன். அந்தத் தொகுப்பில் இணைப்பதற்குத் தங்கள் கதைகளைத் தர இயலுமா எனக் கேட்டு நான் வியந்து பார்க்கும் எழுத்தாளுமை கொண்ட சில திபெத்திய எழுத்தாளர்களுக்கு அக்டோபர் 2014ஆம் ஆண்டு ஒரு கடிதம் எழுதினேன். "நவீன திபெத்தியச் சிறுகதைகளை நான் ஒரு நூலாகத் தொகுக்க உள்ளேன். படைப்பாளிகள் திபெத்தில் வசிப்பவராகவோ அல்லது அங்கிருந்து நாடு கடத்தப்பட்டவராகவோ இருக்கக் கூடும். நூல் ஆங்கிலத்தில் இருக்கும். படைப்பாளிகள் நேரடியாக ஆங்கிலத்திலும், திபெத்திய, சீன மொழியிலும் எழுதுபவராக இருப்பர். நவீன திபெத்திய இலக்கியத்திற்கு இந்தச் சிறுகதைத் தொகுப்பு தன் பங்களிப்பை நிச்சயமாகத் தரும் என்று நான் நம்புகிறேன்" என்று அக்கடிதத்தில் எழுதியிருந்தேன். இவ்வாறு நான் அணுகிய அனைத்து எழுத்தாளர்களுமே இதற்குச் சம்மதம் தெரிவித்தனர். ஒரு வருட காலத்துக்குள் இந்த நூலை முடிக்க நான் திட்டமிட்டது உண்மையில் என் மிகை நம்பிக்கை என்றே கூறலாம். சிறுகதைகளைச் சேகரிப்பதற்கு மட்டுமே ஒரு வருடமும், மொழியாக்கமும் திருத்தம் செய்யவும் இன்னொரு ஆண்டும் பிடித்தது. ஒரு மாற்றத்தை ஏற்படுத்த வேண்டும் எனில் அதற்கும் கால தாமதம் ஏற்படத்தான் செய்கிறது. இதற்கிடையில் மேலும் சில சிறுகதைகளை நான் இந்தத் தொகுப்பில் சேர்த்துக்கொண்டே போக, இறுதியில் நூலை முடிக்கும்போது முழுதாக மூன்று வருடங்கள் கடந்துவிட்டிருந்தாலும் திபெத்திய, சீன, இந்திய, நேபாள, கனடா, அமெரிக்க எழுத்தாளர்களின் கதைகளுடன், திபெத்தின் அதிசிறப்பான சமகால

எழுத்தாளர்களின் படைப்புகளும் கொண்ட ஒரு நிறைதொகுப்பாக நான் விரும்பியபடியே இது அமைந்தது.

பெங்குவின், நோர்டண் ஆகியவை வெளியிட்ட பிரதான இலக்கியத் தொகுப்புகளை நான் வாசித்திருந்தாலும் அவை எவற்றிலுமே திபெத்திய இலக்கியத் தொகுப்பொன்றை என்னால் காண முடியவில்லை. கல்விப் புலம் சார்ந்த நூல்களே இருந்தன. ஹவாய் பல்கலையின் மேனோவ் இதழ் திபெத்தியக் கவிதைகள், சிறுகதைகள், கட்டுரைகள் என்று ஒரு இலக்கிய வெளியீட்டைக் கொண்டு வந்திருந்தது. ரீக்கா விட்ரணன் மொழிபெயர்த்த நான்கு சிறுகதைகளுடனான கையேடு ஒன்றை 'தி லைப்ரரி ஆஃப் டிபெட்டன் வொர்க்ஸ் அண்ட் ஆர்கைவ்ஸ் இன் இண்டியா' பிரசுரித்தது. லார்ட் ஹார்ட்லியும் பட்ரிஷியா ஷ்யாஃபிணி வெடானியும் எழுதிய 'மாடர்ன் டிபெட்டன் ஸ்டடீஸ் அண்ட் சோஷியல் சேஞ்ச்' எனும் திபெத்திய இலக்கியம் குறித்த ஆய்வுப் புலம் சார்ந்த படைப்புகளை 'டியூக் யூனிவர்சிட்டி பிரஸ்' பிரசுரம் செய்தது. 'ஓரல் அண்ட் லிட்டரரி கண்டினியூயிட்டீஸ் இன் மாடர்ன் டிபெட்டன் லிட்டரேச்சர்' எனும் திபெத்திய இலக்கியம் குறித்த லாமா ஜேபினின் கூராய்வை லெக்சிங்கன் புக்ஸ் சமீபத்தில் வெளியிட்டது. ஆனால் இத்தனை நூல்கள் இருந்தாலும் எளிய மக்கள் வாசிப்பதற்குரிய திபெத்தியப் புனைவு நூல்களே இல்லை. வளரும் பருவத்தில் நான் வாசித்து, எழுத்தாளராக ஆவதற்கு என்னைத் தூண்டியிருக்கக் கூடிய சிறந்த படைப்புகளின் தொகுப்போ நவீன திபெத்தியப் புனைவுகள் கொண்ட பெரும் தொகுப்போ, எதுவுமே இல்லை. கலை அற்ற ஒரு வெற்றிடத்தில் தான் நான் வளர வேண்டி இருந்தது.

✪✪✪

முதன் முதலில் ஒரு திபெத்தியத் திரைப்படத்தை நான் பார்த்த போது எனக்குப் பனிரெண்டு வயதிருக்கும். நான் என்ன பார்த்தேன் என்று எனக்கு சுத்தமாகப் புரியவில்லை.

நாடு கடத்தப்பட்டவர்களின் தலைநகரமாக விளங்கிய தர்மசாலாவில் இருந்த திபெத்திய உண்டு உறை பள்ளியில் நானிருந்தபோது தான் அது நடந்தது. ஒரு நாளிரவு எங்களுடைய வழக்கமான மாலை நேர வகுப்பு ரத்து செய்யப்பட்டு அதற்குப் பதிலாக எங்கள் அனைவரையும் பள்ளியின் முக்கிய அரங்குக்கு

மாணவர் தலைவர்கள் அழைத்துச் சென்றனர். மேடையின் மீது ஒரு வெண்ணிற விரிப்பு, திரை மாதிரி தொங்கியது. அதன்மீது தோன்றிய உருவங்களை நாங்கள் பார்த்தோம். ராணுவ உடை அணிந்த ஒரு திபெத்தியர் பேருந்திலிருந்து கீழே இறங்கினார். அவருடைய தோற்றமும் உடையும், அவர் இந்திய ராணுவத்தின் திபெத்தியப் பிரிவைச் சேர்ந்த ராணுவ வீரர் என்பதைத் தெளிவாகக் காட்டியது. ஓய்வுபெற்ற அந்தச் சிப்பாய் தென்னிந்தியாவில் இருந்த திபெத்தியக் குடியிருப்புகள் கொண்ட கிராமத்திலிருக்கும் தன்னுடைய வீட்டுக்குத் திரும்பிச் செல்கிறார். தோள்களில் ஒரு மிகப்பெரிய பையையும், பாலிவுட்டின் பாடலொன்று அலறும் வானொலிப் பெட்டியையும் சுமந்தபடி அவர் அந்தக் கிராமத்தின் குறுகலான சந்துகளில் நுழைவதை பள்ளிச் சிறுவர்கள் வியப்புடன் பார்க்கின்றனர். திபெத்தியப் பெண்ணிடமிருந்து அவர் ஆங்கிலம் கற்றுக்கொள்ளும் காட்சியில் கூடமே சிரிப்பால் அதிர்ந்தது. இந்தி, ஆங்கிலம் ஆகிய அன்னிய மொழிகளோடு நாங்கள் போராடுவதையே காட்சிப்படுத்தி இருந்தது போல எனக்கும் என்னுடைய வகுப்புத் தோழர்களுக்கும் தோன்றியது. அந்தப் பெண் அவரைப் பார்த்து, "நீ ஒரு முட்டாள்!" என்கிறாள். அவர் அவளிடம், "பி-யு-டி என்பது 'புட்' என்றால் சி-யு-டி என்பது 'குட்' என்று ஏன் இல்லை?" எனக் கேள்வி கேட்டு அவளுக்கு எரிச்சல் மூட்டிக்கொண்டு இருந்தார். பாடல்களுக்காகப் புகழ்பெற்ற இந்தித் திரைப்படமான 'பிரேம் கஹானி'யாவில் அரை மணி நேரம் கடந்ததும், அந்த ஆணும் பெண்ணும் வயல்வெளிகளில் ஓடி, பிறகு மரத்தைச் சுற்றி சுற்றி வந்து ஒருவரை ஒருவர் துரத்திக்கொண்டு சென்றனர்.

நான் பிரமை பிடித்து அசந்து போய் அதைப் பார்த்துக் கொண்டிருந்தேன். காதலர்கள் மரத்தைச் சுற்றி ஓடும் வழக்கமான, இந்திய சினிமாத்தனமான, காதல் குறியீட்டுப் காட்சிகளுடைய அந்தத் திரைப்படத்தைப் பார்க்கத் துவங்கி கிட்டதட்ட அரை மணி நேரம் கழிந்த பிறகு தான், நான் என்ன பார்த்துக் கொண்டிருக்கிறேன் என்பது திடுமென என் நினைவுக்கு வந்தது. இது ஒரு திபெத்தியத் திரைப்படம், நகைச்சுவையும் காதலும் கலந்த திபெத்தியத் திரைப்படம். அதற்கு முன் ஒரு திபெத்தியத் திரைப்படத்தை நான் பார்த்திருக்கவே இல்லை. ஏனெனில் திபெத்தியத் திரைப்படங்களே இல்லை. திபெத்தியத் திரைப்படங்கள்

இல்லை, திபெத்தியச் சிறுகதைகள் இல்லை, திபெத்தியப் புதினங்கள் இல்லை. ஜூட் டயஸ், "இரத்தக் காட்டேரிகளின் உருவம் ஏன் நிலைக் கண்ணாடியில் பிரதிபலிப்பதில்லை என்று தெரியுமா? யாரையாவது தீய குணமுடைய கோர உருவம் உடையவர்களாக்க வேண்டுமா? நாம் அவர்களுடைய கலாச்சாரத்தைப் பிரதிபலிக்கும் அனைத்து விதமான விஷயங்களையும் மறுக்க வேண்டும்!" திபெத்தில் வசித்தவர்களும் திபெத்திலிருந்து நாடு கடத்தப்பட்ட நாங்களும் எங்களைப் பிரதிபலிக்கும் எதுவும் இன்றியே வளர்ந்தோம். இது எதனால் நிகழ்ந்தது? எட்விட்ஜ் டாண்டிகாட்ஸின் சொற்றொடரான 'இலக்கிய அனாதைகள்' ஆக நாங்கள் ஏன் வளர்ந்தோம்?

❋ ❋ ❋

திபெத்திய இலக்கியத்திற்கு நூற்றாண்டு கால வரலாறு உண்டு. ஏழாம் நூற்றாண்டில் தான் அது வளர்ச்சி பெற்றது. இதற்காகவே மன்னர் சாங்ஸ்டன் கேம்போ, இலக்கண வல்லுனரும் பேரறிஞருமான டோண்மி சம்போடாவைக் கல்வி பயில்வதற்காக இந்தியாவிற்கு அனுப்பி வைத்தார். அது தொடங்கி திபெத்திய இலக்கிய மரபு, உலகின் மிகப்பெரும் இலக்கிய மரபுகளுள் ஒன்றாக வளரத் துவங்கியது. அது மட்டுமின்றி திபெத்தியச் சமவெளி நெடுகிலும் இன்றைக்கும் பாடப்படுகின்ற, ஆயிரம் வருடங்களுக்கு முன்பு எழுதப்பட்ட கீசர் எனும் அரசர் மீதான திபெத்தியக் காவியம் தான் உலகின் நீண்ட இலக்கியப் படைப்பாக அறிஞர்களால் கருதப்படுகிறது. ஆனாலும் வாய்மொழிக் காவியமான கீசர், புத்தரின் மொழிகள், நீதிநெறிகள், தத்துவம், மருத்துவம், மனித அறிவின் எல்லை குறித்த துண்டுப் பிரதிகளே மரபார்ந்த திபெத்திய இலக்கியத்தின் பெருமளவு இடத்தைப் பிடித்திருந்தன.

எட்டாம் நூற்றாண்டில் முதன்முதலில் நிறுவப்பட்ட சாம்யே மடாலயம் துவங்கி திபெத்தின் கல்விக் கூடங்கள் அனைத்தும் மத அமைப்புகளே. திபெத்தின் பெரும் பல்கலைக்கழகங்கள் துறவிகளுக்கான பல்கலைக்கழகங்கள், திபெத்தின் பெருமைக்குரிய மனிதர்கள் புத்த மதகுருக்கள். மடாலயக் கல்வி நிறுவனங்களின் துறவிகளுக்கு மத போதகர்கள் கற்பித்த

கல்வியின் ஒரு மிகச் சிறு பகுதியாகவே திபெத்திய இலக்கியம் இருந்தது.

ஆசையைத் துறப்பதே புத்த மதக் கோட்பாடு. ஆசையைக் கடந்து, புற உலகத்துடனான பற்றை முழுதும் துறந்தவனையே உன்னத நிலையை அடைந்தவனாக புத்த மதம் ஏற்றுக் கொள்கிறது. பட்டறிவின் தீவிர இயல்பைத் தெளிவற்றதாக மாற்றுகிற மூன்று விதமான நஞ்சுகளுள் ஆசையும் பற்றும் ஒன்று என்பது புத்த மத நிலைப்பாடு. புனைவு சர்வ நிச்சயமாக ஆசையில் தான் ஆரம்பிக்கும். புனைவின் எதாவது ஒரு கதாபாத்திரம் எதையாவது விரும்புவதில் தான் புனைவு துவங்கும். இந்த ஆசை தான் கதாபாத்திரங்களுக்கு உயிரூட்டி, கதையில் முடிச்சுகளை உருவாக்கி அதை நீக்குவதற்கான வழிவகைகளைத் தேட முயற்சி செய்கிறது. ஆகவே புத்தரின் மீதான திபெத்தின் தேசியக் கவர்ச்சியும், 'ஆசை என்பதே ஒழுக்கக் கேடு' என்கிற புத்த மதத்தின் அடிப்படைக் கோட்பாடும் தான் திபெத்தியப் புனை கதைகளின் இயற்கையான பரிணாம வளர்ச்சியைத் தாமதமாக்கியதா? மதத்தின் மீதான பெரும் ஏமாற்றமும், மதச் சார்பின்மையின் எழுச்சியும் மேற்குலகில் நிகழ, அவை இரண்டும் புதின வகையின் படிப்படியான வளர்ச்சியுடன் தொடர்புடையதாகின.

ஆனால் திபெத்தியக் கலை, இலக்கியம் ஆகியவற்றின் மீது புத்த மதக் கலாச்சாரத்தால் சுமத்தப்பட்ட தத்துவார்த்தமான, கருத்தியல் ரீதியான வரையறைகளை விட மிக முக்கியமான இடத்தை வகித்தது உண்மையில் ஒரு திடப் பொருள் என்றே நாம் கருத வேண்டியுள்ளது. திபெத்திய அச்சுக் கோர்ப்பு முறை மிகுந்த பொருட் செலவு கொண்டதும், நீண்ட கால உழைப்பைக் கோருவதுமான, மரத் துண்டுகளைப் பயன்படுத்தும் பண்டைக் கால முறையில் செய்யப்பட்டது. பெரிய புத்த மடாலயம் அல்லது பண்ணையின் வளங்கள் இதற்குத் தேவைப்பட்டன. கையெழுத்துப் பிரதியின் ஒவ்வொரு பக்கத்தையும் மரத் துண்டின் மீது கைகளால் செதுக்கவேண்டும். இதற்குத் தேவையான மரம் திபெத்தின் பல்வேறு பகுதிகளில் தேடினாலும் அவ்வளவு எளிதில் கிடைத்துவிடாத ஒன்று. பொடாலா அரண்மனையின் அச்சுக் கூடமான ஷோல் பர்காங்குக்குமே கூட ஒரு காலகட்டத்தில் தேவையான

அளவுக்கு மரக் கட்டைகள் கிடைக்காமல் போய், பிறகு அவை பூடான் அரசிடம் இருந்து தருவிக்கப்பட்டன.

நவீன திபெத்தின் தலை சிறந்த வரலாற்று ஆசிரியரான பேராசிரியர் செரிங் ஷாக்யா 'இருபதாம் நூற்றாண்டின் துவக்க காலத்தில் பதின்மூன்றாம் தலாய்லாமா ரஷ்யாவிற்கும் இந்தியாவுக்கும் பயணம் செய்திருக்கிறார். அப்போது அங்கிருந்த அச்சு இயந்திரம் பற்றி அவருக்கு நிச்சயமாகத் தெரிந்திருக்கும். அப்படி இருந்தும் அவர் ஏன் அவற்றை ஷோல் அச்சுக் கூடத்தில் முயற்சி செய்யவில்லை? புத்த மதம் குறித்து இந்தியாவில் இருந்த விமர்சனங்கள் அவருக்கு ஏற்படுத்தியிருந்த வெறுப்பு தான் அதற்குக் காரணம். உலோகத்தைக் கொண்டு பொருட்களைத் தயாரிப்பது ஒரு மாசுபாடாகவும் அத்தகைய பணி செய்பவர்கள் மாசு உண்டாக்கும் காரணிகளாகவும் கருதப்பட்டனர். கேங்க்யூர், டேங்க்யூர் எனும் புத்தரின் போதனைகள் அடங்கிய மிக முக்கியமான தொகுப்பும் விளக்கவுரைகளும் உலோக முறையால் களங்கப்படுவதை நினைத்துக் கூடப் பார்க்க முடியாததால் திபெத்தியர்கள் மரக் கட்டைகளை மட்டுமே அச்சாகப் பயன்படுத்தினர். அச்சுப் பிரசுரம் என்பது மிகுந்த தகுதிக்குரியதான, அதாவது சம்சாரா எனும் பொருளைத் தேடிய நூல்களுக்கு ஒருபோதும் கிட்டாமல், புத்தர் போதித்த நிர்வாணக் கோட்பாட்டை ஆராய்ந்த நூல்களுக்கு மட்டுமே கிடைத்த பேறாக ஆகிப்போனது. அதுவும் கூட முக்கியமான மடாலயங்கள் மூலமாகவோ செல்வச் செழிப்பு மிக்க பெரும் பண்ணை வீடுகளுடைய வளங்களின் மூலமாகவோ மட்டுமே நடந்தது' என்று பதிவு செய்துள்ளார்.

இந்த வரலாற்றுப் பின்னணியை வைத்துப் பார்க்கும்போது நவீன திபெத்திய இலக்கியத்தின் பரிணாம வளர்ச்சி சீரற்றதாகவும் பின்தங்கியும் இருந்ததில் வியப்படைய ஏதுமில்லை. திபெத்தின் மிகச் செழிப்பான பண்ணை வீட்டின் வாரிசும் மத்திய மந்திரியுமான டோகர் செரிங் வாங்கியால் திபெத்தின் முதல் புதினத்தை எழுதியது எதிர்பாராத ஒரு நிகழ்வாகக் கருதப்பட வேண்டியதில்லை. குறைந்த பட்சம் தன்னுடைய ஒரு நூலையாவது அவர் ஷோல் அச்சகத்தின் மூலமாகப் பிரசுரித்து பொடாலா அரண்மனையின் முன்னே வெளியிடுவதற்கு அவருடைய பணி சார்ந்த நண்பனொருவர் துணை நின்றிருக்கிறார். பல்துறை வல்லுனரும்

அரசியல்வாதியுமான டோகர், திபெத்தின் முதல் புதினத்தை மட்டுமின்றி முதல் அரசியல் வரலாற்றையும் மதச் சார்பற்ற வாழ்க்கை வரலாற்றையும் எழுதினார். புத்தரின் வாழ்வை அடிப்படையாகக் கொண்ட 'ஜோனு டமேட் கியி டம்கியுட்' அல்லது 'தி டேல் ஆஃப் தி இண்கம்பேரபுள் பிரிண்ஸ்', 1720 இல் நிறைவுற்றது. போதிசத்தரின் வாழ்க்கை வரலாறு, ஜடாகா டேல்ஸ், இராமாயணம், கீசர் காவியம் ஆகியவற்றில் இருந்து வழக்கம் போல தன்னுடைய தொகுப்புக்கான கருத்துக்களை அது எடுத்தாண்டிருந்தது. பெருமை மிக்க இந்த நகல் தொகுப்பு திபெத்தின் முதல் முன் நவீனத்துவ நாவல் என்று மிகச் சரியான முறையில் அழைக்கப்படுகிறது.

நவீன திபெத்திய இலக்கியம் உருவாக இன்னும் இருநூற்று ஐம்பது ஆண்டுகள் ஆகும் என்றும் அதன் உச்சியில் ஒளிரும் பெயராக 'தோண்டப் கியால்' இருக்கப் போகிறது என்பதையும் நாங்கள் 1980ஆம் ஆண்டிலேயே துயரத்துடன் அறிந்திருந்தோம். ஆனால் தோண்டப் கியாலுக்கு முன்பே திபெத்தின் அதிசிறந்த முதல் நவீனத்துவவாதியும், முற்கால இருபதாம் நூற்றாண்டின் கவிஞரும் எழுத்தாளரும் கலைஞரும் வரலாற்று ஆய்வாளருமான ஜெண்டுன் ஷோஃபல் வாழ்ந்திருக்கிறார். துறவு பூண்டிருந்த அவர் பிறகு சமயச் சார்பற்ற வாழ்க்கையைத் தேடி, மடாலயத்தில் இருந்து வெளியேறி திபெத்தியச் சமவெளியிலும் இந்தியத் துணைக் கண்டத்திலுமாக நீண்ட தூரம் பயணித்தார். பத்தொன்பதாம் நூற்றாண்டின் திபெத்துக்கும் இருபதாம் நூற்றாண்டிலிருந்த திபெத்துக்குமான இடைவெளியையும், திபெத்துக்கும் வெளியுலகிற்கும் இருந்த இடைவெளியையும் அவர் குறைத்தார். வட இந்தியாவின் கின்னூர் பகுதியைச் சேர்ந்த கிருத்துவ வம்சாவளியைச் சேர்ந்தவரும் முதன்முதலில் திபெத்திய மொழியில் வெளியிடப்பட்ட 'தி மிர்ரர் ஆஃப் தி வர்ல்ட்' செய்தித் தாளை அச்சிட்டவருமான பாபு தார்சின், அவருடைய சம கால நண்பராக விளங்கினார். கிழக்கின் பாரீஸ் என்று அழைக்கப்பட்டதும், அந்தக் காலகட்டத்தில் சர்வதேச திபெத்திய மேட்டுக் குடியினர் கூடும் மையமாகவும் விளங்கிய இந்தியாவின் கலிம்போங் எனும் இடத்திலிருந்து அவர் இயங்கினார். அவர் தன்னுடைய செய்தித்தாள்களை அங்கிருந்து திபெத்துக்கு காட்டெருமையின் மீது வைத்து அனுப்பினார். எளிய மாணவர்களுக்கான முறையான பள்ளிக் கூடங்கள் லாசாவிலும் திபெத்தின் சில பகுதிகளிலும் அப்போது

துவங்கப்பட்டன. திபெத்தின் கலை இலக்கியங்களின் இயல்பான பரிணாம வளர்ச்சிக்கான தளம் ஒருவழியாக அமைந்தேவிட்டது.

ஆனால் விதி வேறு விதமாக இருந்தது. நீண்டு பெருகுவதற்குப் பதிலாக பரிணாம வளர்ச்சிப் பாதை முறிந்தது. திபெத்தின் பழமைவாதிகள், மடாலயத்தைச் சேர்ந்தவர்களிடமிருந்து தோன்றிய தீவிரமான எதிர்ப்பு நவீன பள்ளிகள் மூடப்படுவதற்கு வழிவகுத்தது. அதைத் தொடர்ந்து அன்னியப் படையெடுப்பு நிகழ்ந்தது. 1949ஆம் ஆண்டில் மாவோ தன்னுடைய படையைத் திபெத்துக்கு அனுப்பினார். 1959ஆம் ஆண்டுக்குள் சீன ராணுவத்தின் கொடுமைமிக்க கையகப்படுத்தும் பணி நிறைவுற்றது. இது திபெத்திய சமூகத்தின் வாழ்க்கையைத் தலைகீழாகப் புரட்டிப் போட்டது. இளைய தலாய் லாமாவும் அவரைத் தொடர்ந்து பல்லாயிரக்கணக்கான திபெத்தியர்களும் நாடு கடத்தப்பட்டனர்.

1966ஆம் ஆண்டிலிருந்து 1976ஆம் ஆண்டு வரை நடந்த சீனக் கலாச்சாரப் புரட்சி திபெத்தை முழுமையாக ஆட்கொண்டது. மடாலயங்கள் அழிக்கப்பட்டு, நூல்கள் கொளுத்தப்பட்டு, திபெத்திய அடையாளங்கள் அனைத்தும் மிதித்து அழிக்கப்பட்டன. சிற்சில பகுதிகளில் அங்கொன்றும் இங்கொன்றுமாய் இருந்தது தவிர திபெத்திய மொழியைக் கற்பிப்பது முழுதுமாய் நின்றுபோனது. மாவோ இறந்து, கலாசாரப் புரட்சி முடிவுற்ற பிறகே திபெத்திய மொழி மறுபடி தழைப்பதற்குக் கம்யூனிச அரசு அனுமதித்தது. இந்த மறுமலர்ச்சிக் காலத்தின் மிக முக்கியமான நபராக கவிஞரும், எழுத்தாளரும், வரலாற்று ஆய்வாளருமான தோண்டப் கியால் விளங்கினார்.

1970களின் இறுதியில் தன் நூல்களை அவர் பிரசுரிக்கத் துவங்கியபோது அவருடைய எழுத்துக்கள் திபெத்திய உலகில் தீ போலப் பரவின. 1980, 1981ஆம் ஆண்டுகளில் திபெத்தின் முதல் இலக்கிய இதழ்களான, *‘திபெத்தன் ஆர்ட் அண்ட் லிட்டரேச்சர்’*, *‘லைட் ரெய்ண்’* ஆகியவை பிரசுரமாகத் துவங்கின. சில வருடங்களுக்கு முன்பு எழுதி, பிரசுரிக்கப்பட்டவற்றில் இருந்து மிகச் சிறந்த பதினாறு கவிதைகள், கட்டுரைகள், சிறுகதைகளைத் தேர்ந்தெடுத்து ‘தி டாண் ஆஃப் க்ளியர் அண்ட்

சிம்பிள் ரைட்டிங்' என்ற பெயரில் 1981 ஆம் ஆண்டு ஜனவரி மாதம் தோண்டப் கியால் ஒரு தொகுப்பை வெளியிட்டார். புத்திசாலித்தனமும் மனத் துயரமும் ஒருங்கே கொண்டவரான தோண்டப் கியால், அதற்குப் பிறகு தன் முப்பத்து மூன்று வயதில் தற்கொலை செய்துகொள்ள, அவருடைய ஆட்சி முடிவுக்கு வந்தது. நவீன திபெத்திய இலக்கியம் இறுதியில் தோன்றிவிட்டது.

❂❂❂

எங்கள் நாட்டுக்குள் புகுந்ததுமே சீனர்களால் நாடு கடத்தப்பட்ட தலாய் லாமாவைப் போலவே என்னுடைய குடும்பமும் நாடு கடத்தப்பட்டது. வட இந்தியாவின் அகதிக் குடியிருப்பு ஒன்றில் தான் நான் பிறந்து வளர்ந்தேன். இப்படி அகதியாக இந்தியாவில் வாழ்ந்து அங்கு வேரூன்ற முயற்சி செய்த இளம் தலைமுறையினராகிய நாங்கள் எங்கள் பண்டைய வரலாறு, கலாச்சாரம் ஆகியவற்றில் இருந்து துண்டிக்கப்பட்டுவிட்டோம். திபெத்தியர்கள் இவ்வாறு மலைக்கு இன்னொருபுறம் வாழ்வதும், எங்களுக்கு எங்கள் பண்டைய வாழ்வுடனான தொடர்பு முறிந்ததும் சீன அரசாங்கம் எங்கள் மீது நிர்பந்தமாகச் சுமத்திய ஒன்று. கடந்த கால இலக்கியத்துடனான இந்தப் பிரிவுக்கு திபெத்திய இலக்கியம் அதனுடைய ஆரம்ப கட்டத்திலேயே அப்போதுவரை இருந்தது என்பதும் ஒரு காரணம். ஆகவே இமயமலையின் இரு வேறு பக்கங்களிலும் நாங்கள் எங்களுடைய இலக்கியத்துடன் எந்தத் தொடர்புமின்றி அனாதையாக வளர்ந்தோம். ஓடுகளத்தில் இருந்து மேலெழும்பிச் செல்ல வேண்டிய இலக்கு எது என்பதையே அறியாதவர்களாக நாங்கள் இருந்தோம்.

என்னுள் இருந்த இளம் வாசகனுக்கு இது ஒரு விசித்திரமான கைவிடப்படலாக, தனிமைப்படுத்துதலாக இருந்தது. மேல் தளத்திலும், சுற்றியுள்ள இடத்தின் அடியாழத்திலும் ஒருவருடைய எந்தப் பிரதிபலிப்புமின்றி அவரை இருக்க இருப்பது; தன்னூடாக ஏதாவது ஒரு பொருள் துளைத்துச் செல்வதன் மூலமே தன்னுடைய இருப்பைக் தெரியப்படுத்துகிற, மற்றவர்களால் ஒதுக்கப்பட்டதால் விளைந்த தனிமை அது. டெண்சின் சண்டியூவின் *'வென் இட் ரெய்ண்ஸ் இன் தர்மசாலா'* வாசித்தபோது எனக்கு அந்தத் தருணம் நிகழ்ந்தது. அதைப்

படித்ததும் பெரும் மனக் கிளர்ச்சியுற்று நான் ஒரு கவிதையை எழுதத் தொடங்கினேன். தர்மசாலாவின் மழையை மட்டுமின்றி நான் சண்டியூவையும் அறிந்துகொண்டேன். அவரும் என்னைப் போல் தான் என்பதையும் உணர்ந்தேன். நூல்களை வாசிக்கற ஒருவனாக மட்டுமே அதுவரையில் இருந்த என்னால் எழுதவும் முடியும் என்று முதன் முதலில் நான் நினைக்கத் துவங்கியது அப்போது தான்.

பெமா பூம், வோய்சர், ஜாமியாங் நோர்பு, செரிங் டோண்ட்ரப், செரிங் வாங்மோ தோம்பா, பெமா செடண், கியாப்சென் டெட்ரோல், டாக்பெம் கியால், பெமா செவாங் சாஸ்திரி, டெண்சி சண்டியூ, புச்சாங் டி சோணம் ஆகியோரே இப்போது நம்முடைய எழுத்தாளர்கள். அவர்களுடைய படைப்புகள் நம் அலமாரிகளை நிறைத்தன, அவர்களுடைய சொற்கள் எங்கள் வாழ்க்கையை எதிரொலித்தது. இதற்கிடையில் என்னைப் பற்றி எனக்கொரு புரிதல் ஏற்பட்டது, அல்லது என்னைப் போலவே தோற்றமளித்த ஒருவரை முகம் பார்க்கும் கண்ணாடியில் என்னால் காண முடிந்தது. இந்த அத்தனை எழுத்தாளர்களும் திரைப்படத் தயாரிப்பாளர்களும், கலைஞர்களும், இசைஞர்களும் நமக்குத் தந்திருப்பவை சாதாரணமான விஷயங்கள் கிடையாது. நம்மைப் போன்ற மக்களின் வாழ்க்கை, நேசம், இழப்புகள், மகிழ்ச்சி, துன்பம், நம்பிக்கை, மனத் தளர்ச்சி ஆகியவற்றுக்குள் கலை நுழையும்போது தான் நாம் நம்முடைய சொந்த வாழ்க்கைக்கான பொருளை உணர, புரிந்து கொள்ள, மனித சமுதாயத்தை நேசிக்க, அதன் மீது நன்மதிப்பு கொள்ள, அதனுள் இருக்கும் இறைத்தன்மையை உணரத் துவங்க இயலும்.

இந்த நூலின் எழுத்தாளர்கள் திபெத், சீனா, இந்தியா, கனடா ஆகிய பல நாடுகளைச் சேர்ந்தவர்கள்; பல்வேறு மொழிகளில் எழுதுவர்கள். பெமா பூம், செரிங் டோண்ட்ரப், பெமா செவாங் சாஸ்திரி, கியாப்சென் டெட்ரோல், பெமா செடண், டாக்பும் கியால், தோண்ட்ரப் டாஷி ரெக்ஜோங் ஆகியோர் திபெத்திய மொழியில் எழுதுபவர்கள். ஜாமியாங் நோர்பு, செரிங் வாங்மோ தோம்பா, டெண்சின் சண்டியூ, புச்சாங் டி சோணம், செரிங் லாமா, டெண்சின் டோர்ஜீ, செரிங் நாம்கியால் கோர்த்சா ஆகியோர் ஆங்கிலத்தில் எழுதுபவர்கள். வோய்சர் சீன மொழியில் எழுதுபவர். அவர்கள் பல்வேறு பாணிகளில்

எழுதுபவர்களாகவும், சுய சரிதைகள், புதினங்கள், கட்டுரைகள், கவிதைகள் எனப் பல வடிவங்களில் எழுதுபவர்களாக இருந்தாலும் அவர்கள் அனைவருமே சிறுகதைகளும் எழுதினர். நவீன திபெத்தியக் கலை வடிவங்களில் முதன்மையான ஒன்றாக சிறுகதைகள் விளங்கின.

ஆனால் திபெத்தியர்கள் சிறுகதைகளும் எழுதுவார்கள் என்பதையே திபெத்தைக் கடந்து இயங்கிய வெளியுலகம் அறியவில்லை. ஆகவே திபெத்தியச் சிறுகதை தன் முகைவிரித்தலின் அறிவிப்பே இந்த நூல் என்று நான் கருதுகிறேன். அந்த முகைவிரிக்கிற வெளிப்பாடும் கூட அபாயம், அதிகாரம், வாய்ப்பு ஆகிய தருணங்களால் சூழப்பட்டுள்ளது. சிற்சில சமயங்களில் அபத்தமாகவும் விசித்திரமாகவும் இருந்தாலும், இந்தக் கதைகள் துயரார்ந்தனவாய், மனதைத் தொடுகின்றனவாகவே எப்போதும் இருக்கின்றன. இக் கதைகள் மூலமாக, பழமைக்கும் நவீனத்துக்கும், தொழில் செய்தலுக்கும் நாடுகடத்தப்படலுக்கும், தேசத்துக்கும் தனிப்பட்ட வாழ்க்கைக்கும் இடையே உருவாக்கப்பட்ட இடைவெளியில் அல்லாடும் எளிய திபெத்தியர்களின் வாழ்க்கை பற்றிய சரியானதொரு சித்திரத்தை, ஆங்கில வாசகர்களின் பார்வைக்குக் கதாசிரியர்கள் வைக்கிறார்கள்.

திபெத்தியர்களைப் பொறுத்தவரை இந்த எழுத்தாளர்கள் செய்துள்ளது அரும்பணியாகும். எங்கள் தொழிலை, நாங்கள் நாடு கடத்தப்பட்டதை, எங்கள் புலம்பெயர் வாழ்வை ஆராய்ந்து, எங்கள் தீராத் துயரத்தை அவர்கள் தம்முடைய கதைகளில் விளக்கினர். அத்தகைய படைப்புகள் மூலமாக அவர்கள் எங்களுக்கு ஆறுதலும், தெளிவும் மட்டுமின்றி, நாங்கள் இப்போதும் ஒருவருக்கு ஒருவர் நெருக்கமானவர்களே என்கிற உணர்வையும் தந்தார்கள்.

❁ ❁ ❁

இந்நூலின் எழுத்தாளர்களான தோம்பா, சண்டியூ, டோர்ஜீ, சோணம் ஆகியவர்களைப் போல குலு, மணாலியில் பிறந்து தர்மசாலாவில் வளர்ந்த நானும் ஒரு வகையில் இமய மலைவாசி தான். சண்டியூவின் இள வயதுப் பெற்றோரும் பணி ஓய்வை நெருங்கிக்கொண்டிருந்த என்னுடைய தாத்தா

பாட்டியும் பண்டோ, குலு, மணாலி ஆகிய இடங்களில் சாலைக் கட்டமைப்புத் திட்டத்தில் பணி புரிந்தனர்; அவர்கள் இந்தியாவின் வடக்குப் பகுதி வளர்ச்சியுறுவதற்கு உதவினர். திபெத்தில் பிறந்த என் பெற்றோர், இந்தியாவில் கல்வி கற்று, அங்கிருந்த திபெத்திய அகதிப் பள்ளியில் பணிபுரிந்தபடி இந்தியாவிலேயே வாழ்ந்தனர். இந்தியா நெடுகிலும் அகதிகளுக்கான குடியிருப்புக் கிராமங்கள் அமைக்கப்பட்டன. இந்தியாவின் வடக்கே இமாச்சலப் பிரதேசத்திலும், தெற்கே கர்நாடகாவிலும் திபெத்திய அகதிகள் சிறு சிறு குழுக்களாகத் தங்க வைக்கப்பட்டனர். இந்தக் குடியிருப்புக் கிராமங்கள் இந்தியாவின் பக்கவாட்டில் மற்றொரு தனி உலகமாக இயங்கின. இது பிரதமர் நேரு தனக்காக மேற்கொண்ட பிராயச்சித்தம். அவருடைய சீனக் கொள்கை படுதோல்வியடைந்தது; திபெத்திய எல்லைக்குள் சீனர்கள் படையெடுத்தனர். இதனால் பாதிக்கப்பட்டு நாடுகடத்தப்பட்ட திபெத்தியர்களின் தலைவிதிக்குத் தனிப்பட்ட முறையில் அவர் பொறுப்பேற்றுக் கொண்டார். திபெத்திய அகதிகள் விவகாரம் குறித்த பொறுப்பு உள்துறை வசம் செல்லாமல் நேருவின் தனித் துறையான வெளியுறவுத் துறையிடம் ஒப்படைக்கப்பட்டது. திபெத்திய அகதிக் குடியிருப்புகள், மக்கள் உயிர் பிழைத்து வாழ்வதற்கான ஒரு இடமாக மட்டுமின்றி, அவர்களுடைய மொழி, கலாசாரம், அமைப்புகள் ஆகிய அனைத்தும் உயிர்ப்புடன் இருக்கும் வகையில் இறுக்கிப் பிணைக்கப்பட்ட குடியிருப்புகளாக, தன்னிறைவு பெற்ற சமுதாயக் கூடங்களாக இருக்க வேண்டும் எனும் தலாய் லாமாவின் விருப்பத்தை நேரு ஏற்றுக் கொண்டார்.

ஆகவே எங்கள் எழுத்தாளர்கள் எமக்களித்த நெருக்கமான உணர்வை அவ்வளவு எளிமையாக எடுத்துக் கொள்ள முடியாது. தொழில், நாடுகடத்தப்படுதல், புலம்பெயர் வாழ்வு ஆகிய இச் சொற்றொடர்கள் எப்படி தெளிவான உருவமற்று, எளிய ஒன்றை அதிகப்படுத்திக் கூறும் இயல்புடையதாக இருக்கின்றனவோ, அவ்வாறாகவே உண்மை நிலையை மிக நுணுக்கமாகவும் தெளிவாகவும் வரையறுக்க வல்லவை. உதாரணத்திற்கு சீனர்களின் வருகைக்கு ஒரு வருடத்திற்கு முன்பு என் தாத்தா கியிரோங்கில் கட்டிய இரண்டு அடுக்குகள் கொண்ட பெரிய வீட்டில் நான் வளரவில்லை. இன்னும் சொல்லப்போனால் நான் பிரார்த்தனை செய்வதற்காகவும் தனிமையில் இருப்பதற்காகவும்

செல்கிற, என்னுடைய பற்பல தேர்வுகளில் நன் முறையில் வெற்றி பெறுவதற்காக நான் பிரார்த்தனை செய்த, தர்மசாலாவில் இருந்த எளிய சுக்லகாங் கோயில், உண்மையில் லாசாவிலுள்ள சுக்லகாங் கோயிலின் நகலெடுக்கப்பட்ட வடிவம் தான். அசல் சுக்லகாங்கில் உள்ள ஜோகாங் கோயிலில் நிறைய ஆலயங்கள் உள்ளன. அதில் ஒன்றில் ஜோவோ ஷாக்யமுனி என்று அழைக்கப்படுகிற திபெத்தின் மிகப் புனிதமான புத்த உருவமும், வரலாற்றுப் புகழ்மிக்க கல்லால் ஆன ஒரு அடுக்கும் உள்ளன. மிகக் கவனமாகக் கூர்ந்து கேட்டால், லாசா நகரம் எந்தக் கடலின் மீதிருந்து உருவானதோ அந்தப் புராதானக் கடல் அலைகளின் ஓசை அந்தக் கற்குவியலில் இருந்து கேட்கும் என்று கூறப்படுகிறது. (2006ஆம் ஆண்டு நான் திபெத்துக்குச் செல்ல முடிந்தபோது, கடலின் ஓசையைக் கேட்க விரும்பி அந்தக் கல்லின் மீது என் காதுகளை அழுத்தி வைத்தேன். ஆனால் என்னால் எதையும் கேட்க முடியவில்லை).

சுக்லகாங், நோர்புலிங்கா, மெண்ட்சிகாங், நாம்கியால் மடாலயம், கியூடோ மடாலயம் ஆகியவற்றின் அசல் கட்டிடங்கள் திபெத்தில் உள்ளன. நாடு கடத்தப்பட்ட திபெத்திய அகதிகள், இங்கு, இந்தியாவில், தாம் நாடுகடத்தப்பட்ட இடத்தில் தங்களுடைய சடங்குகள், பாரம்பரிய தத்துவக் கல்வி முறை, ஆகியவற்றை விளக்கும் கட்டடங்களை 1959 ஆம் ஆண்டில் கட்டி முடித்தார்கள். அவ்வாறு கட்டப்பட்ட எங்கள் அத்தனைக் கட்டடக் கலை வடிவங்களும் ஒளி நகல்கள், போலிகள், அசல் வழி பிறந்தவை என்பது எங்களுக்கு எவ்வளவு பெரிய இழப்பு? அசலின் கம்பீரத்தை இழந்தது மட்டுமின்றி, இந்தப் போலி வடிவங்கள் அசல் கட்டடங்களுக்குரிய வரலாற்றையும் அல்லவா எம்மை இழக்க வைத்தன. வீடு என்பது நாம் இருக்கும் இடத்தில் இல்லை, அது வேறெங்கோ இருக்கிறது என்பதற்குப் பொருள் என்ன? வீடு திரும்புதல் என்பது எங்களுக்குத் தனிப்பட்ட ஒருவரின் முடிவல்ல, மாறாக ஒரு தேசியச் செயல் திட்டம் என்பதற்கு அர்த்தம் என்ன? எங்களுடைய விதியை நிர்ணயிக்க எங்கள் கைகளால் இயலாது என்பதற்குப் பொருள் என்ன?

இந்தக் கேள்விகளைக் கதாசிரியர்கள் இந்த நூலில் மறைமுகமாக எழுப்பியுள்ளனர். எமிலி டிக்கின்சனின் கூற்றான, "உண்மையை முழுதாகச் சொல்லுங்கள். ஆனால் மறைமுகமாக" என்பது

போல இக்கேள்விகள் எல்லாக் கதைகளினுள்ளும் மறை பொருளாகத் தொக்கி நிற்கின்றன.

திபெத்திலுள்ள புனித மேகண் போம்ரா மலையின் கோராவில் தொடங்கி நியூயார்க் நகரின் சைனா டவுனில் இருக்கும் சட்ட விரோதமான விபச்சார விடுதிகள் வரை, திபெத்தின் வணிக நகரங்களில் அமைந்துள்ள சட்ட விரோதமான விபச்சார விடுதிகள் தொடங்கி நியூயார்க் நகரின் கிராமப்புறங்களில் அமைந்துள்ள புத்தமத சமய நோன்புக் கூடங்கள் வரை நாம் திபெத்திய ஆண்களை, பெண்களை, இளையவர்களை, முதியவர்களை இக்கதைகளின் வழியே பார்க்கிறோம். அவர்கள் நேசிப்பதை, ரகசிய திட்டங்கள் தீட்டுவதை, ஆசை கொள்வதை, தோற்பதை, சகித்துக் கொள்வதை, இவற்றோடு அவர்கள் உயிருடன் இருப்பதைப் பார்க்கிறோம். ஆம். உயிர் மட்டும் சுமந்துகொண்டு இருப்பதை. மூச்சு மட்டும் விட்டுக்கொண்டு, தங்கள் எண்ணங்களுக்கு உரிய இடம் தரப்பட வேண்டும் என்று உரிமைகளைக் கோரிக் கொண்டு, அவர்கள் மீதான உங்களின் சிறிதளவு கவனத்தை எதிர்பார்த்துக் கொண்டு உயிருடன் இருக்கிறார்கள். இது தான் எங்கள் திபெத்தியர்களின் வாழ்க்கை. இப்படித் தான் நாங்கள் இப்போது வாழ்கிறோம்.

பெமா பூம் (Pema Bhum)

எழுத்தாளர் பெமா பூம் திபெத்திய கலாசாரப் புரட்சிகள் குறித்த இரண்டு சுய வாழ்க்கைக் குறிப்பு நூல்களை எழுதியுள்ளார். இவற்றுள் *'சிக்ஸ் ஸ்டார்ஸ் வித் எ க்ருக்கெட் நெக்'* எனும் நூல் *திபெத் டைம்ஸால்* பிரசுரிக்கப்பட்டது. பெமாவால் இந்தியாவிலுள்ள தர்மசாலாவில் தோற்றுவிக்கப்பட்ட ஆம்நியே மேஷன் இண்ஸ்டிடியூட், *'ரிமெம்பரிங் டோர்ஜீ செரிங்'* எனும் அவருடைய இரண்டாவது சுய வாழ்க்கைக் குறிப்பு நூலைப் பிரசுரித்தது. அவர் பி.ஆர். சியின் நார்த்வெஸ்ட் மைனாரிட்டி இன்ஸ்டிடியூட்டில் திபெத்திய இலக்கியத் துறையின் இணைப் பேராசியராகப் பணியாற்றியதோடு இந்தியானா பல்கலைக்கழகத்தின் திபெத்திய மொழி விரிவுரையாளராகவும் அழைப்பின் பேரில் செயல்பட்டு வந்தார். தற்போது கொலம்பியா பல்கலைக்கழகத்தின் திபெத்திய மொழி விரிவுரையாளராகவும், லாட்சேவிலுள்ள காண்டம்ப்பெரரி டிபெட் கல்ச்சுரல் நூலகத்தின் இயக்குனராகவும் திகழ்கிறார்.

கண் சிமிட்டல்

1

டென்பாவுடைய வீட்டுக் கூரையின் மரக் கழி மீதமர்ந்து இருந்த பறவைக் குஞ்சுகள்கூட மழையில் களைப்படைந்துவிட்டது போலக் காட்சியளித்தன. வரிசையாக உத்தரத்தின் மேலமர்ந்து மழைத் தூறலைப் பார்த்துக்கொண்டிருந்த அந்தச் சிறு பறவைகள் தங்களுடைய தலையை இடம் வலமாகத் திருப்பியபடி மென்மையான குரலில் பாடின. வீட்டுக் கூரையின் கீழ்ப் பகுதியில் இருந்து நீர்த் தாரைகள் நிதானமாகத் தொடர்ந்து விழுந்து அவ்வோசையை வீட்டின் முற்றம் முழுமைக்கும் கொண்டு சேர்த்தது.

டென்பா தர்மரைத் தன் சூபா*வின் மடிப்புகளில் ஏந்தியபடி கதவைத் திறந்து உள்ளே நுழைந்ததும் கதவின் மீது ஓய்வெடுத்துக் கொண்டிருந்த பறவைகள் தங்கள் சிறகுகளைப் படபடவென அடித்து முற்றத்துக்குப் பறந்தன. முட்டி வரை மடித்துவிடப்பட்ட காற்சராயுடனிருந்த டென்பா, காலணிகளற்ற தன் பாதங்களில் படிந்திருந்த சேற்றைத் தன் இரண்டு கால்களையும் ஒவ்வொன்றாக நீட்டி கூரைகளில் இருந்து விழுந்த மழைநீரில் கழுவினான்.

வீட்டின் மேற்தளத்தில் பரப்பியிருந்த தானியங்களிலிருந்து கற்களை அகற்றிக் கொண்டிருந்த லாமோ, "மருத்துவர் குழந்தையைப் பரிசோதித்தாரா?" என்று கேட்டாள்.

"ஐயோ. தர்மர் வாந்தியெடுக்கிறான்" என்றவன், லாமோவின் கேள்விக்கு பதில் சொல்லாமல் தன்னால் முடிந்த அளவு வேகத்துடன் நொண்டிக் கொண்டே முற்றத்துக்கு ஓடினான்.

டென்பாவிடம் தன் கேள்விக்கான நல்ல பதில் இல்லை என்று லாமோவுக்குப் புரிந்தது. அவள் டென்பாவிடம் இருந்து தர்மரை வாங்கிக்கொண்டு அவனுடைய வாயிலும் தாடையிலும் ஒட்டியிருந்த வாந்தியை தன் புடவைத் தலைப்பால் துடைத்து எடுத்தாள். பிறகு அவனைத் தரையில் கிடந்த செம்மறியாட்டுக் கம்பளியின் மீது சாய்த்துக் கிடத்தினாள். தர்மரின் நெற்றியில் புடைத்துத் தெரிந்த நீல நிற நரம்புகளின் மீது முத்தமிட்டு, "செல்லக் குட்டி! அம்மாவும் அப்பாவும் சீக்கிரம் உன்னை மருத்துவரிடம் அழைத்துப் போவோமாம். அவர் உனக்கு இனிப்பு மாத்திரை தருவாராம்" என்றாள்.

தன்னுடைய சட்டையின் வலப்பக்க கழுத்துப் பட்டையிலிருந்து ஒரு ஊசியை எடுத்து தன் வலது குதிகாலில் குத்தியிருந்த முள்ளை நீக்கிய டென்பா, "நான் தர்மரின் பெயரைச் சொன்னதும் அவனைப் பரிசோதிக்கத் தயாராகிவிட்ட மருத்துவர், என் பெயரைக் காதில் கேட்டதும் தன்னுடைய கைகளை விலக்கிக்கொண்டார்" என்றான்.

தர்மர் லேசாக அழுதபோது வழக்கமாக அவன் விளையாடும் 'கொட்டேஷன்ஸ் ஆஃப் சேர்மன் மா சே துங்' எனும் நூலையும் தலைவர் மா சே துங் முகம் பதித்த பொத்தானையும் அவன் முன்னே வைத்தாள். ஆனால் அவன் தொடர்ந்து அழுதுகொண்டே அவளை நோக்கித் தன்னுடைய கைகளை நீட்டினான். லாமோ அந்த நூலைத் திறந்து தலைவர் மா சே துங்கினுடைய புகைப்படத்தைக் காட்டினாள். அதைப் பார்த்ததும் உடனே அழுகையை நிறுத்திய தர்மர், அந்த நூலைக் கெட்டியாகப் பிடித்து இழுத்து எச்சில் வழிகிற தன் வாயருகே கொண்டு சென்றான்.

"இந்த ஆட்டுத் தோலை விற்றால் அதில் கிடைக்கும் பணம் இவனுக்கு மருந்து வாங்கப் போதுமானதாக இருக்கும். அந்த வெடித்த உதட்டுச் சீனக் கிழவன் இப்போதெல்லாம் இங்கே வருவதில்லை. நாம் அவற்றை வேறு எங்காவது எடுத்துக் கொண்டு போய் விற்பனை செய்வோமா?" என்று கேட்டாள்.

'மென்று துப்பப்பட்ட முள் மறுபடி குத்தாது' என்ற பழமொழியை சிரமேற்கொண்டு தன்னுடைய பாதத்தில் குத்திய முள்ளைக் கையில் எடுத்து மென்றபடி, "இந்த ஆட்டுத் தோலை சீனாவில் அவர்கள் எங்கே விற்கிறார்கள் என்று யாருக்குத்

தெரியும்? அத்துடன் நான்கு தீய சக்திகளில் ஒன்றாக இருக்கும் நான் இங்கிருந்து கீழிருக்கும் பள்ளத்தாக்கு வரை கூடச் செல்வதற்கு சுதந்திரம் இல்லாதவனாக இருக்கிறேன்...'' என்றான் டென்பா. இதை சொல்லிக் கொண்டிருக்கையில் உடைந்து அழத் துவங்கினான். உழைப்பாளர் படைப் பிரிவின் தலைவரான கான்போ உள்ளே நுழைந்தார்.

"இன்று ஏதோ முக்கியமான செய்தியைச் சொல்லப் போகிறார்'' என்று டென்பா தனக்குள் நினைத்துக் கொண்டான். விடுமுறை நாட்களிலும் சிறப்பு நிகழ்ச்சிகளிலும் மழை அல்லது பனியால் வேலை தடைப்படும் நாட்களிலும் உற்பத்தித்துறைப் பணியாளர்களுக்கும் மக்களுக்கும் இடையே தகவல்களைப் பரிமாறுவது நான்கு தீய சக்திகள் குழுவைச் சேர்ந்தவர்களின் கடமையாகக் கருதப்பட்டது. ஆனால் அதற்காக தொழிலாளர் தலைவரே டென்பாவின் வீட்டுக்கு வருவது இது தான் முதல் முறை.

கான்போ, நீர் புகாமல் காக்கும் பச்சை நிற மழைச் சட்டையும், பளபளக்கிற கருமை நிறத்தில் மழைக் காலக் காலணிகளும் அணிந்திருந்தார். மேல்தளத்துக்குள் நுழைந்து தன்னுடைய சட்டைப் பொத்தான்களைக் கழற்றியபடி, "வானம் இரண்டாகக் கிழிந்துவிட்டது போல இருக்கிறது. தொடர்ந்து இது போலவே இன்னும் இரண்டு நாட்களுக்கு மழை பெய்தால் அறுவடை நாசமாகிவிடும். தானியக் கதிர்க் கட்டுகள் ஏற்கனவே காய்ந்து போகத் துவங்கிவிட்டன'' என்றார். தன் மழைச் சட்டையைக் கழற்றி பலகணிச் சுவரில் வைத்தார்.

தீய சக்திகளில் ஒருவராகக் கருதப்பட்ட டென்பாவின் வீட்டிற்கு தொழிலாளர் தலைவர் கான்போ வருகை தந்திருப்பது நடக்கவே வாய்ப்பற்ற ஒன்று. அவர் டென்பாவின் வீட்டுக்கு வந்ததோடு மட்டுமல்லாமல் டென்பாவிடமும் லாமோவிடமும் மிக அன்பாகப் பேசிக்கொண்டிருந்தது நம்ப முடியாததாக இருந்ததால் டென்பாவும் லாமோவும் ஒருவரை ஒருவர் பார்த்துக்கொண்டனர். அவருக்கு என்ன பதில் சொல்வது என்பது குறித்த எந்த ஒரு சிறு யோசனையுமின்றி இருந்தனர். அவரை வரவேற்றுத் தங்களுடைய வணக்கத்தைத் தெரிவிக்கக் கூட உண்மையில் அவர்களுக்குத் தோன்றவில்லை.

"உங்கள் வீட்டின் சுவர்கள் நன்றாக இருக்கின்றனவா? அகு நேம்ஜியலுடைய வீட்டின் பின்பக்கச் சுவரின் ஒரு மூலை இடிந்துவிட்டது" உழைப்பாளர் தலைவர் கான்போ மறுபடி ஒருமுறை ஒரு உரையாடலைத் துவக்க முயற்சி செய்தார். அகு நேம்ஜியல், லாமோவின் தந்தை. தீய சக்தி எனும் தன் பெயர் லாமோவின் குடும்பத்தைப் பாதித்துவிடக்கூடாது என்பதற்காக டென்பா லாமோவுடைய பிறந்த வீட்டுக்குச் செல்வதே இல்லை. கான்போ சொன்னதற்கு உடனே பதில் கூற முயன்று திக்கிய டென்பா "ஓ! அப்படியா?" என்றவன், தன் மனைவியிடம், "தலைவர் கான்போவுக்கு ஒரு கோப்பைத் தேநீர் கூடத் தர மாட்டாயா?" என்று கேட்டான். பிறகு ஒரு பாயை விரித்து தலைவர் கான்போ அதில்தான் உட்கார வேண்டும் என்று வற்புறுத்தினான். "வானிலை வேண்டுமானால் மிக மோசமாக இருக்கலாம். ஆனால் என்னிடம் உனக்கான ஒரு நல்ல செய்தி இருக்கிறது" என்றபடி அவர் ஒரு சுருட்டைப் பற்ற வைத்தார். "நம்முடைய புரட்சிப்படையின் அரசியல் பிரிவு உயர் உறுப்பினர்களாகிய நாங்கள், நான்கு தீய சக்திகள் எனும் கருப்புத் தொப்பியை இன்று முதல் உன் தலையிலிருந்து நீக்க முடிவு செய்திருக்கிறோம்' என்றபடி தரையைத் தட்டி தன்னருகே அமரும்படி டென்பாவைப் பார்த்து சைகை செய்தார்.

'கொட்டேஷன்ஸ் ஆஃப் சேர்மன் மாசே துங்' நூலின் கிழிந்துபோன பக்கங்களை நெருப்பைத் தூண்டுவதற்காகப் பயன்படுத்திய தன் குற்றத்தின் களங்கம் இவ்வளவு விரைவாக, மிகச் சில வருடங்களுக்குள் இவ்வாறு நீங்கிவிடும் என்று டென்பா தன் கற்பனையிலும் கூட நினைத்துப் பார்த்ததில்லை. கான்போவுடன் தோளுக்குத் தோள் சரி சமமாக உட்கார நேர்ந்ததால் அசௌகரியமாக உணர்ந்த டென்பா தன்னுடைய ஒற்றைப் புட்டத்தை மட்டும் பாயின் மீது அழுத்தி வைத்து அமர்ந்தான். அங்கு நிலவிய அமைதியை உடைத்து தலைவர் கான்போவுக்கு எப்படி நன்றி சொல்வது என்று அவனால் யோசித்துப் பார்க்கக் கூட முடியவில்லை.

கான்போ அவனுடைய பதிலுக்குப் காத்திராமல், "இங்கு வந்திருந்த அரசியல் மீள் கல்விக் குழுவுடன் இணைந்து உன்னுடைய நடத்தையையும் சிந்தனைப் போக்கையும் கடந்த ஆறு மாதங்களாக நாங்கள் ஆராய்ந்தோம்" என்றவர் மேற்கொண்டு பேசுவதற்கு முன் தோன்றிய இருமலுடன்

வெளியேறிய சளியை முற்றத்தில் துப்பியபடி, "உன் மகனின் பெயர் தர்மர் செங்கொடி என்பதை நாங்கள் கேள்விப்பட்ட போது நீ உன் குற்றச் செயலுக்காக வருந்துகிறாய் என்று எங்களுக்குத் தோன்றியது" என்றார்.

தர்மருக்கான மருந்தைக் கேட்க இதுதான் நல்ல சந்தர்ப்பம் என நினைத்த டென்பா, "என்னுடைய மகனுக்குச் சில நாட்களாக உடம்பு சரியில்லை" என்றான். தான் தலைவரை இடைமறித்துப் பேசிக் கொண்டிருப்பதைக் கூட உணராது நடுங்கும் குரலில்,"எங்களிடம் பணம் இல்லாததால் என் மகனை மருத்துவரிடம் அழைத்துச் செல்ல முடியவில்லை. ஆனால் இப்போது அவனுக்குத் தேவையான மருந்துகளை நான் பெறமுடியும் தானே?" என்று கேட்டான். ஆனால் தலைவர் கான்போ தான் சொல்லவேண்டியதைச் சொல்லி முடித்துவிடும் எண்ணத்தில் டென்பாவின் கேள்விக்குப் பதில் சொல்லாமல், "ஆனால் உன் மகனின் பெயர் மட்டும் உன்னுடைய இந்தக் கருப்புத் தொப்பியை நீக்குவதற்குப் போதுமானதாக இல்லை என்பதை நான் உனக்குச் சொல்ல வேண்டிய அவசியமே இல்லை. உன்னுடைய மூதாதையர்கள் ஏழை மக்களைத் தங்கள் சுயநலத்திற்குப் பயன்படுத்திக்கொண்டது சாதாரண குற்றமில்லை என்பது உனக்கே நன்றாகத் தெரியும். நாங்கள் உன்னுடன் போராடி உன்னை மறுவாழ்வுக்குத் தயார் செய்தது உனக்கு நன்றாக நினைவிருக்கும்" என்றபடி டென்பாவின் வலது புறத்தில் இருந்த ஒரு தழும்பின் மீது தன் பார்வையை நிலைத்தார். போராட்ட அமர்வொன்றில் அவனுக்கு ஏற்பட்ட காயத்தால் உருவானது அத்தழும்பு. இப்போது அது அரிக்கத் துவங்குவது போல டென்பா உணர்ந்தான். தலைவர் கான்போ சொன்ன எதற்கும் அவனிடம் எந்த பதிலும் இல்லை. முற்றத்தில் மழை இப்போதும் நிதானமாகப் பெய்து கொண்டிருக்க, கூரையிலிருந்து தொடர்ந்து மழைத் தண்ணீர் வடிந்து கொண்டிருந்தது.

"தோழர் டென்பா!" என்று அவனை அழைத்த தலைவர் கான்போ, "ஏன் உன் முகத்தை இப்படித் தூக்கி வைத்துக் கொண்டு உட்கார்ந்திருக்கிறாய்? நாங்கள் இந்த நல்ல செய்தியை கிராம சபையில் நாளை அறிவிப்போம்" என்றார்.

தன்னுடைய மகனுக்கு மருத்துவர் தேவை என்பதை மறுபடியும் யோசித்த டென்பா, "தலைவர் அவர்களே!... ம்... ம்... என்னுடைய மகன் மூன்று நாட்களாக உடல்நலம் இல்லாமல் இருக்கிறான்!" என்றான். "ஓ! உன்னுடைய மகனுக்கு மருந்து தேவை" என்று சொல்லத் தொடங்கிய தலைவருடைய மனதில் வேறு ஒரு சிந்தனை தோன்றியது.

"இல்லை! நாங்கள் உன்னுடைய நான்கு தீய சக்திகள் என்னும் மோசமான தொப்பியை உன்னுடைய தலையிலிருந்து நீக்கும்போது நீயும் மற்றவர்களைப் போல ஆகிவிடுவாய். ஆகவே மருந்துகளுக்காக நீ இனி பணம் எதுவும் தரத் தேவையில்லை. இல்லையா!" என்று வானத்தைப் பார்த்தபடி சொன்னார். மழை நின்று விட்டிருக்க, வானம் அப்போது தான் தெளியத் துவங்கியிருந்தது.

லாமோ தன் கணவருக்கும் தலைவருக்கும் தேநீர் தருவதற்காக சமையல் அறையிலிருந்து வெளியே வந்தாள். தர்மரைத் தன் முதுகில் கட்டிக் கொண்டிருந்தவள் தன்னுடைய வலது கையில் திரவங்களின் தட்பவெப்பத்தைப் பாதுகாக்கும் கலனும், இடது கையில் இரண்டு கோப்பைகளும் வைத்திருந்தாள். தலைவர் கான்போ பேசியதை சமையல் அறையிலிருந்து அவள் கேட்டிருக்க வேண்டும். அவளுடைய கண்களின் விளிம்புகள் சிவந்து காணப்பட்டன. தன்னுடைய கையில் ஒரு நனைந்த காகிதத் துண்டை வைத்திருந்த தர்மர் அதைத் தன் வாய்க்குள் போட்டுக் கொண்டு 'களுக்' எனச் சத்தமிட்டான்.

தான் கொண்டு வந்த கறுப்புத் தேநீரைத் தலைவர் கான்போவின் எதிரே இருந்த கோப்பையில் ஊற்றிய லாமோ "எங்களிடம் பசுக்களோ எருமைகளோ இல்லை" என்று தேனீரில் வெண்ணை இல்லாததற்காக மெல்லிய குரலில் மன்னிப்புக் கேட்டாள். ஆனால் அவரோ அவள் பேசி முடிக்கும் முன் "இல்லை இல்லை. இந்தக் கறுப்புத் தேநீர் இப்போதிருக்கும் கறுப்பு வானிலைக்கு பொருத்தமாக இருக்கிறது" என்றார்.

அப்போது தர்மரின் கையில் இருந்த ஈரமான காகிதத் துண்டு தலைவர் கான்போவும் டென்பாவும் உட்கார்ந்திருந்த இடத்தில் விழுந்தது. அது *'கொட்டேஷன்ஸ் ஆஃப் சேர்மன் மா சே துங்'* நூலில் இருந்து கிழிக்கப்பட்ட தலைவர் மா சே துங்கின் புகைப்படம். தர்மரின் உமிழ்நீரால் அது முழுக்க நனைந்திருந்தது

மட்டுமல்லாமல் தலைவர் மா சே துங் முகத்தின் வலது பக்கக் கண்களில் இருந்து தோள் வரை இருந்த பகுதி அந்தப் புகைப்படத்தில் கிழிக்கப்பட்டிருந்தது. மிஞ்சியிருந்த ஒற்றைக் கண், கான்போவையும் டென்பாவையும் முறைத்தது.

லாமோவின் முதுகில் இருந்தபடி தலைவரையும் கான்போவையும் நோக்கித் தன் பிஞ்சுக் கைகளை நீட்டிய தர்மர் அவர்களைப் பார்த்து மறுபடி 'களுக்' என சிரித்தான். இப்போது அவனுக்கு உடல் நலமில்லாதது போலத் தெரியவேயில்லை. கான்போ புன்னகைக்கத் துவங்கினார். திடீரென அவருடைய புன்னகை மறைந்தது. தன் வெண்சுருட்டின் முனையை அழுத்தி நெருப்பை அணைத்துவிட்டு சில நொடிகள் நின்றவர் பிறகு அங்கிருந்து கிளம்பிவிட்டார். முற்றம் வரை சென்றவர் மறுபடி மேல்தளத்திற்கு வந்து தன் மழைச் சட்டையை விரைந்து எடுத்துக் கொண்டு அவர்களை ஒரு பார்வை கூடப் பாராது, ஒரு வார்த்தையும் பேசாது வாசற்கதவை அறைந்து சாத்திவிட்டு வெளியேறினார். அவர் நிலத்தில் வீசி எறிந்திருந்த வெண்சுருட்டின் அடித்துண்டில் இருந்து ஒரு மெல்லிய நீலப் புகை எழுந்தது.

"'கொட்டேஷன்ஸ் ஆஃப் மா சே துங்' நூலை நான் தர்மரிடமிருந்து வாங்கி வைத்துவிட்டேன். ஆனால் அவன் அந்தப் படத்தைப் புத்தகத்தில் இருந்து கிழித்து தன் கைகளில் அப்போதுவரை வைத்திருப்பான் என்பதை நான் நினைத்துக் கூடப் பார்க்கவில்லை" என்ற லாமோ, கண்களில் நீர் மல்க தலைவர் குடித்து மிச்சமிருந்த தேநீரை எடுத்து முற்றத்தில் வீசினாள். டென்பா எதுவும் பேசாமல் முற்றத்தை வெறித்துப் பார்த்தபடி நின்றிருந்தான். கூரையிலிருந்து கொட்டிக் கொண்டிருந்த மழை நீர் நின்றுவிட்டதால் இப்போது நிசப்தமாக இருந்தது. மழை நீர் நிலத்தில் தேங்கி உருவாகியிருந்த சின்னஞ் சிறு குட்டையில் இருந்து சில குமிழ்கள் இங்குமங்கும் வெடித்தன.

2

விழிப்பு வந்தபிறகும் எழாமல் கட்டிலிலேயே படுத்துக் கிடந்த டென்பா சுருட்டைப் பற்ற வைத்துப் புகையை உள்ளிழுத்து "இப்போது மணி என்ன?" என்று கேட்டான்.

கணப்பு அடுப்பினருகே தூணில் தொங்கிக் கொண்டிருந்த மங்கலான விளக்கு மினுங்கியது. விளக்கின் அடிப்பக்கம் தந்த வெளிச்சத்தில் லாமோ, மூன்று பீங்கான் கிண்ணங்களை பாத்திரங்கள் வைக்கும் கந்தல் துணிகளில் வைத்து சுற்றிக் கொண்டிருந்தாள்.

"இப்போது என்ன நேரம் என்று சொல்வது கடினம். மேகங்கள் மறைத்திருப்பதால் விண்மீன்களைக் காண முடியவில்லை. ஆனால் இன்னும் சேவல்கள் கூவவில்லை" என்றாள்.

அந்தக் கிண்ணங்களை ஒரு தோள் பையில் இட்டவள் "நாம் இங்கிருந்து இது போல் வெளியேற வேண்டுமா? 'கொட்டேஷன்ஸ் ஆஃப் சேர்மன் மா சே துங்' நூல்கள் இப்போது ஏராளமாக இருக்கின்றன. மக்கள் அவற்றை வைத்துக்கொண்டு என்ன செய்வது என்று தெரியாமல் குப்பையில் போடுகின்றனர்" என்றாள்.

"மக்கள் 'கொட்டேஷன்ஸ் ஆஃப் சேர்மன் மா சே துங்' நூலை முன்பு கையாண்டது போலவே லைன் கல்வி இயக்கம் உருவான பிறகு, இப்போதும் செய்வது சரி என்று நீ நினைக்கிறாயா"? என்று கேட்டான். பிறகு அந்தக் கேள்விக்கான பதிலாக உரத்த குரலில் "இல்லை. நிச்சயமாக இல்லை" என்று சொன்னவன் தன்னருகே தூங்கிக்கொண்டிருந்த தர்மரை எழுப்பினான். குழந்தை மெல்ல அழுதது. டென்பா பேசுவதை நிறுத்திவிட்டுத் தன்னுடைய கைகளைத் தர்மரின் மீது வைத்தான். உதடுகளைச் சிறிது அசைத்த தர்மர் மறுபடி தூங்கத் துவங்கினான்.

மெல்லிய குரலில் டென்பா, "அது சரியில்லை என்பதனால் தான் தலைவர் கான்போ நேற்று திடீரென இங்கிருந்து வெளியேறிவிட்டார். அப்போது அவர் எவ்வளவு கோபமாக இருந்தார் என்பதையும் நம்முடைய கதவை எப்படி அறைந்து சாத்தினார் என்பதையும் நீ பார்க்கவில்லையா?" என்று மறுபடி பேசியபோது அவனுடைய குரல் உயர்ந்திருந்தது.

லாமோ அவனை எதிர்த்துப் பேசுவதாக டென்பாவுக்குத் தோன்றினால் அவனுடைய வார்த்தைகள் கடுமையடைவதுடன் அவன் தன் கைகளையும் அவளை நோக்கி ஓங்குவான் என்பது அவளுக்குத் தெரியும். வழக்கமாக அவன் கோபமாக இருக்கும்போது லாமோ அமைதியாக இருந்து விடுவாள்.

ஆனால் இப்போது இந்த வீட்டை விட்டுக் கிளம்பினால், போவதற்கு ஒரு இடமோ திரும்பி வருவதற்கு ஒரு வீடோ இல்லாமல் போய்விடும் என்பதை உணர்ந்த அவள், டென்பாவின் கோபம் அதிகரித்தபோதும் அவர்கள் இங்கிருந்து தப்பி ஓடுவதைத் தடுப்பதற்காக மறுபடி பேசினாள்.

"ஒகியா மாகாணத்துக்குச் சென்று அங்கிருக்கும் சீன மருத்துவச்சியிடம் நம் குழந்தைக்கு வைத்தியம் பார்க்க வைக்க நம்மால் முடியுமானால் நான் நிச்சயமாக அங்கு செல்வேன். ஆனால் அவனை மருத்துவரிடம் அழைத்துச் செல்ல முடியுமா என்று தெரியவில்லை. மருத்துவச்சி அங்கு இருக்கிறாரா என்பது கூடத் தெரியவில்லை" என்றாள் லாமோ. பயணம் போகும் வழியில் தர்மர் அமைதியாக இருக்க உதவும் என்பதற்காக தலைவர் மாவோ படம் பதித்த பொத்தானைத் தன்னுடைய உள்சட்டையில் குத்திக் கொண்டாள்.

"நான் கைது செய்யப்பட்ட பிறகு நீ இங்கே நின்றுகொண்டு குழந்தையை மருத்துவரிடம் அழைத்துச் செல்ல முடியுமா என்று கேட்டுக்கொண்டு இருப்பாயா?" என்று சொல்லிவிட்டு தன்னுடைய சுருட்டை உறிஞ்சினான்.

லாமோ அழ ஆரம்பித்தாள். இந்த சத்தத்தில் விழித்துக்கொண்ட தர்மரும் அழத்தொடங்கினான். அவர்கள் இருவரும் அழுதபோது டென்பாவால் தன்னுடைய கோபத்தைத் தொடர முடியவில்லை. மெல்லிய இருமலோடு அவன், "அவர்கள் என்னைப் பிடிப்பதற்கு முன் நான் எப்படியாவது முயற்சி செய்து தர்மரை ஒரு மருத்துவரிடம் அழைத்துச் செல்ல வேண்டும் இல்லையெனில்..." மூச்சடைத்துக் கொண்டதால் அவனால் மேற்கொண்டு பேச முடியவில்லை. அப்போது தொலைவில் இருந்து மெல்லிய குரலில் "குக்...கூ" என்று ஒரு சேவலின் கூவலும், மற்றொரு திசையில் இருந்து ஒரு சேவலின் சத்தமான கூவலும் தெளிவாகக் கேட்டது. அதற்குப் பிறகு அவர்களுடைய பக்கத்து வீட்டுச் சேவலும் கூவத் துவங்கியது.

டென்பா தன் புகையிலைக் குழாயை புகையிலை வைத்திருந்த சுருக்குப் பைக்குள் இட்டான். விலங்கின் தோலும் ரோமமும் இணைத்துத் தைத்த அங்கியைக் கம்பளி போல அணிந்துகொண்டான். கட்டிலிலிருந்து எழுந்தவன் "புத்த பிக்குகள் நம்மைக் காக்கட்டும். வழியில் யாரும் நம்மைப்

பார்க்காமல் இருக்குமாறு அருளட்டும்" என்று தனக்குள்ளேயே பேசிக்கொண்டான்.

"புத்த பிக்குகள் நம்மைக் காக்கட்டும்! புத்த பிக்குகள் நம்மைக் காக்கட்டும்! கடந்த சில நாட்களாக இதைத்தானே நீங்கள் சொல்லிக் கொண்டிருந்தீர்கள்! புத்த பிக்குகள் நம்மைக் காக்கட்டும்!" என்றபடி தூணின் சங்கிலியில் மாட்டியிருந்த விளக்கை விடுவித்த லாமோ டென்பாவின் அருகே அதைக் கொண்டுவந்து தன் தலைக்கு மேலே உயரத் தூக்கினாள். அவர்களிருவரும் தர்மரின் முகத்தைச் சில நொடிகள் பார்த்தனர். அவள் "ஓகியா மாகாணம் மிக முன்னேறிய பகுதி. அங்கு 'புத்த பிக்குகள் நம்மைக் காக்கட்டும்' என்று யாருமே சொல்ல மாட்டார்கள். அவர்கள் 'தலைவர் மாவோ நம்மைக் காக்கட்டும்' என்று தான் சொல்வார்கள் என்று நீங்கள் சொன்னீர்கள் அல்லவா?" என்று கேட்டாள்.

தர்மரின் கண்கள் சில நொடிகள் படபடத்தன. பிறகு மறுபடியும் ஒரு மெல்லிய குறட்டையுடன் அவன் தூங்கத் துவங்கினான். வெளிறிப்போயிருந்த அவன் உதடுகளில் சிறு வெடிப்புகள் காணப்பட்டன. நீல நிறத்தில் இருந்த நெற்றியின் இரு நரம்புகள் அவனுடைய கற்றை முடிக்குக் கீழே புடைத்துத் தெரிந்தன. உடைந்த மூக்குடைய மரத்தாலான ஒரு சிறு கிளி பொம்மை அவனுடைய வலது பக்கத் தலையணையின் அருகே கிடந்தது. டென்பாவின் கைகளால் செதுக்கப்பட்ட அது ஒன்றுதான் தர்மரிடம் இருந்த ஒரே பொம்மை. வழக்கமாக அந்த பொம்மையுடன் விளையாடும் தர்மர் உடல்நலம் சரியில்லாமல் போனதிலிருந்து அதைப் பார்த்தாலே அழ மட்டுமே செய்கிறான்.

தன்னுடைய புறங்கையால் தர்மரின் நெற்றியில் கை வைத்துப் பார்த்த டென்பா "இப்போது காய்ச்சல் அதிகமாக இல்லை. ஆனால் இரவில் காய்ச்சல் அதிகமானால் என்ன செய்வது?" என்று கேட்டான். லாமோ அணிந்திருந்த சூபாவின் முன்பக்க மடிப்பு, குழிவான பை போன்ற ஒரு வடிவில் அவள் இடுப்பருகே திரண்டிருந்தது. தர்மரைத் தூக்கத்தில் இருந்து எழுப்பிய டென்பா அந்தக் குழிவான பகுதியில் அவனை வைத்து மூட்டை மாதிரி சூபாவைச் சுருட்டிக் கட்டினான். பிறகு அவளுடைய கைகளிலிருந்து விளக்கை வாங்கிக் கொண்டான்.

இப்போது தர்மர் மறுபடி அழத் துவங்கவும் லாமோ அவனைத் தன்னுடைய உடலோடு சேர்த்து முன்னும் பின்னுமாக அசைத்து அமைதிப்படுத்தினாள். தன்னுடைய ஒரு பக்க மார்பை லாமோ அவனுடைய வாயில் வைத்ததும் அவன் அமைதியாகி விட்டான். இரண்டு அல்லது மூன்று முறை தன் விரல்களை லாமோ தயாரித்திருந்த சாம்பா கஞ்சிக் கிண்ணத்தின் உள்ளே விட்டு தன்னுடைய சிற்றுண்டியை டென்பா உண்டு முடித்த அதே வேளையில் சேவல்கள் மறுபடி கூவின.

“சேவல்கள் இரண்டாம் முறையாகக் கூவிவிட்டன. நாம் இப்போது இங்கிருந்து கிளம்பலாம்” என்ற டென்பா பொருட்கள் வைத்திருந்த பையைத் தன்னுடைய தோளில் மாட்டிக்கொண்டு கதவருகே சென்றான். ஆனால் லாமாவோ அவனோடு கிளம்பாமல் சுவரில் இருந்த அலமாரிகளை நோக்கிப் போனாள்.

இரண்டு பீங்கான் கோப்பைகளையும் மரத்தாலான ஒரு கோப்பையையும் எடுத்து கணப்பு அடுப்பின் மீது வைத்தாள். பிறகு டென்பாவிடமிருந்த பையிலிருந்த பொட்டலத்தில் இருந்து வெண்ணெய்க் கட்டிகளை எடுத்து இரண்டு கிண்ணங்களிலும் ஒன்று வீதம் இட்டாள். பிறகு இன்னும் சூடாக இருந்த கொதிகலனில் இருந்த தேநீரைக் கோப்பைகளில் ஊற்றினாள்.

“சீக்கிரம் வா” என்றபடி டென்பா இப்போது அவளுக்காகக் கதவருகே காத்திருந்தான். கிண்ணங்களில் வெண்ணை மெல்லக் கரைவதைப் பார்த்துக்கொண்டிருந்த லாமோ ஏதோ பேச விரும்பினாள். ஆனால் அது என்ன என்று அவளுக்கே தெரியவில்லை. அழுதுவிடும் நிலையில் இருந்த அவளுக்குத் தொண்டை அடைத்துக் கொண்டது. புகைபோக்கியில் இருந்த கரியை விரல் நுனியில் எடுத்து தீய, கெட்ட ஆத்மாக்களிடம் இருந்து தர்மரைப் பாதுகாக்க அதை அவன் கண்களுக்கு இடையே வைத்துவிட்டாள். பிறகு விளக்கை அணைத்துவிட்டு டென்பாவைப் பின்தொடர்ந்தாள்.

அவர்கள் நுழைவாயிலை அடைந்தபோது கிராமத்தில் எங்கோ ஒரு நாய் குரைக்கும் ஓசை கேட்டது. பிறகு திடீரென ஒரு நாய் அவர்கள் முன் நின்று கொண்டிருந்தது தெரிந்தது. லாமோவின் சூபாவில் இருந்து அழுகுரல் எழுப்பிய தர்மர், அவள் புகட்டிய

பாலைக் குடித்ததும் உடனே தன் அழுகையை நிறுத்தினான். அவர்களை நோக்கி வந்த தெரு நாய் குரைப்பதை நிறுத்திவிட்டு ஊளையிட்டது. முதலில் டென்பாவின் கால்களின் மீதும் பிறகு லாமோவின் கால்களின் மீதும் தன் தலையை வைத்து உரசியது. தன் நாக்கால் நக்கிக் கொடுத்தது. பிறகு வேறு சில தெரு நாய்கள் தோன்றின. அவையும் அவர்களுடைய கால்களின் மீது உரசி, நாக்கால் நக்கிக் கொடுத்தன. "பாவப்பட்ட நாய்கள்! நாம் தூரமாக, வெகு தூரமாகப் போகிறோம் என்பது அவற்றுக்குத் தெரிந்திருக்கிறது" என்றாள் லாமோ.

３

தங்கள் முன் பரந்து விரிந்திருந்த பசுமையான சமவெளியின் நடுவே கொத்துக் கொத்தாக இருந்த வீடுகளைப் பார்த்ததும் அது தான் ஓகியாவின் தலைநகர் என்றுணர்ந்த டென்பா "அட, நாம் வந்து சேர்ந்துவிட்டோம்" என்று உரக்கக் கத்தினான். லாமோவுக்கு அவள் கணவன் பேசியதே காதில் விழவில்லை போலும். ஏனெனில் அவள் அவனுக்கு எந்த பதிலும் சொல்லாதிருந்தாள். ட்ராக்டரின் பின் பக்கம் ஒரு மூலையில் அமர்ந்திருந்த லாமோ தான் அணிந்திருந்த பாரம்பரிய கெரா ஆடையின் முனைப் பகுதியால் தர்மரின் தலையை மூடி அவனுடைய முகத்தைத் தூசு தாக்காதபடி பாதுகாத்து வைத்திருந்தாள். தடதடவென்று ஓடிய டிராக்டர் சத்தத்தால் தர்மருக்கு எந்த பாதிப்பும் ஏற்பட்டுவிடாது இருப்பதற்காக லாமோ தர்மரைத் தன்னுடலுடன் அழுத்திக் கொண்டாள். அவன் தூங்கிக் கொண்டிருந்ததால் அவனுக்குப் பதில் சொல்ல வேண்டிய அவசியம் இப்போதைக்கு இல்லை. அவர்கள் பயணம் செய்த டிராக்டர் சில நொடிகளில் நின்றுவிட்டது. பிறகு அமைதியானது. என்னாயிற்று என்று தெரிந்துகொள்வதற்காக டென்பா எழுந்து நின்று பார்த்தபோது அவர்கள் நகரத்துக்கு வந்து சேர்ந்திருந்தனர். டிராக்டருக்கு முன் 'மக்கள் இராணுவப் படை'யைச் சேர்ந்த இரண்டு ராணுவ வீரர்கள் துப்பாக்கியுடன் நின்று கொண்டிருப்பதைப் பார்த்தான். ஆனால் அப்போது எழுந்த ஒரு புழுதிப் புயல் அவர்களைச் சுற்றி இருந்த அனைத்தையும் தெளிவாகப் பார்க்க முடியாது செய்தது. புழுதி அடங்கிய போது இராணுவ வீரர்கள் தங்கள் டிராக்டர் ஓட்டுனருடன் பேசிக் கொண்டு இருந்ததைப் பார்த்தான்.

தாங்கள் ஓடிப் போய்விட்டது அவர்களுக்கு தெரிந்துவிட்டது என்றும் தங்களைப் பிடிப்பதற்காகத் தான் அவர்கள் காத்திருக்கிறார்கள் என்றும் நினைத்துக் கொண்ட டென்பா "நாங்கள் இந்த டிராக்டரில் இருந்தது இவர்களுக்கு எப்படித் தெரியும்?" என்று தனக்குள் கேட்டுக் கொண்டான். லாமோ தர்மரைத் தன் வாயருகே கொண்டு சென்றபோது வானத்தைக் கூர்ந்து பார்த்த தர்மரின் கண்கள் அகலத் திறந்திருந்தன. அன்று காலை அவனுடைய கண்களுக்கு இடையே லாமோ கரியால் தீற்றியது, இப்போது அவனுடைய நெற்றி புருவம் என எல்லா இடங்களிலும் அப்பியிருந்தது. தன் எச்சிலை அவன் நெற்றியில் துப்பி அந்தக் கரியைத் தன் கெரா ஆடையின் முனையால் துடைத்தெடுக்க முயற்சி செய்தாள்.

டிராக்டரின் பின்பக்கம் வந்து நின்ற ஆயுதமேந்திய ராணுவ வீரர்கள் டென்பாவையும் லாமோவையும் பார்த்து, "இறங்குங்கள்! இறங்குங்கள்! அந்தப் பக்கமாகச் செல்லுங்கள்" என்றார்கள். ராணுவவீரர்கள் சுட்டிக் காட்டிய திசையில் டென்பாவும், லாமோவும், துப்பாக்கி ஒன்றைத் தன் தோள் மீது வைத்திருந்த அந்த வீரனும் ஒருவர் பின் ஒருவராக நடந்தார்கள். அந்த வீரன் அவர்களை எங்கு அழைத்துச் செல்கிறான் என்று அவர்களுக்குத் தெரியவில்லை.

திரும்பிப் பார்த்த டென்பா சாலையின் முனையில் நின்றிருந்த டிராக்டரையும் அதனருகே நின்றுகொண்டிருந்த ஓட்டுனரையும் ராணுவ வீரர்களையும் கவனித்தான். லாமோவின் கைகளில் இருந்த தர்மர் அழத் துவங்கி, இடையிடையே மெல்ல விசும்பினான்.

அவர்கள் நின்றிருந்த சாலை தான் அந்த நகரத்தின் ஒரே சாலை. அது மிக அகலமாகவும் மிக நீளமாகவும் இருந்தது. நகரின் அனைத்து நிர்வாகக் கட்டிடங்களும் அந்தச் சாலையில் இரு மருங்கிலும் கட்டப்பட்டிருந்தன. நடைபாதைகளின் மின்சாரக் கம்பங்களில் பொருத்தப்பட்டிருந்த ஒலிபெருக்கிகளில் இருந்து வந்த இசையை டென்பாவோ லாமோவோ இதற்கு முன் எங்கும் கேட்டதேயில்லை.

சாலையில் காணப்பட்ட மக்கள் ஒருவருக்கொருவர் எதுவும் பேசிக் கொள்ளாமல் அமைதியாக நடந்து சென்றனர். அவர்கள் அனைவரின் மேல் புஜத்திலும் ஒரு கறுப்பு நிறப் பட்டையும்,

அவர்களுடைய மார்பின் மீது துணியாலான வெள்ளை நிறப் பூவும் இருந்தன. ராணுவ வீரர்கள் சீரான இடைவெளியில் சாலையெங்கும் நிறுத்தப்பட்டு இருந்தனர். இவற்றையெல்லாம் புரிந்து கொள்ள முயற்சித்துக் கொண்டிருந்த டென்பாவையும் லாமோவையும் அந்த வீரன் கட்டிடத்தின் வெளிப் பகுதிக்கு நடத்திச் சென்றான். அது மூன்று வீடுகளைத் தன் மையப் பகுதியில் கொண்டிருந்த புற்கள் நிறைந்த ஒரு நந்தவனம். இந்த நந்தவனத்தை விலங்குகள் அண்டவிடாமல் வீரர்கள் பாதுகாத்ததாலேயே மற்ற மேய்ச்சல் நிலங்களை விட இதன் மஞ்சள் நிறப் புற்கள் நீண்டு வளர்ந்திருக்கக் கூடும். சுமார் பத்து நபர்கள் அந்த வீடுகளின் அருகே சுற்றிக் கொண்டிருந்தனர். அவர்கள் ஒருவருக்கொருவர் அந்நியர்களாகத் தெரிந்தனர். மேய்ந்து கொண்டிருந்த எருமையின் அருகே அமர்ந்து அவர்களுள் ஒருவன் புகைத்ததைப் பார்த்து புகைக்கும் இச்சை தூண்டப்பட்ட டென்பா தன் புகையிலைக் குழாயைத் தொட்டான்.

“இங்கே சிறிது நேரம் காத்திருங்கள்” என்று டென்பாவிடமும் லாமோவிடமும் சொன்ன வீரன் அவர்களை முதலில் இருந்த வீட்டின் கதவருகே விட்டுச் சென்றான். அந்த வீரன் வீட்டின் கதவைத் தட்ட முயற்சிக்கும்போது கதவு தானே திறந்தது. அதிகமாகக் குடித்திருந்த ஒரு மனிதன் வெளியே வந்தான். தன்னுடைய பாதங்களின் மீது கவனமாகப் பார்வையைப் பதித்தபடி வந்தவன் நடக்க முடியாமல் தள்ளாடினான். ஆயுதமேந்திய இன்னொரு வீரன் இந்த மனிதனுடைய சட்டையின் கைப் பகுதியைப் பிடித்து இழுத்து வலதுபுறம் நின்றிருந்த மக்கள் கூட்டத்தின் அருகே அவனை வழிநடத்திக் கொண்டு சென்றான்.

வீட்டிற்குள் வந்த பிறகு ஒலிபெருக்கிகளில் இருந்து வந்த இசை டென்பாவுக்கும் லாமோவுக்கும் கேட்கவில்லை. ஆனால் அவர்களுக்கு வேறு ஒரு ஓசை கேட்டது. ஒரு உலோக அடுப்பின் மீது ஏதோ மோதும் சத்தமும் உஸ் எனும் ஒலியும் கேட்டது. பல வருடங்களுக்கு முன்பு ஒரு நாள் நகரத்தில் இருந்த சில சீன குதிரை வணிகர்களின் லாயத்திற்கு ஒரு வேலையாக தான் வந்துபோனது டென்பாவுக்கு நினைவு வந்தது. சீன வணிகர்கள் மலைகளில் இருந்து கொண்டுவந்த குதிரைகளைக் கூட்டமாக நிறுத்திய பிறகு யாரோ ஒருவருடைய

வீட்டிற்குள் நுழைந்தார்கள். அதற்குப் பிறகு உலோக அடுப்பின் மீது மோதும் ஒரு ஓசையையும் உஸ் எனும் அந்தச் சத்தத்தையும் டென்பா இப்போதுதான் மறுபடி கேட்டான்.

லாமோவின் சூபாவில் இருந்த தர்மர் வீண் ஆர்ப்பாட்டம் செய்து அழத் துவங்கினான். அவனுடைய அழுகையை நிறுத்த லாமோ மறுபடி அவனைத் தன் மார்பின் மீது வைத்து அழுத்தினாள். தாயின் மார்பிலிருந்து பாலை உறிஞ்சியபோதும் தர்மர் மூக்கின் வழியாக தன் விம்மலை வெளிப்படுத்தினான். லாமோவின் மார்பில் பொருத்தப்பட்டிருந்த தலைவர் மாசே துங்கின் புகைப்படம் பொறித்த பொத்தானை தன் ஒரு கையால் மூடினான். லாமோ அவனுடைய கைகளை பொத்தானிலிருந்து விடுவிக்க முயற்சி செய்தபோது தர்மர் அவளுடைய ஒரு பக்க மார்பிலிருந்து தன் வாயை எடுத்துவிட்டு சத்தமாக அழத் துவங்கினான்.

அவர்கள் எதிரே போடப்பட்டிருந்த ஒரு மேசையின் மீது அமர்ந்து ஒருவன் புகை பிடித்துக் கொண்டிருந்தான். அவர்களை அந்த வீட்டுக்கு அழைத்து வந்த வீரன் அவனை நோக்கிச் சென்றான். புஜத்தில் கறுப்புப் பட்டை கட்டப்பட்டும், வெள்ளை நிற மலரைத் தன்னுடைய மார்பின் மீதும் வைத்திருந்த அந்த இன்னொரு நபர் ஒரு அதிகாரியாகவோ அல்லது உயர் அதிகாரியாகவோ இருக்கவேண்டும் என்பது வெளிப்படையாகத் தெரிந்தது. அவனுக்குப் பின்னிருந்த சுவரில், தோல் வாரிலிருந்து ஒரு சிறிய ரக கைத் துப்பாக்கி தொங்கிக் கொண்டிருந்தது. அதற்குக் கீழே நான்கு நூல்களைக் குவித்து வைத்து உருவாக்கப்பட்ட அடுக்கின் மீது தலைவர் மா சே துங்கின் மார்பளவுப் பளிங்குச் சிலை வைக்கப்பட்டிருந்தது. அந்த நூல்கள் யாவும் தலைவர் மாசே துங்கின் மேடைப் பேச்சுகளும் அவர் எழுதியவையும் ஆகும். அந்த நூல் அடுக்கு அங்கிருந்தபடியே அதிகாரியின் மேசையைத் எட்டிப் பார்ப்பது போலக் காட்சியளித்தது. வீரன் அந்த அதிகாரியிடம் தாழ்ந்த குரலில் ஏதோ சொன்னான். அதைக்கேட்ட அதிகாரி லாமோவைப் பார்த்தார். அவர் கண்ணசைத்தபோது அவர் கன்னத்தில் இருந்த சதை வேகமாகத் துடித்தது. தலைவர் மா சே துங்கின் புகைப்படம் பொறிக்கப்பட்ட பொத்தானை டென்பாவுக்குத் தெரியாமல் தான் மார்பில் மறைத்து வைத்திருப்பது குறித்து அவன் கோபப்படுவான் என்று

அவள் நினைத்தாள். ஆனால் அவன் அவள் மீது கோபம் கொண்டதாகத் தெரியவில்லை. இன்னமும் அவள் மீதிருந்த தன் பார்வையை விலக்காத அந்த அதிகாரி மெல்ல தன்னுடைய நாற்காலியிலிருந்து எழுந்தார். அவருடைய கன்னத்துச் சதை இப்போது முன்பை விட வேகமாகவும் அதிகமாகவும் துடித்தது. அவர் ஒரு முறை கண் சிமிட்டியதும் அவருடைய கன்னத்துத் தசை இப்போது இருமுறை துடித்தது.

தர்மரின் அழுகையை அடக்குவதற்காக லாமோவின் உள்ளாடையில் தலைவர் மா சே துங்கின் புகைப்படம் பதித்த பொத்தானை மறைத்து வைத்தது நான் தான் என்று குற்றத்தை ஒப்புக் கொள்ள நினைத்தான் டென்பா. "நான் தான்" என்ற சொல் அவனுடைய நாக்கின் நுனிவரை வந்துவிட்டது. இடியோசை போன்ற ஒரு குரலில் கோபத்துடன் அந்த அதிகாரி தன்னிடம் பேசப் போகிறார் என்று டென்பா எதிர்பார்த்த வேளையில், சோகம் ததும்பும் மெல்லிய குரலில் அவர், "இணையற்ற நம் அற்புதமான தலைவர் மா சே துங் இன்று மரணித்து விட்டார்" என்றார். தன் காதுகளில் விழுந்தவை சரியான சொற்கள் தானா என்று அவனுக்கு ஐயம் ஏற்பட்டது. "மற்ற எல்லோரையும் போல தலைவர் மா சே துங்குக்கும் கூட உண்மையில் மரணம் ஏற்படுமா?" என்று அவன் நினைத்தான்.

அந்த அதிகாரி அவர்கள் இருவரிடமும் ஒரு கறுப்பு நிறக் கைப் பட்டையையும் துணியாலான வெண்ணிற மலரையும் அளித்து "இது தலைவர் மா சே துங்கின் மரணத்துக்காக நாம் துக்கம் அனுசரிப்பதற்கான அடையாளமாகும். இவற்றை அணியாமல் நீங்கள் சாலையில் செல்வதைப் பார்த்தால் வேறொரு வீரன் உங்களை இங்கு மறுபடி அழைத்து வருவான். இரண்டாவது முறை நீங்கள் இங்கு வந்தால் நான் உங்களை வெளியே செல்ல அனுமதிக்க முடியாது. பிறகு நாங்கள் இங்கு பிடித்து வைத்திருக்கும் மற்ற அரசியல் கைதிகளுடன் உங்களைச் சேர்த்து விடுவோம்" என்றார்.

தாங்கள் இந்த வீட்டுக்கு அழைத்து வரப்பட்டதற்கும் அவர்களுடைய சண்டைக்கும் எந்தவிதமான தொடர்பும் இல்லை என்று அறிந்ததும் டென்பா ஒரு பெருமூச்சை வெளிப்படுத்தினான். காட்டெருமைக் கன்றின் அருகே அமர்ந்து புகைத்துக் கொண்டிருந்த அந்த மனிதன் டென்பாவின்

நினைவுக்கு வந்தான். புகைக்கும் எண்ணத்தால் மீண்டும் தூண்டப்பட்ட டென்பா தன்னுடைய சூபாவுக்குள் வைத்திருந்த புகையிலைக் குழாயை எடுக்கப் போனான். தன்னுடைய கைகளில் இருந்த கறுப்பு நிறக் கைப் பட்டையையும் வெள்ளை மலரையும் பார்த்த அவன், "தலைவர் மா சே துங்கின் இறப்பிற்கு ஒரு தீய சக்தி துக்கம் அனுஷ்டிக்க அனுமதி உண்டா?" என்று யோசித்தான்.

அப்போது தர்மர் ஒரு சிறு அழுகையை வெளிப்படுத்தினான். உறக்கத்திலிருந்து எழுப்பப்பட்டதைப் போல டென்பா அவனை முறைத்துப் பார்த்தான். மெல்லச் சிமிட்டிய தர்மருடைய கண்கள் பிறகு மூடிக்கொண்டன. அவனுடைய உதடுகளும் கூடத் திறந்து மூடின. உலர்ந்திருந்த அவனுடைய உதடுகளில் ஒரு சிறிய வெடிப்பு காணப்பட்டது.

"பாவம் குழந்தை. தன்னுடைய பிஞ்சுக் கைகளால் எப்படி மாவோவின் படத்தைக் கெட்டியாகப் பிடித்துக் கொண்டிருக்கிறது. அவனால் இன்னும் பேசக் கூட முடியாது என்றாலும் கூட மோசமான ஏதோ ஒன்று நடந்திருக்கிறது என்பதை அவனுடைய உள்ளம் அறிந்திருக்கிறது" என்றார் அந்த அதிகாரி. தர்மரின் தலையில் மெல்ல தட்டிக் கொடுத்தவர், "இவன் எப்போதிருந்து இப்படிச் செய்யத் துவங்கினான்?" என்று கேட்டார். நூலில் இருந்து கிழித்து எடுக்கப்பட்டு தர்மரின் உமிழ் நீரில் நனைந்து கிடந்த தலைவர் மா சே துங்கின் புகைப்படம் டென்பாவின் கண் முன்னே மின்னி மறைந்தது. "இன்று அதிகாலையில் இருந்து" என்று அவன் பதில் சொன்னான்.

"அப்படியா! தலைவர் மா சே துங் நேற்றிரவு இறந்திருந்தாலும் அந்தச் செய்தி இன்று மதியம் வரை அதிகாரபூர்வமாக அறிவிக்கப்படவில்லை. ஆனால் அதற்கான அறிவிப்பு செய்யப்படும் முன்பே ஏதோ நிகழ்ந்திருப்பது உன் மகனுக்குத் தெரிந்திருக்கிறது" என்றார். அவருடைய கன்னத்துச் சதை மறுபடி துடித்தது.

டென்பாவும் லாமோவும் வீட்டுக்கு வெளியே சென்றார்கள். ஒலிபெருக்கிகள் இன்னும் ஒலிபரப்பு செய்து கொண்டிருந்தன. ஆனால் முன்பு ஒலித்த அதே உரத்த இசையை ஒலிபரப்பாமல் திபெத்திய மொழியில் வேறெதோ ஒன்றைச் சத்தமாக

ஒலிபரப்பிக் கொண்டிருந்தன. 'சீனக் கம்யூனிஸ்ட் கட்சியின் நடுவண் குழு, சீனக் கம்யூனிஸ்ட் கட்சியின் ராணுவ நடுவண் குழு, சீன மக்கள் குடியரசின் நகரவை...' என அரசாங்க அமைப்புகளின் பெயர்கள் மிக சத்தமாகவும், நிதானமாகவும், தெளிவாகவும் வாசிக்கப்பட்டன.

சிறிது நேரத்துக்கு முன்பு அவர்களை அந்த வீட்டுக்கு அழைத்து வந்த வீரன் மீண்டும் அவர்களை வாயிற்கதவு வரை கொண்டுவந்து விட்டான். தெருவின் இடது பக்கத்தைக் காண்பித்து "அங்கே பாருங்கள்! அங்கிருக்கிறவர்களோடு நீங்களும் சென்று சேர்ந்துகொள்ளுங்கள்" என்றான் . அங்குதான் நகர் மன்றம் இருக்கிறது என்று டென்பா அறிந்திருந்தான். பல வருடங்களுக்கு முன் அவன் சீன வணிகர்களின் குதிரைகளை மேய்ச்சலுக்குக் கொண்டு செல்வதற்காகவும், திரைப்படங்கள் பார்ப்பதற்காகவும் அங்கு அடிக்கடி சென்றிருக்கிறான். ஆனால் இப்போது அவர்கள் எதற்காக அங்கு செல்லவேண்டும் என்பதையும் மக்கள் ஏன் அந்த இடத்தில் கூடுகிறார்கள் என்பதையும் அவனால் யூகிக்கவே முடியவில்லை. உள்ளாட்சி மருத்துவமனை, நகர் மன்றத்திற்குப் பின்புறம் இருந்தது என்பதையும் அவன் அறிந்திருந்தான். உண்மையில் அவர்களுக்கு இடையே ஒரு சுவர் மட்டும்தான் இருந்தது.

இன பேதம், சமுதாய அந்தஸ்து போன்ற எதையும் கருத்தில் கொள்ளாமல் மக்களைக் குறித்து மட்டுமே கவலைப்பட்ட வெளுத்த தலைமுடியுடைய ஒரு சீன மருத்துவர் அங்கிருந்தது டென்பாவிற்கு நினைவிருந்தது. மூக்குக் கண்ணாடி அணிந்தபடி இதயத் துடிப்பு அளவிடும் கருவியை அவனுடைய மார்பின் மீதும் முதுகின் மீதும் அழுத்தி அவள் கூர்ந்து கவனிப்பாள். இவையெல்லாம் பல ஆண்டுகளுக்கு முன் சீன குதிரை வணிகர்களிடம் பணிபுரிந்த போது நடந்தது. ஆனால் அவை நேற்று தான் நடந்தது போல அவனுக்கு நினைவிருந்தது. அந்த மருத்துவமனையும் மருத்துவரும் இருப்பதால் மட்டுமே தன் குடும்பத்தை ஓகியோ மாகாணத்திற்கு டென்பா அழைத்து வந்திருந்தான். ஆனால் இப்போது எதற்காக அவர்கள் நகர் மன்றத்துக்கு உள்ளே செல்ல வேண்டும்? உள்ளே சென்றால் வெளியில் வர எவ்வளவு நேரம் ஆகும்? அந்த வெளுத்த முடியுடைய சீன மருத்துவர் இன்னும் அந்த மருத்துவமனையில் இருக்கிறாரா? அந்த சீன ராணுவ வீரனிடம்

இவை அனைத்தையும் டென்பா கேட்க விரும்பினான். ஆனால் கண்ணுக்கெட்டிய தொலைவு வரை அவனைக் காணமுடியவில்லை. அந்த வீரனுக்குப் பதில் தன்னுடைய முதுகில் ஒரு மானைச் சுமந்து வேகமாகத் துள்ளியபடி வந்த ஒரு குதிரை அவனுடைய பார்வையில் குறுக்கிட்டது. அந்தக் குதிரையின் முதுகின் மீது உறைந்த இரத்தம் பரவிக்கிடந்தது. இரண்டு நீண்ட துப்பாக்கிகளை முதுகில் சுமந்திருந்த ஒரு வீரன் அதை வழிநடத்திச் சென்றான். புத்தம்புது ஆட்டுத் தோலால் ஆன சூபாவும், கறுநிறக் குளிர் கண்ணாடிகளும் அணிந்திருந்த ஒரு கட்டுமஸ்தான மனிதன் குதிரையின் பின்னே நடந்து சென்றான். அவனுடைய கைகள் கயிற்றால் பின்புறம் கட்டப் பட்டிருந்தன. அந்தக் கயிற்றின் ஒரு முனை துப்பாக்கி வீரனின் கைகளில் இருந்தது. அவன் குதிரையையும் இந்தக் கட்டுமஸ்தான மனிதனையும் ஒருசேர நடத்திச் சென்று கொண்டிருந்தான்.

டென்பாவுக்கும் லாமோவுக்கும் அருகே நடந்து சென்ற பெண்களில் ஒருத்தி, “தலைவர் கெல்டோவுக்கு எத்தகைய பரிதாபமான நிலை!” என்றாள். பிறகு சுற்றுமுற்றும் பார்த்தபடி மெல்லிய குரலில் தன்னுடைய தோழியிடம், “அவர் இன்றிரவு உணவிற்கு மான்கறியால் செய்த சுவையான மோமோசை உண்ணத் திட்டமிட்டிருப்பார். தன் மோசமான கனவில் கூட தலைவர் மா சே துங் இறந்துவிடுவார் என்று அவர் நினைத்திருக்க மாட்டார்” என்று சொல்லிக் கொண்டே மறுபடி குதிரையின் முதுகில் கிடத்தப்பட்டிருந்த மானைப் பார்த்தாள். இன்னொரு பெண் “தலைவர் மா சே துங் இப்படித் திடீரென போய்ச் சேர்ந்துவிட்டதை அறியாமல்...” என்று சொல்லிக் கொண்டே வந்தவள், சட்டெனத் தன்னுடைய நாக்கைக் கடித்துக் கொண்டு சுற்றுமுற்றும் பார்த்து, பிறகு “தலைவர் மா சே துங் இறந்துவிட்டதை அறியாமல் ஷோ நதி அருகே குடித்துக் கொண்டிருந்த அகு செடனையும் கைது செய்துவிட்டார்கள்” என்றாள்.

தன் பாதங்களை வெறித்துப் பார்த்தபடி நின்றிருந்த குடிவயப்பட்டிருந்த அந்த நபர் டென்பாவின் நினைவுக்கு வந்தான். அப்போது லாமோவின் மெல்லிய அழுகை கேட்டது. டென்பா அவளைத் திரும்பிப் பார்த்தான். அவள் தர்மரைத் தன் மார்போடு அணைத்துக்கொண்டு அவனைக் கூர்ந்து

கவனித்தபடி நடந்தாள். அவனுடைய நெற்றியில் இருந்த நரம்புகள் முன்பை விட அதிகமாக நீலம் பாரித்தும் கன்னங்கள் அதிகமாக சிவந்தும் காணப்பட்டன. தர்மர் கண்களைச் சிமிட்டியபோது அவனுடைய இமைகள் பலவீனமாகத் திறந்து மூடின. அப்போது தர்மரின் கண்கள் முன்பைவிட வெளிறியும் அதிக வெண்மை நிறத்துடனும் காணப்பட்டதை டென்பா கவனித்தான். "வரிசை... வரிசையில் வாருங்கள். வழியை மறிக்காதீர்கள்" என்ற குரல் அவர்களுக்குக் கேட்டது.

அந்த வீரன் சொன்ன இடத்துக்குத் தாங்கள் இப்போது வந்துவிட்டதாக டென்பா நினைத்துக்கொண்டான். இரு நீண்ட வரிசைகளாக பின்னிக் கிடந்த மக்கள் கூட்டத்தின் ஒரு வரிசை தம்மைக் கடந்து உள் நுழைவதையும் மற்றொன்று வெளியேறுவதையும் ராணுவ வீரர்கள் கண்காணித்தனர். டென்பாவும் லாமோவும் உள் நுழையும் வரிசையில் இருந்தனர். மக்களால் அரங்கத்துக்குள் தாம் நெட்டித் தள்ளிவிடப்பட்டதை அவர்கள் உணர்ந்தனர். உள்ளே நுழைந்ததும் இதற்கு முன்பு ஒலிபெருக்கியில் இருந்து கேட்ட சத்தமான இசை மறுபடியும் அவர்களுடைய காதுகளை நிறைத்தது. டென்பா அங்கிருந்த ஒரு சுவரில் தலைவர் மா சே துங்கின் பெரிய ஓவியம் ஒன்று தொங்கவிடப்பட்டிருப்பதைப் பார்த்தான். வண்ணத்தில் இல்லாமல் கறுப்பு வெள்ளை நிறத்தில் இருந்த அந்த ஓவியத்தின் விளிம்புகள் கறுப்பு வண்ணத்தில் இருந்தன. அதன் முன் குவிக்கப்பட்டிருந்த துணியாலான வெண்ணிற மலர்கள் ஒரு ஆள் உயரமுடைய வட்டவடிவமான ஒரு ஜெபமாலையைப் போலக் காட்சியளித்தது. ஓவியத்தின் ஒவ்வொரு பக்கமும் தோள்களில் துப்பாக்கி ஏந்திய இரண்டு வீரர்கள் ராணுவ ஒழுங்கில் நிலைத்த பார்வையுடன் விறைப்பாக அசையாது நின்று கொண்டிருந்தனர்.

டென்பாவையும் லாமோவையும் தலைவர் மா சே துங்கின் ஓவியத்தை நோக்கி முன்னுக்குத் தள்ளிக்கொண்டு கூட்டம் நகர்ந்தது. மிகப் பெரிய அரங்கமாக இருந்தும் ஒலிபெருக்கிகள் விளாசிய பலத்த இசையை அது தாங்கமுடியாதது போல் இருந்தது. வரிசையில் இருந்த யாரும் தங்களுக்குள் எதுவும் பேசிக்கொள்ளவில்லை. ஆனால் மூக்குறிஞ்சும் சத்தமும் அழுகைச் சத்தமும் வரிசையின் முன்னும் பின்னும் கேட்டுக்கொண்டிருந்தது. திடீரென யாரோ ஒருவரின் பலத்த

அழுகைச் சத்தம் கேட்கும். தனக்கோ லாமோவுக்கோ அழத் தோன்றவில்லை என்பதை நினைத்து டென்பா சிறிது சங்கடமாக உணர்ந்தான். தலைவர் மா சே துங்கின் ஓவியத்தின் முன்பு தான் நிற்கும் போது என்ன செய்ய வேண்டியிருக்கும் என்பதை அவன் கூர்ந்து கவனித்தான். பெரும்பாலான மக்கள் அங்கு சில நொடிகள் நின்றனர். பிறகு நகர்வதற்கு முன் மூன்று முறை தலைகுனிந்து வணங்கினர். சீனப் பெண்ணாகத் தோற்றமளித்த ஒரு பெண் ஓவியத்துக்கு முன் சென்றதும் வெகுவேகமாக மூன்று முறை தலைவணங்கி, அழுதுவிடாமல் இருப்பதற்காக தன் வாய் மீது கையை வைத்து அழுத்திக் கொண்டாள். பிறகு அங்கிருந்து வெளியேறினாள்.

இளைஞன் ஒருவனைக் கைத்தாங்கலாக பிடித்துக் கொண்டு தலைவர் மா சே துங்கின் ஓவியத்தின் முன் வந்து நின்ற ஒரு வயதான பெண், "ஓ! செஞ்சூரியனே!" எனச் சொல்லிக் கதறி அழுதாள். தலைவர் மா சே துங்கின் புகைப்படத்தின் முன்பு தலைவணங்கி நின்றவள் மற்றவர்களைப் போல உடனே அங்கிருந்து சென்றுவிடாமல் அங்கேயே நின்றவள் குனிந்து, "எங்களுக்கு ஏன் இப்படி ஒரு விதி! எங்கள் இதயங்களின் செஞ்சூரியனே! எங்களை எல்லாம் விட்டுவிட்டு நீங்கள் எப்படிச் செல்லலாம்?" என்று பயங்கரமாக அலறினாள். லாமோ தன் ஆடையைப் பற்றி இழுப்பதை உணர்ந்தான் டென்பா. தர்மரின் வாய் முன்பைவிட அகலமாகத் திறந்தும் கண்கள் அதிகமாக வெளுத்தும் காணப்பட்டன. டென்பா தன் காதுகளைத் தர்மரின் மூக்கருகே வைத்தபோது அவனிடமிருந்து இரைச்சலான மூச்சு கேட்டது. டென்பா லாமோவை வரிசையிலிருந்து வெளியே இழுத்தான். அந்த முதிய பெண்மணி இப்போது இரு இளைஞர்களின் உதவியுடன் வரிசையிலிருந்து வெளியே இழுக்கப்பட்டாள். டென்பாவுக்கும் லாமோவுக்கும் அருகில் வந்த அவள், "நம் தலைவர் இறைவன் நமக்களித்த பரிசு" என்று கூக்குரலிட்டாள். அவளுடைய அழுகை முன்னைவிட அதிகமானது.

"ஐயோ தலைவர் மா சே துங்! நீங்கள்..." என்ற அவளால் மேற்கொண்டு பேச முடியவில்லை.

அவளுக்கு உதவிக் கொண்டிருந்த இளைஞர்களில் ஒருவன், "அம்மா! அம்மா!" என்று ஆறுதல் கூறியபடி அவளை

வாயிற்கதவு வரை அழைத்துச் சென்றான். டென்பாவும் லாமோவும் அவர்களைப் பின்தொடர்ந்தனர். தர்மரைத் தன் மார்போடு அழுத்தி அணைத்துக் கொண்டிருந்த லாமோ அழுதபடி டென்பாவைப் பின்தொடர்ந்தாள்.

அவர்கள் கட்டடத்தின் வாயிற் பகுதியை அடைந்தபோது அரங்குக்கு உள்ளேயும் வெளியேயும் நகர்ந்துகொண்டிருந்த வரிசை நின்றது. விலகி வழிவிட்ட மக்கள் டென்பாவும் லாமோவும் தங்களைக் கடந்தபோது அவர்களை உற்றுப் பார்த்தனர். அவர்கள் அரங்கத்திற்கு வெளியே வந்து சேர்ந்தபோது தன்னுடைய கழுத்தில் புகைப்படக் கருவியை தொங்கவிட்டிருந்த ஒருவன் அவர்களை நோக்கி ஓடிவந்து, "மருத்துவமனை இந்தப் பக்கம் இருக்கிறது" என்றான். பிறகு அவர்களின் முன்புறமாக ஓடிவந்தவன் அவர்களைப் புகைப்படமாக எடுத்துத் தள்ளினான்.

லாமோவின் கைகளிலிருந்த தர்மரை மருத்துவர் வாங்கினார். தலைவர் மா சே துங்கின் உருவம் பதித்த லாமோவின் சட்டைப் பொத்தானை தர்மர் அப்போதும் கெட்டியாகப் பிடித்துக் கொண்டிருந்தான். பொத்தான் மீதிருந்த அவன் பிடியைத் தளர்த்த ஒவ்வொரு விரலாகப் பிரித்து பொத்தானை வெளியே எடுத்தனர். இம்முறை அவன் அழவில்லை. அவர்களைச் சுற்றி சுற்றி வந்து அந்தப் புகைப்படக்காரன் அவர்களைப் புகைப்படங்கள் எடுத்துக் கொண்டிருந்தான். புகைப்படக் கருவி லாமோவின் மார்பின்மீது மீண்டும் மீண்டும் வெளிச்சத்தைப் பாய்ச்சியது. தர்மர் தன் வாயை அவளுடைய மார்பை விட்டு எடுத்ததும் மடித்து விடப்பட்டிருந்த தன் உள்ளாடையை சீராக இழுத்து தன்னுடலை மறைத்துக்கொண்டாள் லாமோ.

4

"ஆகா! இவன் முகத்தைப் பாருங்களேன்!" வியப்பில் கூவினாள் லாமோ. மகிழ்ச்சியாக இருக்கும்போது சிறு விஷயங்களுக்காகக் கூட அவள் இப்படிச் சத்தமாகக் கூவுவது வழக்கம். கடந்த இரண்டு நாட்களாகத் தான் தர்மர் சாம்பாவை உண்ணத் தொடங்கியிருக்கிறான். இந்த இரண்டு நாட்களில் லாமோ பலமுறை மகிழ்ச்சியிலும் வியப்பிலும் இப்படிக் கூவிக் கொண்டிருந்தாள். தர்மர் இப்போது ஒரு சிறிய

பீங்கான் கிண்ணம் முழுக்க சாம்பா கஞ்சியைத் தன் எதிரே வைத்துக்கொண்டு அமர்ந்திருந்தான். அவனுடைய வாயிலும் கைகளிலும் கஞ்சி அப்பியிருந்தது. இந்தக் காட்சி தான் லாமோவை இவ்வாறு மகிழ்ச்சியுடன் கூவ வைத்தது.

அப்போது ஜன்னல் வழியாக வெளியே எட்டிப் பார்த்த டென்பா, "ஐயோ! அவ்வளவு தான். எல்லாம் முடிந்தது!" என்றான்.

"என்ன?" என்ற லாமோ தானும் ஜன்னலருகே சென்று வெளியே எட்டிப் பார்த்தாள்.

தர்மரின் உடல் வெப்பநிலையைச் சரி பார்த்த அந்தச் செவிலி, அறைக்கு வெளியே பொதுமக்கள் பாதுகாப்பு அமைப்பைச் சேர்ந்த அதிகாரியிடமும், வேறு ஒரு நபரிடமும் தர்மர் இருந்த அறைப் பக்கமாகத் தன் கைகளைக் காட்டி ஏதோ பேசிக் கொண்டிருந்தது தெரிந்தது. இதைப் பார்த்த டென்பா, "அவர்கள் என்னைக் கைது செய்து கொண்டு போகட்டும். தர்மருடைய உடல்நிலையில் முன்பை விட இப்போது முன்னேற்றம் தெரிகிறது. ஆனால் நீங்கள் இருவரும் கிராமத்திற்கு எப்படித் தனியே செல்வீர்கள்?" என்று லாமோவிடம் கேட்டான்.

"நீங்கள் இல்லாமல் நாங்கள் மட்டும் எப்படித் தனியாக வீட்டுக்குச் செல்வோம்?" என்று அவனை இடைமறித்த லாமோ அழுதாள்.

"பா பா பா...டா டா டா" என்கிற தர்மரின் மிழற்றல் லாமோவின் கண்ணீரை நிறுத்தியது. அவனுடைய முகத்திலும் வலது கையிலும் இப்போது மறுபடி சாம்பா அப்பிக் கொண்டிருக்க, அவன் அர்த்தமற்று ஏதேதோ பேசிக் கொண்டு இருந்தான்.

ஜன்னல் வழியாக டென்பா பார்த்த மக்கள் பாதுகாப்பு அமைப்பைச் சேர்ந்த அந்த அதிகாரியும், அவருடன் இருந்த அந்த நபரும் அவர்களுடைய அறைக்குள் ஒருவர் பின் ஒருவராக நுழைந்தனர். அந்த நபர் டென்பாவைப் பார்த்து "சகா டென்பா" என்று அழைத்தார். அந்த அதிகாரியின் உதடுகளில் ஒரு புன்முறுவல் இருந்ததே தவிர ஆனால் அவர் எதுவும் பேசவில்லை.

அந்த இன்னொரு நபர் டென்பாவிடம், "உங்கள் குழந்தைக்கு உடல் நலமில்லை என்று கேள்விப்பட்டேன். ஆனால் செஞ்சூரியனின் மறைவுக்கான இரங்கல் கூட்ட ஏற்பாட்டுப் பணிகளில் நான் சில நாட்களாக ஈடுபட்டுக் கொண்டிருந்ததால் என்னால் முன்பே வந்து பார்க்க முடியவில்லை" என்றான். டென்பாவும் லாமோவும் குழப்பத்தில் இருப்பதை உணர்ந்த மக்கள் அமைப்பின் பாதுகாப்பு அதிகாரி அந்த நபரைச் சுட்டிக்காட்டி "இவர் கெல்டோ. ஓகியோ மாகாணப் புரட்சிக் குழுவின் தலைவர்" என்றார். பிறகு, "உங்கள் மகனுக்கு மருத்துவம் செய்து அவனைக் கவனித்துக்கொள்ளவேண்டும் என்று ஆணையிட்டவர் தலைவர் கெல்டோ தான்" என்றபடி மறுபடியும் கெல்டோவைப் பார்த்தார்.

"ஆமாம். தலைவர் மாவோ மரணமடைந்ததால் தேற்ற முடியாத அளவுக்கு இந்தச் சிறு குழந்தை தவித்ததைக் கேள்விப்பட்டபோது நான் மிகுந்த அக்கறையும் துயரமும் ஒருசேர அடைந்தேன்." என்றபடி மருத்துவமனையின் அந்த அறையைச் சுற்றிலும் தன்னுடைய கண்களைச் சுழல விட்டவர், அவர்களைப் பார்த்து, "இந்த அறை எப்படி இருக்கிறது? உங்களுக்கு இங்கு ஏதாவது குறை இருக்கிறதா? என்று கேட்டார். டென்பாவும் லாமோவும் இதற்குப் பதில் கூறுமுன்னர் அந்த மக்கள் பாதுகாப்பு அமைப்பின் அதிகாரி, "இது தலைவர் கெல்டோ உங்களுக்காக ஏற்பாடு செய்திருக்கும் சிறப்பான அறையாகும். அப்படியில்லை என்றால் நீங்கள் அங்கு தான் இருப்பீர்கள்" என்று ஜன்னல் வழியாகத் தெரிந்த அந்த மருத்துவமனையின் வெளிப்புறப் பகுதியைக் காட்டினார். அந்த இடம் முழுவதும் பருத்தித் துணியாலான கூடாரங்கள் நிறைந்து காணப்பட்டது. ஒரு கூடாரத்தின் கதவருகே அமர்ந்திருந்த முதியவர் ஒருவர் தன் முன் பரத்தி வைக்கப்பட்டிருந்த ஆட்டுத் தோலால் ஆன சூபாவில் இருந்த சிறு பூச்சிகளை அகற்றிக் கொண்டிருந்தார். அவருக்கு அருகே இரண்டு குழந்தைகள் ஆடைகள் ஏதுமின்றி விளையாடிக் கொண்டிருந்தனர்.

தர்மர் கிடத்தப்பட்டிருந்த கட்டிலில் அவனருகே அமர்ந்த தலைவர் கெல்டோ அவனுடைய தலையை மெல்ல வருடுவதற்காக தன்னுடைய கைகளை நீட்டவும், இதைக் கண்டு பயந்து அழுத தர்மர் லாமோவை நோக்கித் தன்னுடைய கைகளை நீட்டினான். லாமோ அவனைத் தூக்கிக்கொள்ள

முயற்சி செய்தபோது தலைவர் மா சே துங்கின் படம் பதித்த நெகிழியால் ஆன ஒரு பொத்தானைத் தன் சட்டைப் பையிலிருந்து வெளியே எடுத்து தர்மருக்குக் காண்பித்தார் தலைவர் கெல்டோ. தலைவர் மா சே துங்கின் புன்னகை பூத்த முகத்தைப் பார்த்ததும் தர்மர் தன்னுடைய அழுகையை நிறுத்திவிட்டான்.

லாமோ தன் மார்பில் அணிந்திருந்த தலைவர் மாவோவின் படம் பதித்த பொத்தானையும், அவள் தன் கைகளால் அதை மறைப்பதையும் பார்த்தவர், "நான் பொத்தானில் இருந்த ஊக்கை நீக்கிவிட்டேன்" என்றார். பிறகு தர்மரைப் பார்த்து, "நீ வளர்ந்த பிறகு உனக்கு ஒரு சிகப்பு நிற ராணுவச் சீருடையும் ஒரு சிகப்பு நிறத் தொப்பியும் பெற்றுத் தருகிறேன். உன்னுடைய சட்டையின் மார்புப் பகுதியின் மீது குத்தப்பட்டிருக்கும் தலைவர் மாவோவின் புகைப்படத்துடன் ஒரு நிஜமான வீரனாக அப்போது நீ நடந்து செல்லப் போவது நிச்சயம்" என்றார். தலைவர் கெல்டோவை மறுபடி பார்த்த தர்மர் தன் கைகளில் இருந்த மாவோவின் புகைப்படம் பதித்த அடையாளச் சின்னத்தை உயர்த்தியபடி "பா பா டா டா..." என்று பேசினான். தலைவர் கெல்டோ சொன்னதற்கான தர்மரின் மறுமொழி போல அது தெரிந்தது.

"நான் எல்லா செய்தித் தாள்களையும் படித்தேன். இவ்வளவு சிறிய குழந்தை தலைவர் மா சே துங் கின் மறைவுச் செய்தியைத் தாங்கமுடியாமல் உடல் நலம் குன்றிப் போவது என்பது சாதாரண விஷயமில்லை" என்றார் தலைவர் கெல்டோ. அவர் தன் கைகளில் மடக்கி வைத்திருந்த செய்தித்தாளை விரித்து டென்பாவுக்கும் லாமோவுக்கும் காண்பித்தார். செய்தித்தாளில் இருந்த புகைப்படங்களைப் பார்த்த அவர்கள் இருவரும் அதிர்ச்சி அடைந்தனர். அரங்கில் முன்பு பார்த்த அந்த வயதான பெண்ணின் புகைப்படத்தைத் தான் அவர்கள் அந்த செய்தித் தாளில் முதலில் பார்த்தனர். வணங்கிய உடலுடன் முகத்தை நிமிர்த்தி அமர்ந்திருந்த அவளுடைய தலைமுடி கண்ணீரில் நனைந்து அழுந்திக் கிடக்க அவள் கண்கள் மூடியிருந்தன. பிரார்த்தனையை முணுமுணுத்துக் கொண்டிருந்த அவளுடைய திறந்திருந்த வாயின் வழியே எங்கெங்கு பற்கள் இல்லை என்பது நன்றாகத் தெரிந்தது. இந்தப் புகைப்படத்துக்கு வலப்பக்கமாக தர்மரின் புகைப்படம் இருந்தது. அவனுடைய

வாய் லாமோவின் மார்பில் அழுத்தியிருக்க ஒரு கை கெட்டியாக லாமோவின் சூபாவில் இருந்த பொத்தானைப் பிடித்துக் கொண்டிருந்தது. தன்னுடைய மார்புகள் செய்தித்தாளில் தெரிவதைப் பார்த்தவுடன் அனிச்சையாக தன் சூபாவின் கழுத்துப் பகுதியை இழுத்து விட்டு சரி செய்தாள் லாமோ. இரண்டு புகைப்படங்களுக்குக் கீழேயும் நிறைய சொற்கள் எழுதப்பட்டிருந்தன. டென்பா அவற்றில் பெரிய எழுத்துக்களில் இருந்த தலைப்புச் செய்தியை மெதுவாக வாசித்தான். ‘ஒரு வயதே ஆன பச்சிளங்குழந்தை முதல்... எண்பது வயதுடைய முதியவள் ...வரை... துக்கப்படுகின்றனர்’

“செப்டம்பர் ஒன்பதாம் தேதி முதல் இரவு பகல் என இரண்டு நாட்களாக தலைவர் மாவோவின் புகைப்படம் பதித்த பொத்தானைப் பிடித்தபடி தர்மர் அழுது கொண்டே இருந்ததாகத் தெரிகிறது. சரி தானே?” என்று அவர்களிடம் கேட்டார் தலைவர் கெல்டோ.

இந்தக் கேள்விக்கு என்ன பதில் சொல்வது என்று தெரியாமல் லாமோ டென்பாவைப் பார்த்தாள். டென்பா படபடப்புடன், “ஆமாம். ஆமாம். ஆனால் இப்போது அவன் நலமாகிவிட்டான். நேற்று சாம்பா கஞ்சி கூட குடித்தான்” என்றான். டென்பா சொன்னது தலைவர் கெல்டோவின் கேள்விக்கான முழுமையான பதிலாக இல்லையென்றாலும் அவர், “பெற்றோரின் தாக்கம் இல்லாமல் இவ்வளவு சிறிய குழந்தைக்குத் தலைவர் மா சே துங் மீது எப்படி இவ்வளவு பக்தி வந்திருக்க முடியும்? இதைப் போன்ற ஒரு குடும்பம் எங்கள் மாகாணத்தில் இருந்தால் அது எங்கள் மாகாணத்துக்கே பெருமை சேர்க்கும் ஆபரணமாக இருக்கும்” என்று தொடர்ந்து பேசினார். டென்பாவும் லாமோவும் பெரும் வியப்படைந்தனர். லாமோ டென்பாவைப் பார்த்தாள். டென்பா பதில் சொல்ல முயற்சித்தும் சொற்கள் அவன் தொண்டையில் சிக்கிக் கொண்டன.

தம்பதிகள் வாயடைத்துப் போய் நிற்பதைக் கண்ட தலைவர் கெல்டோ, “உங்கள் குடும்பம் எங்கள் மாகாணத்தில் தங்கும் என நாங்கள் நம்புகிறோம். அதன் அடிப்படையில் உற்பத்திக் குழுவினருக்குரிய பணிகளை ஏற்கனவே உங்களுக்கு ஒதுக்கீடு செய்துவிட்டோம். புரட்சிப் படை அமைப்பினர் மூலமாக ஒரு கூடாரமும் சில கறவை விலங்கினங்களையும் உங்களுக்காகப்

பெற்று இருக்கிறோம்'' என்றபடி மக்கள் பாதுகாப்பு அமைப்பின் அதிகாரியைப் பார்த்தார். அந்த அதிகாரி தன் தோள் பையிலிருந்த சில ஆவணங்களை டென்பாவிடம் நீட்டி, "இவற்றில் உன் கைநாட்டை வை'' என்றார். மிகுந்த குழப்பமும் திகைப்பும் அடைந்த டென்பா அதிர்ச்சியில் அப்படியே நின்று கொண்டிருந்தான்.

தலைவர் கெல்டோ, "உற்பத்திக் குழு, நகரின் மையத்தில் இருந்து அதிக தொலைவில்லை. ஒரு பத்திரிகையாளர் நாளை மறுநாள் உங்களை வந்து சந்திப்பார்'' என்று சொல்லிவிட்டு மருத்துவமனை அறைக் கதவைத் திறந்து வெளியேறினார்.

அந்த அதிகாரி, டென்பாவின் விரலைப் பிடித்து முதலில் மை ஒற்றியிலும் பிறகு ஆவணங்களிலும் வைத்து அழுத்தினார். "நாளை மாலை நான் இங்கு வந்து உங்களை உற்பத்திக் குழுவிடம் அழைத்துச் செல்கிறேன்'' என்று சொன்னவர், அறையின் கதவை மூடிவிட்டு அங்கிருந்து வெளியே சென்றார். டென்பா இன்னும் அதிர்ச்சியில் இருந்து மீளாமல் இருந்தான். இப்போது கதவு திறந்தது. அங்கிருந்தபடியே தன்னுடைய தலையை மட்டும் உள்ளே நீட்டிய அந்த அதிகாரி "இங்குள்ள யாரிடமும் நீங்கள் இந்த மாகாணத்தின் பிரஜை இல்லை என்பதைச் சொல்ல வேண்டாம். நாளை உங்களைச் சந்திக்கப் போகும் பத்திரிகையாளரிடமும் அதைச் சொல்லாதீர்கள்'' என்று தெரிவித்து பிறகு கதவை மூடிவிட்டுச் சென்றுவிட்டார்.

டென்பா மை ஒற்றியில் நனைந்த தன் விரல் முனையின் குளிர்ச்சியை உணர்ந்தான். சிகப்பு மை ஒற்றியதால் சிகப்பாக மாறியிருந்த தன் விரல் நுனியில் வெண்ணிற நத்தையின் உருவமொன்று வலப் பக்கமாக சுருண்டிருந்ததைப் பார்த்து பெரும் வியப்படைந்தான். ஒவ்வொரு நாளும் சாம்பா கஞ்சி குடிக்கும் போது குறைந்தது ஒரு முறையாவது தன் விரல் நுனியைப் பார்த்தவன் அந்த வெண்ணிற நத்தையை இத்தனை நாட்களாக தான் எப்படி கவனிக்காமல் போனோம் என்று ஆச்சரியப்பட்டான்.

அப்போது அங்கு ஒரு வித்தியாசமான வாடை அடித்தது. லாமோவின் மகிழ்ச்சி ததும்பும் வியப்பான கூக்குரலை மற்றொரு முறை டென்பா இப்போது கேட்டான்.

“இந்தக் குட்டிச் சாத்தானைப் பாருங்கள்” என்றாள். லாமோவின் மகிழ்ச்சியான, வியப்பு நிறைந்த கூக்குரல் கொண்டாடியது ஒரு சிறிய விஷயத்தை அல்ல என்பதைத் தர்மரைப் பார்த்தபோது அவன் உணர்ந்தான். கட்டிலின் மீது ஒரு வட்டவடிவ நாணயம் போல தர்மர் கழித்த குழைவான மலக் குவியல் கிடந்தது. தலைவர் மாவோவின் முகம் பதித்த பொத்தானைக் குழைந்துகிடந்த மலத்தினூடாக இழுத்தபடி எச்சில் ஒழுக அர்த்தமற்ற மழலையில் “பா பா பா பா ...டா டா டா” என்று மிழற்றினான் தர்மர்.

மிகப் பல நாட்களுக்குப் பின் முதல்முறையாக இப்போதுதான் தர்மர் மலம் கழித்திருந்தான். இந்தக் காட்சியைப் பார்த்ததும் டென்பாவின் முகத்தில் ஒரு சிறிய புன்னகை அரும்பியது. நீண்ட நாட்களுக்குப் பின்னான முதல் புன்னகை. பிறகு திடுமென அந்தப் புன்னகை உடனே மறைந்தது. உடனே டென்பா கதவை உள்பக்கமாகத் தாழிட்டான். வேகமாக தர்மரின் கையிலிருந்த பொத்தானை வாங்கிய லாமோ, தேனீர்க் கோப்பையில் மிச்சமிருந்த தேனீரை வாய் நிறையக் குடித்தாள். பிறகு அதனை அந்த அடையாளச் சின்னம் மீது முழுதும் பரவும்படி துப்பினாள். பெருமளவு தேநீர் அந்தப் பொத்தானின் மீது படவில்லை. பொத்தானின் மீது விழுந்த ஒரு துளி தேனீர், புன்னகைக்கும் தலைவரின் ஒரு கண்ணின் மீது பட்டது. தலைவர் மாவோ ஒரு கண்ணைத் திறந்தும் ஒரு கண்ணை மூடியும், கண் சிமிட்டுவது போல அது இப்போது தோற்றம் காட்டியது. நகைச்சுவையான ஒரு ரகசியக் குறியீட்டைத் தலைவர் தங்களிடம் பகிர்ந்து கொள்வது போல டென்பாவுக்கும் லாமோவுக்கும் தோன்றியது.

***

அன்பளிப்பு

சிறுநீர்ப்பை வெடித்துவிடுவது போன்ற உணர்வுடன் காலையில் கண்விழித்த அவன் வேகமாகக் குளியலறையை நோக்கி ஓடினான். ஆனால் குளியல் அறைக்கதவு உட்புறமாகத் தாளிடப்பட்டு இருந்தது. அவன் தன் தொடை நரம்புகளை இறுக்கிக்கொண்டு சிறுநீரைக் கட்டுப்படுத்த முயற்சி செய்தான்.

குளியலறையில் ஒப்பனை செய்து கொள்வதில் மிகுந்த விருப்பமுடைய தன் மனைவியிடம், "கதவைத் திற. நான் சிறுநீர் கழிக்கவேண்டும். அவசரம்" என்றான்.

"ஒரே ஒரு விநாடி பொறுங்கள். கிட்டத்தட்ட முடிந்துவிட்டது" என்றாள்.

"தயவுசெய்து சீக்கிரமாகக் கதவைத் திற. என்னால் இதற்கு மேல் காத்திருக்க முடியாது" தன் தசைகளை மேலும் இறுக்கியபடி கெஞ்சினான்.

"ஏன் உன்னால்... சில நொடிகள் கூட... தாக்குப் பிடிக்க முடியாதா? உன் சிறுநீர்ப்பை காகிதத்தால் செய்யப்பட்டதா என்ன?" மூடியிருந்த கதவு வழியாக அவளுடைய சொற்கள் கோபத்துடன் வெளியே கேட்டன. அநேகமாக இப்போது அவள் உதட்டுச் சாயம் இட்டுக் கொண்டிருக்கலாம்.

'அமைதி வடிவான புத்தரே! அமெரிக்காவில், இந்த சுதந்திர நாட்டில், சுதந்திரமாகச் சிறுநீர் கழிக்கக்கூட எனக்கு வழியில்லை' என யோசித்தவன் அமைதி இழந்தான்.

"நீ உணவு பரிமாறும் வேலைக்குப் போகிறாயே தவிர நடனமாடுவதற்கு இல்லை" என்றான். உடல் முழுதும்

ஜில்லிட்டுப் போவதுபோல இருந்தது. உடனடியாக சிறுநீர் கழித்தாகவேண்டிய தன் அவசரத்தை அவன் இப்போது உணர்ந்தான்.

அவள், "மனம் நோகும்படி பேசாதீர்கள். நடனமாடப் போகவில்லை என்றாலும்..." என்றபடி கதவைத் திறந்து அவன் உள்ளே செல்ல வழிவிட்டாள். அவன் வேகமாகக் குளியல் அறைக்குள் ஓடினான். அவனுடைய மூக்கை ஒரு இனிய வாசனை நிறைத்தது. அவள் என்ன சொன்னாள் என்பது கூட அவனுக்குக் கேட்கவில்லை. வேகமாகப் பாய்ந்த சிறுநீர், கழிவறைக் கலத்தில் பட்டுத் தெறித்தபோது அவனுடைய முழு உடலும் நிம்மதி அடைந்தது. ஒரு ஆழமான அமைதி அவனுடைய எலும்புகளில் பரவியது. இப்போது அவனால் நன்றாக நிமிர்ந்து நிற்க முடிந்தது. தான் இடைமறித்து நிறுத்திவிட்ட வாக்கியத்தைத் தன் மனைவி இப்போது முழுதாக சொல்லிமுடிக்க வேண்டும் என்று அவன் விரும்பினான்.

"நீ என்ன சொல்லிக் கொண்டிருந்தாய்? நீ நடனமாடப் போகவில்லை என்றாலும்.." என்றபோது அவள் அவன் பேச்சை இடைமறித்தாள்.

"முதலில் சிறுநீர் கழித்து முடியுங்கள். சிறிது நேரத்துக்கு முன் குளியலறைக் கதவைக் கிட்டதட்ட உடைத்தே இருப்பீர்கள். ஆனால் இப்போதோ அர்த்தமின்றி என்னிடம் ஏதோ உளறிக் கொண்டிருக்கிறீர்கள்" என்றவள், குளியலறைக் கதவை இழுத்து மூடினாள். தான் கதவைக் கூட மூடவில்லை என்பதை அவன் அப்போது தான் உணர்ந்தான். சிறுநீர் கழித்து முடித்த பிறகு தன்னுடைய முகத்தைக் கழுவினான். அவனுடைய மனைவி இப்போது படுக்கை அறையில் உடை உடுத்தி முடித்துக் கிளம்பத் தயாராக இருந்தாள். அன்று அவனுக்கு விடுமுறை. அவன் தன் இரண்டு நண்பர்களுடன் ஊர் சுற்ற திட்டமிட்டிருந்தான். வீட்டுக்குத் தேவையான பொருட்கள் ஏதாவது வாங்கத் தேவையுள்ளதா என்று தேநீர் குடித்தபடியே யோசித்தான். தன் மனைவி படுக்கையறையில் இருந்து வெளியே வந்தவுடன் அதைக் கேட்க வேண்டுமென்று குறிப்பெழுதி வைத்தான். அவன் தேநீரைக் குடித்து முடித்த பின்பும் கூட அவள் படுக்கை அறையிலிருந்து வெளியே வரவில்லை. தான் அவளை இடைமறித்து நிறுத்தியபோது

அவள் என்ன சொல்லிக்கொண்டிருந்தாள் என்பதைப் பற்றி அவன் மறுபடியும் இப்போது நினைத்தான்.

“நான் நடனமாடப் போகவில்லை என்றாலும் கூட... என்று நீ இதற்கு முன்பு எதோ சொல்லிக் கொண்டிருந்தாயே. என்ன அது?” என்று அவளிடம் கேட்டான்.

“நான் என்ன சொன்னேன்?” என்றபடி அவள் படுக்கையறையில் இருந்து வெளியே வந்தாள். தன்னுடைய கைப்பையில் எதையோ தேடினாள். “நான் நடனமாடவில்லை என்றாலும் கூட நன்றாக உடை உடுத்தாவிட்டால் ஒரே நாளில் முந்நூறு அல்லது நானூறு டாலர்கள் எப்படி எனக்கு அன்பளிப்பாகக் கிடைக்கும்?” என்று கேட்டாள். அவன் ஒரு ஆச்சரிய அதிர்ச்சி அடைந்தான். அவனை ஆச்சரியப்படுத்தியது அவள் சொன்ன தொகை இல்லை. மாறாக, தன் மனைவியின் தோற்றம் தான் அவனை ஆச்சரியப்படுத்தியது. பளபளப்பான அவளுடைய தலைமுடி தோளின் மீது தவழ்ந்து கொண்டிருந்தது. மழையில் நனைந்த ஒரு வீப்பிங் வில்லோ மரத்தைப் போல கவனமீர்க்கும் அழகுடன் அவள் இருந்தாள். சாயம் பூசப்பட்ட அவளுடைய உதடுகள் அப்போதுதான் பூத்த ஈரிதழ்கள் கொண்ட சிகப்பு மலர் போல இருந்தன. அதில் பனித்துளிகள் மட்டும்தான் இல்லை. தோலோடு ஒட்டிக்கொண்டிருந்த இறுக்கமான, பச்சையும் நீலமும் கலந்த மாணிக்க நிறமுடைய மேலாடையின் கீழ், அவளுடைய திமிர்த்த வட்ட வடிவ மார்புகள் ததும்பின. கறுப்பு நிற அரைப் பாவாடை அவளுடைய தொடையையும் இடுப்பையும் தழுவிக் கிடந்தது. அவன் அவளைப் புதிய கண்களுடன் உற்றுப் பார்த்தான். அவள் அங்கிருந்து போய்விடக் கூடாது என்று திடீரென இப்போது அவனுக்குத் தோன்றியது.

“அந்த உணவக வாடிக்கையாளர்கள் பாவம்... அவர்களுக்குக் கிடைத்த வாய்ப்பை அவர்கள் பயன்படுத்தவில்லை. நான் மட்டும் உன்னுடைய வாடிக்கையாளராக இருந்திருந்தால் உனக்கு பத்து அல்லது இருபது டாலர்கள் அன்பளிப்பு தராமல் போகமாட்டேன்” என்றபடி அவளைத் தன் பக்கம் இழுத்தான்.

அவன் இப்போது என்ன செய்ய விரும்புகிறான் என்று அறிந்தவளாக தன்னுடைய கையை அவனிடம் இருந்து விடுவித்துக்கொண்டு அவனைத் தடுத்து நிறுத்தினாள். அவன் நின்றிருந்த இடத்துக்குப் பின்னால் இருந்த சமய

வழிபாட்டு பீடத்தைப் பார்த்தாள். அதன் மீது ஒரு புத்தர் சிலை இருந்தது. தம்பதியர் நடந்துகொள்ளும் முறையைப் பாராமல் தவிர்ப்பதற்காக புத்தருடைய கண்கள் தம் மூக்கின் நுனியைப் பார்த்துக் கொண்டிருந்ததைப் போல அது காட்சியளித்தது.

"இன்றிரவு வழக்கத்தை விடச் சற்று முன்னதாகவே நாம் படுக்கைக்குச் செல்லலாம். ஆனால் மறுபடி உடைமாற்ற எனக்கு இப்போது நேரமில்லை" என்றவள் அவன் கைகளில் இருந்து தன்னை விடுவித்துக்கொண்டு அவன் முகத்தை வருடி, பிறகு அந்த அறையை விட்டு வெளியேறினாள். அவளுடைய தலைமுடியில் இருந்து சொட்டிக் கொண்டிருந்த நீரால் அவளுடைய மாணிக்க வண்ண மேலாடை ஈரமாகிவிட்டது. அவனுடைய கண்களை சிறிது நேரத்திற்கு முன்பு அவளுடைய உதடுகள் கவர்ந்திழுத்தது போல இப்போது அவளுடைய வட்டவடிவ பின்புறம் அவனுடைய கவனத்தை ஈர்த்தது.

வழக்கமாக அவர்கள் உணவு உண்ணும் சைனா டவுன் எனும் உணவகம் நகரத்தில் இருந்தது. மூன்று நண்பர்களும் தங்களுடைய அன்றைய தினத்தை அங்கு துவங்கினர். நியூயார்க் நகரையும் அதன் சாலைகளையும் சுரங்கப் பாதைகளையும் தன் உள்ளங்கையைப் போல நன்கு அறிந்திருந்த முதல் நண்பன் தேநீர்க் கோப்பைகளைத் தங்கள் எதிரே வைத்துவிட்டு, "என்னுடைய முடி திருத்தகத்தில் ஒரு ஜப்பானியப் பெண் வேலை செய்கிறாள். அவள் மிக அருமையாக ஆங்கிலம் பேசுகிறாள்" என்றான்.

இரண்டாவது நண்பன் தன் வெண்சுருட்டைப் பற்ற வைத்தபடி, "அவள் பொய் சொல்கிறாள். சென்ற வருடம் நான் ஒரு விபச்சார விடுதிக்குச் சென்ற பொழுது அங்கிருந்த சீனப் பெண், 'நான் ஷாங்காயைச் சேர்ந்தவள்' என்றாள். பிறகு நான் அவளை ஒரு மசாஜ் நிலையத்தில் பார்த்தேன். அவளுக்கு என்னை அடையாளம் தெரியவில்லை. ஆனால் அது அவள் தான் என்று எனக்குத் தெரியும். அந்த முறை அவள் என்னிடம் 'நான் கொரியாவைச் சேர்ந்தவள்' எனச் சொன்னாள்" என்றபடி வெண்சுருட்டின் புகையை ஆழமாக உள்ளிழுத்தான்.

அவன் தன் நண்பர்களுடைய உரையாடலைக் கவனிக்காமல் தன் மனைவி அன்று காலை எவ்வளவு அழகாக இருந்தாள் என்பதையே அப்போதும் நினைத்துக் கொண்டு இருந்தான்.

“உங்கள் இருவருக்கும் உண்மையிலேயே அந்தப் பெண் எந்த நாட்டைச் சேர்ந்தவள் என்பது குறித்து அக்கறை இருக்கிறதா என்ன? அவள் அழகாக இருந்தால் போதாதா? எந்த நாட்டைச் சேர்ந்தவளாக இருந்தால்தான் என்ன?” என்று அசட்டையாகச் சொன்னான்.

புகை பிடித்துக்கொண்டிருந்த அவனுடைய நண்பன் தான் படிக்கத் துவங்கியிருந்த செய்தித்தாளைக் கீழே வைத்தான். வெண்சுருட்டை இன்னொரு முறை இழுத்து, “இங்கு வந்த பிறகு நீயும் அமெரிக்கனாக மாறிவிட்டதாகத் தெரிகிறது. அமெரிக்கர்கள் தான் ஒரு பொருள் எந்த நாட்டிலிருந்து வருகிறது என்பதைப் பற்றிக் கவலைப்பட மாட்டார்கள். அவர்களுக்கு அனைத்துமே சிறந்ததாகவும் கண்ணைக் கவர்வதாகவும் இருந்தால் போதும். அது மட்டும் தான் அவர்களுக்குத் தேவை” என்றான்.

புகையை உள்ளிழுத்து பிறகு மெதுவாகத் தன் வாய் வழியாக அதனை வெளியே ஊதியவன், “நாம் நம்முடைய நாட்டைச் சீனர்களிடம் இழந்துவிட்டோம். இங்கும் அமெரிக்காவிலும் நாம் நம் புட்டம் தேய சீனர்களுக்காக வேலை செய்கிறோம். அதற்கு நமக்குக் கிடைக்கிற கூலியை சீனர்களின் புட்டம் செழிப்பதற்காகச் செலவழிக்கிறோம். சீனர்களிடம் இருந்து நாம் தப்பிக்கவே முடியாது. இல்லையா?” என்றவன் இன்னும் முழுதாக காலியாகாத தன்னுடைய வெண்சுருட்டை அதன் சாம்பலைத் தட்டும் வட்டிலில் இட்டான்.

அவன் சொன்னதை அவர்கள் அனைவரும் முழு மனதுடன் ஏற்றுக் கொண்டனர். புகை பிடித்துக் கொண்டிருந்த நண்பன் சொன்னதற்கு மற்ற நண்பர்கள் ஏற்போ மறுப்போ தெரிவிக்கவில்லை. அவர்கள் அனைவருமே சிறிது நேரம் அமைதியாக இருந்தனர்.

“சரி! சரி! இன்றைக்கு விடுமுறை தினம்” என்றான் முதல் நண்பன். அவனால் இந்த அமைதியை ஏற்க முடியவில்லை. “இது நாம் மகிழ்ச்சியாக இருக்க வேண்டிய தினம். புனிதமான தலாய் லாமா கூட தாம் விடுதலையைத் தேடவில்லை என்று மீண்டும் மீண்டும் சொல்லியுள்ளாரே. சீனர்களுக்காக புட்டம் சேதமடையும் அளவுக்குப் பணிபுரியும் நாம் இவ்வளவு பெரிய விஷயங்களைப் பற்றியெல்லாம் எதற்காகப் பேச வேண்டும்?”

“நான் பெரிய விஷயங்களைப் பற்றி பேசவில்லை. நான் என்ன சொல்கிறேன் என்றால் நாம் கடுமையாக உழைத்துச் சம்பாதித்த பணத்தை எதற்காக சீனர்களின் புட்டத்திற்காக செலவு செய்ய வேண்டும்?” என்றபடி அந்த நண்பன் இன்னொரு வெண் சுருட்டைப் பற்ற வைத்தான்.

இந்த முழு தினமும் இத்தகைய தீவிரமான விஷயங்களைப் பேசுவதிலேயே முடிந்துவிடக் கூடும் என்று அச்சப்பட்ட முதல் நண்பன், “சரி சரி. மிகத் தீவிரமான இத்தகைய விஷயங்களைப் பேசுவதை விட்டு நாம் கேளிக்கைகளில் ஈடுபடலாம். திபெத்திய சித்தாந்தங்களுக்கு எதிரான எதையும் நாம் செய்யப் போவதில்லை. நீங்கள் என்ன சொல்கிறீர்கள்?” என்று தன் நண்பர்களைப் பார்த்தான். அவனிடம் ஒரு யோசனை இருந்தது. அவனுடைய நண்பர்கள் இப்போது ஒருவரை ஒருவர் பார்த்துக் கொண்டனர். அவர்கள் முகத்தில் ஒரு எதிர்பார்ப்பு இருந்ததை அவன் கவனித்தான். தம் கவனத்தை வேறு பக்கம் திருப்ப அவர்கள் தயாராக இருந்ததை அது காண்பித்தது.

“விஷயம் தெரியுமா? நான் அந்தப் பெண்மணியை மறுபடி சந்தித்தேன். இப்போது அவளிடம் சில அழகிய இந்தியப் பெண்கள் இருப்பதாகத் தெரிவித்தாள்” என்று சொல்லிவிட்டுத் தன் நண்பர்களின் முகத்தைக் கூர்ந்து கவனித்தான். மற்ற இரு நண்பர்களும் மறுபடி ஒருவரை ஒருவர் பார்த்துக் கொண்டனர்.

அன்றைய தினம் வெக்கை மிகுந்ததாக இல்லாதிருந்தபோதும் சில தொகுப்பு மனைகளைக் கடந்து அந்தக் கட்டடத்தை அடைவதற்குள் அவர்களுடைய மூக்கின் மீதும் நெற்றியின் மீதும் சிறு வியர்வை முத்துக்கள் உருவாகியிருந்தன. தரைத்தளத்தில் சீன மீன் சந்தையைக் கொண்டிருந்த நான்கு மாடிக் கட்டடம் அது. அவன் தன்னுடைய தாகத்தைத் தணித்துக்கொள்ள உடனடியாக ஏதாவது குளிர் பானத்தைக் குடிக்க விரும்பினான். ஆனால் துரதிஷ்டவசமாக அவனுடைய கண்களில் முதலில் பட்டது வரிசையாக அடுக்கப்பட்டிருந்த செத்த மீன்கள் தான். செத்த மீன் குவியலுக்கு அடுத்து நீர்க் குமிழிகளுடன் காணப்பட்ட ஒரு கண்ணாடிப் பெட்டி இருந்தது. வாய்களைத் திறந்தும் மூடிக் கொண்டும், வால்களை ஒத்திசைவுடன் வேகமாகத் அடித்துக் கொண்டும் உயிருள்ள மீன்கள் அதனுள் நிறைந்திருந்தன.

கண்ணாடிப் பெட்டிக்கு அருகில் இருந்த ஒரு நீண்ட வழி அந்தக் கட்டடத்தின் நுழைவாயில் போலத் தோற்றமளித்தது. அவர்கள் அதை நெருங்கி அழைப்புப் பொத்தானை அழுத்தும் முன்பே அந்தக் கதவு ஒரு மெல்லிய ஓசையுடன் திறந்தது. அவர்களுக்கு எதிரே தெரிந்த மாடிப்படிகள் மிகக் குறுகியதாக இருந்தன. படிகளைப் பார்ப்பதற்கு மட்டுமே அங்கிருந்த வெளிச்சம் போதுமானதாக இருந்தது. அவர்கள் இரண்டாவது மாடிப்படியில் ஏறிக்கொண்டிருக்கும் போது இரு சீன ஆண்கள் மேலிருந்து கீழே இறங்கினார்கள். அவர்கள் தங்கள் உடல்களை பக்கவாட்டுச் சுவரின் மீது சாய்த்து ஒவ்வொருவராக அந்தக் குறுகலான படிகளைக் கடந்தனர்.

"இறைவா! தரைத் தளத்தில் இருக்கும் கடை சீனக் கடை. இப்போது நம்மைக் கடந்த இவர்கள் சீனர்கள். உண்மையாகவே இங்கு இந்தியப் பெண்கள் இருக்கிறார்கள் என்று நீ நினைக்கிறாயா?" என்று புகை பிடித்த நண்பன் சஞ்சலத்துடன் கேட்டான். ஒருவரும் அதற்குப் பதில் கூறாது அமைதியாகப் படிகளில் ஏறிக் கொண்டிருந்தனர்.

அவர்கள் நான்காவது தளத்துக்கு அருகே வந்தபோது மூன்றாவது தளத்தில் இருந்த ஒரு அறையின் கதவு திறந்தது. பாதி திறந்திருந்த கதவின் மீது சாய்ந்தபடி ஒரு பெண், "நான்காம் தளத்தில் ஒரு குடும்பம் வசிக்கின்றது. உங்களுக்கு என்ன வேண்டும்?" என்று கேட்டாள். அவளுக்கு ஐம்பது வயதிருக்கும். பார்வைக்கு சீனப் பெண்ணாகத் தோன்றினாள். அவளுடைய மோசமான ஆங்கிலம் புரிந்து கொள்ளக்கூடிய அளவுக்குப் போதுமானதாக இருந்தது.

நியூயார்க் நகரத்தைத் தன்னுடைய உள்ளங்கையைப் போல நன்றாக அறிந்திருந்த அந்த முதல் நண்பன் அவளைப் பார்த்து, "நீங்கள் இதற்கு முன் நான்காம் தளத்தில் தானே இருந்தீர்கள்?" என்று கேட்டான். அவனுக்கு அந்தப் பெண்ணை ஏற்கனவே தெரிந்திருந்தது.

அவளுக்கு இப்பொழுது அவனை அடையாளம் தெரிந்தது.

"நாங்கள் இங்கு வந்து வெகு காலமாகிவிட்டது. எங்களுடைய வாடிக்கையாளர் எண்ணிக்கை அதிகமானதால் நிறைய பெண்கள், நிறைய புதுப் பெண்கள் தேவைப்பட்டனர்.

நான்காம் தளத்தில் இருந்த இடப் பற்றாக்குறை காரணமாக நாங்கள் விசாலமான இந்த மூன்றாம் தளத்துக்கு வந்து விட்டோம்" என்றாள். பிறகு அவள் அவர்களை உள்ளே அழைத்துச் சென்றாள்.

"நாங்கள் இங்கிருக்கும் இந்தியப் பெண்ணைப் பார்ப்பதற்காக வந்தோம். அவள் இப்போது இங்கு இருக்கிறாளா?" என்று முதல் நண்பன் அவளிடம் கேட்டான்.

"ஓ! இந்தியப் பெண்ணைப் பற்றி விசாரித்தது நீங்கள் தானா?" என்று பதில் சொன்னவள் தன் கைகளை அவனுடைய தோளின் மீது வைத்து, "இங்கு நிறைய இந்தியப் பெண்கள் பணி செய்கிறார்கள். அவர்கள் இங்கேயே தங்கியிருக்க மாட்டார்கள். அவ்வப்பொழுது வந்து செல்வார்கள்" என்றாள்.

அவர்கள் காத்திருக்கும் அறையை அடைந்தபோது, "நீங்கள் சரியான நேரத்தில் தான் வந்திருக்கிறீர்கள். ஒரு இந்தியப் பெண் இப்போது இங்கு இருக்கிறாள்" என்றாள். அவர்கள் உள்ளே சென்றார்கள்.

அந்த அறை செயற்கையாக ஒளிரூட்டப்பட்டு இருந்தது. இயற்கையான வெளிச்சம் உள்ளே வருவதற்கு ஏதுவாக அங்கு ஜன்னல்கள் எதுவுமில்லை. அறையின் நடுவே குறைவான உயரமுடைய ஒரு பெரிய மேசையும், மூன்று பக்கங்களிலும் மெத்தை வைத்து தைக்கப்பட்ட நீண்ட இருக்கைகளும் இருந்தன. சில பெண்கள் அந்த இருக்கையில் அமர்ந்து சீட்டு விளையாடிக்கொண்டிருந்தனர். தங்களுடைய வாடிக்கையாளர்களுக்காக அவர்கள் காத்துக் கொண்டிருந்தார்கள் போலிருந்தது. நுழைவு வாயிலுக்கு அருகில் இருந்த காத்திருக்கும் அறை தவிர வலது புறமும் இன்னொரு அறை இருந்தது. அவர்கள் அங்கிருந்த இருக்கையில் அமர்ந்ததும் அவர்களை நோக்கி மூன்று பெண்கள் வந்தனர்.

அவனுக்கு எதிரே அமர்ந்திருந்த சீனப் பெண்ணுக்கு 'ஹலோ' என்று சொல்லக்கூடிய அளவுக்கு மட்டுமே ஆங்கிலம் தெரிந்திருந்தது. அவள் அவனுடைய தோள்களையும் கைகளையும் தொட்டாள். இது அவனுடைய எந்தவிதமான ஆர்வத்தையும் தூண்டவில்லை என்றாலும் தன்னுடைய ஆங்கிலப் புலமையை அவளிடம் அவன் காட்ட விரும்பினான்.

“நீ எங்கிருந்து...” என்று அவன் சொல்ல ஆரம்பித்தபோது அவனுடைய வலதுபுறம் இருந்த கதவு திறந்தது. ஒரு பெண் வெளியே வந்தாள். கழிவறைக் கலத்தினுள் தண்ணீர் போகும் சலசலத்த சத்தம் அவனுக்குக் கேட்டது. குளியல் அறையில் இருந்து வந்த அதிகமான வெளிச்சம் அந்த அறையைச் சில நொடிகளுக்கு பிரகாசமாக்கியது. காத்திருக்கும் அறையின் பக்கம் ஒரு பார்வை கூடப் பாராமல் முன்புறக் கதவு வழியாக அவள் வெளியேறினாள். அவர்கள் தம் வாடிக்கையாளர்களுக்குச் சேவை புரியும் இடம் அது தான் என்று தோன்றியது.

அந்த சீனப் பெண் அவனுக்கு எதோ பதில் சொன்னாள். ஆனால் அவனுடைய சிந்தனை திடீரென்று வெளிப்பட்ட அந்த உருவத்தால் தடைப்பட்டது. வலதுபுற அறைக் கதவைத் திறந்து முன்பக்கக் கதவு வழியே வெளியே சென்ற அந்த பெண்ணின் முகத்தை அவன் அவ்வளவாகக் கவனித்துப் பார்க்கவில்லை என்றாலும் அவள் அணிந்திருந்த மாணிக்க வண்ண மேலாடை அவனுடைய மனதில் பளீரென ஒரு சிந்தனையை ஏற்படுத்தியது. அவனுடைய மனைவியும் இதே நிறத்திலிருந்த இதே போன்ற ஒரு மேலாடையைத் தானே அணிந்திருந்தாள். அன்று காலை அவள் வேலைக்குப் புறப்படுவதற்கு முன்பிருந்த அவளுடைய தோற்றத்தைப் பற்றி அவன் நினைத்தான்.

தன் நண்பர்கள் என்ன செய்து கொண்டிருக்கிறார்கள் என்று அறிவதற்காக அவன் சுற்றுமுற்றும் பார்த்தான். ஒரு நண்பனின் மடி மீது சீனப்பெண் ஒருத்தி அமர்ந்திருக்க, அவளுடைய வலது கை அவனுடைய கழுத்தைச் சுற்றிக் கட்டிக்கொண்டு இருந்தது. இடது கையால் அவனுடைய தலைமுடியை அவள் கோதிக் கொண்டிருந்தாள். இன்னொரு நண்பன் வேறொரு சீனப் பெண்ணிடம் ஏதோ சைகை செய்துகொண்டு இருந்தான். ஒருவர் பேசுவதை மற்றவர் புரிந்துகொள்வதில் அவர்கள் இருவருமே சிரமப்பட்டுக் கொண்டிருந்தது போலத் தெரிந்தது.

அவனுடைய கையின் மேற்புறத்தை வருடியபடி “நீங்கள் ஜப்பானியரா?” என்று அந்த பெண் அவனிடம் கேட்டாள். வழக்கமாக அன்னியர்கள் அவனை ஜப்பானியரா என்று கேட்டால் அது அவனுக்கு மிகுந்த மகிழ்ச்சியைத் தரும். ஆனால் இப்போது அவனுடைய மனம் முழுவதையும் மாணிக்க நிற

மேலாடையணிந்த அந்தப் பெண்ணைப் பற்றிய சிந்தனைகள் ஆக்கிரமித்திருந்தன. ஆகவே அந்தக் கேள்வியே அவனுடைய காதில் விழவில்லை. ஏதோ நினைவில் அந்த சீனப் பெண்ணுக்கு நன்றி சொல்லிவிட்டு இருக்கையிலிருந்து எழுந்து அந்த வீட்டைவிட்டு வெளியேறினான்.

அவன் அங்கிருந்து வெளியேறி சாலைக்கு வந்தபோது கண்ணாடிப் பெட்டிக்குள் வாயைத் திறந்தும் மூடிக் கொண்டும் வால்களை வேகமாக அடித்துக் கொண்டுமிருந்த மீன்களை மறுபடியும் பார்த்தான். அவனுடைய மனைவி, தான் பணிபுரியும் இடத்தின் தொலைபேசி எண் எனக் குறிப்பிட்டு அவனிடம் ஒரு எண்ணைத் தந்திருந்தாள். தொலைபேசி எண்களைக் குறித்து வைக்கும் தன் சிறிய குறிப்பேட்டின் பக்கங்களைப் புரட்டியபடி, அந்த எண்ணை அதில் ஒழுங்காகக் குறித்து வைத்திருக்கலாமோ என்று இப்போது நினைத்தான். அதைக் குறித்து வைக்காதது அவனுக்கு நன்றாக நினைவிருந்தது. ஆனாலும் ஒருவேளை எங்காவது அதை எழுதி வைத்திருக்க வாய்ப்புள்ளது என்பதற்காக அந்தக் குறிப்பேட்டில் இருந்த பல எண்களிடையே அந்த எண்ணை வீணாகத் தேடினான்.

தான் யாரையோ இடித்து விட்டதாக நினைத்து “மன்னிக்கவும்” என்றான். ஆனால் அவன் ஒரு நபரை இடிக்கவில்லை. ஒரு கதவைத் தான் இடித்திருந்தான். நிமிர்ந்து பார்த்தபோது ஒரு பச்சைநிற வாயிற்கதவின் முன் தான் நின்று கொண்டிருந்ததை உணர்ந்தான். பொன்னிற முடி கொண்ட பெண் ஒருத்தி கதவைத் திறந்தபடி வெளியே வந்தாள். அவள் யாரிடமோ “திரைப்படம் ஐந்து முப்பதுக்குத் துவங்கும்” என்று சொல்லிக் கொண்டிருந்தாள். திறந்த கதவின் வழியாக உள்ளே இருந்த மதுக் கூடம் அவனுடைய கண்களுக்குத் தெரிந்தது. அனைத்து விதமான மதுவகைகளும் அங்கு இருந்ததை அவன் கண்டான். திடீரென மது அருந்த வேண்டும் போன்ற ஒரு உணர்வு அவனுக்குத் தோன்றியது. இப்போது உண்மையாகவே யாரோ ஒருவரை இடித்துவிட்டு மறுபடியும் “மன்னித்துவிடுங்கள்” என்றான். அந்த பெண்ணுடன் நடந்து வந்த ஒருவரைத் தான் அவன் இடித்துவிட்டான். அந்த நபர் வெளியே வரும்போது கைகளைத் தன் குறுஞ் சட்டைக்குள் நுழைத்துக் கொண்டிருந்தது தெரிந்தது.

அவன் இதற்கு முன் இத்தகைய ஒரு மதுக் கூடத்தைப் பார்த்ததே இல்லை. மிக மங்கலான வெளிச்சம் மட்டுமே அதனுள் இருந்தது. ஒன்றிரண்டு இருக்கைகளுடன் தாழ்வாக இருந்த சிறிய மேஜைகளின் மீது மெழுகுவர்த்திகள் மினுங்கின. ஒரு மெல்லிய இசை அந்த முழு அறையையும் நிறைத்தது.

தனக்கு வேண்டிய பானத்தைப் பெற மதுக் கூடத்தின் முகப்பிடத்திற்குச் செல்ல வேண்டுமா அல்லது தான் அமர்ந்திருக்கும் இடத்திற்கு ஒரு சிப்பந்தி வந்து என்ன தேவை என்று கேட்பாரா என்று யோசித்தபோது "அட! நீங்கள் எப்படி இங்கு வந்தீர்கள்?" என்று ஒரு குரல் வியப்புடன் ஒலித்தது. ஒரு கூஜாவில் தண்ணீரும், கண்ணாடிக் கோப்பையையும் ஏந்தியபடி அவனுடைய மனைவி அவனெதிரே நின்று கொண்டிருந்தாள். இப்போது அவளுடைய தலைமுடி தோள்களின் மீது தவழாமல் இறுக்கமான ஒரு கொண்டையாக இடப்பட்டிருந்தது. அவளுடைய மேலாடை அன்று காலை அவள் வீட்டிலிருந்து கிளம்பியபோது இருந்ததைப் போல அவளுடைய தோலை இறுக்கிப் பிடித்துக் கொண்டிருக்கவில்லை. அதற்கு மாறாக அவள் இப்போது அணிந்திருந்த கழுத்துப் பட்டையுடன் கூடிய வெண்ணிறச் சட்டை அவளின் இன்னொரு தோல் போல அவளை இறுகத் தழுவிக் கொண்டிருக்காமல், அவளுடைய வளைவுகளை மறைத்தது. வண்ணத்துப்பூச்சி வடிவில் இருந்த இரு கண்ணிகளைக் கொண்ட ஒரு கழுத்துக் கச்சை அவளுடைய கழுத்துப் பட்டையைச் சுற்றிக் கட்டப்பட்டு அவளுடைய தொண்டையின் அடிப்பகுதியினருகே காணப்பட்டது.

வியப்பெய்திய அவளுடைய கண்களை நேராகச் சந்திக்க முடியாமல் அவன் தன்னுடைய பார்வையைத் தாழ்த்திக் கொண்டான். அவள் தன்னுடைய இடையைத் தழுவிக் கிடந்த அரைப் பாவாடையை மறைக்கும் ஒரு ஏப்ரனை அணிந்திருந்தாள். அந்த ஏப்ரனில் இரண்டு பைகள் இருந்தன. வாடிக்கையாளர் கேட்பவற்றைக் குறித்து வைக்கும் ஒரு சிற்றேடும் இரண்டு பேனாக்கள் ஆகியவை ஒரு பையிலும், சிறிது புடைத்துக் கொண்டிருந்த இன்னொரு பையிலிருந்து அன்றிரவு அவளுக்கு அன்பளிப்பாகக் கிடைத்த சில டாலர்களும் எட்டிப் பார்த்தன.

'ட்ரிங்க். ட்ரிங்க்'

தொலைபேசி ஒலித்தது. அவனுடைய மனைவி அதை எடுப்பதற்காக எழுந்து சென்றாள். அவன் விழித்துக் கொண்டான்.

மெத்தை வைத்துத் தைத்த இருக்கை ஒன்றில் அவனுடைய வீட்டில் இப்போது அவன் படுத்துக் கொண்டிருந்தான். உறங்கப் போவதற்கு முன்பு அவன் பார்த்துக்கொண்டிருந்த இந்தித் திரைப்படம் இப்போதும் தொலைக்காட்சித் திரையில் ஓடிக்கொண்டிருந்தது. அவன் அதனுடைய ஒலி அளவைக் குறைத்த போது தொலைபேசி ஒலித்தது.

தொலைபேசியில் அவனை அழைத்த அவன் மனைவி, உணவகத்தில் இருந்த ஒரு சிப்பந்தி அன்று விடுமுறை எடுத்துக் கொண்டதாகவும், அவளால் அன்றிரவு சீக்கிரம் வீட்டுக்கு வரமுடியாது என்றும் சொன்னாள். அவனுடைய மனைவி அவனிடம் பேசிக்கொண்டிருக்கும் போதே இருக்கையைச் சுற்றி இறைந்து கிடந்த காலிக் குப்பிகளை அவன் அப்புறப் படுத்தினான். அவள் அழைப்பைத் துண்டித்தபோது அவனுடைய சிறுநீர்ப்பை வெடித்துவிடும் போல் இருந்தது. அவன் குளியலறையை நோக்கி ஓடினான்.

***

ஜாமியாங் நோர்பு (Jamyang Norbu)

ஜாமியாங் நோர்பு, நாவலாசிரியர், வரலாற்றாசிரியர், நாடகங்கள் இயற்றுபவர், விமர்சகர் எனப் பன்முகத் திறமை கொண்டவர். சமகால திபெத்திய எழுத்தாளர்களுள் மிகச் சிறந்தவராக அறியப்படும் இவர், திபெத்திய அரசியல், வரலாறு, கலாச்சாரம் குறித்த தன் எண்ணற்ற கட்டுரைகளால் மிகுந்த சர்ச்சைக்குரிய எழுத்தாளராகவும் கருதப்படுகிறார். *தி மண்டாலா ஆஃப் ஷெர்லக் ஹோம்ஸ்* எனும் இவருடைய நாவல் க்ராஸ்வர்ட் புக் விருதையும், புக்கர் விருதுக்கு இணையான இந்திய விருதையும் இவருக்குப் பெற்றுத் தந்தது. இந்த நாவல் ஆறுக்கும் மேற்பட்ட மொழிகளில் மொழிபெயர்க்கப்பட்டுள்ளது. நேபாள் திபெத் எல்லையில் உள்ள முஸ்டங்கில் செயல்பட்ட திபெத்திய எதிர்ப்பாளர் குழுவின் உறுப்பினராக இருந்துள்ளார். இவர் தற்போது மனைவியுடனும் இரு மகள்களுடனும் டென்னசேவில் வசித்து வருகிறார்.

அமைதி

அந்திச் சூரியனின் இறுதிக் கதிர்கள் பனி படர்ந்த சிகரங்களின் மிகப் பெரிய பரப்புகளின் மீது பட்டு, ஆரஞ்சும் அடர் செந்நிறமும் கொண்ட கலவையாகத் தெறித்தன. இருள் பரவிக் கொண்டிருந்த வானத்தை ஒளியுமிழும் கத்தியால் குத்தி, இரவை வெல்லத் தன்னாலான கடைசி முயற்சியைச் செய்வது போல மற்ற சிகரங்களைக் காட்டிலும் அது உயர்ந்து நின்றது. பூமியின் மிகப் பழமையான காப்பாளர்களில் ஒருவரும், இமய மலைத்தொடரைக் கடந்து ஆட்சி புரிபவரும், வரையாட்டின் ஆன்மாவாகக் கருதப்படுபவரும், திபெத்தைக் காப்பதற்காகவே வாழ்பவரும், நியணிசெண் தங்ளாவின் மகனுமான டெங்க்ரி லாசெண் எனும் உயர்ந்த ஆத்மாவின் இருப்பிடமாக இந்தப் பெரிதுயர்ந்த சிகரம் விளங்குகிறது என்பதைச் சுற்றியுள்ள ஊர்களின் மக்கள் அறிந்திருந்தனர்.

உயரமான அந்தச் சிகரத்தினருகே, கண்ணுக்குப் புலப்படாத ஒரு தாழ்வான மலை முகட்டின் மீது வளர்ந்திருந்த மிகக் குறைந்த அளவிலான புல் கற்றைகளை ஆட்டு மந்தையொன்று திருப்தியாக மேய்ந்து கொண்டிருந்தது. பாறை மீதமர்ந்து ஒளிரும் சிகரங்களைப் பார்த்துக் கொண்டிருந்த ஆடு மேய்ப்பவன் சீழ்க்கை அடித்துத் தன் நாயை அழைத்தான். மாலை நேரத்தின் முதல் குளிர் உடலில் பட்டதும் நடுங்கிய அவன், ஆட்டுத் தோலால் ஆன மேலங்கியைத் தன் தோள்களின் மீது நன்றாக இழுத்துவிட்டான். அந்த நாய் ஒரு பாறைக் குவியலுள் இருந்து தாவிக் குதித்து ஓடி வந்தது. அவன் தன்னிடமிருந்த குச்சியால் சைகை காட்டியதும் கட்டளைக்குக் கட்டுப்பட்ட அந்த விலங்கு சிதறிக் கிடந்த மந்தையை ஒழுங்குபடுத்த ஓடியது. கரடுமுரடான

பாதைகளை நோக்கி நகரத் துவங்கிய ஆடுகளையும், திரும்பி வருவதற்கு விருப்பமற்ற மந்தையின் மற்ற உறுப்பினர்களையும் பெருத்த குரைப்பொலியுடன் அவை சென்ற திசையிலேயே பின்தொடர்ந்து ஓடி, சாமர்த்தியமாகத் தன்னுடைய கட்டுக்குள் கொண்டுவந்தது. இடையன் தன் மதிய உணவை ஆட்டுத் தோலால் ஆன சொரசொரப்பான ஒரு பையில் எடுத்து வந்திருந்தான். உணவுண்ட பிறகு அந்தப் பையைத் தன் தோளின் மீது தொங்கவிட்டுக் கொண்டு, குச்சியை ஒரு கையிலும் இரண்டு கம்பிகளையுடைய பிவாங் எனும் வயலினை மற்றொரு கையிலும் ஏந்தியபடி அவன் தன்னுடைய ஆடுகளைப் பின்தொடர்ந்து அவை சென்ற தடத்தில் இறங்கி நடந்தான்.

இருபத்தி ஐந்து வயதான அவன் பேரழகனாக இருந்தான். கறுத்த நிறமுடைய ஆழமான அவனுடைய கண்கள் அடர் புருவங்களின் நிழலில் எப்போதும் மாறுகண்ணாக இருப்பது போன்று தோற்றம் காட்டின. நீளமான, கறுத்த தலைமுடி அகன்ற அவன் தோள்களின் மீது சுருள்களாக தாறுமாறாகக் கலைந்து தொங்கியது. திடகாத்திரமான உடலமைப்புக் கொண்ட அவனுடைய உயரம் இயல்பைவிட அதிகமாக இருந்தது. பார்வைக்கு வலிமையும் கட்டுரமும் கொண்ட தோற்றமும், தட்ப வெப்பத்தால் மங்கிப் போன வெங்கல நிறமுடைய முகமும் அவனுடைய வாழ்க்கை எளிதான ஒன்றாக இல்லை என்பதை வெளிப்படுத்தின.

ஒரு மணி நேரம் கடந்ததும் அவன் நடந்து சென்று கொண்டிருந்த தடம், புழுதி நிறைந்த அகலமான நடைபாதையாக மாறியது. வேகமாகக் குறைந்து கொண்டிருந்த பகல் ஒளியில் சிறிது மங்கலாகத் தெரிந்தாலும் அவனால் தன் கிராமத்தைப் பார்க்க முடிந்தது. நெய் விளக்குகள் ஏற்றப்பட்ட குடிசைகளின் ஜன்னல்களில் இருந்து சில வெளிச்சப் புள்ளிகள் தோன்றின. மங்கலான சாம்பல் நிற வானில் கறுத்து புறக்கோடாகத் தெரிந்த தூரத்துச் சிகரங்களை அவன் திரும்பிப் பார்த்தான். தலை தாழ்த்தி, பாதுகாவலருக்குத் தன் பிரார்த்தனையைச் செலுத்தியவன் ஒரு சிக்கிமுக்கிக் கல்லின் துண்டைக் கண்டெடுத்து அருகேயிருந்த சீராக அடுக்கப்பட்ட கற்குவியலின் மீது தன் படையலாக வைத்தான்.

களைக் கொத்திகளையும் வைக்கோல் வாரியையும் தங்கள் தோள்களின் மீது வைத்தபடி கிராம மக்கள் விளைநிலங்களில் இருந்து தங்கள் இருப்பிடத்தை நோக்கித் திரும்பிவந்து கொண்டிருந்தனர். தன் மந்தையுடன் அவன் அந்த இடத்தைக் கடந்தபோது அவர்களில் சிலர் அவனை வாழ்த்திக் கூச்சலிட்டனர். பதிலுக்கு அவன் தன் கைகளை உயர்த்திப் புன்னகைத்தான். கிராம எல்லைக்குள் நுழைந்தபோது இருட்டியிருந்தது. விறகுக் கட்டைகளைச் சுமந்து சென்றுகொண்டிருந்த நீளமான புகைவண்டி போன்ற கழுதைகளின் வரிசையால் அவனுடைய மந்தை நகராமல் நின்றது. ஆடுகளின் சத்தத்துக்கும் வீடு திரும்பிக்கொண்டிருந்த ஆண்கள் பேசிய கலவையான ஓசைக்கும் நடுவே கழுத்து மணிகள் கிண்கிணுக்கும் மகிழ்ச்சியான சத்தத்தை எழுப்பியபடி அந்த விலங்குகள் பொறுமையாகக் கடந்து செல்வதைக் கவனிப்பதற்காக அவன் சிறிது நேரம் நின்றான். கழுதைகள் நிதானமாக நடைபோட்டன; இடையனின் நாய் குரைத்தது. மந்தை அந்த இடத்தைக் கடந்தது. சிறிது தொலைவில் தெரிந்த ஒரு வீட்டின் திறந்திருந்த கதவு வழியே கணப்பு அடுப்பிலிருந்து வெளிச்சக் கங்குகள் தெரிந்தன. வறண்டு போயிருந்த தன் உதடுகளருகே சூடான தேநீர்க் கோப்பையை உயர்த்திப் பிடித்தபடி ஓய்வெடுத்துக் கொண்டிருந்த, களைப்படைந்து இருந்தாலும் நிறைவாகக் காணப்பட்ட ஒருவரின் முகம் அந்த வெளிச்சத்தில் ஒளிர்ந்தது. இடையன் வேகமாக நடந்து, வீட்டை அடைந்து ஆடுகளைப் பத்திரமாகத் தொழுவத்தில் அடைத்தபிறகு இருளடைந்திருந்த தன் அறைக்குள் நுழைந்தான். அவனுடைய நாய் நிதானமாக அவன் பின்னால் சென்றது. கதவைத் திறந்து உள்ளே சென்றவன் அறையின் ஒரு மூலையில் தாழ்வாக இருந்த கணப்பு அடுப்பினருகே சென்று மிச்சமிருந்த சில கங்குகளில் இருந்து நெருப்புப் பொறி தோன்றும் வரை ஊதினான். பிறகு காய்ந்து போன சில சுள்ளிகளை அதனுள் இட்டு நெருப்பு மூட்டினான். சிறிது நேரத்தில் மகிழ்ச்சியுடன் துள்ளியபடி தோன்றிய நெருப்பின் சுடரொளி சுவர்களில் விநோதமான நிழல் உருவங்களை உருவாக்கியது. களிமண் ஜாடியில் இருந்த மதுவை ஒரு குடுவையில் ஊற்றிக் கணப்பு அடுப்பினருகே அமர்ந்து மெதுவாகக் குடித்தான்.

அவனுடைய பெற்றோர் யார் என்று அவனுக்குத் தெரியாது. அவர்கள் தலைசிறந்த வட பகுதிச் சமவெளியைச்

சேர்ந்த ட்ரோக்பா நாடோடிக் குழுவினர் என்பதும், ஒரு நீண்ட யாத்திரை மேற்கொள்ளும் வழியில் வழிப்பறிக் கொள்ளையரால் தாங்கள் தாக்கப்பட்டது குறித்தும் அவன் அறிந்திருந்தான். அப்போது குழந்தையாக இருந்த அவன் ஒருவன் மட்டுமே அதில் உயிர் தப்பினான். அவனைக் கண்டெடுத்த பக்கத்துக் கிராமத்தைச் சார்ந்த மக்கள் தான் அவனை வளர்த்தனர். தன்னுடன் சண்டையிட்ட கிராமத்திலிருந்த மற்ற சிறுவர்களை எளிதாக வெற்றிகொள்ளும் வலிமை மிகுந்த இளைஞனாக அவன் வளர்ந்தான். ஞாயிற்றுக்கிழமை ஒன்றில் கண்டெடுக்கப்பட்ட குழந்தை என்பதால் 'நயிமா' என்ற பெயரிட்டு அவனை அழைத்தனர். அவன் விளையாட்டுத்தனத்துடன் தன் வலிமையைப் பயன்படுத்தியதிலேயே அவனிடம் தோற்ற சிறுவர்கள் உட்பட எல்லோருக்குமே அவனைப் பிடித்திருந்தது. அதற்குக் காரணம் எப்போதும் புன்முறுவல் பூத்த முகத்துடன் மகிழ்ச்சியாக இருந்ததுடன் அவன் அனைவருக்கும் உதவி செய்ததுதான். பெரியவன் ஆனதும் செல்வந்தக் குடும்பத்தினரைப் போலத் தமக்கென சொந்தமாக ஆடு மேய்ப்பவர்களை வைத்துக் கொள்ள வசதியற்ற கிராமத்தினரின் ஆட்டு மந்தைகளை அவன் மேய்த்து, தனக்கான வருவாயை ஈட்டத் துவங்கினான்.

ஆடு மேய்த்துக் கொண்டிருக்கையில் அவன் பிவாங்க் வாத்தியத்தை வாசிக்கக் கற்றுக் கொண்டான். சில காலமானதும் அவன் ஒரு தனிச் சிறப்புமிக்க வயலின் விற்பன்னராகி விட்டான். அந்த ஊரின் இசை வகை முழுவதையும் அவனால் வாசிக்க முடிந்தது. மற்ற பகுதிகளின் இசையைக் கற்றுக் கொண்டதுடன் லாசாவின் மதுச் சாலைகளில் வாசிக்கப்பட்ட சில ஆரவாரமான சுரங்களைக் கூட அந்த வழியாகக் கடந்து சென்ற கோவேறு கழுதை ஓட்டிகளிடமிருந்தும் வணிகர்களிடமிருந்தும் அவன் கற்றுக்கொண்டான். திருமணப் பாடல்கள், காதல் பாடல்கள், அறுவடைக் கால இசை, புராதன புதிர்ப் பாடல்கள் என அனைத்தையும் அந்த கிராம மக்கள் இதுநாள் வரை கேட்டேயிராத மெல்லிய அதிர்வுடனும் இனிமையுடனும் அந்த எளிய இசைக்கருவியின் வளைவின் வழியாகவும் கம்பிகளில் இருந்தும் அவன் வெளிப்படுத்தினான். கிராம மக்கள் அவனுடைய திறமை குறித்து மிகுந்த பெருமை அடைந்தனர். தங்களிடம் பேச்சுக் கொடுக்கிற பயணிகளிடம் எல்லாம் அவனைப் போன்ற ஒரு இசைக் கலைஞன் அந்த

நாட்டிலேயே இதுவரை இருந்ததில்லை என்று பிரகடனம் செய்தனர். லாசாவின் துரைகளும் அவர்களின் மனைவியரும் கூட நயிமாவினுடைய இசையைக் கேட்டால் மகிழ்ந்து வியப்பில் ஆழ்ந்துவிடுவார்கள் என்றனர். கிராம மக்கள் அவனை இடையன் என்று ஒருபோதும் குறிப்பிடாமல் 'இசைக் கலைஞன் நயிமா' என்றே அழைத்தனர்.

ஆனால் அவன் வாழ்வின் இன்னொரு பக்கம் அவனுடைய இசையைப் போலின்றி இனிமையும் அழகுமற்றதாக இருந்தது. அவன் தன் வாழ்க்கையை அமைதியாக வாழ்ந்தான். ஏனெனில் அவனால் பேச இயலாது. சிலர் அவனை ஊமை என்று சொல்வதுண்டு. ஆனால் பன்றியின் உறுமல், செறுமல், தவளைகளின் கூச்சல் போன்ற விலங்குகளின் ஓசைகள் எதையும் விகாரமாக முயற்சி செய்யாமல் அவன் அமைதியாக இருந்தான். கண்கள், சில சிக்கனமான சைகைகள், அளவான ஒரு புன்னகை, பிறகு எப்போதாவது அரிதாகத் தோன்றும் முகச் சுளிப்பு எனத் தன் கூட்டாளிகளுடன் அவனால் மிக நன்றாகத் தகவல்களைப் பரிமாறிக்கொள்ள முடிந்தது. ஒரு இடையனுக்கு பேச்சு எனும் கொடையைப் பயன்படுத்த வேண்டிய அதிகத் தேவையில்லை. செம்மறியாடுகள், மலர்கள், விண்மீன்கள், மலைகளுடன் மட்டுமே பேச வாய்த்த ஒருவனுக்கு மனிதக் குரலால் என்ன பயன்?

அவன் மதுவைக் குடித்த பிறகு காலியான கோப்பையைத் தள்ளி வைத்துவிட்டு எருமை மாட்டின் காய்ந்த சாண வரட்டிகள் சிலவற்றை நெருப்பினுள் இட்டான். கதவை யாரோ தட்டுவதும் வெளியிலிருந்து,"நயிமா, கதவைத் திற. டோர்ஜீ வந்திருக்கிறேன்" என்று கத்துவதும் அவனுக்குக் கேட்டது.

டோர்ஜீயும் நயிமாவும் ஒத்த வயதுடைய தோழர்கள். நயிமா எழுந்து சென்று கதவைத் திறந்தான். உள்ளே நுழைந்த டோர்ஜீ குளிர்ந்திருந்த தன் பாதங்களைத் தரையின் மீது அழுத்தமாக வைத்தான்.

"நயிமா, உன்னுடைய அந்த வயலினை எடுத்துக் கொண்டு வா. கிளம்புவோம்" என்றான்.

நயிமா அவனைக் கேள்வி பொதிந்த ஒரு பார்வை பார்த்தான்.

"அட! உனக்குக் தெரியாதா? சோடர் தாத்தாவின் வீட்டில் இன்றிரவு ஒரு விருந்து நடக்கப் போகிறது. அவருடைய மனைவிக்கு இன்னொரு குழந்தை பிறந்திருக்கிறது. இந்த வயதிலும் அவருக்கு எப்படி... சாத்தியமாகிறது என்பது புத்தருக்கே வெளிச்சம்" என்றான்.

நயிமாவின் முகத்தில் வேடிக்கையான சிரிப்பு தோன்றியது.

"நாம் வேகமாகக் கிளம்ப வேண்டும். பெமாவும் அங்கு வருகிறாள். நீ வரவில்லை என்றால் அவள் வருத்தப்படுவாள் என்று நினைக்கிறேன்" என்றான்.

நயிமாவின் இதயம் பலமாகத் துடிக்க ஆரம்பித்தது. பெமா அந்தக் கிராமத்தின் ஒரே அழகிய பெண். இல்லை, மூன்று உலகங்களின் ஒரே அழகி. கறுத்த படிகம் போன்ற அவளுடைய தெளிவான கண்கள், வேறு யாரும் இதுவரை அவனிடம் பேசியிராதவற்றைப் பேசும். அவன் தனிச்சிறப்பு மிக்க ஒரு மனிதன் என்பதையும், தான் அவனுக்காகக் காத்திருப்பதையும் பற்பல செய்திகளுக்கு இடையே அவை அவனுக்குச் சொல்லும்.

குளிர்காலத்தின் முதல் பனித்துகள்கள் அவர்களுடைய தலைகளின் மீது சத்தமின்றி காற்றில் உந்தப்பட்டு விழுந்து கொண்டிருக்க, அந்த இரவு நேரத்தில், குறுகலான சந்துகளின் வழியே அவர்கள் வேகமாகச் சென்றனர். அவர்கள் சோடர் தாத்தாவின் வீட்டையடைந்தபோது விருந்து நிகழ்ச்சி துவங்கி இருந்தது. நயிமா உள்ளே நுழைந்ததும் அங்கிருந்த அனைவரும் மகிழ்ச்சியில் கூச்சலிட்டனர். நடனமாடும் ஆவல் கொண்ட சில இளைஞர்கள் தங்கள் இருக்கைகளில் இருந்து எழுந்து தங்கள் பாதங்களைத் தரையில் தட்டி ஆடத் துவங்கினர்.

"ஆகா! நமக்கு இப்போது அற்புதமான ஒரு இசை கிடைக்கப் போகிறது"

"வாருங்கள், நாம் நடனம் ஆடலாம்" என்ற குரலுக்கு பதில் குரலாக, "பொறுங்கள். அவன் இசையை வழங்குவதற்கு முன் மது அருந்தட்டும்" என்று அக்கறையுள்ள ஒரு ஆன்மாவின் குரல் ஒலித்தது.

நயிமாவின் உதடுகள் அவர்களைப் பார்த்து முறுவலித்தாலும் அவன் கண்கள் அவளைத் தான் தேடின. அவள் அந்த

அறையின் மூலையில் சோடரின் மனைவிக்குப் பின்னால் நின்று கொண்டிருந்தாள். அவனைப் பார்த்ததும் அவளுடைய கண்கள் செய்த முறுவல் “நீ வந்ததில் மிகுந்த மகிழ்ச்சி” என்று சொன்னது போல இருந்தது.

அங்கிருந்த பெண்ணொருத்தி ஒரு மதுப் பானையைக் கொண்டு வந்து நயிமாவிடம் தந்தாள். அவர்களுடைய விருந்துகளில் மேற்கொள்ளப்படும் நீண்டகால நடைமுறைப்படி மூன்று கோப்பைகள் மதுவை அவன் அருந்தினான். பிறகு அவனருகே வந்த சோடர் அவன் தோள்களின் மீது தன்னுடைய ஒரு கையை வைத்து மற்றொரு கையை விருந்தினர்களை அமைதி காக்கும்படி உயர்த்தினார்.

“இன்று மிக மகிழ்ச்சியான ஒரு நாள்” என்று தன் பேச்சைத் துவக்கியவர், “என் நண்பர்களுக்கும் என் அக்கம்பக்கத்து வீட்டினராகிய உங்களுக்கும் இப்போது நான் இதை அறிவிக்கிறேன். வயதானவன் என்றபோதிலும், இப்படியான ஒரு கருணைக்குத் தகுதியில்லாத ஒருவன் என்றாலும் கூட, நான் ஒரு மகனால் ஆசீர்வதிக்கப்பட்டு இருக்கிறேன். அத்துடன் இது ஏழாவது முறையாக நிகழ்கிறது என்பதையும் பெருமையோடு சொல்லிக்கொள்ள விரும்புகிறேன்” என்றார்.

இதனைக் கேட்டு சிரித்த விருந்தினர்கள் தங்கள் வாழ்த்துகளைக் கூறிக் கூச்சலிட்டனர். அவர்கள் அமைதியாகும் வரை பொறுத்த சோடர் மறுபடி தொடர்ந்தார், “என்னுடைய இளம் தோழனும், இந்த நாட்டின் சிறந்த வயலின் வாசிப்பவனும், இசைக் கலைஞர்களில் ரத்தினம் போன்றவனுமான நயிமாவிடம் என் குழந்தையைத் தன் இசையால் பெருமைப்படுத்துமாறு இப்போது நான் கேட்டுக்கொள்கிறேன். எனக்குப் பிடித்த ‘தி லிட்டில் பர்ட் சோ ப்யூட்டிஃபுல்’ என்கிற பழைய பாடலை அவன் வாசிக்க வேண்டும் என்று விரும்புகிறேன்” என்றார்.

‘தி லிட்டில் பர்ட் சோ ப்யூட்டிஃபுல்’ என்று அனைவரும் கூக்குரல் எழுப்பித் தங்கள் ஒப்புதலை வெளிப்படுத்தினர். அப்போது தன் கைகளை மறுபடி உயர்த்திய சோடர், “ஆனால் நடன நிகழ்ச்சி இப்போதைக்கு இல்லை” என்றார். இதனால் இளைஞர்களிடம் இருந்து எழுந்த சில முணுமுணுப்புகளையும் முனகல்களையும் அவர் புறக்கணித்தார்.

“நிலத்தில் ஓங்கி மிதித்து ஆடுவது இசையின் சுருதியைக் குலைப்பதால் எனக்கு அது பிடிப்பதில்லை. ஆனால் நான் ஒரு சமரசம் செய்து கொள்கிறேன். இப்போதைக்கு நீங்கள் பாட மட்டும் செய்யுங்கள். பாடலின் பிற்பகுதி வேகம் பிடிக்கிறபோது நீங்கள் நடனமாடலாம். என் இளைய இசைக் கலைஞனே! என் புராதனமான காதுகளை இதமான இசைக் குறிப்புகளால் நிறைத்து, எங்கள் மனதை ஆற்றுப்படுத்தும் வண்ணம் நீ உன் வயலினை இனி வாசிக்கத் துவங்கலாம்” என்றார்.

நயிமா தன் தளர்வான மேலங்கியின் மடிப்புகளுக்குள் இருந்து ஒரு இசைக்கருவியை வெளியே எடுத்தான். தரையில் அமர்ந்து இரண்டொரு நிமிடங்களுக்கு அதை சுருதி சேர்த்த பிறகு இசைக்கத் துவங்கினான். செறிவான தெளிவான வயலின் கம்பிகளின் இசையோடு இணைந்து விருந்தினர் மெல்லிய குரலில் பாடினர்:

“அந்த எழிற் சிறு பறவை
அந்த எழிற் சிறு பறவை
எல்லா இடங்களிலும் பாடுவதில்லை
ஆனால் இறைவனும் லாமாக்களும்
ஆனால் இறைவனும் லாமாக்களும்
கோயிலுக்கு வருகையில்
தன் மதுரக் குரலெடுத்து இசைக்கிறது.

அந்த எழிற் சிறுபறவை
அந்த எழிற் சிறு பறவை
எல்லா இடங்களிலும் பாடுவதில்லை
ஆனால் மகனும் தந்தையும்
ஆனால் மகனும் தந்தையும்
யாத்திரை செல்லும்போது
தன் மதுரக் குரலெடுத்து இசைக்கிறது”

அன்றிரவு நிறைய பாடல்கள் இசைக்கப்பட்டன.

களைப்பின்றித் துள்ளிய பாதங்கள் தரையை மிதித்தபடி நுணுக்கமான நிறைய நடன அசைவுகளை நிகழ்த்தின. தன் இசைக் கருவியை மற்றொரு வயலின் இசைக் கலைஞரிடம் ஒப்படைத்துவிட்டு நயிமாவும் நடனமாடினான். அவன்

மிகச் சிறப்பாக நடனமாடக் கூடியவன். அன்றிரவு அவன் அருந்தியிருந்த அதிகமான மது அவனை மகிழ்ச்சியாகவும், கவலையற்றவனாகவும் உணரவைத்தது.

நள்ளிரவு நேரத்தில் புழுக்கமாக இருந்த அந்த அறையை விட்டு வெளியேறி புத்துணர்வு தரக்கூடிய காற்றைச் சுவாசிப்பதற்காக அந்த வீட்டின் சிறிய முற்றத்துக்குள் அவன் நுழைந்தான். பனி அடர்த்தியாகப் பொழிந்து கொண்டிருந்தது. அவன் தன் கைகளைக் கூரைக்கு அடியில் நீட்டி கைக்குள் சிக்காது நழுவிய சில வெண்பனிச் செதில்களை எடுத்தான். அப்போது "நயிமா" என்று ஒரு குரல் ஒலித்தது. அவளுடைய குரல். அவன் திரும்பிப் பார்த்தான். அவள் அவனருகே வந்து அவனுடைய கைகளைப் பிடித்துக் கொண்டாள்.

"குளிராக இருக்கிறது" என்றாள். அவன் புன்னகையுடன் தலையசைத்தான்.

"இன்று மாலை நீ வாசித்த இசை அற்புதமாக இருந்தது. நீ இங்கிருக்க வேண்டாம், நயிமா. நீ லாசாவில் இருக்கும் துரைகளுக்கும் அவர்களின் மனைவியருக்கும் வாசிக்க வேண்டியவன். உன் திறமையை நீ இங்கு வீணாக்கிக்கொண்டு இருக்கிறாய்" என்றாள்.

அவன் அதனை மறுக்கும் விதமாகத் தலையசைத்தான். அவளுடைய கைகளை உறுதியாகப் பற்றிக் கொண்டு அவள் கண்களுக்குள் ஆழமாகப் பார்த்தான்.

"நானா? என்னைப் பற்றி ஏன் நீ யோசிக்கிறாய்? என்னைவிட அழகான பெண்கள் லாசாவில் இருப்பதாக நான் கேள்விப்பட்டு இருக்கிறேன். எப்படியானாலும்…" என்று பேசிக் கொண்டே வந்தவள் இடையே நிறுத்தினாள்.

அவனுடைய மனதில் ஒரு எச்சரிக்கை பளீரிட்டது. அவன் தனக்கான ஒரு பதிலை அவளுடைய கண்களில் தேடினான். அவள் தன் முகத்தைத் திருப்பிக்கொண்டாள்.

"குளிர்காலம் வந்துவிட்டது. அடுத்து இளவேனிற் காலம் …எனக்குத் திருமண நிச்சயதார்த்தம் நடக்கப் போகிறது. என் தந்தை அவர்களிடம் வாக்குக் கொடுத்திருக்கிறார்" என்றாள்.

அவனுடைய மூச்சே நின்றுவிட்டது. ஜில்லிட்டது போன்ற உணர்வு அவன் இதயத்தை இறுக்கிப் பிடித்தது. மங்கிய மூடுபனியைப் போல ஒரு குழப்பம் அவன் மீது இறங்கியது. இறுதியில் அவன் அவளை நிமிர்ந்து பார்த்தான்.

"என்னால் எதுவும் செய்ய முடியாது நயிமா. நான் நிச்சயமாக... நிச்சயமாக என் அப்பாவின் சொல்லுக்குக் கட்டுப்பட்டேயாக வேண்டும்" என்றவள் தன் முகத்தை அவன் மார்பில் புதைத்து அழுதாள். சிறிது நேரம் அப்படியே நின்றிருந்த அவன் பிறகு அவளை மென்மையாகப் பற்றி இழுத்து தன் விரலை லாசாவின் திசையில், மேற்கு நோக்கி நீட்டினான். அவள் அதை மறுக்கும்விதமாகத் தலையசைத்து, "இல்லை நயிமா. நான் உன்னுடன் ஓடி வந்துவிட முடியாது. என் அப்பா வயதானவர்...என்னால் முடியாது. நிச்சயமாக முடியாது. ஆனால் நான் உன்னைக் காதலிக்கிறேன் நயிமா. நான் உன்னைக் காதலிக்கிறேன்" என்றாள்.

"ஆமாம். நீ என்னைக் காதலிக்கிறாய். ஆனால் எவ்வளவு? உன்னுடைய நேசம், ஒரு குழந்தை தன் நாய்க்குட்டியை நேசிக்கும் அளவுக்குத் தான் இருக்கிறது. நான் ஒரு ஆண். எனக்கு அது போதாது" என்று மனதுக்குள் நினைத்தான்.

"என்னை மன்னித்து விடு நயிமா. என் அப்பாவுக்கு உன்னைப் பிடிக்கும் என்று எனக்கு உறுதியாகத் தெரியும். ஆனால் விசயம் இது தான்.... நான் எப்படி ஒரு ஊமையைத் திருமணம் செய்துகொள்ள முடியும்?"

அவள் சொற்களில் இருந்த நேரடித்தன்மை பெரும் வேதனையளிக்கும் ஒரு தெளிவோடு அவனைத் தாக்கியது. தனக்கான தருணம் முடிவுக்கு வந்துவிட்டதை அவன் உணர்ந்தான். அவளை விட்டுத் தன் பார்வையைத் திருப்பியவன் திடீரென இருளுக்குள் நுழைந்து ஓடத் துவங்கினான்.

குறுகலான சந்துகளைக் கடந்து கிராமத்தின் முக்கியப் பாதைகளில் நடந்தான். யாருடைய தொந்தரவும் இன்றி அங்கு அமைதியாகக் கிடந்த பனிக்கட்டிகளை அவனுடைய தடித்த காலணிகள் நொறுக்கியது. பேய் பிடித்தாற் போல ஓடிய அவனுடைய மனம் ஆவேசமாகக் கொழுந்துவிட்டு எரிந்த உணர்ச்சிகளால் இருளடைந்திருந்தது. வலியில் நிறைந்து திணறி

வெளியேறிய அவனுடைய சூடான மூச்சு, கணத்தில் தோன்றி மறைகிற வெண்ணிறத் துகள்களால் ஆன புகையாக நொடியில் உருமாறியது. தன்னைத் துரத்தும் கொடுந்துயரத்தின் குளிர்ந்த பிடியிலிருந்து வீணாகத் தப்பிக்க முயற்சிக்கும் ஒரு விலங்கைப் போல வெறித்தனமாக, இலக்கின்றி ஓடிக் கொண்டிருந்தவன் இறுதியில் ஏற்பட்ட சோர்வினால் தடுமாறி வீழ்ந்தான். நேரம் கடந்தது. இறுதியில் பனி தன் கன்னங்களைக் குளிர்ச்சியாக வருடுவதை உணர்ந்தவன் தன் தலையை உயர்த்தினான். அந்த நொடியில் மேகத் திரளின் இடையே தெரிந்த சிறு இடைவெளியில் நிலா பிரகாசித்தது. நயிமா தான் மலையை உற்றுப் பார்த்துக் கொண்டிருப்பதை உணர்ந்தான்.

நிலத்தை மூடியிருந்த பிரகாசமான பனியாலான கண்ணாடியில் பிரதிபலித்த சிகரங்கள் பிரமாண்டமாகக் காட்சியளித்தன. விசித்திரமான அந்தக் குளிர்ந்த வெளிச்சத்தில் அவை அச்சுறுத்தும் விதமாக ஒளிர்ந்தன.

"இது ஒரு நிமித்தம். பாதுகாவலரிடமிருந்து வந்திருக்கும் செய்தி. ஆம். பாதுகாவலர். அவரிடமுள்ள சக்தி...அவரால் என் நாக்கைச் சரி செய்ய முடியும்... என்னைப் பேசவைக்க முடியும். அதன் பிறகு அவள் என்னுடையவளாகி விடுவாள்... எனக்கு மட்டுமே உரியவள்... ஆம்... பாதுகாவலர். நான் அவரிடம் தான் செல்லவேண்டும்" பெரிதும் உணர்ச்சி வசப்பட்டிருந்த அவன் மனம், அச்சமூட்டும் சிந்தனைகளைக் கோர்வையாக அவனுள் வலுக்கட்டாயமாகச் செலுத்தியது.

பரபரப்புடன் வேகமாக எழுந்து நின்று மலையின் சிகரத்தை அவன் பார்த்தபோது நிலையற்ற மேகக் கூட்டம் அதனை மறுபடி மூடிவிட, மலை இருளில் மறைந்தது. தான் என்ன செய்ய வேண்டும் என்று அவனுக்குத் தெரிந்திருந்தது. அந்த இரவு நேரத்தில் அவன் வேகமாக முன்னோக்கி நடந்து சென்றான். உறுதியுடன் நடந்து பனியில் சறுக்கித் தடுமாறி விழுந்தபோதெல்லாம் ஏதோ ஒன்று அவனை வழிநடத்திச் சென்றது. கடுமையாக வலித்த தன்னுடைய கால்களைப் பற்றி அவன் கவலைப்படாமல் பல மணிநேரங்களுக்கு கனத்த அடிகள் வைத்து நடந்து சென்றுகொண்டிருந்தான். முத்து முத்தாக அரும்பிய வியர்வைத் துளிகள் முரட்டுத் தலைமுடியின் முனைகளின் வழியே அவன் கன்னத்தில் வழிந்தன. தாகத்தால்

கிட்டதட்ட அடைபட்டுவிட்ட அவனுடைய தொண்டை மூச்சு விடுவதற்குக் கூட அவனைப் போராட வைத்தது. ஒவ்வொரு அடி எடுத்து வைக்கும்போதும் அவனுடைய மூளை, "உயர்ந்த ஆன்மாவே! என்னுடைய குரலை எனக்குத் தாருங்கள்!... என்னுடைய குரலை எனக்குத் தாருங்கள்! என்னுடைய குரலை எனக்குத் தாருங்கள்" என்கிற ஒற்றைப் பிரார்த்தனையை மட்டுமே உரத்த குரலில் கூவியது.

கிராமத்தையும் மலைத் தொடரையும் பிரித்த மலை முகட்டைக் கடந்து கீழிறங்கிய அவன் பல இடங்களில் தடுமாறி விழுந்தான். களைத்துப் பிணம் போலாகியிருந்த அவன் எப்படியோ இறுதியில் மலையின் அடிவாரத்தை அடைந்தான். ஏற்கனவே சித்திரவதைக்கு ஆளாகியிருந்த அவன் கால்களை, தசைப் பிடிப்பால் ஏற்பட்ட வலி நேர்க்கோட்டில் ஊடுருவியது. தன்னுடைய கால் விரல்கள் மரத்துப் போயிருப்பதை உணர்ந்தவன் அப்போது ஏற்பட்ட பனிக்கடுப்பால் தன் கதை இத்துடன் முடிந்தது என நினைத்தான். ஆனாலும் அவன் ஓய்வு எடுப்பதற்காக இடையில் எங்குமே நிற்கவில்லை. இப்போது அவன் மலை ஏறத் துவங்கினான். சில நூறு அடிகள் சறுக்கி, தடுமாறி விழுந்து, பிறகு வேகமாக முன்னேறியபோது தன்னுடைய உடலின் மீது கனமாக அழுத்தியபடி ஏதோ ஒன்று தன்னைக் கீழே இழுப்பதை உணர்ந்தான்.

"என்னுடைய குரலை எனக்குத் தாருங்கள்!... என்னுடைய குரலை எனக்குத் தாருங்கள்!... என்னுடைய குரலை எனக்குத் தாருங்கள்" அவனுடைய முட்டி கடும் வலியால் வளைந்துகொள்ள சறுக்கியபடி வேகமாகப் பனியின் மீது வந்து விழுந்தான். மிகுந்த சேதமுற்றிருந்த அவனுடைய பாதங்களில் உணர்ச்சியே இல்லை... அவற்றால் இனி பயனில்லை. வலி குறித்த சிந்தனையை அடைத்துவிட்டு "பெமா பெமா" என்று அவளைப் பற்றியே சிந்தித்தான். வலியோடிருந்த அவனுடைய முழங்கைகளும் விரல்களும் ஆதரவாகப் எதையாவது பிடித்துக் கொள்ளும் முயற்சியில் பனியில் சில குழிகளை ஏற்படுத்த, அவன் தன்னுடலை இழுத்துக்கொண்டு இன்னும் சில அடிகள் முன்னேறினான். உறைந்துபோன அவனுடைய விரல்கள் விலங்குகளின் கடினமான கூர் நகங்களின் வடிவில் வளைந்துவிட, கைகள் வலியில் விறைத்துவிட்டன. இப்போது அவன் மேற்கொண்டு செயல்படுவதை நிறுத்தினான். "என்

குரலை எனக்குத் தாருங்கள்" அவனுடைய மனம் அதிவேகமாக ஓடியது. பற்களைக் கடித்து வலியைத் தாங்கிக்கொண்டு, தலையைப் பின் பக்கமாகச் சாய்த்து மீண்டும் மலையைப் பார்த்தான்.

திடீரென அவனுடைய இதயத்தை நிறைத்த குளிரான ஒரு உணர்வு, ஓரிடம் விடாது அவனுடைய உடலெங்கும் ஊடுருவியது. மங்கலான இடியோசை ஒன்று அவன் தலை முழுதும் ஒலித்தது. மெருகு பூசப்பட்ட நகைகளைப் போல மலை ஒளிவீசியது. மங்கிக்கொண்டிருந்த அவன் கண்களின் முன் பளீரிடும் வண்ணங்கள் தெரிந்தன. அங்கிருந்து விலக விருப்பமற்ற குளிர் மிக நீண்ட நேரத்திற்குப் பிறகு நீங்கியது. வலியின் ஓசைகள் மறைந்தன. அவன் பழகிய இருளை மறுபடி நிமிர்ந்து பார்த்தான். அமைதி. பிறகு அவன் அதை உணர்ந்தான். முதலில் மிக மெல்லியதாக இருந்த அது பிறகு அவன் நுரையீரலுக்குள் ஏறி, பிறகு மென்மேலும் உயர்ந்து சுவாசக் குழாய்க்குள் நுழைந்தது. அவனுடைய தொண்டை வீங்குவது அவனுக்குத் தெரிந்தது. அது முன்னோக்கிப் பயணித்து அவன் தொண்டைக்குள் இறங்கி எப்போது வேண்டுமானாலும் இயங்க ஆயத்தமான நிலையில் அவனுடைய நுனி நாக்கில் நிலைத்தது. பலம்வாய்ந்த பாறைகளைப் பெரும் நீர் வீழ்ச்சியொன்று பிளப்பது போல அவனுடைய குரல் பாறைகளை நொறுக்கிக் கொண்டு "பெமா பெமா" என்று உணர்ச்சி வேகத்தில் ஒலித்தது. பிறகு அவன் ஓய்வெடுத்தான்.

அடுத்த இளவேனிற் காலத்தில், பெரும் பனிப் பொழிவு சிறிதளவு குறைந்தபோது அவனுடைய உடலை அவர்கள் கண்டார்கள். அது ஒரு பனிக் குவியலின் கீழே புதையுண்டிருந்தது. அதிக சத்தத்தின் காரணமாக நழுவிய பெரும் பனித்திரள் ஒன்று தன் பயணத்தைத் துவக்கியிருக்கக் கூடும்.

***

வேட்டையாடியின் நிலவு

அந்த நள்ளிரவில் மலை முகடுகளின் குறுக்காக அவன் நடந்து சென்றான். தாழ்ந்தும் கூனிப் போயும் கிடந்த நிலவு சாம்பல் நிறத் தரிசு நிலத்தின் மீது இழிவும் கபடமுமான ஒளியை வீசியது. அவன் தன்னுடைய நிழலுருவம் தெரியாத வண்ணம் கவனத்துடன் அந்தக் கடினமான நிலப்பகுதியில் உடலை வளைத்து, குனிந்து, மென்பாதங்கள் வைத்துச் சென்றான். சீராகப் பொருத்தப்பட்டிருந்த அவனுடைய மூக்கு வளையம் அவன் ஓடும்போது சுழன்று கிணுகிணுத்த ஓசையை மென்மையாக எழுப்பியது. இப்போது அவன் நின்றான். அந்த இடத்தில் ரோந்து வண்டிகள் நிச்சயம் இருக்கும் என அவன் முன்பே யூகித்திருந்தான். உண்மையில் அவை அங்கிருக்கின்றனவா என்று அறிய ஒரு கறும்பாறைக்கு எதிரே நின்று எட்டிப் பார்த்தான். ஆனால் அவன் கண்களுக்கு அவை தென்படவில்லை. நோய்மையுற்ற நிலவொளியில் அசைகின்ற சில நிழல் உருவங்கள் மட்டுமே தெரிந்தன.

தன் ஒவ்வொரு அசைவையும் கவனித்தபடி, இருளில் ஒளிர்கிற கொடுங் கண்களுடன் காத்திருக்கும் ஆர்வமுள்ள இளம் வீரர்களை அவன் இப்போது நினைத்துப் பார்த்தான். கிழவன் மிகவும் களைப்படைந்து இருந்தான். நீண்ட தூரம் ஓடியதால் ஏற்பட்ட வேதனையில் அவனுடைய பரந்த மார்பு இறைத்தது. போரில் தோற்றது போன்றிருந்த அவனுடைய முகத்திலிருந்து சூடான வியர்வை, துளித் துளியாக வழிந்தது.

தொலைவில் ஒரு கொக்குக் கூட்டம் விழுந்து கொண்டிருந்த நிலவைக் கடந்து அதிவிரைவாகப் பறந்து சென்றது. "எப்போதெல்லாம் சிறிய நில அணில்கள் புதிய

இடங்களுக்குச் செல்ல வேண்டியிருக்கிறதோ அப்போதெல்லாம் அவற்றின் அரசர் பெரிய சதுப்பு நிலங்களில் இருந்து அவற்றை அழைப்பார். ஒவ்வொரு நில அணிலும் ஒரு கொக்கின் மீதேறி (நீயும் நானும் ஒரு குதிரையை ஓட்டுவது போலத்) தொலைவாக, வெகு தொலைவாகப் பறந்து செல்லும்" என்று தான் சிறுவயதில் கேட்ட கதைகள் அவனுக்கு நினைவுக்கு வந்தன.

"பறவையே, நீ என்னை இங்கிருந்து தூக்கிச் சென்றுவிட வேண்டும் என்று நான் விரும்புகிறேன்" என்று வெடிப்புகளோடிருந்த வறண்ட தன் உதடுகளால் கிசுகிசுத்தான்.

"ஆனால் இன்று இரவு இந்த இடத்தைச் சுற்றிலும் மரணம் தான் இருக்கிறது" என்று நினைத்தபடி அவனிருக்கும் இடம் வரை தேடிவந்து வீசிய தென்றலை அவன் நுகர்ந்தான்.

எதிர்பாராத தாக்குதல் ஒன்றில் அவர்கள் சிக்கி நடந்து சென்ற ஒரு நீண்ட இரவு சிறிது கசப்புடன் அவனுக்கு நினைவு வந்தது. பெரும் குழப்பம் நிலவியது. அந்தக் கிழவனுக்கு அவை எதுவும் நினைவில் இல்லை. விலகிச் செல்கிற, இடம் மாறிப் போகிற சில உருவங்கள் மட்டுமே அவனுடைய மனதில் வட்டமிட்டுக் கொண்டு இருந்தன. விலங்குகளின் வாயையும் மூக்கையும் மூடும் உறையின் கூர் முனைகள், கறுத்த அந்த மலைப்பகுதியில் குறிப்பிட்ட வடிவங்கொண்ட ஒரு விண்மீன் தொகுப்பைப் போல கணநேரம் பளிச்சிட்டன. அதிவேகத் தாக்குதலுக்காகப் பல சுற்றுகள் சுடப்பட்ட தோட்டாக்கள் உண்டாக்கிய தழலின் அடர்சிகப்பு நிற வெளிச்சத்தின் ஒளியில், தூரத்துப் பண்ணையில் இருந்த ஆண் குதிரையின் வரைகோடு இருளில் பிரகாசமாகத் தெரிந்தது.

மொத்தக் கம்பெனியும், கிட்டதட்ட நூற்றி இருபது கெரில்லாப் படை வீரர்களும் துடைத்தழிக்கப்பட்டுவிட்டனர். கண்ணி வெடித் தாக்குதலில் பத்து வீரர்கள் மட்டுமே தப்பிப் பிழைத்தனர்.

அவர்கள் வடக்கு திசை நோக்கி ஓடினர். தப்புவதற்கு வேறு எந்த வழியும் இல்லை. ரோந்துப் படைகளில் பயிற்சி பெற்ற, கொடூரமான, சலிப்படையாத, இளம் வீரர்கள் குதிரைகளின் மீதும் நடந்தும் அவர்கள் துரத்தி வந்தபடி இருந்தனர். எங்கும்

ஓட இயலாது களைப்புற்ற பத்து நபர்களை ஒற்றை ஆளாக வேட்டையாடுவதில் இன்பம் காண்கிற வீரர்களால் அவர்கள் வேட்டையாடப்பட்டனர்.

ஓட முடியாதவர்கள் தான் முதலில் உயிரிழந்தார்கள். பயனற்ற கால்களுடன், வெடித்த நுரையீரலுடன், தரையில் கிடந்து தங்கள் தலையில் தாங்களே சுட்டுக் கொண்டு இறந்தார்கள்.

சிறிய குழுவொன்று, பாதுகாப்பற்ற திறந்த வெளியில் நடந்துசென்றபோது திடீரென வெடித்த துப்பாக்கிகளின் மூலமாக எதிர்பாராத விதமாக மரணம் அவர்களை வந்தடைந்தது. இறுதியில் இந்தக் கிழவனும் கான்ஜேவைச் சேர்ந்த ஒரு சிறுவனும் மட்டுமே உயிர் பிழைத்தனர். ஆனால் வேட்டையாடிகள் விடாது பின் தொடர்ந்தனர். செங்குத்தான மலையின் பெரிய கற்குவியலின் பக்கத்தில் அந்தச் சிறுவன் இறந்து கிடந்தான்.

"அவன் மோசமாக இறந்திருக்கிறான். ஆனால் தோட்டாக்களால் குடல்கள் கிழிபட்டிருக்கையில் யாரால்தான் கௌரவத்துடன் இறக்க முடியும்?" என்று அந்தக் கிழவன் நினைத்தான்.

மலைமுகட்டின் கீழே இருளில் எழுந்த ஒரு மெல்லிய தடதடத்த ஓசை அந்த அமைதியான இரவின் காற்றில் அடித்துச் செல்லப்பட்டது. கிழவன் கூர்ந்து கவனித்தான். அதற்குப் பிறகு கீழிருந்து எந்த சத்தமும் வரவில்லை. ஆனால் அவர்கள் அங்கு தான் இருக்கிறார்கள் என்பது அவனுக்குத் தெரியும். துயரத்துடன் சத்தமில்லாது நிலத்தில் உமிழ்ந்தவன் தன் அடுத்த நகர்வை யோசிப்பதற்காகக் கீழே அமர்ந்தான். தான் அணிந்திருந்த அழுக்குச் சட்டையின் நூல் பிரிந்துவிட்ட கைப் பகுதியால் முகத்தில் வழிந்த வியர்வையைத் துடைத்தான். முதுகில் இருந்த பையிலிருந்து நீர் சேமிக்கும் சிறிய தோற்குடுவை ஒன்றை வெளியே எடுத்தான். குளிர்ந்த தண்ணீரை விழுங்குவதற்கு முன் அதை வெதுவெதுப்பாக ஆக்குவதற்காகத் தன் வாய்க்குள்ளேயே கொப்பளித்தான்.

"சிறிது ஓய்வெடுத்துக் கொள். உடனே இங்கிருந்து போக முடியாது. சூழ்ச்சி மிகுந்த அந்த இளம் பிசாசுகள் உனக்கு முன்னரே அங்கு சென்று பதுங்கியபடி காத்திருக்கின்றன. ஆனால் உனக்கு அது கேட்கவில்லை, மனித வாசனையும்

அடிக்கவில்லை. உனக்கு வயதாகிவிட்டது” என்று தனக்குள் பேசிக்கொண்டான். களைப்படைந்த அவன் தோற்றுப் போனவனாகத் தன் கண்களை மூடினான். ஆயினும் சிறிது நேரத்துக்கு பின் எழுந்தவன், துப்பாக்கி தனக்குத் தந்துகொண்டிருந்த பாதுகாப்பை உதறியபடி, மலை முகடுகளின் பக்கமாகத் தலையைத் தாழ்த்தியபடி ஓடினான். இரண்டு பக்கங்களில் காணப்பட்ட இரு இறக்கங்களில் எவற்றில் இறங்கினாலும் உறுதியாக மரணமோ அல்லது சிறைப்படுதலோ மட்டுமே நிகழக் கூடும். இந்த இரவில் அவன் உயிரோடு இருக்க வேண்டுமெனில் மலையுச்சியிலேயே இருப்பதும், அந்த நீண்ட மலைமுகட்டின் முனையை அடைவதும் தான் அதற்கான ஒரே வழி என்று அவனுக்குத் தெரிந்திருந்தது.

மறுமுனையை நோக்கிச் சரிவில் நகர்வது கடினமாக இருந்தது. தன்னுடைய இருப்பைக் காட்டிக்கொடுத்து விடக்கூடிய பிடிமானமற்ற கற்களை உதைத்துத் தள்ளிவிடாமலும், சறுக்கிவிடாமலும் கிழவன் கவனமாக இருந்தான். ஏறத்தாழ ஒரு மணி நேரத்துக்குப் பிறகு ஓய்வெடுத்துக் கொள்வதற்காக நின்றான். கடந்த சில நாட்களாக அவனுடைய பாதங்களின் அடிப்பகுதி வெடித்து ரத்தக்களறியாக மாறி இருந்தது. ஆனால் முதலில் ஏற்பட்ட வலியை அவன் புறக்கணித்துவிட்டதால் அது இப்போது ஒரு மெல்லிய வலியாக மட்டுமே மீதமிருந்தது. காயங்களைச் சுத்தப்படுத்த நேரமே இல்லை. கிழிந்து தொங்கும் சதை, உறைந்த ரத்தம், சீழ் என்று அவன் பாதங்கள் குவியலாக அவனுடைய காலணிகளுக்குள் இப்போது சிக்கிக் கிடந்தன.

தான் முன்பொருமுறை இந்தியாவுக்குச் சென்று வந்தது கிழவனுக்கு நினைவிருந்தது. தனக்குத் தெரிந்தவர்களையும் தன் உறவினர்களையும் அங்கு அவன் சந்தித்தான். ஆனால் அந்தச் சந்திப்பு மகிழ்ச்சியானதாகவே இல்லை. மக்கள் மாறிப் போயிருந்தனர். நியாயமான முறையில் செல்வந்தர்களாகியிருந்த சிலர் அவனிடம் மலையை விட்டுச் சென்றுவிடுமாறும் சீனர்கள் மீதான பகையை மறந்துவிட்டு, அமைதியான வாழ்க்கையைத் தொடங்குமாறும் அவனுக்கு அறிவுறுத்தினர். அவர்களுடைய சொற்களில் இருந்த கோபத்தையும், தான் ஏன் இன்னும் சண்டையிட்டுக் கொண்டிருக்கிறோம் என்பதை அவர்களுக்குச் சொல்ல முடியாத தன்னுடைய இயலாமையையும் அவனால் நினைவு கூர முடிந்தது. நாடு கடத்தப்பட்டதால் அவர்களுடைய

மனிதத்தன்மை அவர்களிடமிருந்து உறிஞ்சி எடுத்து வெளியேற்றப்பட்டு, பசி கொண்ட பேய்களாக, விசித்திரமும் வெறுமையும் கொண்டவர்களாக, வெறுப்பும், பெருமிதமும், அன்பும் அற்றவர்களாக அவர்களை மாற்றிவிட்டதாக அவனுக்குத் தோன்றியது. இதற்கு முன் அவர்களுடைய கண்களில் இருந்த ஒளி அவனுக்கு நினைவிருக்கிறது. இப்போது இந்த வெறுமை அவனை கவலைக்குள்ளாக்கியது. அடுத்த நாள் அவன் அங்கிருந்து கிளம்பி மறுபடி மலைகளிடம் சென்றான்.

'நாம் நேசிப்பவர்கள் ஏன் நம்மை விட்டுப் பிரிந்து போக வேண்டும்? நண்பர்கள் ஏன் அந்நியர்களாக வேண்டும்?' என்ற அவனுடைய சிந்தனைகள் அவன் கண்டடைந்திருந்த தீர்வுக்கு எதிராகப் போராடின. தனிமைதான் வலியையும் சோர்வையும் விட மிக அதிகமாக இருந்தது. 'அப்படி எனக்கு யாரும் இதற்கு முன் இருந்ததே இல்லை என்பது போல ... அவர்கள் அனைவரும் கற்பனையான உருவங்கள் என்பது போல' என நினைத்துக் கொண்டான்.

நிலா அடிவானத்தின் கீழே விழுந்ததும் அவன் எழுந்து கொண்டான். 'ஆனால் நான் நிஜம், எதிரி நிஜம், என்னைப் பாதுகாக்கும் இந்த இருளும் நிஜம்'.

திடீரென ஒளிக் கீற்று ஒன்று வில் போல வளைந்து அந்த இரவு நேரத்து வானில் தோன்றியது. இருளில் சத்தங் காட்டாமல் வெடித்து, ஒளியுமிழ்ந்து, எதிரியின் பதுங்குமிடத்தைக் காட்டிக் கொடுக்கப் பயன்படுத்தப்படும் வெடிகுண்டு ஒன்று வெடித்து, அந்த மலைப் பகுதியைச் சுற்றியிருந்த பல நூறு அடிகளைக் கடும் வெப்பம் சூழ்ந்து, அந்த இடமே வெண்ணிறமாக ஒளிர்ந்தது.

சினங்கொண்ட ஒரு புதிய சூரியனைப் போல அது வானில் சிறிது நேரம் அப்படியே நிலைத்திருந்தது. சில நொடிகளுக்குப் பிறகு அது மெல்ல, மிக மெல்லக் கீழிறங்கியது. அந்தச் சுடரொளியையும் பாராசூட்டையும் கிழவர் படுத்துக் கிடந்த இடத்தை நோக்கிக் காற்று எடுத்துக்கொண்டு சென்றது. அதனின்று தொடர்ந்து வெளிப்பட்டுக் கொண்டிருந்த வெளிச்சம் ஒவ்வொரு பாறையையும் கூழாங்கல்லையும் துளைத்து, நீர் அரித்தோடிய மலை இடுக்குகள், பள்ளங்கள் அனைத்திலும் நுழைந்து உரசி, அந்தக் கடினமான உறைந்த நிலத்தின்

மீதிருந்த கறுத்த பொருக்குகளை, அதன் கரடுகளில் இருந்தும், மேற்பரப்பில் ஏற்பட்டிருந்த அரிப்புகளில் இருந்தும் கிழித்து எறிந்தது. கிழவன் தன்னைச் சுற்றி இருந்த அந்தப் பாறைகளைப் போலவே நிலத்தை அணைத்தபடி அசையாது கிடந்தான்.

'என்னைப் பின்தொடர்ந்து வந்த அவர்கள் இப்போது மிக நெருங்கிவிட்டார்கள்' என்று நினைத்தவன் தன்னைப் பிடிப்பதில் அவர்களுக்கிருந்த பெரும் கவனத்தை நினைத்துச் சிறிய புன்னகை ஒன்றைச் சிந்தினான். 'என்னைச் சிறைப்பிடிக்காமல் விட்டு விட்டால் கூட, மூப்பில் தானாகவே இறந்துவிடக் கூடிய கிழவன் நான்... என்னை எப்போதோ பிடித்து விட்டிருக்க முடியும். வேட்டையை நீட்டிப்பதில் உள்ள இன்பத்தை அவர்கள் விரும்புகிறார்கள் என்று நினைக்கிறேன். ஆனால் அது இனி அதிக காலம் நீடிக்காது' என நினைத்தான்.

அந்தச் சுடரொளி அடங்கியதும் கிழவன் தாவிக் குதித்து ஓடத் துவங்கினான். ஆனால் மிகப் பிரகாசமான இன்னொரு ஒளியுமிழ் வெடிகுண்டு வானில் எழுந்தபோது அவன் ஒரு கணம் எந்த மறைவிடமும் இன்றி வெட்டவெளியில் நின்றான். அவனைச் சுற்றிலும் தோட்டாக்கள் பெருங்குரலில் ஓலமிட்டன. அதிலொன்று அவனுடைய வலது காலில் மோதியது. கீழே விழுந்துவிட்ட அவன் மிகவும் முயற்சி செய்து உருண்டு, ஒரு பெரிய பாறையின் பின்னால் மறைந்துகொண்டான். திட்டமிட்ட இலக்கைத் தாக்கி, பின் வேறு திசையில் பறந்த தோட்டாக்கள் ஏற்படுத்திய அலறல் சத்தம், அவனைச் சுற்றியிருந்த காற்றைச் சில கணங்கள் நிறைந்திருந்தது. காற்றில் பறந்த நொறுங்கிய பாறைத் துகள்கள் தன் முதுகைத் துப்பாக்கி மழையைப் போலத் தாக்கியதை அவன் உணர்ந்த கிழவன் அசையாது அப்படியே படுத்துக் கிடந்தான்.

எந்தத் துப்பாக்கியும் சுடப்படாமல் சிறிது நேரத்திற்கு ஒரு இடைக்கால அமைதி அங்கு நிலவியது. அவனுடைய கைகளில் இருந்து வீழ்ந்துவிடாதிருந்த துப்பாக்கியை மெதுவாகத் தன்னை நோக்கி முன்புறமாக இழுத்தபோது வலது கால் நெடுகிலும் ஒரு கடுமையான வலி ஏற்பட்டது. கூர் முனைகள் கிழித்ததில் உருவான காயத்தில் இருந்து சூடான ரத்தம் வழிவது தெரிந்ததும் தன்னால் இப்போதைக்கு நடக்க முடியாது என்பதை அவன் உணர்ந்தான்.

‘நீ எங்கே போக வேண்டும் என்று நினைக்கிறாய்’? என்று தன்னைத்தானே கோபமாகக் கேட்டுக்கொண்டான். ‘முட்டாள்தனமாக இருக்காதே. இதுதான் உன்னுடைய கடைசி இரவு, கடைசி நிமிடம். அதைச் சிறப்பாகப் பயன்படுத்து’.

துப்பாக்கியைத் தன்னுடைய கன்னத்துக்கும் தோளுக்கும் இடையே கவனமாகத் தாங்கிப் பிடித்தான். கணநேரமே நீடித்த கனன்று எரியும் நம்பிக்கையளிக்கக் கூடிய ஒரு தேறுதலை துப்பாக்கியின் சுமை தனக்கு அளித்ததை உணர்ந்தான். தான் இருக்கும் இடத்துக்குக் கீழ் சில உருவங்களின் நிழல்கள் அசைவது அவனுக்கு மங்கலாகத் தெரிந்தது. தன் கண்களுக்குச் சரியாகப் புலப்படாத அந்த உருவங்களைத் தன்னால் முடிந்தவரை தன் துப்பாக்கியை அழுத்திப் பிடித்து மிகச் சிறப்பாக ஒரு முறை சுட்டான்.

அவர்களுள் ஒருவரைத் தன் துப்பாக்கி தாக்கிவிட்டது அவனுக்கு உறுதியாகத் தெரிந்தது. ஆனால் அவன் விசையை இழுப்பதற்கு முன் அவனுடைய தோளை ஒரு தோட்டா பெரு வேகத்துடன் மோதியது. அந்த அதிர்ச்சி அவனைப் பக்கவாட்டில் தள்ளியது. உடைந்த எலும்புகளைச் சுற்றியிருந்த தசையையும், தசை நார்களையும் கிழித்துக்கொண்டு கடுமையான ஒரு வலி வேகமாகப் பரவியது. அவன் கண்களை மூடித் தனக்குள் நுழைந்த இருளுக்குத் தன்னை ஒப்புக் கொடுக்க விரும்பினான். வாழ்நாள் முழுவதும் எதற்கும் அடிபணியாத அவனுடைய கொள்கை அவனை இப்போதும் உணர்வு நிலையில் இருப்பதையே விரும்பச் செய்தது. வலியுடன் போராடி, முட்டி போட்டு எழுந்து, நேராக நிற்க முயற்சி செய்த அதே நொடியில், இன்னொரு ஒளியுமிழ் வெடிகுண்டு அவனுடைய தலைக்கு மேலே வெடித்ததும் அவனுடைய தலை பின்புறம் சாய்ந்தது. தான் நடத்திய போரின் இறுதி ஓசையைக் கிழவன் அலறலாக வெளிப்படுத்தினான்.

அவன் உடலைக் கிழித்து உள்ளே நுழைந்த தோட்டாக்கள், தோலையும் சதையையும் ஊடுருவிச் சென்று, ரத்தக் குழாய்களையும் நரம்புகளையும் அறுத்து, தசைநார்களைத் துண்டாக்கி, எலும்புகளை நொறுக்கி, முதுகுப் பகுதி வெடிக்கும்படி உட்புகுந்து, பின் வெளியேறி, அவன் அணிந்திருந்த பறவை இறகுகள் கொண்டு தைக்கப்பட்ட பழைய

குறுஞ் சட்டையைச் சிதறடித்து, அவனைச் சுற்றி வெண்ணிற இறகுகளால் ஆன ஒரு சிறிய பனிப் புயலைக் காற்றில் உருவாக்கிவிட்டுச் சென்றன.

தரையில் சாய்ந்த அவன் மலைச் சரிவை நோக்கி மெதுவாக உருண்டான். அடிவாரத்தைச் சென்று முட்டும்போது சிறிது வேகமெடுத்தவன் பிறகு கை கால்களைப் பரப்பியபடி அசையாது கிடந்தான். அதற்குப் பிறகு அங்கு நிலவிய நீண்ட அமைதி அவன் கீழே விழுந்ததைத் தொடர்ந்து ஏற்பட்ட சிறிய நிலச்சரிவின் தணிந்த உறுமலால் மட்டுமே கலைந்தது. ஆனால் கடைசிக் கூழாங்கல்லும் தடதடத்த ஒலியெழுப்பியபடி அதனுடைய இடத்தைச் சேர்ந்ததும் அங்கு பேரமைதி நிலவியது.

நிலப்பரப்பை மென்மையாக அரைத்து மென்றபடி அவனை நோக்கி வந்துகொண்டிருந்த காலணிகளின் ஓசை அவனுக்குக் கேட்கவில்லை. தன்னுடைய மனைவி வயலில் இருந்தவாறு தன்னை அழைப்பதாக அவன் நினைத்தான். ஆனால் அவளுடைய முகத்தை அவனால் இப்போது நினைவுபடுத்திக் கொள்ள முடியவில்லை. உலோகத்துடன் கூடிய சூடான குருதிச் சுவை அவனுடைய வாய்க்குள் வெள்ளமாகப் பாய்ந்தது. ஆனாலும் "ஓம் மணி பத்மே ஹம். தாமரையில் வீற்றிருக்கும் ஒளியைப் போற்றுவோம்" என்கிற புனித மந்திரத்தைக் கிசுகிசுப்பான குரலில் சொல்லி முடித்தான்.

விடியலின் நிறம் படிப் படியாக வானத்தில் பரவியது. தன் பயண இலக்கை அதிவிரைவில் அடைய கிழக்குத் திசையிலிருந்து ஒரு கொக்கு சிறகு விரித்துப் பறக்கத் துவங்கியது. தலையை உயர்த்தி வானத்தைப் பார்த்த கிழவன், தன் கண்களை மூடிக் கொண்டான்... அது தன்னைக் கொண்டு போகவே வந்திருக்கிறது என்பதை அவன் அறிந்திருந்தான்.

***

செரிங் டோண்ட்ரப் (Tsering Dondrub)

செரிங் டோண்ட்ரப் சீனாவின் க்விங்காய் மாகாணத்திலுள்ள மங்கோல் அட்டோனமஸ் மால்ஹோ (ஹெனான்) எனும் இடத்தில் 1961ஆம் ஆண்டு பிறந்தார். தன் பதின்மூன்றாம் வயதில்தான் திபெத்திய சீன மொழிகளைக் கற்பதற்காகப் பள்ளிக்குச் சென்றுள்ளார். அதற்கு முன்வரை தன் குடும்பத்தினருக்குச் சொந்தமான கால்நடைகளை கவனித்துக் கொண்டிருந்திருக்கிறார். கல்வி, சட்டம், வரலாற்று ஆய்வுகள் போன்ற பல்வேறு துறைகளில் பணியாற்றிய இவர் படைப்புலகில் கவனம் செலுத்தும் நோக்கில் 2013ஆம் ஆண்டு பணியிலிருந்து ஓய்வு பெற்றார். செரிங் டோண்ட்ரப் ஏராளமான சிறுகதைகளையும் நாவல்களையும் 1982ஆம் ஆண்டு முதல் வெளியிட்டுள்ளார். அவருடைய படைப்புகள் ஆங்கிலம், பிரெஞ்சு, ஜெர்மன், ஸ்வீடிஷ், மொழிகளில் மட்டுமின்றி ஹங்கேரிய, ஜப்பானிய, மங்கோலிய மொழிகளிலும் மொழிபெயர்ப்பு செய்யப்பட்டுள்ளன. அவற்றுள் சில படைப்புகள் மங்கோலிய, திபெத்தியப் பாடநூல்களில் இப்போது பாடமாக வைக்கப்பட்டுள்ளன. செரிங் டோண்ட்ரப் பல திபெத்திய மங்கோலிய விருதுகளையும், சீனாவின் தேசிய இலக்கிய விருதுகளையும் பெற்றுள்ளார்.

ராலோ

1

ராலோவின் கதையை நான் எழுதும்போது எதுவும் எழுதப்படாத இந்த வெற்றுக் காகிதம் என் முன்னிருப்பது எனக்கு மகிழ்ச்சியைத் தரவில்லை. அவனை நினைத்ததுமே அவன் மூக்கிலிருந்து தொங்கும் அடர்த்தியான மஞ்சள் நிறச் சளி முன்னும் பின்னும் அசைந்தபடி என் கண் முன் தோன்றியது.

அவனுக்கு நினைவு தெரிந்த நாள் முதல் அவனுக்கென இருந்த ஒரே குடும்ப உறுப்பினர் அவனுடைய தாய் மட்டுமே. அவன் சிறிது வளர்ந்ததும் கிராமத்திலிருந்த கொடுமனம் கொண்ட சில ஆண்கள் அவனுடைய தந்தை யார்? எனக் கேட்டு அவனைப் பரிகசித்தனர். ராலோவைப் பொறுத்தவரை இது அவனுடைய அம்மாவைக் கேட்க வேண்டிய கேள்வியாகும்.

“அம்மா, என் அப்பா யார்?”

“அந்த வார்த்தையை இனியொரு முறை சொல்லாதே” என்று அவன் கன்னத்தில் அறைந்தவள் அவனைத் தன் மார்போடு அழுத்திக் கொண்டாள். சில காலத்துக்குப் பிறகு அவர்களுடைய வீட்டுக்கு மாலை நேரங்களில் வரத் துவங்கிய ஒருவன் பிறகு பகல் நேரங்களிலும் தோன்றி, இறுதியில் அவர்களோடு அங்கேயே தங்கிவிட்டான்.

“ராலோ! செல்லமே, இவர் தான் உன் அப்பா” என்று அவனுடைய அம்மா அவனுக்குத் தெரிவித்தாள். ஆனால் அந்தக் கிராமத்தில் இருந்த மற்ற குழந்தைகளின் தந்தையரைப் போல் இவர் தன் மகனுக்கு இனிப்புகளோ முத்தமோ எப்போதுமே தந்ததில்லை. இதற்கெல்லாம்

மேலாக ராலோ எப்போது அவரருகே சென்றாலும் அவர் அருவருப்பு சூழ வெறுப்புடன் அவனிடமிருந்து வேகமாக விலகி, "ஏய்! இந்தச் சளி! நீ என்னிடமிருந்து தள்ளிப் போ" என்றார். ராலோவின் சளி தண்ணீரைப் போன்றது. அவன் அதைத் துடைத்த மறு நொடியில் அது மறுபடி வழியத் துவங்கும். அவனுடைய அம்மா, "அவன் மூளை துளித் துளியாகச் சொட்டுகிறது" என்று அதைச் சொல்வதுண்டு.

தனக்குப் பதினான்கு வயதாகிவிட்டதைக் கூட ராலோ அறியவில்லை. ஆனால் அவன் மூக்கிலிருந்து தொங்கிய சளி முன்பை விட அடர்த்தியாகவும் நீளமாகவும் இப்போது வளர்ந்திருந்தது. அவன் வயதொத்த மற்ற குழந்தைகள் குதிரை ஓட்டவும் வில் அம்புகளை எறியவும் அதற்குள் கற்றிருந்தனர். பழக்கப்படுத்திய குதிரையொன்றைத் தனியாக ஓட்டத் துணிவற்றவனாக அவன் ஒருவன் மட்டுமே இருந்தான். இன்னமும் அவன் தன் தாயுடன்தான் சேணத்தின் மீதமர்ந்து பயணம் செய்தான். "ராலோ, நீ இப்போதும் உன் தாயின் மடியில் அமர்ந்து தான் குதிரையில் பயணிக்கிறாயா" என்று மற்றவர்கள் அவனைக் கிண்டல் செய்தனர்.

ஒரு நாள் காலை அவர்கள் குளிர்கால முகாமுக்குக் கிளம்பினர். அவனுடைய சிறிய தந்தை அவர்களுடைய காட்டெருமையின் முதுகில் சுமையை ஏற்றிக் கொண்டிருந்தார். காட்டெருமையின் பிடிக் கயிற்றை ராலோ உறுதியாகப் பற்றிக் கொண்டிருக்கும் போதே துள்ளிய அது தன் பின்னங்கால்களால் மேல்நோக்கி உதைக்கத் துவங்கியது. அவனுடைய சிறிய தந்தை "கெட்டியாகப் பிடித்துக் கொள்" என்றார். உயிருக்குப் பயந்த ராலோ தன் மூக்கிலிருந்து வழிந்த சளியின் ஒரு பகுதி வாய்க்குள் ஒழுக, பற்களை இறுக்கி, உதடுகளைக் கடித்து அந்தக் காட்டெருமையைக் கெட்டியாகப் பிடித்துக்கொண்டான்.

இதைப் பார்த்து, "நாய் வைத்திருப்பதைவிட ஒரு ஆளை வைத்திருப்பதே சிறந்தது" என்று திருப்தியுடன் சொன்னார் அவனுடைய சிறிய தந்தை.

"கெட்டியாகப் பிடி ... பிடி.." என்று அவர் சொல்லி முடிக்கும் முன்னர் அந்தக் காட்டெருமை மறுபடி பின்புறம் திரும்பியதில், கயிற்றின் மீதிருந்த ராலோவின் பிடி நழுவி அவன் நிலத்தின் மீது முகம் பதியும்படி வீசியெறியப்பட்டான். முதிர்ந்த அந்தக்

காட்டெருமை, பேய் பிடித்தாற் போல சேணத்தை பலமாக உதறி, அதன் வயிற்றின் கீழ்ப் பகுதியில் ராலோ குடும்பத்தினர் வைத்திருந்த பொருட்கள் அனைத்தையும் மீட்டெடுக்க முடியாத அளவுக்கு மிதித்துத் துவைத்துவிட்டு அங்கிருந்து ஓடியது.

'உனக்கு எருமை மீது கோபம். ஆனால் சவுக்கடியோ குதிரைக்கு' என்கிற சொலவடையைப் போல அவனுடைய சிறிய தந்தை கடுங் கோபத்துடன் அவனைப் பார்த்து, "பயனற்ற மூக்கொழுகியே! ஒரு காட்டெருமையைக் கூட உன்னால் ஒழுங்காகப் பிடிக்க முடியாதா" என்று அலறிக் கொண்டே அவனுடைய முகத்தில் பலமாக இரண்டு அடி அடித்தார். இதனால் முகவாயில் இருந்த சளி ராலோவின் நெஞ்சின் மீது சொட்டியது.

"என் மகனை அடிக்க உனக்கு எவ்வளவு துணிச்சல்!" என்று கூச்சலிட்டபடி ஓடி வந்த அவனுடைய அம்மா "என் மகன் மீது உன்னுடைய ஒரு விரல் பட்டதென்றால் கூட... இனி உனக்கென்று இங்கே ஒரு வீடு இல்லாமல் போய்விடும்" என்றாள்.

"அட! உங்கள் இருவரையும் பார்த்துப் பாவப்பட்டதால் தான் நானிங்கு தங்கினேன். இதோ நான் இப்போதே போகிறேன்" என்றவன் உண்மையிலேயே அங்கிருந்து கிளம்பினான்.

"அப்பாவைப் போக விடாதீர்கள்."

"உன் நாய் வாயை மூடு. அப்பாவாம்! அப்பா!" என்று அவனை அறைந்த அவனுடைய அம்மா பிறகு அவனைத் தன் மார்போடு இருத்திக் கொண்டாள். அம்மாவும் மகனும் வெடித்து அழுதார்கள்.

இந்த உலகில் எத்தனையோ பேர் இருக்கிறார்கள்! ஆனால் தன் அம்மாவைத் தவிர சொந்தக்காரர்கள் என்று யாருமே அவனுக்கு இல்லை. அது போல அவளுக்கும் ராலோவைத் தவிர வேறு யாருமில்லை. ஆனால் இறப்பின் கடவுளுக்கு அவர்கள் இருவர் மீதும் சிறிதளவும் பரிவில்லை. ஓநாய் ஒன்று ஆட்டு மந்தைக்குள் திடீரெனப் பாய்ந்து தாக்குவதைப் போலப் பெருந்திரளான மக்கள் கூட்டத்தினிடையே புகுந்து ராலோவுடைய தாயின் உயிரைப் பறித்த அந்தக் கடவுள்,

அவளை அடுத்த வாழ்க்கைக்குள் வழி நடத்திச் சென்றார். அவர்கள் இருவருக்கும் அவர்களைத் தவிர குடும்பம் என்று ஏதுமில்லை என்றாலும் அவனுடைய அம்மாவின் இறப்பைப் பற்றிக் கேள்விப்பட்டபோது அழாத கண்களே இல்லை. அது ராலோ மீதான பரிவினால் தான் என்பதில் எந்தச் சந்தேகமும் இல்லை.

2

ராலோவின் அம்மா இறந்தபிறகு வந்த கோடைக் காலத்தில் அவனை மாவட்டத் தொடக்கப் பள்ளிக்கு அனுப்பிப் படிக்க வைப்பதாக கிராமத்தில் இருந்த சில நல்ல மனிதர்கள் ஒன்று கூடி முடிவு செய்தனர். உண்மையில் இது அவன் எழுதப் படிக்கக் கற்றுக் கொள்வதற்காக இல்லை. அவன் வசிக்க ஒரு இடம் வேண்டும் என்பதற்காக மட்டுமே.

நான் பள்ளியில் சேர்ந்த அதே வருடம் ராலோவும் சேர்ந்ததால் நாங்கள் இருவரும் ஒரே வகுப்பில் இருக்க நேர்ந்தது. ஆனால் அவன் என்னைவிட ஐந்து வயது மூத்தவன். சொல்லப்போனால் அவன் எங்கள் வகுப்பில் இருந்த மற்ற எல்லாரையும் விடப் பெரியவனாக இருந்தான்.

ஆரம்பத்தில் அவன் ஒரு சிறந்த மாணவனாக இருந்தான். எழுத்துத் தொகுதியின் முப்பது எழுத்துக்களையும் மற்ற மாணவர்களுக்கு முன் அவன் தான் முதலில் மனப்பாடம் செய்தான். "நீங்கள் எல்லோரும் ராலோவைப் போலிருக்க வேண்டும்" என்று ஆசிரியர் சொல்லுமளவுக்கு இருந்தான். ஆனால் சில நாட்கள் கழித்து ஆசிரியர் எங்களிடம் ஒரு எழுத்தைப் பலகையில் எழுதச் சொன்னபோது, ராலோவால் முதல் எழுத்தைக் கூட எழுத முடியவில்லை. மொத்த வகுப்பும் அதிர்ச்சியடைந்தது. ஆசிரியர், "யாருமே ராலோவைப் போலிருக்கக் கூடாது" என்றார்.

"யாருமே ராலோவைப் போலிருக்கக் கூடாது" என்கின்ற இந்த சொற்றொடர் பள்ளி முழுவதும் பரவியது.

அவர் சொன்னது சரிதான் என்று விரைவிலேயே நிரூபணமானது. நாங்கள் அடுத்த வகுப்புக்குச் சென்ற பிறகும் கூட அவனால் எழுத்துத் தொகுதியின் முதல் எழுத்தைக் கூட எழுத

முடியவில்லை. படிப்பிலும், தன் உடல் தூய்மையைப் பேணுவதிலும் அவன் மோசமாக இருந்தான். எப்போதும் மூக்கிலிருந்து சளி ஒழுகிக் கொண்டே இருந்ததுடன் அவன் எப்போதும் புகை பிடித்துக் கொண்டிருந்தான். பள்ளி விதிகளையும் அவன் சரியாகக் கடைப் பிடிக்கவில்லை. ஆகவே அவன் அந்த வகுப்பில் தேர்ச்சி பெறவில்லை. ஆனால் ராலோவைப் பொறுத்தவரை இதைப் பற்றிக் கவலைப்படுவதற்கு எதுவுமில்லை. ஏனெனில் இது குறித்து அவனைக் கண்டிக்க யாருமே இல்லை. அவனுடைய கவலை எல்லாம் கோடை விடுமுறையில் எங்கு தங்குவது என்பதும், ஆசிரியர்களும் மாணவர்களும் தங்கள் வீடுகளுக்குச் சென்ற பிறகு தனக்கு வெண்சுருட்டு எப்படிக் கிடைக்கும் என்பதும் தான். இறுதியில் அவன் அதற்கு ஒரு வழி கண்டுபிடித்தான். ஆசிரியர்களின் வீடுகளைக் கழுவியும், துணிகளைத் துவைத்தும், மூத்த மாணவர்களுக்கு உணவு வாங்கிக் கொண்டு வந்து தந்தும், தன்னுடைய வகுப்பைச் சேர்ந்த மாணவர்களுக்குப் பதிலாக தான் வகுப்பறையைச் சுத்தம் செய்தும் தனக்குத் தேவையான வெண்சுருட்டுகளைப் பெற்றான்.

நாடோடிகள் வசிக்கும் பகுதிகளைச் சேர்ந்த மாணவர்களிடம் ஒரு மோசமான பழக்கம் இருந்தது. விடுமுறை முடிந்து பள்ளி திறக்கும்போது அவர்கள் உரிய காலத்திற்குள் வரமாட்டார்கள். கோடை, குளிர்காலம் ஆகிய இரு விடுமுறைக் காலங்களுக்குப் பிறகு பள்ளிக்கூடம் திறக்கும்போது முழு அளவில் வகுப்புகள் துவங்க ஐந்து அல்லது ஆறு நாட்கள் தாமதமாகும். ஆனால் ஒரு முறை கூட வீட்டுக்குப் போவதற்காக ராலோ விடுப்பு எடுத்ததில்லை. அதுமட்டுமின்றி எப்போதுமே பள்ளியின் புதிய பருவகாலம் துவங்கும் முன்பே அவன் அங்கு திரும்பி வந்து விடுவான். இந்த ஒரு விஷயத்தை அனைவருமே அவனிடமிருந்து கற்றுக்கொள்ள வேண்டும்.

சிறு சண்டைகள் நடப்பது எல்லாப் பள்ளிக் கூடங்களிலும் இயல்பாக நிகழ்கிற ஒன்று. எங்கள் பள்ளியும் அதற்கு விதிவிலக்கில்லை. பிரச்சினை செய்யும் சிலர் "யாருமே ராலோவைப் போலிருக்கக் கூடாது" என்று அவன் காதுகளில் விழும்படி வேண்டுமென்றே கூச்சலிடுவார்கள். ராலோ பித்துப் பிடித்தது போல் அவர்களைத் துரத்திக் கொண்டு ஓடுவான். ஆனால் யாராவது ஒருவர் அவனெதிரே நின்று சண்டை போடப்

போவது போலத் தெரிந்தால் ராலோ அவர்களிடம், "நான் சண்டையிடக் கூடாது என்று ஆசிரியர் சொல்லியிருக்கிறார்" என்பான். அவனை எதிர்கொள்ளும் துணிச்சல் ராலோவுக்கு இருக்காது. ஆனால் அந்தச் சிறுவன் அங்கிருந்து நகரத் துவங்கும்போது ராலோ மறுபடியும் அவனிடம், "நீ ஏன் என்னைப் பார்த்துக் கற்றுக் கொள்ளக் கூடாது?" என்று அதன் காரணத்தை அறிந்துகொள்ள அவனை வற்புறுத்திக் கேட்டு தன் தோள்களால் அவனை முட்டுவான். ராலோவை விட ஏழு வயது குறைந்த மாணவன் ஒருவன் ஒரு நாள் அவனை நிலத்தில் தள்ளி அவனுடைய முதுகின் மீது அமர்ந்து கொண்டான். "என் குதிரை எவ்வளவு வேகமாகப் போகிறது பாருங்கள்" என்று சத்தமிட்டு ராலோவின் முதுகின் மீது எழுந்தெழுந்து அமர்ந்தான். ஒரு குதிரையை ஓட்டுவது போல அவனைத் தான் ஓட்டிச் செல்வதாக பாவனை செய்தான். "ஆ! ஆசிரியர் ஐயா..." என்று அழுத ராலோவின் கண்ணீர் அவனுடைய சளியுடன் கலந்து அவன் முகத்திலிருந்த புழுதியுடன் பசை போல ஒட்டிக் கொண்டது. தன் கால்களை மேல் நோக்கி உதைக்க எவ்வளவு முயற்சித்தும் ராலோவால் அந்தச் சிறுவனை அசைக்கக் கூட முடியவில்லை. தோற்றத்தில் பெரியவனாக வளர்ந்திருந்தாலும் உடல் வலிமை என்பது ராலோவுக்குச் சிறிதளவும் இல்லை என்பது அந்த நிகழ்ச்சிக்குப் பிறகு அனைவருக்கும் தெரிந்துவிட்டது. ஆகவே அவர்களின் அடாவடித்தனங்கள் மென்மேலும் அதிகரித்தன.

நாங்கள் அடுத்த வகுப்புக்கு இரண்டாம் முறையாக முன்னேறிய போதும் ராலோவால் எழுத்துத் தொகுதியின் முப்பது எழுத்துகளை அடையாளம் மட்டுமே காண முடிந்ததேயொழிய அவற்றில் ஒன்றைக் கூட அவனால் எழுத முடியவில்லை. ஆகவே அவன் இந்த முறையும் அதே வகுப்பிலேயே இருந்தான். அடுத்து வந்த மூன்றாம் நான்காம் வருடங்களிலும் இதுவே தொடர்ந்தது. ஆனால் ஆசிரியர்களுக்கு எப்போதெல்லாம் இறைச்சிக்காக ஒரு ஆட்டை வெட்டிக் கொல்லவேண்டிய தேவை ஏற்பட்டதோ, அப்போதெல்லாம் அவர்களால் தவிர்க்கவே முடியாத ஒருவனாக ராலோ இருந்தான். ஆகவே அவன் அங்கிருப்பதில் எந்தப் பிரச்சனையும் இருந்ததாகத் தெரியவில்லை.

ஐந்து வருடங்களின் முடிவில் தொடக்கப் பள்ளியை முடித்த நான் அங்கிருந்து கவுண்ட்டி நேஷனாலிட்டீஸ் இடைநிலைப் பள்ளிக்கு இடம் பெயர்ந்தேன்.

௩

குளிர் பருவத்தின் இடைப்பட்ட காலத்தில் ஒரு நாள் காலையில், மலைகள் சூழ்ந்த வடமேற்குப் பகுதியில் வழக்கம் போல உருவான பனிப் புயல் ஒன்று வானில் நடமிட்டுக் கொண்டிருக்க, நான் என் அலுவலகத்தில் இருந்த கணப்பு அடுப்பின் நெருப்பில் எரிபொருள் இட்டுக் கொண்டிருந்தேன்.

ஒரு நாடோடி கதவைத் தட்டாமல் திடீரென வேகமாக உள்ளே நுழைந்து, “இது மக்கள் நீதிமன்றமா?” என்று கேட்டான்.

“ஆமாம். உங்களுக்கு என்ன வேண்டும்?”

“சரி. சரி. நீ டோண்ட்ரப் தானே?”

“ஆமாம்... நீங்கள்?”

“என்னைத் தெரியாதது போல் நடிக்க வேண்டாம்” என்றவன் தானே ஒரு நாற்காலியைக் கணப்புக்கு அருகே இழுத்துப் போட்டு அமர்ந்து, “நீ உயர் பதவிக்கு வந்தவுடன் உன் பழைய வகுப்புத் தோழர்களை மறந்துவிட்டாய். அப்படித் தானே?” என்றான்.

ஒரு வேளை பத்து வருடங்களுக்கு முன் என்னுடன் படித்த ராலோவாக இருக்குமோ? அட ஆமாம். அவனுக்கு வயதாகிவிட்டிருந்தது. அவனுடைய முன் நெற்றி நிறைய சுருக்கங்களுடன் இருந்தது. அவனுடைய வாயைச் சுற்றி பூனை மயிர் ஒழுங்கற்ற முறையில் கொத்தாக வளர்ந்திருந்தது.

“ஓ! எனக்கு உன்னை நன்றாகத் தெரியும்! என்ன, எதாவது முக்கியமான விசயமா?”

“ஆமாம். நிச்சயமாக ஒரு முக்கியமான விசயம் தான்” என்றவன் மேலே சொல்வதற்கு முன் தன் சளியை உறிஞ்சியபடி, “என் மனைவியை ஒருவன் களவாடிவிட்டான். அவனுடைய பெயர் சோணம் டாக்ரியே. எங்கள் ஊரிலேயே அவன் தான்

மிக மோசமான மனிதன். என்னை நம்பவில்லை என்றால் நீயே ட்ராக்மர் கிராமத்திற்குச் சென்று அங்கிருக்கும் யாரை வேண்டுமானாலும் கேட்டுப் பார். அவர்களும் இதையே தான் சொல்வார்கள். சென்ற வருடம் அவன் அகு ரக்பயிக்குச் சொந்தமான குதிரையைத் திருடினான். இந்த வருடம் அனு கசோடியிக்குச் சொந்தமான காட்டெருமையைத் திருடி ஒரு இஸ்லாமியருக்கு விற்றுவிட்டான். அதன் பிறகு, நேற்று என்னை அடித்துப் போட்டுவிட்டு, இதெல்லாம் ஒரு விசயமே இல்லை என்பது போல என் மனைவியைக் களவாடிக்கொண்டு போய்விட்டான். உங்களுடைய நீதிமன்றத்துக்கு அவனைத் தண்டிக்கும் அதிகாரம் இல்லையா? அல்லது நீ அவனைக் கண்டு பயப்படுகிறாயா? உழைக்கும் வர்க்கத்தைச் சேர்ந்த ராலோவுக்கு இந்த மக்கள் நீதிமன்றம் உதவப்போகிறதா இல்லையா? அல்லது, நீயும் உதவ மாட்டாயா? இன்று எனக்கிது தெரிந்தாக வேண்டும்" என்று ராலோ தொடர்ந்து பேசிக் கொண்டிருக்கையில் அவனுடைய மூக்குச் சளி முகவாய்வரை வழிந்தது.

"நிச்சயமாக உனக்கு உதவி கிடைக்கும். ஆனால் இது குற்றவியல் நீதிமன்றம். நீ உன் வழக்கை உரிமையியல் நீதிமன்றத்துக்கு எடுத்துச் செல்ல வேண்டும்" என்றேன்.

ராலோவுக்குக் கோபம் வந்தது. அவன், "எனக்கு இந்த உரிமையியல், குற்றவியல் விவகாரமெல்லாம் புரியாது" என்றான்.

"உனக்கு சோணம் டாக்ரியேவைக் கண்டு அச்சம் இல்லையென்றால் நீ போய் அவனைக் கைது செய்து என் மனைவியை எனக்குத் திரும்பப் பெற்றுத் தா. கொஞ்சம் யோசித்துப் பார். அப்படியே என் மனைவியைக் கைது செய்யவும் உனக்கு இதில் வாய்ப்புக் கிடைக்கலாம்"

"இவ்வளவு பரபரப்பு அடையாதே" என்றபடி ராலோவுக்கு ஒரு வெண்சுருட்டை அளித்தேன்.

"ராலோ, என் பழைய வகுப்புத் தோழா! நாம் இருவரும் சந்தித்துப் பல வருடங்கள் ஆகின்றன. முதலில் நாம் சிறிது நேரம் பேசலாம். இத்தனை வருடங்கள் நீ என்ன செய்து கொண்டிருந்தாய்?"

"ம். சரி!" என்ற ராலோ மெல்ல அமைதியுற்ற பிறகு நாங்கள் பேசத் துவங்கினோம்.

4

எழுத்துத் தொகுதியின் ஒரு எழுத்தையும் ராலோ எழுதக் கற்றுக் கொள்ளவில்லை என்றாலும், பள்ளிக் கூடத்திலிருந்த பெரும்பாலான ஆசிரியர்களை விட ராலோவுக்கு அதிக வயதாகிவிட்ட காரணத்தினால் அதற்கு மேலும் அவனை அங்கு வைத்திருக்க எந்த வழியும் இல்லாததால் இறுதியில் அவனைப் பள்ளியிலிருந்து வெளியேற்றினர். பெண் ஆசிரியர் ஒருவரின் வீட்டுக் கதவை ஒரு நாள் இரவு வேளையில் தட்டியதே அவன் வெளியேற்றப்பட்டதற்கான காரணமாகச் சொல்லப்பட்டது. வீடோ குடும்பமோ இல்லாத ராலோவுக்கு எந்த நோக்கமும் இன்றி ஊர் சுற்றுவது தவிர சிறந்த தேர்வாக வேறென்ன மிச்சம் இருக்க முடியும்?

ஆரம்ப காலத்தில் தான் வழியில் காணும் எந்த வீட்டருகில் வேண்டுமானாலும் நின்று அவர்களுக்கு எதாவது வேலைகள் செய்து தந்தோ, அவர்களின் கறவைகளை மேய்ச்சலுக்குக் கூட்டிச் சென்றோ, குளிரிலிருந்தும் பசியிலிருந்தும் தற்காலிகமாகத் தன்னைக் காத்துக்கொண்டான். அங்கு வாழ்ந்துவந்த ஒரு கிழவன் ஒரு முறை, "என் மகளுக்குக் கணவனைத் தேடித் தர வேண்டிய நேரம் வந்துவிட்டது. இந்த ஊர்சுற்றியால் தன் சளியைக் கட்டுப்படுத்த முடியவில்லை என்றாலும் அவன் மோசமான மேய்ச்சல்காரன் இல்லை. அவனிடம் திருட்டுத்தனமில்லை. அவனை மருமகனாக்கிக் கொண்டால் திருமணப் பரிசமாக நான் எதுவும் தரத் தேவை இருக்காது. இத்திட்டம் அவ்வளவொன்றும் மோசமில்லை." என்று யோசித்தான்.

ராலோ இதை மனப் பூர்வமாக வரவேற்றான்.

இதில் விசித்திரமான விசயம் என்னவென்றால் சூனியம் வைக்கப்பட்டவனைப் போல சில காலத்திற்குப் பின் ராலோ வேலை செய்வதையே நிறுத்திக் கொண்டதும், கறவைகளைக் கூட மேய்ச்சலுக்கு இட்டுச் செல்லாததும் தான். ராலோ, "நான் உங்கள் மருமகன். அடிமை இல்லை" என்றான். இது கிழவனுக்குச் சினமூட்டியது.

“ஆ! எவ்வளவு நன்றிகெட்டத்தனம்! இந்த மூக்குச் சளிக்காரனுக்குப் படுபயங்கரமான ஒரு பாடத்தைக் கற்பிக்கவில்லை என்றால் நான் ஒரு ஆணே இல்லை” என்று கிழவன் சூளுரைத்தான்.

கிழவன் பேசியதைக் கண்டு கொள்ளாத ராலோ தன்போக்கில் தனக்குப் பிடித்ததைத் தொடர்ந்து செய்தபடி இருந்தான். சளி ஒழுகுவது குறித்து அவன் எதுவும் செய்ய முடியாது என்றாலும் அவனுடைய பிளவுபட்ட உதடுகள் குணமாகி வருவதாகத் தோன்றியது. அதனால் அவனுடைய முகம் சிவந்து ஒளிரத் துவங்கியது. மேட்டுக்குடிகளைப் போல “அட..” “ஓ...” “அப்படியா...” “விசித்திரம்...” “இதற்கு முன் இதை நான் கேள்விப்பட்டதே இல்லை...” “ஒரு பழமொழி இருக்கிறது...” என்று தன்னுடைய குரலை நீட்டி முழக்கிப் பேசியபடி குட்டையான அழகிய அணில் வால் வடிவமுடைய தன் தலைமுடியைத் தினமும் வாரிப் பின்னலிட்டான். மிகச் சில நாட்களுக்கு முன்வரை மூக்குச் சளி ஒழுகிக்கொண்டு நாடோடியாகத் திரிந்தவன் தான் இவன் என்று யாரும் இனி கூற வாய்ப்பில்லை என அவன் நினைத்தான். ஆனால் ‘மிகப் பயங்கரமான ஒரு பாடம்’ தனக்காகக் காத்திருப்பதை அவன் எப்படி அறிந்திருக்க முடியும்?

ராலோவுடைய மனைவியின் குடும்பத்தினர் கடந்த சில நாட்களாக, மது, வெண்சுருட்டுகள், இனிப்புகள் ஆகியவற்றைக் கையிருப்பு வைத்தபடியும், ரொட்டிகள் தயாரித்தும், செம்மறியாடுகள் பசுக்கள் முதலியவற்றை இறைச்சிக்காக வெட்டிக்கொண்டும் ஒரு பெரிய கொண்டாட்டத்துக்கான ஏற்பாடுகளைச் செய்துகொண்டிருந்தனர். என்ன நடக்கிறது என்ற ராலோவின் கேள்விக்கு ஒரு பெரிய சமயத் துறவி தங்களைக் காண வரப் போவதாகத் தெரிவித்தனர்.

தன் ஜடையை வாரிவிட்டபடி, “ஓ! எவ்வளவு நல்ல அதிர்ஷ்டம் நமக்கு வாய்த்திருக்கிறது” என்றான் ராலோ.

காலையில் மிகத் தாமதமாகப் படுக்கையில் இருந்து எழும் பழக்கம் ராலோவுக்கு இருந்தது. அன்றைய தினமும் அதற்கு விதிவிலக்கல்ல. வழக்கப்படி அவன் தாமதமாகக் கண் விழித்தபோது நேரம் கிட்டதட்ட நண்பகல் ஆகியிருந்தது. தோலால் ஆன மேலங்கியை அணிந்தபடி கூடாரத்தைவிட்டு

வெளியே வந்தவன் ஏராளமான குதிரைகள் அங்கு கட்டப்பட்டு இருப்பதைப் பார்த்தான். கரகரப்பான குரலில் கூட்டாக யாரோ சிரிப்பதும் பாடுவதும் அவனுக்குக் கேட்டது. துறவி வந்துவிட்டார் என நினைத்தவன் தன்னுடைய இடுப்பு வாரை இறுக்கிக்கொண்டு வேகமாக அடுத்த கூடாரத்துக்குள் நுழைந்தான். ஆனால் அங்கிருந்த அனைவரும் அவனை விசித்திரமாக உற்றுப் பார்த்ததும் குழம்பிப்போனான். ராலோவின் மனைவி அவளிடம் இருப்பதிலேயே மிக அழகான ஆடைகளால் அலங்கரிக்கப்பட்டு யாரோ ஒரு இளைஞனின் அருகே மண்டியிட்டு அமர்ந்திருப்பதைக் கண்டு மேலும் குழப்பம் அடைந்தான்.

"இதெல்லாம் என்ன?" என்று உணர்ச்சிவசப்பட்ட அவன் அவர்களிடம் தன் கேள்விக்கான பதிலைக் கோரி நின்றான்.

"எங்கள் குடும்பத்திற்கு ஒரு புதிய மருமகன் வரப் போகிறார்" என்று ராலோவுடைய மனைவியின் சிறிய தம்பி பதில் சொன்னான்.

"நம் புதிய மருமகன் யாரைத் திருமணம் செய்யப் போகிறார்?"

"வேறு யாரை, என் அக்காவைத் தான். என்னையல்ல" என்றதும் அனைவரும் சத்தமாகச் சிரித்தனர்.

"இரு கணவர்களை மணப்பது இங்கு அனுமதிக்கப்படுகிறதா?"

"இரு கணவர்களா?"

"ஏற்கெனவே நானிருக்கும்போது அவனை மணப்பதைச் சொல்கிறேன்."

"ஹாஹாஹா! மது அருந்தாமலே குடித்தவனைப் போலிருக்கும் மட்டமான மூக்குச் சளிக்கார ஈனப் பயலான நீயா அவளுடைய கணவன்? நீ எங்கள் குடும்பத்திற்குச் சொந்தமான ஆடுகளை மேய்ப்பவன். நீ எப்படி அவளுக்குக் கணவனாக முடியும்?" என்றான்.

"இப்படி நடக்க வாய்ப்பில்லை! நீங்கள் ஒருவனை இவ்வளவு மோசமாக அவமதிக்கமுடியாது. இப்போது உங்கள் கண் முன்னே, இங்கேயே நான் சாகவில்லை என்றால் நான்

ஆண்மகனே கிடையாது" என்று கூச்சலிட்ட ராலோ தன் கை விரல்களை இறுக்கமாக மூடி, கோபத்துடன் காற்றில் சுழற்றியபடி முன்னோக்கிப் பாய்ந்தான். கூட்டத்தினர் அவனைத் தடுக்கப் போராடினர். 'வெறியேறிய நாயையும் பித்துப் பிடித்த மனிதனையும் தடுக்கமுடியாது' என்பதைப் போல ராலோவின் மூர்க்கம் இன்னும் அதிகமானது.

"ஹாஹா! ராலோவின் அரச வம்சத்தைப் பற்றி நீங்கள் யாராவது கேள்விப்பட்டு இருக்கிறீர்களா? என்னுடைய தந்தையர் அரசர்களாக இருந்தனர். என் அன்னையர் அரசிகளாக இருந்தனர். இந்த ஊரை இன்று குருதியால் குளிப்பாட்டவில்லை என்றால் என் பெயர் ராலோ இல்லை. நான் ராலோ..."

ராலோவின் வாய்க்குள் ஒழுகிய சளி அவனை மேற்கொண்டு பேசவிடாது தடுக்கும்வரை ஆத்திரத்துடனும் குழப்பத்துடனும் அவன் பேசிக்கொண்டே இருந்தான். அபத்தமான இந்தக் காட்சியைப் பார்த்து அதுவரை கோபத்திலிருந்த கூட்டத்தினர் இப்போது அதிர்ச்சியடைந்து அவனை அங்கிருந்து செல்ல அனுமதித்தனர். தன் மனைவியினுடைய தம்பியின் முகத்தின் மீது முட்டியை உயர்த்துவதற்குத் துணிச்சலற்ற ராலோ தன் தோளால் அவனை முட்டினான்.

"இன்று என் அக்காவின் திருமண விழா. ஆகவே உன்னைப் போன்ற மூக்குச் சளிக்கார ஈனப் பயலுடன் நான் சண்டையிட விரும்பவில்லை. வந்த வழியே பத்திரமாகப் போய்ச் சேர்" என்றான் அவன்.

ஆனால் ராலோ அதைக் கேளாமல் தொடர்ந்து தன் தோளால் அவனை முட்டியபடி இருந்தான். பொறுமை இழந்த அவன் ராலோவின் பின்னலைப் பிடித்திழுத்து அவனைத் தரையின் மீது தள்ளிவிட்டான். அவன் அவ்வாறு வேகமாகப் பிடித்திழுத்ததில் ராலோவின் தலைமுடி வேரோடு பிய்ந்துவிட்டது.

இதனால் அதிர்ச்சி அடைந்த ராலோ, "ஐயோ! என் தலைமுடி! அது ஒரு காட்டெருமையின் விலைக்குச் சமமான மதிப்புடையது" என்று கத்திக் கொண்டு தரையில் உருண்டான்.

"என் தலைமுடிக்கான பணத்தைத் தரவில்லை என்றால் நான் எங்கும் போகமாட்டேன்" என்றான்.

"நீ இங்கிருந்து போகவில்லை என்றால் உன் காதை அறுத்து விடுவேன்" என்றபடி ராலோவின் மனைவியின் தம்பி உறையிலிருந்து ஒரு கத்தியை வெளியே எடுத்துக்கொண்டு ராலோவை நோக்கி வந்தான். துள்ளியெழுந்த ராலோ காற்றின் வேகத்தில் அங்கிருந்து தப்பி ஓடினான்.

தன் மனைவி வேறு ஒருவரை மணப்பது குறித்து ராலோவுக்கு எந்தக் கவலையுமில்லை. தன்னுடைய அழகிய தலைமுடி இல்லாமல் ஊர் மக்களை எப்படி எதிர்கொள்வது என்பதைப் பற்றித்தான் அவன் கவலைப்பட்டான். சீக்கிரமே அவனுடைய வயிறு பசிக்க ஆரம்பித்ததால் வேறு வழியின்றி நாகரிக வாழ்க்கைக்கு அவன் மறுபடி திரும்ப வேண்டியதாயிற்று.

வெவ்வேறு ஊர்களின் வழியாகச் சென்ற ராலோ வெவ்வேறு வீடுகளில் தங்கினான். வழியில் காணும் எந்த வீட்டிலும் தானே முன்வந்து முதலில் எதாவது வேலைகள் செய்து தருவான். அல்லது அவர்களுடைய கறவைகளை மேய்ச்சலுக்குக் கொண்டு செல்வான். ஆனால் அவன் வயிறு நிறைந்ததும் தன் மேய்ச்சல் கடமையை மறந்துவிட்டு "அட…" "ஓ…" "ஒரு பழமொழி இருக்கிறது…" என்று நீட்டி முழக்கிப் பேசத் துவங்கிவிடுவான். சிலர் "இங்கிருந்து ஒழிந்து போய்விடு" என்று திட்டி அவனை வீட்டைவிட்டு வெளியேற்றினர், சில வீடுகளிலிருந்து தன் சுய விருப்பத்துடன் அவனாகவே வெளியேறினான். ஒரு நாள் அவன் மடாலயம் ஒன்றைச் சென்றடைந்தான். அப்போது அந்த மடாலயம் சீரமைப்புப் பணிகளை மேற்கொண்டு இருந்தமையால் புதிய துறவிகளைச் சேர்க்கத் துவங்கியிருந்தது.

"எந்த நோக்கமும் இன்றி இல்வுலகில் இப்படியே சின்னஞ் சிறு செயல்கள் புரிந்து அழிந்து போவதில் என்ன பயன் இருக்கிறது? அத்துடன் என்னுடைய விலை மதிப்பற்ற தலை முடியை அந்த அறிவுகெட்டவன் வெட்டிவிட்டதால் மக்களை எதிர்கொள்வதற்கு எனக்கு வேறு வழியே இல்லை. நான் துறவியாகிவிடுவதே சிறந்தது. என்னுடைய அன்பான அம்மாவுக்காக நான் தொடர்ந்து புனிதமான பாடல்களை இங்கு பாடிக்கொண்டிருப்பேன்" என்கிற சிந்தனையுடன் தான் உடுத்தியிருந்த ஆடைகளைத் துறந்த ராலோ துறவிகளுக்கான அங்கியை அணிந்துகொண்டான். புத்த மத நியமப்படி தன் பெயரை 'சோயிங் டிராக்பா' என்று மாற்றிக் கொண்டான்.

அங்கு நடைபெற்ற எல்லா சமயக் கூட்டங்களிலும் தவறாது கலந்து கொண்ட சோயிங் டிராக்பா, அடைக்கலம் புகுவது குறித்த புத்தமத உறுதிமொழிகள், துறவு ஏற்பவர்கள் தொடக்க நிலையில் கற்க வேண்டிய பாடல்கள் ஆகியவற்றை மற்ற துறவிகளைவிட வேகமாக மனனம் செய்து முடித்தான். "இந்த மந்திர உச்சாடனம் செய்வது நாங்கள் பள்ளியில் செய்ததைவிட மிக எளிதான ஒரு காரியமாக இருக்கிறது. இதுதான் எனக்கு உகந்த கல்வி முறை" என்று நினைத்தான். கல்வி கற்பதில் அவன் வெளிப்படுத்திய இந்த அர்ப்பணிப்பால் மடத்தில் ஒழுக்க விதிகள் கடைப் பிடிக்கப்படுவதை மேற்பார்வையிடுபவரின் பாராட்டுகள் அவனுக்குக் கிடைத்தபடி இருந்தது. அது கிட்டதட்ட அவனுடைய இளமைக் காலத்தில் ஒலித்த "எல்லோரும் ராலோவைப் போலிருக்க வேண்டும்" என்கிற சொற்றொடரின் நிலையை எட்டிவிட்டது.

ஆனால் சில புத்த பிக்குகளும் துறவிகளும் மேற்கொண்ட 'ரகசிய நடவடிக்கைகள்', 'வெளிப்படையான செயல்கள்' பற்றி டிராக்பா விரைவில் தெரிந்து கொண்டான். "இப்படியொரு துறவறம் இருப்பதால் என்ன பயன்?" என்று நினைத்தான். அதற்குப் பிறகு உண்பதற்கும் குடிப்பதற்கும் எதாவது கிடைத்தபோதோ அல்லது இறந்தவர்களின் குடும்பத்தினர் துறவிகளுக்கு நன்கொடை அளிக்கும்போதோ மட்டும் அவன் மடாலயத்துக்குச் சென்றான். மற்ற நேரங்களில் பக்கத்திலிருந்த நகரத்தில் திரைப்படங்கள் பார்த்தும், வெண்சுருட்டுகள் புகைத்தும், மது குடித்தும் பொழுதைக் கழித்தான். தான் அருந்திய மதுவை அவன் பழரசம் என்று அழைத்தான். இதன் காரணத்தால் இளமைக் காலத்தில் அவன் கேட்ட "ராலோவைப் பார்த்து யாருமே கற்றுக் கொள்ளக் கூடாது" என்கிற சொற்றொடர் மறுபடி அவன் தலைக்குள் ஒலித்தது.

இதைக் காட்டிலும் மோசமான விசயமாக ஒரு பெண்ணை அவளுடைய கிராமம் வரை டிராக்பா துரத்திக்கொண்டு சென்றதாக ஒரு வதந்தி ஒரு நாள் மதியம் மடாலயத்தில் பரவியது. மடத்தின் மூத்த துறவிகளையும் மடத்தில் ஒழுக்கம் பேணுபவரின் காதுகளையும் அந்த வதந்தி விரைவாகச் சென்றடைந்தது. "சோயிங் டிராக்பா சோம்பேறியாக இருக்கலாம். ஆனால், உலக வாழ்க்கையைக் கைவிட்டுப் புனிதமான புத்தமத நியமமாகிய தர்மாவில் தன் சிந்தனையைச்

செலுத்தியுள்ள அவர், வெட்கமற்ற இத்தகைய செயல்களில் ஈடுபட ஒருக்காலும் வாய்ப்பில்லை. நிச்சயமாக வெற்று வதந்தியாகவோ பொய்யாகவோ தான் இது இருக்கும். என் கண்களால் பார்த்தால் மட்டுமே நான் இதை நம்புவேன்" என்று மடத்தின் ஒழுக்கத்தைப் பேணுபவர் நினைத்தார்.

ஆனால் டிராக்பா அந்தப் பெண்ணைத் துரத்திச் சென்றதை இரண்டு துறவிகள் உண்மையிலேயே தம் கண்களால் பார்த்திருந்தனர். சோயிங் டிராக்பா செஷு நதிக்கரைக்கு 'பழச்சாறு' அருந்தச் சென்றிருந்தார். அது ஒரு கோடைக் காலம். நண்பகல் நேரச் சூரியனின் கதிர்கள் செஜுங் மாகாணத்தின் மீது பரவிக் கொண்டிருந்தது. மலைகள் சூழ்ந்த நிலப் பகுதியில் மென்மையான பசும் புற்களின் இடையே வட்ட வடிவ மஞ்சள் நிறப் பூக்கள் பூத்துக்கிடந்தன. தொலைவில் இருந்து பார்ப்பதற்கு யாரோ மஞ்சள் நிறப் புள்ளிகள் கொண்ட ஒரு பச்சை நிறக் கம்பளியை அங்கு போர்த்திவிட்டிருந்தது போல் அது தெரிந்தது.

இந்த அழகிய காட்சியின் இடையே செஷு நதி மென்மையாக ஓடிக் கொண்டிருந்தது. உடம்பில் சிறிதளவேனும் கலைத்தன்மை மிச்சமிருக்கிற யாராவது அங்கு வருவார்களேயானால் 'தி ப்ளூ டேன்யூப்' எனும் பாடல் அவர்களின் காதுகளுக்குள் தானாக வழியக் கூடும். எந்தக் கோணத்திலிருந்து பார்த்தாலும் செஷு நதி டேன்யூபைப் போலவே அவ்வளவு எழிலுடன் காட்சி தரும்.

நதிக்கரையருகே இருந்த கிராமத்திலிருந்து ஒரு பெண் தண்ணீர் எடுப்பதற்காக அங்கு வந்தாள். அவள் நீர் எடுக்கும்போது சோயிங் டிராக்பாவை ஓரக் கண்ணால் ஒரு பார்வை பார்த்தாள். வலையில் சிக்கிய விலங்கைப் போல அவன் அதில் வீழ்ந்தான். "உலகின் மிக அழகான விஷயம் எது என்று பார்த்தால், முடிவாக அது ஒரு பெண் தான்" என்று நினைத்தான். திடீரெனத் தோன்றிய உணர்ச்சிகளின் பிடியில் சிக்கியவனாக மேல்ஹோவின் காதல் பாடல் ஒன்றைப் பாடத் துவங்கினான்.

"பனிபடர்ந்த மலையில் காட்டு எருதால் ஏற முடியுமா?
சின்னஞ்சிறு தங்கமீன் எமரால்ட் ஏரியில் நீந்த இயலுமா?
கவர்ந்திழுக்கும் இப் பெண்ணின்
துணை எனக்குக் கிடைக்குமா?"

நீர் முகர்ந்துகொண்டிருந்த அந்தப் பெண் சிறிதும் யோசிக்காமல் உடனே அதற்கு எசப் பாட்டாக தானே இட்டுக் கட்டி கேன்லோ எனும் இந்தக் காதற் பாடலைப் பாடினாள்:

"மஞ்சள் வரியோடிய கறு நிறத்து மேகங்கள்
உறைபனியும் தனிச் சிறப்பும் கொண்டவை.
மதகுருவாகவோ சாதாரணனாகவோ இல்லாத ஒரு துறவி
புத்தமத போதனைகளுக்கு
எதிரி"

அவள் வேகமாகப் பாடி முடித்ததால் அந்தப் பாடலின் சாராம்சத்தை டிராக்பாவால் உடனே கிரகிக்க முடியாததுடன் அதன் பொருள் என்ன என்பதையும் அவன் ஆராய்ந்து பார்க்கவில்லை. 'பெண்கள் ஆண்களை நோக்கிப் பாட்டுப் பாடுவது என்பது வழக்கமில்லாத ஒன்று. இவளோ நேரடியாக உடனே எனக்குப் பதில் கூறிவிட்டாள். எனவே நிச்சயமாக இவளுக்கு என் மீது காதல் இருக்கிறது' என்று நினைத்துக் கொண்டான். ஆனந்தத்தில் திளைத்து மடத்தின் ஒழுக்கம் பேணுபவரையும், மடத்தில் தான் ஏற்ற உறுதிமொழிகளையும் மறந்து தன் காலணிகளைக் கூட அகற்றாமல் செஷு நதிக்குள் பாய்ந்தான்.

துறவி தன்னுடன் விளையாட்டாகப் பேசுகிறார் என முதலில் நினைத்து அவரிடம் தானும் சிறிது விளையாடலாம் என்று தான் அவருக்கு அந்தப் பெண் பதில் சொன்னாள். ஆனால் முகவாயில் சளி வழிய தன் காலணிகளோடு நதியில் குதித்த சோயிங் டிராக்பா தன்னை நோக்கி வேகமாக வருவதைக் கண்டதும், "இந்தத் துறவி ஒரு பைத்தியமாகத்தானிருக்க வேண்டும்" என்று நினைத்துக்கொண்டாள். பயந்துபோன அவள் தண்ணீர் வாளியை அங்கேயே வீசி எறிந்துவிட்டு ஓட்டமெடுத்தாள்.

நதியருகே அமர்ந்து எதையோ படித்துக்கொண்டிருந்த துறவிகள் இந்த அபத்தமான நகைச்சுவைக் காட்சியைப் பார்த்ததும் தங்களுடைய சிரிப்பை அடக்கிக்கொள்ள முடியாமல் சத்தமாகச் சிரித்தனர். அந்தக் கணத்தில் தன் சுய நினைவை அடைந்த சோயிங் டிராக்பா குழப்பத்துடன் நதியின் மையப் பகுதியில் அப்படியே திகைத்து நின்றார்.

6

சூரியன் மறைந்ததும் வழக்கமாக இருப்பதைவிட அசைவுகளற்றும் மிக அமைதியாகவும் அந்த மடாலயம் இருந்தது.

இந்த உலகின் மிக அதிகமான சுமை என்பது எந்த வேலையும் இல்லாதிருப்பது. சோயிங் டிராக்பா அந்தப் பெருஞ் சுமையின் கனத்தால் அழுந்தப்பட்டு அதனால் பாதிக்கப்பட்டிருந்தது போலிருந்தது. காலையில் தாமதமாகக் கண்விழித்தவனுக்கு இரவில் தூக்கம் வரவில்லை. தண்ணீர் முகர்வதற்காக வந்த அந்தப் பெண்ணின் மயக்கும் உடலமைப்பும், (தன் மீதான பாலுணர்வு தொடர்பான ஈர்ப்பு என அவன் நினைத்துக் கொண்ட) அந்த ஓரப் பார்வையும் அவன் மனதை விட்டு மறைய மறுத்தன. ஒரு பெருமூச்சுடன் அவன் துறவிகளின் குடியிருப்பைவிட்டு வெளியேறினான்.

வளைந்த கதிர் அரிவாள் போன்று வானில் தோற்றமளித்த நிலா, ஒரு வயோதிகன் தன் கைத் தடி மீது சாய்ந்து நின்றிருப்பது போலத் தென்மேற்குப் பகுதியில் தெரிந்தது. செஷு நதியின் இன்னொரு கரையிலிருந்த கிராமத்தில் இருந்து ஒலித்த நாய்களின் குரைப்புச் சத்தம் காற்றில் பரவியது. அந்த திசையைப் பார்த்துக் கொண்டிருந்த சோயிங் டிராக்பாவுக்கு அங்கிருந்த ஒவ்வொரு வீடும் தெளிவாகக் காட்சியளித்தது. ஒரு இடத்தில் மட்டும் அடுப்பில் நெருப்பு எரிந்து கொண்டிருந்தது மற்றவற்றை விட அவன் கண்களுக்கு இன்னும் நன்றாகத் தெரிந்தது.

சோயிங் டிராக்பாவின் மனத் திரையில் ஒரு திரைப்படக் காட்சியைப் போல நீர் எடுக்க வந்த பெண்ணின் முகம் அவன் கண்ணெதிரே தோன்றியது. தன்னுடைய அறைக்குத் திரும்பி வந்தவன், துறவிகள் அணியும் அங்கியைக் கழற்றினான். அவன் வழக்கமாகப் பயன்படுத்தும் விலங்குகளின் அடர் மயிர்க் கற்றைகொண்டு தைக்கப்பட்ட அங்கியை அணிந்துகொண்டான்.

மடாலயத்தில் இருந்து நதி வழியாக அந்தக் கிராமத்தை அடைய வெறும் இரண்டு கிலோமீட்டர்கள் தூரம் தான் என்பதால் சோயிங் டிராக்பா அந்த இடத்துக்குச் சடுதியில் சென்று சேர்ந்தான். ஒளிரும் விளக்கொன்றைத் தன் கைகளில் எடுத்துக்

கொண்டு அந்த வீட்டை நோக்கிப் போனான். கூடாரத்தின் நுழைவாயில் வரை அடி மேல் அடி வைத்து நடந்தவன் பிறகு அதனுள் எட்டிப் பார்த்தான். அங்கு ஒரு பெண் இருந்தாள். ஆனால் அவள் அந்த தண்ணீர்ப் பெண்ணாக இல்லாதது தான் சோகம். இதயத்தின் கனமான நினைவுகளால் அழுத்தப்படுவது போல அவள் தன் முகத்தைக் கைகளில் தாங்கிப் பிடித்துக் கொண்டு அடுப்பின் அருகே அமர்ந்திருந்தாள்.

நீர் முகர வந்த பெண்ணை முழுவதுமாக மறந்துபோன சோயிங் டிராக்பாவால் அந்தக் கூடாரத்துக்குள் நுழையாதிருக்க முடியவில்லை. திடீரென அவனைக் கண்டதில் அச்சத்தில் துள்ளிய அவள், "ஐயோ! அம்மா!" என்று கத்தினாள். சில நொடிகளுக்குப் பிறகு அமைதியடைந்து அவன் யார் என்று கேட்டாள்.

"நான் ஒரு வழிப்போக்கன்" என்று சொல்லி இளித்தவன், "நான் இன்றிரவு இங்கு தங்கலாமா?" என்றான்.

டிராங்பாவைத் தலையிலிருந்து பாதம் வரை அவள் தன் பார்வையால் அளந்தாள். நல்ல உயரமும், கெச்சலான உடல் வாகும், அடர் புருவங்களும், கறுநீல நிறமும் கொண்டவனாக அவன் இருந்தான்.

"ஓ! நீங்கள் தாராளமாக இங்கு தங்கலாம்" என்று எழுந்தவள் புன்னகையுடன் ஒரு கோப்பைத் தேநீரை அவனுக்கு அளித்து, "அந்தப் பாயின் மீது உட்காருங்கள்" என்றாள்.

அதில் உட்கார்ந்தபடி தன்னுடைய சுற்றுப்புறத்தை ஆராய்ந்த சோயிங் டிராக்பாவின் பார்வை மெதுவாக அந்தப் பெண்ணின் மீது நிலைத்தது. அடர்சிகப்பு நிறக் கன்னங்களும் கூரான நாசியும், செழிப்பான உடலும், தளும்பும் மார்புகளும் கொண்ட அப்பெண்ணுக்கு முப்பது சொச்சம் வயதிருக்கும். தன் தோல் ஆசையில் சில்லிடுவதை சோயிங் டிராக்பா உணர்ந்தான்.

"இங்கு நீ தனியாக வசிக்கிறாயா?" என்று உணர்ச்சி மேலீட்டில் தன் முகம் சிவக்க அவளிடம் கேட்டான்.

"ஆமாம்" என்ற அவளுடைய முகத்தில் கைவிடப்பட்ட உணர்ச்சியின் ஒரு வெளிப்பாடு தோன்றியது.

"ஒன்றுக்கும் லாயக்கில்லாத ஒரு கணவன் எனக்கிருந்தான். ஆனால் துறவியாகிறேன் என்று அவன் என்னை விட்டு ஓடிப் போய்விட்டான்" என்றாள்.

"ஐயோ! எவ்வளவு அநியாயம்! பெரும்பாலான துறவிகள் இப்படிப்பட்ட வெட்கம் கெட்டவர்கள்தான். துறவிகள் என்றாலே எனக்குப் பிடிக்காது" என்றான்.

"நிச்சயமாக! வேலை செய்வதை வெறுத்து சாப்பிட மட்டும் விரும்பும் மனிதர்கள் இந்த உலகில் துறவிகளைத் தவிர வேறு யாரும் கிடையாது"

"மோசம்."

"என்ன...?"

"அதாவது மோசமானவற்றைப் பற்றிப் பேசுவதும் அந்தத் துறவிகளுக்கு மிகப் பிடித்தமானது என்றேன்."

"ஓ! உங்களுக்குப் புகைக்கும் பழக்கம் இருக்கிறதா?" என்று கேட்டாள்.

"நிச்சயமாக இல்லை. அதாவது... ஆமாம்... இருக்கிறது... இருக்கிறது" என்றான்.

"எனக்கு ஒரு சுருட்டு தருகிறீர்களா? இந்தத் தனிமை என்னை அந்தப் பழக்கத்திற்குள் தள்ளிவிட்டது" என்றாள்.

புகைப்பதன் ஆனந்தத்தையும் பயன்களையும் சில நொடிகளுக்குத் தன் மனதிற்குள் ஆராய்ந்து தெளிவுற்ற பிறகு தன்னுடைய சட்டைப் பையில் கையை நுழைத்து தீவிரமாகத் தேடியவன், "அடடா! என்ன மோசமானவொரு நிலைமை! இன்றைக்கு என்று என்னிடம் ஒன்று கூட இல்லை" என்றான்.

சோயிங் டிராக்பாவும் அந்தப் பெண்ணும் சிறிது நேரம் பேசிக்கொண்டு இருந்தனர். தன் பேச்சின் இடையிடையே அவன் அவளைப் புகழ்ந்தபடி இருந்தான். சிறிது நேரத்தில் அவர்கள் இருவரின் நோக்கங்களும் ஒரே நேர்க் கோட்டில் இணைந்தன. ""மந்திரங்களைப் பாராயணம் செய்யும் அரங்கில் எந்தத் துன்பமும் இல்லை. ஆனால் புட்டம் மரத்துப் போகும்வரை அங்கு அமர்ந்திருக்கவேண்டும். சம்சார

மார்க்கத்தில் எந்த மகிழ்ச்சியும் இல்லை. ஆனாலும் அது உன் பிரச்சினைகளை மறக்கடிக்கும்' என்கிற இந்தப் பழமொழி உனக்குத் தெரிந்திருக்குமே" என்றான்.

அவள், "என்ன! நீ மந்திரப் பாராயண அரங்கில் இருந்திருக்கிறாயா?" என்று கேட்டாள்.

"எந்தப் பயனுமற்ற அங்கு நான் இதற்கு முன் இருந்தேன். இனி நாமிருவரும் நம் வாழ்நாள் முழுதும் இணைந்து வாழ்ந்தால் என்ன? அது மிகச் சிறப்பான ஒன்றாக இருக்கும்" என்றான்.

"அது தான் உன் விருப்பமெனில் அதனை நாம் மிக எளிதாகச் செய்யலாம்" என்று அவள் பதிலுரைத்தாள்.

"எனக்கு அதில் மிகுந்த விருப்பமிருக்கிறது. ஆனால் நாம் இந்த ஊரில் வசிக்கமுடியாது. ஏனெனில்..." என்று தன்னுடைய எல்லா பிரச்சினைகளையும் அவளிடம் விவரித்தான். சில நாட்கள் அவன் அவளுடைய வீட்டில் ஒளிந்து வாழ்ந்தான். பிறகு அவர்கள் அந்த வீட்டிலிருந்த அவளுக்குத் தேவையான அனைத்துப் பொருட்களையும் எடுத்துக்கொண்டு நிலவொளியின் துணையுடன் சோயிங் டிராக்பாவின் சொந்த ஊருக்குக் கிளம்பினர்.

7

சோயிங் டிராக்பா மடத்தில் வாழ்ந்த காலத்தில் யாராவது அவனை "சோயிங் டிராக்பா" என்று அழைக்காமல் "ராலோ" என்று கூப்பிட்டால் கோபத்துடன் அவர்களைத் தன் தோளால் முட்டுவான். இப்போது அவன் வீட்டுக்குத் திரும்பி விட்டமையால் அவர்கள் அவனை மறுபடி "ராலோ" என்று அழைத்தார்கள். அவனும் அதை அனுமதித்து அமைதியாக இருந்தான்.

ராலோவின் வீட்டுப் பத்திரம் அவனுடைய ஊரில் பதிவு செய்யப்பட்டிருந்தது. அவனுடைய அம்மாவுக்குச் சொந்தமான நாடோடிகள் பயன்படுத்தும் வகைமையிலான ஒரு கூடாரமும், சில பொருட்களும் அந்த வீட்டின் சரக்குகள் சேமித்து வைக்கும் அறையில் இருந்தன. நாடோடிகள் அமைப்பின் செயற்குழு சிறிதளவு நிவாரண நிதியும், ஆடு, மாடுகள் சிலவற்றைக்

கிராம மக்களிடமிருந்து சேகரித்தும் அவனுக்கு வழங்கியது. இதற்காக ராலோ ஒரு ஒப்பந்தத்தில் கையொப்பமிட்டான். ஆரம்ப நாட்களில் அவன் கஷ்டப்பட்டு உழைத்தான். அவனுடைய வசிப்பிடம் ஒரு நிஜ வீட்டைப் போல இருந்தது. ஆனால் உடம்பில் ஆடை ஏறி, வயிறு உணவால் நிறைந்ததும் சோம்பலின் விதைகள் மறுபடி மெல்ல முளைவிடத் துவங்கின. எந்த வேலையும் செய்யாமல், ஆடு மாடுகள் மேய்ப்பதையும் அறவே நிறுத்திவிட்டு வெட்டியாக நகரத்துக்குள் சுற்றித் திரிந்தான். ஆடுமாடுகள் மேய்ப்பதாக அவனிட்ட ஒப்பந்தம் இறுதியில் ரத்தாகிவிட்டது. அவனுடைய மனைவி தன் பொறுமையை மொத்தமாக இழந்தாள்.

நகரத்தில் இருந்த கேளிக்கை மதுக் கூடம் ஒன்றில் தன்னிடமிருந்த பணம் மொத்தத்தையும் கரைத்த பிறகு வீடு வந்த ராலோ தன் மனைவி அங்கு இல்லாததை அறிந்து அவளைத் தேடினான். சோணம் டாக்ரியே அவளைக் கவர்ந்து சென்றுவிட்டதாக அக்கம் பக்கத்தினர் கூறியதால், அவளை அங்கிருந்து திரும்ப அழைத்து வருவதற்காக ராலோ, சோணம் டாக்ரியேவின் வீட்டுக்குச் சென்றான்.

அவள் ராலோவிடம், "இது தான் இனி என் வீடு" என்றாள்.

ராலோ, "ஆ! அப்படியா? உனக்குப் பேய் எதாவது பிடித்திருக்கிறதா என்ன?" என்று கேட்டான்.

"உனக்குத் தான் பேய் பிடித்திருக்கிறது" என்றபடி ராலோவை நோக்கி வந்த சோணம் டாக்ரியே, "அவள் என் சட்டப்பூர்வமான மனைவி. இந்த வீட்டைத் தவிர அவளுக்கு வேறெங்கே வீடு இருக்க முடியும்?" என்று கேட்டான்.

ஆத்திரமடைந்த ராலோ, "இன்னொருவரின் மனைவியை நீ பட்டப் பகலில் களவாடிக்கொண்டு வருவாயா?" என்று கேட்டு சோணம் டாக்ரியேவைத் தன் தோள்களால் முட்டத் துவங்கினான்.

"நான் அவளைக் கவர்ந்து வந்துவிட்டேன் என்று நீ நினைத்தால் காவல் நிலையத்திற்குப் போய்ச் சொல். அவள் யாருடைய மனைவி என்று அதற்குப் பிறகு தெரியும்" என்றான் சோணம்.

சர்வாதிகாரத்தை அடக்கி, வலிமையற்ற மக்களைக் காக்கக் கூடிய 'நீதிமன்றம்' என்றழைக்கப்படும் ஒரு இடம் இருப்பது அப்போது, அந்த நொடியில்தான் ராலோவின் நினைவுக்கு வந்தது.

8

ராலோவை உரிமையியல் நீதிமன்றத்துக்கு அழைத்துச் சென்று அறிமுகப்படுத்திய பிறகு நான் என் அலுவலகத்துக்குத் திரும்பச் சென்றேன்.

நீதிமன்றம் சோணம் டாக்ரியேவையும் அந்தப் பெண்ணையும் இது தொடர்பான விசாரணைக்கு அழைத்தது.

"நானும் ராலோவும் சிறிது காலம் ஒன்றாக வாழ்ந்தது உண்மை தான். ஆனால் நாங்கள் கணவன் மனைவி இல்லை. ராலோ அவ்வாறு சொன்னால் எங்கள் திருமணச் சான்றிதழ் இருக்க வேண்டுமல்லவா? அது எங்கே? திருமணம் செய்து கொள்ளாமல் ஒன்றாக வாழ்வது சட்டப்படி குற்றமில்லையா! ஆகவே சோணம் டாக்ரியேவுடனான என் திருமணம்தான் சட்டப் பூர்வமான ஒன்று" என்றபடி அவள் தன் சட்டைப் பையிலிருந்து திருமணச் சான்றிதழை எடுத்து நீட்டினாள்.

நீதிமன்றம் அவள் சோணம் டாக்ரியேவின் சட்டபூர்வமான மனைவிதான் என்று தீர்ப்பளித்தது. ராலோவின் உரிமைக் கோரல் வழக்கு க்யுங்காய் ஏரியில் கல் எறிந்ததைப் போன்ற ஒரு தாக்கத்தை மட்டுமே ஏற்படுத்தியது.

அப்போது தான் திருமணச் சான்றிதழ் பெறுவதன் முக்கியத்துவத்தை ராலோ புரிந்துகொண்டான். இந்தத் திருமணச் சான்றிதழ் விசயத்திற்கு முன்பே தீர்வு காணாமல்விட்டது குறித்து மிகவும் வருந்தினான். தன் கன்னத்தில் அவன் தானே அறைந்து கொண்டபோது சளி அவன் முகவாய் வரை ஓடியது.

9

நீதிமன்றத்தில் இருந்து வெளியே வந்த ராலோ இலக்கற்று வீதியில் சுற்றிக் கொண்டிருந்தான். ஒரு உணவு விடுதியின் கதவுக்கருகே அவன் வந்து சேர்ந்தபோது தான் அதுவரை

சிற்றுண்டியோ மதிய உணவோ உண்ணாததை உணர்ந்தான். அவனுடைய வயிற்றில் உருவான சூடான அலை ஒரு உறுமலை வெளிப்படுத்தியது. தன்னைக் கட்டுப்படுத்திக் கொள்ள முடியாமல் உணவு விடுதிக்குள் நுழைந்தான். சில கறைவைகள் மட்டும் மீதமிருந்தனவே ஒழிய அவனிடம் சல்லிக் காசு இல்லை.

இன்றைய காலகட்டத்தில் நிறைய சிறுவர்கள் உணவுக்கு உரிய பணத்தைச் செலுத்தாமல் உணவு உண்ணக் கூடும். ஆனால் ராலோ அந்த மாதிரியான ஆள் அல்ல. இன்னும் சொல்லப் போனால் ஒரு முறை தெருவில் கண்டெடுத்த நான்காயிரம் யுவானை ஒரு நொடி கூடத் தாமதிக்காது நேரடியாக அவற்றின் உரிமையாளரிடம் அதைச் சேர்ப்பித்து இருக்கிறான். முன்பு பள்ளியில் படித்துக் கொண்டிருந்த காலத்தில் தன் ஆசிரியர்கள் வீசியெறிந்த வெண்சுருட்டுத் துண்டுகளைக் குப்பைக் கூடையில் இருந்து எடுத்துக்கொண்டான் என்பதைத் தவிர ராலோவின் கைகள் கறை படிந்தவை என்று யாராலும் வேறு எந்தக் காரணத்துக்காகவும் குற்றம் சுமத்த முடியாது.

திகைத்து நின்ற ராலோ உணவருந்திக்கொண்டு இருந்தவர்களின் வாய்களை வெறித்துப் பார்த்தான். அவ்வாறு நிற்கையில் துறவியாக இருந்த தன் பழைய நாட்கள் அவனுடைய நினைவுக்கு வந்தன. சமய நம்பிக்கை மிகுந்த அந்த மக்கள் அரிசியை விட இறைச்சி அதிகம் இருக்கும் கஞ்சியைத்தான் எப்போதும் துறவிகளுக்குத் தருவார்கள். உலர்திராட்சையும் சர்க்கரையும் கூட அதில் இருக்கும். வசதிக் குறைவான குடும்பமொன்று எப்போதாவது உலர்திராட்சைகளுக்குப் பதிலாக பேரீச்சம் பழங்களைத் தந்தால் துறவிகள், “சே! இவர்கள் மட்டமான பேரீச்சைகளை இதில் இட்டிருக்கிறார்கள்” என்று சிறிதும் தயங்காது தங்கள் உணவுக் கிண்ணங்களைத் தலைகீழாகக் கவிழ்த்து வைத்துவிடுவர்.

“அப்போது உணவின் மதிப்பு எனக்கு நிச்சயமாகத் தெரிந்திருக்கவில்லை” என்று ராலோ பெருமூச்செறிந்தான். வாய் முழுதும் ஊறிய எச்சிலை விழுங்கியபடி அங்கிருந்து வெளியேற எண்ணித் திரும்பினான். ஆனால் அவன் சாப்பிட்டே ஆகவேண்டும் என்கிற எச்சரிக்கை சமிக்ஞை வயிற்றில் இருந்து தொடர்ந்து வந்து கொண்டிருந்தது.

"அடடா! இப்போது என்ன செய்யலாம்? என்ன நடந்தாலும் சரி. எனக்கு உணவு தேவை" என்று நினைத்த ராலோ தனக்குத் தெரிந்த யாருடைய முகமாவது அங்கு தென்படுகிறதா என்று நம்பிக்கையுடன் தீவிரமாகத் தேடினான் "முன்பெல்லாம் ஒரு ஆட்டையோ அல்லது பசுவையோ விற்று என்னுடைய மனம் கொள்ளும் அளவுக்கு சந்தோஷமாக மது அருந்துவேன். அப்போது என்னுடைய வகுப்புத் தோழர்களும் எனக்குத் தெரிந்தவர்களும் என்னைச் சுற்றித் தேனீக்களைப் போல மொய்த்துக் கொண்டிருப்பார்கள். அவர்கள் எல்லாம் இப்போது எங்கே போய்விட்டார்கள்?" அவனுடைய சிந்தனையின் போக்கு அவன் முன்பு ஓட்டிப் பழகிய அந்த முதிய காட்டு எருதின் மீது திரும்பியது. அவனிடம் இருந்த கறவைகளிலேயே விற்பனையில் கணிசமான பணம் ஈட்டக் கூடியதும் அவன் பயணம் செய்வதற்கென இருப்பதும் அது ஒன்று தான். ஆனால் வயிற்றை விட ஒருவருக்கு எது முக்கியமாக இருந்துவிட முடியும்? இந்த பூமியிலுள்ள எல்லா ஜீவராசிகளும், மிகச் சிறிய உயிரினமான எறும்பு முதல் மிக உன்னதமான மனிதன் வரை, பைத்தியம் பிடித்தாற் போன்று அலைந்து திரிவது தங்களுடைய வயிற்றுப்பாட்டுக்காகத் தானே?

ராலோ தன்னிடமிருந்த காட்டு எருதை எழுநூறு யுவானுக்கு விற்றான். தேர்ந்த வணிகனாக இருந்திருந்தால் இன்னும் அதிக விலைக்கு அதனை விற்றிருக்கலாம் என்பதில் எந்த ஐயமும் இல்லை. ஆனால் ராலோவைப் பொறுத்தவரை எழுநூறு யுவான் என்பது மிகத் திருப்தியான ஒரு தொகை. அவனுடைய வாழ்க்கையில் இது வரை அவ்வளவு பணம் அவன் கைகளில் இருந்ததே இல்லை.

10

"நான் ராலோ. நான் ஏகப்பட்ட மதுவை இப்போது குடித்திருக்கிறேன். குடி...குடி... குடி..." ராலோ சிறிது அதிகமாகக் குடித்திருந்தான். தான் நூறு யுவான் வைத்திருப்பதைத் தன் கையை உயர்த்தி ஆட்டி அதை அனைவருக்கும் காண்பித்து விளம்பரப்படுத்தியபடி, ஒரு கூட்டத்தின் நடுவில் மது அருந்திக்கொண்டு உணவு விடுதியொன்றில் அமர்ந்திருந்தான். "ராலோவின் பெற்றோர் வழி வந்த மூதாதையர்களையும், மணமுடித்த

இடத்தின் தாய்வழி மூதாதையர்களைப் பற்றியும் சொல்ல வேண்டுமெனில்...” என்று ராலோ பேச ஆரம்பித்ததும் சளி அவனுடைய முகவாய் வரை வழிந்தது.

விடியல். உணவு விடுதி வெளிச்சமானது. அதன் கதவின் வழியே ஒரு பெண் உள்ளே எட்டிப் பார்த்தாள். விடுதியின் பின் பக்கம் சிறுநீர் கழித்துவிட்டு வந்த ராலோ அவளை மேலும் கீழும் பார்த்தான். அவள் அணிந்திருந்த ஆடைகளைப் பார்த்தால் அவள் உள்ளூரைச் சேர்ந்தவள் போல் இல்லை.

“நீ எந்த ஊர்?” என்று அவளை முறைத்துப் பார்த்தபடி கேட்டான் ராலோ.

“அம்சோக்” என்று பதிலுரைத்த அந்தப் பெண் தன் முகத்தைத் திருப்பி ராலோவைப் பார்த்தாள்.

அவளுக்கு இருபது வயதிருக்கும். அவளுடைய உடைகள் கந்தலாக இருந்தன. உதடுகள் வெடிப்புகளுடன் காணப்பட்டாலும் அவளுடைய ஆழமான கண்களில் இருந்த நேர்மையும் தூய்மையும் ஒரு வருடத்திற்கு முன்பு அவன் சந்தித்த நீர் முகரும் பெண்ணின் உருவத்தை ராலோவுக்கு நினைவுபடுத்தியது.

“நீர் முகர்ந்து வருவதற்காக நீ எப்போதாவது செஷு நதிக்குப் போயிருக்கிறாயா?” என்று கேட்டான்.

அந்தக் கேள்வியின் பின்னிருந்த காரணம் புரியாத அவள் அவனை மிகுந்த குழப்பத்துடன் உற்றுப் பார்த்தாள்.

“நிச்சயமாக நீ தண்ணீர் எடுப்பதற்காக செஷு நதிக்குப் போயிருக்கிறாய்” என்ற ராலோ காவலர்கள் விசாரணை செய்யும் தோரணையில், “இப்போது இங்கு என்ன செய்கிறாய்?” என்று கேட்டான்.

“எனக்கு எதாவது உணவு வேண்டும்... ஆனால்...” என்றாள்.

அவளிடம் அதற்கான பணமில்லை என உணர்ந்த ராலோ, “எனக்கு உன்னைத் தெரியும். இதற்கு முன் உன்னை நான் பார்த்திருக்கிறேன். இங்கேயே காத்திரு. உடனே வருகிறேன்” என்று சொல்லிவிட்டு உணவகத்தின் உள்ளே சென்று, அதிகாரி

போலத் தோற்றமளித்த ஒரு இளைஞனிடம் எதோ கிசுகிசுத்தான். அந்த இளைஞன் ஒரு சாவியை ராலோவிடம் தந்தான். ராலோ அந்தப் பெண்ணிடம், "உள்ளே வா! நாம் ஒன்றாக உணவருந்தலாம்" என்று அழைத்தான்.

அந்தப் பெண் தயக்கத்துடன் நின்ற இடத்திலேயே நின்றாள். "பயப்படாதே. எனக்கு உன்னைத் தெரியும்" என்ற ராலோ அவளுடைய சட்டையின் கைப் பகுதியைப் பிடித்து வேகமாக இழுத்ததால் விருப்பமின்றி அவன் கூடவே அவள் நடக்க வேண்டியதாயிற்று. ஒரு குறுகலான சந்தில் அவர்கள் இருவரும் நெருக்கமாக நடந்து சென்றனர். "குடும்ப வாழ்க்கையில் எந்த மகிழ்ச்சியும் இல்லை. ஆனால் நீ உன் பிரச்சினைகளை மறக்கலாம்" என்று தன் வசமின்றி உளறியவன் அத்துடன் "நாம் திருமணச் சான்றிதழ் ஒன்றைப் பெற்றுக் கொள்ளலாம்" என்கிற வரியை சேர்த்தான்.

"ஆ! இது என்ன பைத்தியக்காரத்தனம்! எனக்கு ஏற்கனவே ஒரு கணவன் இருக்கிறான்" என்றாள் அவள்.

"ஓ! நாம் திருமணச் சான்றிதழ் ஒன்றை வாங்கிவிட்டால் அதன் பிறகு நீ என் சட்டப்பூர்வமான மனைவியாகிவிடுவாய். உனக்கு ஏற்கனவே ஒரு கணவன் இருந்தாலும் இல்லாவிட்டாலும் அதற்குப் பிறகு யாரும் நமக்குக் குறுக்கே வர முடியாது."

"நிஜமாகவா?"

"நிஜமாகத் தான். என்னுடைய மனைவி வேறு ஒரு ஆணுடன் தனக்குத் திருமணம் நடந்ததாக ஒரு திருமணச் சான்றிதழைக் காட்டியதும்; அவள் என்னுடைய மனைவி இல்லை. அந்த நபருடைய மனைவிதான் என்று நீதிமன்றம் தீர்ப்பளித்தது. எல்லோரும் சொல்வது போல சீனர்கள் எதையும் எழுத்துப் பூர்வமாக இருந்தால் மட்டுமே நம்புகின்றனர். திபெத்தியர்களோ வாக்கை நம்புகின்றனர்" என்றான் ராலோ.

"அப்படியானால் இனி உன் விருப்பம். எப்படியும் இனி என்னால் அவனோடு மகிழ்ச்சியாக வாழ இயலாது. அவ்வாறு வாழ முடிந்திருந்தால் நான் ஏன் தனியே இவ்வளவு தொலைவு சுற்றித் திரிந்து, இங்கு வந்திருக்கப் போகிறேன்?" என்றாள்.

இதில் விசித்திரமான விசயம் என்னவென்றால் அங்கு விவாகரத்துப் பெறுவது தான் கடினமான ஒன்றே தவிர திருமணம் செய்து கொள்வதற்கு என எந்த நடைமுறைகளும் இல்லை. இரு தரப்புக்கும் விருப்பம் இருந்தால் அதுவே போதுமானது. ஆகவே ராலோவுக்கு முற்றிலும் அந்நியரான அந்தப் பெண்ணும், ராலோவும் நேராக அந்தப் பகுதியின் உள்ளாட்சி அமைப்பிடம் சென்று எந்தப் பிரச்சினையும் இன்றி தங்களுக்கான ஒரு திருமண சான்றிதழை வாங்கி வந்துவிட்டனர்.

நதியில் நீர் முகர்ந்த அந்தப் பெண்ணாக இருக்க வாய்ப்பே இல்லாமல் போனாலும்கூட மஞ்சள் நிறப் பற்களைக் கொண்ட முந்தைய இணையை விட இவள் அழகாகவும் மிகக் கனிவாகவும் இருந்தாள். ஆகவே ராலோ தன் மோசமான, சோம்பேறித்தனமான பழக்கவழக்கங்களை மாற்றிக் கொண்டு இந்த நேர்மையான பெண்ணுடன் வாழ்நாளைக் கழிப்பதாகத் தன் இதயத்தின் அடியாழத்தில் உறுதி ஏற்றான். தன் குடிப் பழக்கத்தைக்கூட விட்டுவிடுவதாக ஒரு புத்த பிக்குவின் முன் சத்தியம் செய்தான்.

ராலோ இந்தப் பெண்ணை உண்மையாகக் காதலித்தான். மற்ற இரு பெண்களிடமும் இந்தக் காதலை அவன் எப்போதும் உணர்ந்ததே இல்லை. உதாரணத்திற்கு தானியங்கள் வாங்கி வருவதற்காக அவன் நகரச் சந்தைக்குச் சென்றால் ஒரு நொடியைக் கூட வீணாக்காமல் துரிதமாக ஒரு சட்டையையோ தன் மனைவிக்கு எதாவது இனிப்பையோ வாங்கிக் கொண்டு எவ்வளவு சீக்கிரம் முடியுமோ அவ்வளவு சீக்கிரமாக வீட்டுக்குத் திரும்பிவிடுவான். தொலைவில் ராலோ வருவது தெரிந்ததும் அவள் மிக விரைவாக உணவுடனும் நீருடனும் அவனை வரவேற்பாள். அவர்கள் இருவருக்கும் இடையே வாழ்க்கை நல்ல விதமாகப் போய்க் கொண்டிருந்தது. ராலோவின் அம்மா விட்டுச் சென்ற பழைய கூடாரத்தை அவர்கள் சாணம் சேமிக்கப் பயன்படுத்தினர். அவர்கள் குடிபுகுந்த புத்தம் புதிய கூடாரம் சத்தமான சிரிப்பொலியால் நிறைந்திருந்தது.

11

சிலர் இந்தப் பெண் ராலோவை நேர் வழிப்படுத்திவிட்டாள் என்றார்கள். இன்னும் சிலர் அவள் ராலோவினுடைய

அம்மாவின் மறுபிறவியாகக் கூட இருக்கலாம் என்றனர். எது எப்படியாயினும் அவர்கள் இணைந்து வாழத் துவங்கிய பிறகு ராலோ வேறொரு மனிதனாக மாறிப் போனான். அவனுடைய மேலுதட்டில் வழக்கமாகக் காணப்படும் சளி கூட குறைந்துவிட்டது.

ஆனால் 'பொதுமக்கள் பாதுகாப்புத் துறை'யைச் சேர்ந்த இரு அதிகாரிகள் திடீரென எங்கிருந்தோ தோன்றி ராலோவையும் அவன் மனைவியையும் அந்த மாகாணத்தின் நகர்ப் பகுதிக்குக் கொண்டு சென்றனர்.

நீதிமன்றத்தைப் பொறுத்தவரை ராலோவின் மனைவி இருமணம் செய்திருக்கிறாள். இக் குற்றத்திற்காக அவளுக்கு ஆறு மாதம் சிறைத் தண்டனை விதிக்கப்பட்டது. கண்ணீரும் சளியும் தன் முகவாயில் ஒன்றாகக் கலக்கும் வரை ராலோ அழுதான். அவனை நெருங்கி வந்த அவன் மனைவி, "ராலோ, மனம் தளர்ந்துவிடாதே! ஆறு மாதங்கள் என்பது அதிக காலம் கிடையாது. நான் எப்போதும் உன்னுடையவளாகவே இருப்பேன்" என்றாள்.

எவ்வளவு நேர்மையான, கனிவான சொற்கள்! அந்தச் சொற்கள் ராலோ இதுவரை உணர்ந்திராத ஒருவிதத் துணிவையும் நம்பிக்கையையும் அவனுக்குத் தந்தன. தன் கண்ணீரையும் சளியையும் துடைத்துவிட்டு எழுந்த அவன் நிமிர்ந்து நின்று அவளைப் பார்த்து, "கவலைப்படாதே! நான் உனக்காகக் காத்திருப்பேன்" என்று சத்தமாகச் சொன்னான்.

***

கறுநரிகளின் பள்ளத்தாக்கு

1

செஜூங் மாகாணத்தின் வடபகுதியில் இருந்து அறுபது கிலோமீட்டர் தொலைவில் சீராக அடுக்கப்பட்ட கற்குவியலுடனும், சில பிரார்த்தனைக் கொடிகளுடனும் ஒரு மலைப் பாதை இருந்தது. அந்தப் பாதையிலிருந்து வட திசையில் பார்த்தால் செழிப்பான தாவரங்கள் நிறைந்த பச்சை நிற அடர் பள்ளத்தாக்கு ஒன்று தெரியும். பள்ளத்தாக்கின் நடுவே கால்நடைப் பண்ணை போல மிகப் பெரிய ஒரு சதுப்பு நிலம் இருந்தது. நிறைய சிற்றோடைகள் சேர்ந்து தெளிவான ஒரு நதியாக உருமாறி பள்ளத்தாக்கின் இடையே ஓடியது.

ஜூலை, ஆகஸ்டு மாதங்களில் அந்தப் பள்ளத்தாக்கு எல்லா விதமான மலர்களாலும் நிறைந்திருந்தது. வெண்ணிற மெடோஸ்வீட் மலர்கள், ஐயிதழ் மலர்கள், கீழ்ப் பகுதியில் வெள்ளி நிறம் பூசிய மஞ்சள் மலர்கள் ஆகியவை அதன் உச்சியில் மலர்ந்திருந்தன. வெண்ணிற மலர்க் குவியல்களும், நட்சத்திர வடிவ மலர்களும், நீல வண்ணப் பூக்களும் இலையுதிர் காலம் முழுதும் பூத்து பள்ளத்தாக்கின் மையப் பகுதியைப் போர்த்தின. மாங்க்ஸ்ஹூட், வுல்ஃப் பேன் எனும் பெயர்களில் அழைக்கப்படும் மஞ்சள் நிற நச்சுச் செடிகளும், பொன் மஞ்சள் நிறப் பூக்களுடைய புகையிலைக் காளான்களும், இன்னும் பல வகையான புகையிலைக் காளான் செடிகளும், பனித் தாமரைகளும் நதி நெடுகப் பரவி பள்ளத்தாக்கெங்கும் வளர்ந்திருந்தன. இவற்றுடன் கற்றாழை வகைகள், வெளிர் சிகப்பு மலர்கள், கண்ணைப் பறிக்கும் மஞ்சள் நிற ஜெருசலேம்

சேஜ் மலர்கள், வெண்ணிறப் பனித் தாமரைகள், இமய மலையின் சாமந்திப் பூக்கள், சூரியகாந்திகள், மரிக்கொழுந்து ஆகியவை பள்ளத்தாக்கின் கீழ்ப் பகுதி முழுவதையும் பொத்திப் பாதுகாப்பது போல் பூத்துக் கிடந்தன. தாவரவியல் அறிஞர்களால் கூட எளிதில் இனங்காண முடியாத பல வகை மலர்களும் செடிகளும் அங்கிருந்தன.

புல்வெளிகளின் நிறம் வாரத்துக்கு ஒருமுறை மாறிக்கொண்டும் புதிய நறுமணம் காற்றை நிறைத்தபடியும் இருந்தது. புகழ்பெற்ற ஜெசார் காப்பியத்தில், சரா பெமா டோங்டென் எனக் குறிப்பிடப்பட்டுள்ள 'ஆயிரம் தாமரைகளின் புல்வெளி', இந்தப் பள்ளத்தாக்காகத் தான் இருக்கக் கூடும்.

ஐநூறு குதிரைகள், காட்டெருமைகள், ஆடுகளுடன் ஒரு நாடோடிக் குடும்பம் அங்கு வாழ்ந்து வந்தது. குதிரைகளின் கனைப்பையும், பசுக்களின் 'மா' எனும் அழைப்பையும், ஆடுகளின் 'மே' என்ற சத்தத்தையும் கேட்பவர்களுக்கும், அவை அமைதியாக ஓய்வெடுப்பதைப் பார்ப்பவர்களுக்கும் 'எவ்வளவு அழகிய செழிப்பான மேய்ச்சல் நிலம்' என்று தோன்றும். ஆனால் இந்த இடமோ 'கறுப்பு நரிகளின் பள்ளத்தாக்கு' என்ற விசித்திரமான பெயரால் அழைக்கப்பட்டது. அதற்குக் காரணம் அந்தப் பள்ளத்தாக்கில் இருந்த நரிகள் அனைத்தும் கறுப்பு நிறத்தில் இருந்தன. உண்மையைச் சொல்லப்போனால் நரிகள் மட்டுமின்றி அங்கிருந்த அணில்கள் கூட கறுப்பாக இருந்தன.

செஜூங் பகுதி மக்கள் இதைப் பெரிதாகக் கண்டுகொள்ளவில்லை என்றாலும் கூட மேய்ச்சல் நிலங்கள் இரண்டாகப் பிரிக்கப்பட்டு, இந்தப் பள்ளத்தாக்கு செங்கியே குடும்பத்துக்குச் சொந்தமானதாக மாறியபோது, செங்கியே தன்னுடைய தாடியிலிருந்த முடியைப் பிடுங்கியபடி, "இது ஒரு கெட்ட சகுனம். மற்ற எல்லா இடங்களிலும் வசிக்கும் நரிகள் சிகப்பாக இருக்கையில் இந்தப் பள்ளத்தாக்கில் இருக்கும் நரிகள் மட்டும் ஏன் கறுப்பு நிறத்தில் இருக்கின்றன?" என்றான். செஜூங் பகுதியைச் சேர்ந்த அலக் ட்ரோங் எனும் துறவி செங்கியேவின் கூடாரத்துக்கு வந்திருந்தபோது செங்கியே அவர் முன் மண்டியிட்டு, "ரிண்போஷ், எல்லா இடங்களிலும் நரிகள் சிகப்பாக இருக்க எங்கள் குடும்பத்தின் மேய்ச்சல் நிலத்திலுள்ள நரிகள் மட்டும் கறுப்பு நிறத்தில்

இருக்கின்றன. இந்த இடத்தைக் கறுப்பு நரிகளின் பள்ளத்தாக்கு என்றே இப்போது அழைக்கின்றனர். இந்த துரதிர்ஷ்டத்தை விரட்டுவதற்கு சடங்குகள், மந்திரங்கள் எதாவது உள்ளனவா?" என்று கேட்டான். "எங்கள் குடும்பத்திற்குரிய மேய்ச்சல் நிலம்" என்று செங்கியே சொன்னதற்குக் காரணம் அந்த இடத்தின் அளவுகளை அந்தப் பகுதியின் அதிகாரிகள் வரைபடத்தில் குறிக்கும்போது செங்கியேவிடம், "மேய்ச்சல் நிலத்திற்கான சான்று" எனும் ஒரு ஆவணத்தைத் தந்திருந்தனர். நிலத்தின் பரிமாணங்களும், அதில் எத்தனை ஏக்கர்கள் இருக்கின்றன என்பதும், செங்கியே குடும்பத்தினர் இந்த நிலத்தை ஐம்பது ஆண்டுகளுக்குப் பயன்படுத்திக் கொள்ளலாம் என்கிற குறியீடும் அதில் திபெத்திய, சீன மொழிகளில் எழுதப்பட்டு இருந்தன. அலக் ட்ரோங் இரண்டு வரிகள் எழுதப்பட்ட ஒரு சிறிய தாளை செங்கியேவிடம் தந்தார். செஜூங் மடாலயத்திற்குச் சென்ற செங்கியே அங்கு தனக்குத் தெரிந்த ஒரு துறவியைத் தேடிக் கண்டுபிடித்து ஒரு நூறு யுவானுடன் சேர்த்து அந்த சிறிய தாளை அவரிடம் தந்தான்.

2

ஐம்பது வயதான செங்கியே ஒல்லியாகவும் கறுப்பாகவும் இருந்தான். தாறுமாறாக வளர்ந்திருந்த தாடி அவனுடைய தாடையை முழுதுமாக மறைத்தது. சில ஆண்டுகளுக்கு முன்பு வெளவால் உருவம் பதித்த ஒரு கத்திரிக்கோல் அவனிடம் இருந்தது. அவனுடைய தாடி ஒன்றும் அவ்வளவு நீளமானது இல்லை. ஆனால் எப்பொழுதாவது அவனுடைய மனைவி லுட்ரோனோ குழந்தைகளோ அந்தக் கத்திரியை மிதித்துவிட்டாலோ அல்லது வேறு எதற்காவது அதைப் பயன்படுத்தினாலோ அதற்குப் பிறகு அந்தக் கத்திரி அவனுடைய தாடியைச் சரியாக வெட்டாது. ஒருநாள் அவர்கள் தம் கூடாரத்தை வேறொரு இடத்திற்கு மாற்றியபோது அந்தக் கத்திரி காணாமல் போய்விட்டது. அதிலிருந்து செங்கியேவின் தாடி அடர்த்தியாகவும் நீளமாகவும் வளர்ந்தது. எப்பொழுது ஓய்வு கிடைத்தாலும் அவன் தன்னுடைய வலது கை கட்டை விரலால் தன் ஜெபமாலையை உருட்டிக் கொண்டு, இடது கையால் தாடியிலிருந்த முடிகளைப் பிடுங்கிக் கொண்டிருப்பான். எப்பொழுதெல்லாம் ஆழ்ந்த சிந்தனையில்

இருக்கிறானோ, துரித கதியில் எதாவது செய்கிறானோ அப்போதெல்லாம் அதிவேகத்துடன் தன் தாடியிலுள்ள முடிகளைப் பிடுங்குவான். அவன் பிடுங்கும் வேகத்தில் அதைக் கண் கொண்டு பார்ப்பது கூடக் கடினமாக இருக்கும். ஆனால் துரதிர்ஷ்டவசமாகக் காணாமல் போய்விட்ட அவனுடைய கத்திரியுடன் ஒப்பிடும்போது, தாடியின் மிகக் குறைந்த அளவு முடிகளை மட்டுமே அவனுடைய விரல்களால் பிடுங்கிச் சீராக்க முடிந்தது.

செங்கியே பொதுவாகக் குறைவான பேச்சும், மிகவும் கனிவான சுபாவமும் கொண்டவன். ஆனால் தேவைப்பட்டால் நாவன்மையுடனும் கடினமான தன்மையுடனும் இருப்பான். மேய்ச்சல் நிலத்தைக் குத்தகைக்கு எடுக்கும் முன்னர் மிகைப்படுத்தப்பட்ட கதைகளை, நகைச்சுவைத் துணுக்குகளைப் பகிர்ந்துகொண்டும், ஒருவரை ஒருவர் சீண்டிக்கொண்டும் அந்த நகரத்து இளைஞர்களுடன் சேர்ந்து அவன் சுற்றிக் கொண்டிருந்தான்.

கறுப்பாகவும் மிக குண்டாகவும் இருந்த கோன்போ, "மாப்பிள்ளை செங்கியே, உன்னுடைய மணப்பெண்ணின் தோலை அகு ஐம்யேங் கறுப்பாக்கிவிட்டார். அவர் உன்னை நிம்மதியாகச் சாப்பிடக் கூட முடியாமல் செய்துவிட்டார். இந்த இளவேனிற் காலத்தை நீ எப்படிச் சமாளிப்பாய்? ஐயோ பாவம்!" என்றான். எல்லோரும் சிரித்தனர்.

"நீ ஏதோ கோன்லக் துறவி மாதிரி பேசுகிறாய். ஆனால் நீ உண்மையில் எப்படிப்பட்டவன் என்றால் நீயும் வாழமாட்டாய். உன் நண்பர்கள் வாழ்வதையும் பொறுக்கமாட்டாய். காட்டெருமை போன்ற உன் தொப்பையை என்னால் சகிக்க முடியவில்லை. நீ மட்டும் மெலிந்த உடலுடைய ஒரு காட்டெருமையாக இருந்து, உன் வயிற்றைக் கத்தியால் அறுத்துத் திறந்தால் நிச்சயமாக மஞ்சள் நிறக் கொழுப்பு ஒன்று அதிலிருந்து வெளிவரும் என்பது எனக்கு நன்றாகத் தெரியும். ஆனாலும் மக்கள் அதைச் சமைத்துச் சாப்பிட முடியாத அளவுக்கு அந்தக் கொழுப்பில் இருந்து துர்நாற்றம் வீசும்" என்றாள். எல்லோரும் மறுபடியும் சிரித்தார்கள்.

கோன்போ டாஷி, இடையில் புகுந்து ஏதோ சொல்லப் பார்த்தான். ஆனால் செங்கியே அவனுக்கு வாய்ப்புத் தராமல்,

"நீ இன்னும் உன்னுடைய சகோதரியிடம் காதல் பாடல்களைப் பாடிக் கொண்டுதான் இருக்கிறாயா?" என்று கேட்டான். இதைக் கேட்ட அங்கிருந்த ஆண்கள் முன்பைவிட இன்னும் பலமாகச் சிரித்தனர். இன்று செங்கியேவிடம் பேசி ஜெயிக்க முடியாது என்பதைப் புரிந்துகொண்ட கோன்போ டாஷி ஒரு குறுஞ்சிரிப்புடன் "சரி. சரி. இன்று உன்னிடம் நான் தோற்றுவிட்டதால் உனக்குத் தலை வணங்குகிறேன்" என்றான்.

"சகோதரியிடம் காதல் பாடல்களைப் பாடுவது" என்கிற சொற்றொடர் கோன்போ டாஷிக்குத் தொடர்புடைய ஒரு சம்பவத்திலிருந்து தோன்றியது. அவனுக்குத் திருமணமாகிச் சில நாட்கள் கழித்து, மாநகராட்சிக்குச் சென்று திரும்பி வரும் வழியில் சற்றே தொலைவில் காட்டெருமை ஒன்றை ஒரு பெண் ஓட்டிச் செல்வதைப் பார்த்தான். தான் மணமாகாத ஒருவன் என்றும், அந்தப் பெண்ணுக்குக் காதலன் இருக்கிறானா என்றும், தன்னுடன் அவள் வர விரும்புகிறாளா என்றும் கேட்டு ஒரு காதல் பாடலை உடனே பாடத் துவங்கினான். மிகவும் பயந்துபோன அந்தப் பெண் அங்கிருந்து வேகமாகச் சென்றுவிடுவதற்காகத் தன் எருமையை உதைத்தாள். ஆனால் ஒரு எருமையால் குதிரையைவிட எப்படி வேகமாகச் செல்ல முடியும்? எருமையை மிக எளிதாக எட்டிப்பிடித்துவிட்டான் கோன்போ டாஷி. திருமணமாகி பக்கத்து ஊரில் வசித்த அவனுடைய சகோதரி தான் அந்தப் பெண் என்பது நெருங்கிப் பார்த்த பிறகே அவனுக்குத் தெரிந்தது. அவன் மிகுந்த அவமானத்துடன் தன் குதிரையை அப்படியே திருப்பிக் கொண்டு அங்கிருந்து ஓடிப்போனான்.

செங்கியேவின் மனைவி லுட்ரோனுக்கு உறங்கும்வரை பேசிக் கொண்டிருப்பது மிகவும் பிடிக்கும். இனக்குழுத் தலைவரான டிபுவின் மகன் துறவியாகிவிட்டது, டிபு ஒரு சிறிய கார் வாங்கியது, ருயோங் குடும்பத்தினர் விற்ற ஐம்பது ஆடுகளுக்கு விலையாக கள்ள நோட்டுகளைப் பெற்று ஏமாந்தது, அம்மாவுக்கு இந்த வருடம் புதிய ஆடைகள் வாங்க வேண்டியிருப்பது, குஷோவின் குடும்பத்தில் தம் மகளைத் திருமணம் செய்து தருவது குறித்து அவர்களுக்கு முடிவு கூற வேண்டியது ... என்று தொடர்ந்து பேசிக்கொண்டே இருந்தாள். பொறுத்துப் பொறுத்துப் பார்த்த செங்கியே இறுதியில், "சிறிது நேரம் வாயை மூடிக்கொண்டு இருக்கிறாயா? உன்னுடைய

வாய்க்கு எந்தப் பிரச்சனையும் இல்லாமல் இருக்கலாம். ஆனால் எனக்குக் காது வலிக்கிறது” என்றான். “எனக்கு வாய் இருக்கிறது. எனக்குப் பேசுவதற்கு சுதந்திரம் வேண்டும். உங்களுடைய காதுகள் வலிக்கின்றன என்றால் நீங்கள் கவனிக்கத் தேவையில்லை” என்றாள்.

அவளுடன் சண்டையிட விரும்பாத செங்கியே தன்னுடைய தாடியில் இருந்த முடிகளைப் பிடுங்கியபடி அமைதியாக இருந்துவிட்டான். அவள் தொடர்ந்து, “நாம் அந்த நிலத்தைக் குத்தகைக்கு எடுத்தபோது ஐம்பது ஆண்டுகளுக்கு எந்த மாற்றமும் இருக்காது என்று தானே சொன்னார்கள்? இப்போது ‘புல் வளர்ப்பதற்காக விலங்குகளை அப்புறப்படுத்துவோம்’ என்கிறார்களே? காலியாகக் கிடக்கும் கால்நடைத் தொழுவத்தில் இருந்து மாமிசம், வெண்ணெ, பாலாடைக்கட்டி ஆகியவை நமக்கு எப்படிக் கிடைக்கும்? அகு சோணத்தின் குடும்பத்தினர் என்ன சொன்னார்கள் என்றால்...” செங்கியே இப்போது இன்னும் எரிச்சல் அடைந்தவனாக, “அட! இதைப் பற்றியெல்லாம் பேசுவதில் என்ன பயன் இருக்கிறது? நாம் ஏற்கனவே நிறைய விலங்குகளை விற்று நம்முடைய பங்கைச் செலுத்தி அரசாங்கக் குடியிருப்பைப் பெற்றுவிட்டோம். நிறைய குடும்பங்கள் ஏற்கனவே நகராட்சி ஒதுக்கிய இடத்திற்குச் சென்றுவிட்டன. மேய்ச்சல் நிலங்கள் சில வருடங்களுக்குத் தரிசாக இருக்க வேண்டும் என்று அவர்கள் சொன்னார்கள். ஆனாலும் மேய்ச்சல் நிலங்கள் முன்போலவே நாடோடிக் குடும்பங்களின் வசம் தான் இருக்கின்றன. நம்மால் அங்கு பணம் ஈட்டி வாழ்க்கை நடத்த முடியவில்லை என்றால் எப்போது வேண்டுமானாலும் நாம் இங்கு திரும்ப வந்துவிடலாம். அப்பாவும் அம்மாவும் இங்கு திரும்ப வரும்போது நாம் பள்ளத்தாக்கின் மையப் பகுதிக்குக் குடிபோய் விடலாம்” என்றான்.

“நாம் புத்தாண்டுக்குப் பிறகு அங்கு போகப் போவதில்லையா?”

“நிறைய குடும்பங்கள் ஏற்கனவே மையப் பகுதிக்குச் சென்றுவிட்டனர். புத்தாண்டுக் கொண்டாட்டத்துக்காக யாருமே இங்கு திரும்ப வரமாட்டார்கள். அதுமட்டுமின்றி அங்கிருக்கும் வீடுகள் மிகவும் நன்றாக இருப்பதாக நான் கேள்விப்பட்டேன்.

புதிய இடத்தில் புத்தாண்டைக் கழிப்பது அருமையாக இருக்கும் இல்லையா?"

"..."

லுட்ரோனுடைய தந்தை ஜேமியாங்கிற்கு இப்போது எழுபத்தி இரண்டு வயதும் தாய் யாங்சோமுக்கு எழுபது வயதும் ஆகிறது. இருவருடைய உடல்நலமும் நன்றாக இருந்தாலும் குடும்பப் பொறுப்பை அவர்கள் செங்கியேவிடம் தந்திருந்தார்கள். கிராமத்தினர் அவர்களுடைய குடும்பத்தை ஜேமியாங்கின் குடும்பம் என்று சொல்வதற்குப் பதிலாக செங்கியேவின் குடும்பம் என்றே இப்போதெல்லாம் குறிப்பிட்டார்கள். செங்கியே தன் மகனைப் பள்ளியில் சேர்ந்திருந்தான். ஆனால் நடுநிலைக் கல்விக்குப் பிறகு அவன் தன் படிப்பைப் பாதியில் விட்டுவிட்டு துறவியாகும் பொருட்டு லாப்ரேங் மடத்தில் சேர்ந்துவிட்டான். இப்போது அவன் கீடன் ஜயாட்சோ என்று அழைக்கப்படுகிறான். அவன் தன்னுடைய தாத்தா பாட்டியுடனும் தன் சகோதரியுடனும் சில நாட்களுக்கு முன்னர் புனித யாத்திரை கிளம்பிச் சென்றிருந்தான். எந்த வேலையும் இல்லாத செங்கியே கவலையுற்று, மன அமைதியை இழந்து முன்னெப்போதையும் விட வேகமாக தன் தாடியில் இருந்த முடிகளைப் பிடுங்கத் துவங்கினான்.

૩

மிகக் குளிராக இருந்த காலை வேளையொன்றில் செங்கியே இரண்டு டிரக்குகளைக் கடனாகப் பெற்றுக்கொண்டு தன் இருப்பிடத்திற்கு வந்தான். சாண வரட்டிகளிருந்த மூட்டைகள், பதனிடப்பட்ட மாமிசம், அதன் மீது ஒரு தோல் கலன் கொள்ளுமளவு வெண்ணை நிரப்பிய பாத்திரங்கள், சதுரவடிவில் சீராக மடிக்கப்பட்ட ஆட்டுத் தோலால் ஆன மேலங்கிகள், விலங்கு முகங்கொண்ட தரைவிரிப்புகள், பானைகள், சமையல் பாத்திரங்கள், கிண்ணங்கள் மற்ற சில வீட்டு உபயோகப் பொருட்கள் ஆகியவற்றை ஒரு டிரக்கில் அடுக்கினான். இன்னொரு டிரக்கில் சிறிய துப்பாக்கி ரவைகள் இருந்த மூட்டைகளின் மீது வழிபாட்டு பீடத்தை வைத்து, அதற்கு அருகே குடும்ப உறுப்பினர்களுக்கும், வளர்ப்பு நாய்க்கும் இடம் ஒதுக்கினான். டிரக்குகளின் இயந்திரங்கள்

ஏற்படுத்திய இரைச்சலுக்கும் கறும் புகைக்கும் இடையே அவர்கள் பள்ளத்தாக்கில் பயணம் செய்தார்கள். சத்தமில்லாத எதோ ஒரு அழைப்புக்குக் கட்டுப்பட்டது போல செங்கியேவின் குடும்பத்தைச் சேர்ந்த அனைவரும் தங்களுடைய தலையைப் பின்னால் திருப்பி கறுப்பு நரிகளின் பள்ளத்தாக்கில் இருந்த தங்கள் வீட்டை இறுதியாக ஒரு முறை நீண்ட நேரம் பார்த்தனர். மலையின் வளைவை அடைந்தபோது செங்கியே தன்னுடைய அங்கியில் இருந்து திடீரென ஒரு கதிர்க் கட்டை வெளியே எடுத்து அதைக் காற்றுக் குதிரையாக பாவித்து வெளியே வீசிப் பறக்க விட்டான். நற்பயனும் அதிர்ஷ்டமும் பெறவேண்டி காகிதத்தால் ஆன காற்றுக் குதிரைகளை வானை நோக்கி வீசினான். அவ்வாறு வீசியபோது "இறைவனுக்கு வெற்றி உண்டாகட்டும்!" என்று தன் பலம் கொண்டமட்டும் உரக்கக் கூவினான். ஆனால் அப்போது வேகமெடுத்த டிரக்கின் உறுமல் சத்தத்தில் அவனுடைய வெற்றிக் கூச்சல் அவ்வளவாகக் கேட்கவில்லை.

அவர்கள் செஜூங் மாகாணத்தின் தலைநகரை அடைந்தபோது மதியம் மூன்று மணி ஆகியிருந்தது. தான் தேடிக் கொண்டிருந்த "சிங்ஃபு ஷெங்டாய் குடியேற்ற கிராமம்" எனும் பெயரை அவர்கள் மனனம் செய்ய வேண்டியதாக இருந்தது. மேய்ச்சல் நிலங்களிலிருந்து நகரத்தில் குடியேற வந்திருக்கும் தாங்கள் அந்த இடத்திற்குச் சென்றடைய வழிகாட்டும்படி அங்கிருந்த ஒருவரிடம் அவர்கள் கேட்டனர்.

"அப்படியானால் நீங்கள் ஷெங்டாய் குடியேற்றக் கிராமத்திற்குச் செல்ல வேண்டும். ஆனால் அதுபோன்ற நிறைய இடங்கள் இங்கிருக்கின்றன. நீங்கள் எந்தப் பள்ளத்தாக்கில் இருந்து வருகிறீர்கள்?" என்று அவர் கேட்டார். "நாங்கள் செஜூங் பள்ளத்தாக்கில் இருந்து வருகிறோம்"

"செஜூங் பள்ளத்தாக்கு ...செஜூங் பள்ளத்தாக்கில் இருந்து குடிபெயர்ந்த பெரும்பான்மையான மக்கள் மாகாணத்தின் வடபகுதியில் வசிக்கிறார்கள் என்று நினைக்கிறேன். நீங்கள் ஷெங்டாய் குடியேற்ற கிராமம் என்று யாரிடமாவது விசாரித்தால் அங்கு போய்விடலாம்" என்றார்.

"அது என்னவோ சொன்னார்களே... அது..." செங்கியே தன் தாடியின் முடிகளைப் பிடுங்கியபடி "சிம்போ ட்ரிண்..." என்றான்.

“அதன் பெயர் சிங்ஃபூ ஷெங்டாய் குடியேற்ற கிராமம்” என்று அவர் தெளிவுபடுத்தினார்.

அப்போது டிரக்கின் ஓட்டுனர் அவர்களை வண்டியிலிருந்து இறங்கிக்கொள்ளுமாறு சொன்னான். வீட்டைத் தேடி கண்டுபிடிக்க வேண்டுமென்றால் பேசியதை விட அதிக பணம் தரவேண்டும் என்றான்.

“மேற்கொண்டு எவ்வளவு பணம் தர வேண்டும்?”

“ஒவ்வொரு டிரக்குக்கும் பத்து யுவான் வீதம் கூடுதலாகத் தரவேண்டும். நான் உங்களை சிங்ஃபூ ஷெங்டாய் குடியேற்றக் கிராமத்தில் இறக்கிவிட்டு விடுகிறேன்” என்றான்.

“சரி. அப்படியானால் போகலாம்”

அவர்கள் தங்கள் டிரக்குகளைத் திருப்பிய அதே நேரம் ஒரு காவல் அதிகாரி வண்டியை நிறுத்துமாறு அவர்களைப் பார்த்து சைகை செய்தார். ஓட்டுநர்களின் முகங்கள் வெளிறிப் போய்விட்டன. அவர்கள் உடனடியாக பிரேக்கை அழுத்தி வண்டிகளை நிறுத்தினர். ஆனால் அந்தக் காவலர் டிரக்குகளின் இரு ஓட்டுநர்களையும் சிறிதும் கண்டுகொள்ளாமல் மிகுந்த ஆர்வத்துடன் வண்டியின் பின்பக்கம் சென்று எட்டிப்பார்த்து, “பானைகள், சமையல் பாத்திரங்கள், திபெத்திய சமய ஓவியங்கள், பழைய தரைவிரிப்புகள், பழைய சிக்கிமுக்கிப் பெட்டிகள் என இத்தனை பழம்பொருட்கள் இருக்கின்றனவே! பழம்பொருட்களை விற்பனை செய்கிறீர்களா? எவ்வளவு பழையதாக இருக்கிறதோ அவற்றுக்கு அவ்வளவு சிறப்பு” என்றார்.

லூட்ரோன் “சேணம்...” என்று பேச ஆரம்பித்தபோது,” சிங்ஃபூ ஷெங்டாய் குடியேற்ற கிராமம் எங்கே?” என்று கேட்பதற்காக செங்கியே அவளை இடை மறித்தான். அந்தக் காவலர் செங்கியேவின் பக்கமே திரும்பாமல் லூட்ரோனிடம், “சேணம் விற்பனைக்கு உள்ளதா? அது வெள்ளி முலாம் பூசப்பட்டதா? பழமையானதா?” என்று கேட்டார்.

லூட்ரோன் அங்கிருந்த சக்கரங்கள் ஒன்றின் மீது வைக்கப்பட்டிருந்த சேணத்தை நோக்கித் தன் விரலைச் சுட்டிக்காட்டி, “குதிரை இல்லாமல் சேணத்தை மட்டும்

வைத்துக் கொண்டு என்ன செய்வது? யாராவது வேண்டும் என்று கேட்டால் விற்கவேண்டியது தான். எங்களுக்கு அதனால் இனி எந்தப் பயனும் இல்லை" என்று பதில் சொன்னாள்.

அந்தக் காவலர் சேணத்தை நெருங்கிப் பார்த்து, "ஐந்தாயிரம்" என்றார். "நாங்கள் அதை விற்கப்போவதில்லை" என்றான் செங்கியே. இப்போது அந்தக் காவலரின் பார்வை அவர்களுடைய வளர்ப்பு நாயின் மீது பதிந்தது.

"இந்தக் கிழ நாயின் விலை என்ன?" என்று கேட்டார்.

"நாங்கள் நாயை விற்பதாக இல்லை" என்று மொத்தக் குடும்பமும் ஒருமித்த குரலில் பதில் சொன்னது. பிறகு செங்கியே மறுபடியும் "சிங்ஃபூ ஷெங்டாய் ... "என்று சொல்லத் துவங்கினாலும் அதைக் காதில் வாங்காதது போல அந்தக் காவலர் தன்னுடைய மோட்டார் வாகனத்தை ஓட்டியபடி அங்கிருந்து கிளம்பினார். இரண்டு அல்லது மூன்று மைல்களுக்குப் பிறகு டிரக்குகளை நிறுத்திய ஓட்டுநர்கள், "இதுதான் சிங்ஃபூ ஷெங்டாய் குடியேற்றக் கிராமம். எங்களுக்குத் தரவேண்டிய பணத்தைக் கொடுங்கள்" என்றனர்.

4

வரிசையாக இருந்த வீடுகளைத் தொலைவில் இருந்து பார்த்தால் செங்கல் உற்பத்தி செய்யும் தொழிற்சாலைகளில் ஈரம் உலர்வதற்காக செங்கற்களை வெயிலில் அடுக்கி வைத்தது போல் இருந்தன. எல்லா வீடுகளும் ஒரே அளவிலும் நிறத்திலும் இருந்தன. எல்லா வீடுகளைச் சுற்றியும் ஒரே மாதிரியான வேலியும் கதவின் மீது 'சிங்ஃபூ ஷெங்டாய் குடியேற்ற கிராமம்' என்று எழுதப்பட்ட பெரிய பதாகையும் இருந்தன. அங்கு நீங்கள் ஒரு வீட்டைத் தேடுவதாக இருந்தால் பழமையான பிற்போக்கான விதத்தில் அங்குமிங்கும் சுற்றித் திரிந்து "செஜூங் கிராமத்தைச் சேர்ந்த செங்கியேவின் வீடு எங்கிருக்கிறது?" என்று கேட்டுக் கண்டுபிடித்துவிட முடியாது. வீட்டின் இலக்கம் நிச்சயமாகத் தெரிந்திருக்கவேண்டும். உதாரணத்திற்கு கதவு இலக்கம் 4, வரிசை எண் 18, வேலி எண் 21, இல் செங்கியே வசித்தால் நாம் "211074" என்ற எண்ணைத் தேடிக் கண்டுபிடிக்கவேண்டும். படிப்பறிவில்லாத

ஒரு நாடோடிக்கு இது எளிதான விஷயமில்லை. துறவு வாழ்க்கை மேற்கொண்டுள்ள செங்கியேவின் மகன் கீடன் ஜயாட்சோ அதிர்ஷ்டவசமாக அன்று அவர்களுடன் இருந்தான். அவர்களுடைய பகுதியில் இருந்து பத்து நாட்களுக்கு முன்பு இங்கு குடியேறியிருந்த அவர்களுடைய நண்பன் ஒருவரையும் அவர்கள் அங்கு சந்தித்தார்கள்.

ரத்தச் சிகப்பில் தலை முடியும், குளிர்பருவத்தின் பனி போல விறைத்த முகமும், ஆமை போல மெதுவாக செயல்படும் கைகளையும் கொண்ட ஒரு பெண் ஊழியரிடம் அந்த நண்பன் அவர்களை அழைத்துச் சென்றான். அதிக சிக்கலின்றி ஒரு கொத்துச் சாவியும் அவர்களுடைய வீட்டு எண் குறிக்கப்பட்ட ஒரு தாளும் அவர்களுக்குத் தரப்பட்டது. வேலியுடன் கூடிய பூந்தோட்டம் என்று அழைக்கப்பட்ட ஒரு சிறிய முற்றமும், மூன்று அறைகளும் கொண்ட வீடு ஒவ்வொரு குடும்பத்திடமும் இருந்தது. ஒவ்வொரு வீட்டிலும் இரும்புக் குழாய்களுடன் கூடிய இரும்பு முலாம் பூசிய முன்பக்கக் கதவும், அதன் உச்சியில் ஐந்து நட்சத்திரங்கள் கொண்ட சிகப்பு வர்ணக் கொடியும் ஏற்றப்பட்டு இருந்தன. உள்ளீடற்ற சீமைக் காரையைக் கொண்டு கட்டப்பட்டு, கலவை பூசி வெள்ளையடிக்கப்பட்ட சுவர்களை வெண்ணிறக் கரைகள் கொண்ட சிகப்பு பெண்டாக்குகள் அலங்கரித்தன. வீட்டின் அமைப்பும் அலங்கரிப்பும் தம் தேசத்தின் தனிப் பண்புகளைப் பிரதிபலிப்பதைப் பார்த்த செங்கியே குடும்பத்தினரின் மனம் ததும்பியது. அவர்கள் ஒவ்வொரு அறையாக சுற்றிப் பார்த்தபோது மிகவும் உணர்ச்சிவசப்பட்ட ஜேமியாங்கின் கண்களிலிருந்து கண்ணீர் வழிந்தது. “நம்முடைய தலைவர்களின் கருணைக்கு ஈடாக நாம் அவர்களுக்கு என்ன தரமுடியும்? ட்ரோங் ரிண்போஷின் மாளிகை கூட இவ்வளவு சிறப்பு மிக்கதாக இல்லை. இத்தகைய செல்வச் செழிப்பை நம் கர்மாவால் கையாள முடியுமா?” என்றார்.

அந்த வீட்டில் ஒரு சமையலறையும், குளியலறை போலத் தோற்றமளித்த இன்னொரு அறையுமாக இரு அறைகள் இருந்தன. அவற்றுக்கு நடுவே இருந்த ஒரு சுவர் அந்த இரு அறைகளைப் பிரித்தது. குளியல் அறையின் நடுவே ஒரு பெரிய வெள்ளை நிறப் பீங்கான் கலன் ஒன்று இருந்தது. செங்கியேவும் லுட்ரோனும் அது கை கழுவும் தொட்டியாக இருக்கவேண்டும்

என்று நினைத்து ஆச்சரியப்பட்டனர். இதைக் கண்ட கீடன் ஜயாட்சோ சிரித்தபடி "அது கழிவறை" என்றான்.

"அப்படியா! இவ்வளவு அழகான கலனை நாம் சிறுநீர், மலம் கழிப்பதற்குப் பயன்படுத்தினால் நம்முடைய நல்வினைப் பயன்கள் குறைந்து போவதுடன் நம் ஆசனவாய் அடைத்துக் கொள்ளும், இல்லையா?" என்றார் ஜேமியாங்.

இதை ஆமோதித்த அவனுடைய மனைவி யாங்சோம், "அது என்னவென்றே தெரியாதபோது அதைப் பற்றி மேற்கொண்டு பேசி என்ன ஆகப் போகிறது? ஆனால் இது சிறுநீரும் மலமும் கழிப்பதற்குப் பயன்படுத்தும் இடம் என்றால் இந்தக் கிழவியைப் பொருத்தமட்டில் அது ஒரு நகைச்சுவை தான்" என்றாள்.

"இறைவா! இது கழிவறைக் கலன் தான் பாட்டிமா" என்று சத்தியம் செய்த கீடன் ஜயாட்சோ,

"இப்பொழுதெல்லாம் இத்தகைய கழிவறைகள் எல்லா இடங்களிலும் இருக்கின்றன. அவற்றை நான் பல முறை பயன்படுத்தி இருக்கிறேன்" என்றான்.

அப்போது அவனுக்கு மலம் கழிக்கும் உணர்வு ஏற்பட்டது. அவன் உடனே தன்னுடைய அங்கியைக் கீழே இழுத்து கழிவறை இருக்கையின் மீது அமர்ந்தான். மலம் கழித்த பிறகு மிகுந்த மன நிம்மதி அடைந்தவன் தண்ணீரால் கழிவறைக் கலனைச் சுத்தம் செய்வதற்காகக் குழாயின் கைப் பிடியை இழுத்தபோது நம்ப முடியாதவண்ணம் ஒரு துளி நீர் கூட அதிலிருந்து வரவில்லை. பிறகு கவனமாக ஆராய்ந்தபோது கழிவறையுடன் இணைக்கப்பட்டிருந்த குழாய்களில் ஒன்றுகூட தண்ணீர்க் குழாய் இல்லை. அவனுடைய சகோதரி லாட்சோ கியி தன்னுடைய இடது கையால் தன் மூக்கையும் வாயையும் பொத்திக் கொண்டு வலது கையால் கழிவறைக் கலனைச் சுத்தம் செய்ய வேண்டியதாயிற்று.

அந்த வீட்டில் கழிவறை இருந்தபோதும் அடுப்போ ஓவனோ இல்லை. ஆகவே ஒரு இரும்பு அடுப்பு வாங்குவதற்காக நகரத்துக்குச் சென்ற செங்கியே ஒரு குப்பியில் பால் வாங்கிக்

கொண்டு மூன்று சக்கர வாடகைக் கார் ஒன்றில் வீடு திரும்பினான்.

கடவுளருக்கு நைவேத்தியமாக சிறிது தேநீரை வைப்பதற்காக லூட்ரோன் அந்த வீட்டின் முன்பக்கக் கதவருகே சென்ற போது கிட்டத்தட்ட இருட்டியிருந்தது. முற்றத்தின் மூலையில் கட்டப்பட்டிருந்த நாய் அவள் வெளியே வருவதைப் பார்த்ததும் சோகத்தோடு குரைத்தது. அப்போதுதான் அந்த பாவப்பட்ட நாய் நாள் முழுக்க எதுவும் உண்ணாதிருந்தது அவள் நினைவுக்கு வந்தது. மிகவும் வருத்தத்துடன் வீட்டினுள் சென்றவள், நொடி நேரம் கூட யோசிக்காமல் ஒரு முழு கிலோ இறைச்சித் துண்டுகளைக் கொண்டு வந்து அந்த நாயின் அருகே வைத்தாள். கடந்த ஆறு அல்லது ஏழு ஆண்டுகளாக அந்த நாய் அவர்களுடைய குடும்பத்தின் உறுப்பினராகவே மாறியிருந்தது. மற்ற குடும்ப உறுப்பினர்களுக்கும் அதற்குமிருந்த ஒரே வேறுபாடு என்னவெனில் அதனால் பேச முடியாது என்பதும், அது பெரும்பாலும் வீட்டுக்கு வெளியே வசித்தது என்பதும் தான். ஐயோ! அந்த நாயின் இறுதி இரவு உணவு அதுவே. அடுத்த நாள் காலை அந்த நாயை எங்கும் காணவில்லை. தன்னுடைய சங்கிலியோடு அது திடீரென்று எங்கோ பூமிக்குள் மறைந்து போய்விட்டது போலிருந்தது. மொத்தக் குடும்பமும் காணாமல் போன நாயைப் பற்றி நினைத்து நிலைகுலைந்து போனது. காணாமல் போவதற்கு முந்தைய இரவு அந்த நாய் நன்றாக சாப்பிட்டது என்பது மட்டுமே அவர்களுடைய ஒரே ஆறுதலாக இருந்தது.

5

உணவைத் திருடித் தின்னும் நாயை நாடோடிகள் "திருட்டு நாய்" என்று அழைப்பார்கள்.

அதேபோல வெட்கம் கெட்ட திருடனையும் "திருட்டு நாய்" என்று அழைப்பதுண்டு. ஆனால் நாய்களைத் திருடும் ஒரு வெட்கம் கெட்ட திருடன் அப்பெயரால் அழைக்கப் படுவதற்குத் தகுதியானவன் தான். தங்களுடைய குடும்பத்திற்குத் தேவையான பொருட்களான தொலைக்காட்சிப் பெட்டி, படுக்கைகள், தெர்மோஸ் குடுவைகள், திரைச்சீலைகள் ஆகியவற்றைப் பற்றி யோசித்துக்கொண்டே தன் தாடியின் முடியைப் பிடுங்கியபடி,

“இந்த நாய்த் திருடன் யாராக இருக்கும்?” என்று செங்கியே வியப்படைந்தான்.

க்ரெகோரியன் புத்தாண்டு முடிந்து, திபெத்தியப் புத்தாண்டு நெருங்கிக்கொண்டிருந்தது. மாகாண அதிகாரிகளும் கிராம அதிகாரிகளும் “இரு புத்தாண்டுகள்” அல்லது “இரு விழாக்களுக்கு” தங்கள் வாழ்த்துகளைத் தெரிவித்து அரிசி, மாவு, சர்க்கரை, தேநீர், நாட்காட்டிகள் ஆகியவற்றை விநியோகிப்பதற்காக அங்கு வந்திருந்தனர். தங்களுடைய நாடோடி வாழ்க்கையைவிட்டு நகர வாழ்க்கையை ஏற்றுக் கொண்டதற்காக நாடோடிகளுக்குத் தரப்படும் நட்ட ஈட்டுப் பணத்தையும் அவர்கள் தங்களுடன் கொண்டு வந்திருந்தனர். பிரச்சினைகளோ விண்ணப்பங்களோ இருந்தால் அவை உடனடியாக கவனிக்கப்படும் என்று தலைவர்கள் உறுதியளித்தனர். தலைவர்களின் இத்தகைய நடவடிக்கைகளைக் கண்டு செங்கியேவின் குடும்பத்தினர் மிகவும் மகிழ்ச்சி அடைந்தனர். நன்றிப் பெருக்கால் எழுந்த தங்கள் கண்ணீரை ஜேமியாங்காலும் அவருடைய மனைவியாலும் கட்டுப்படுத்திக் கொள்ள முடியவில்லை. “நம் தலைவர்கள் மிகுந்த கருணை உடையவர்கள். நம்முடைய அரசாங்கம் மிகவும் கருணையானது. இவ்வளவு பணமும் தேவையான எல்லா பொருட்களும் எந்த வேலையும் செய்யாமல் நமக்குக் கிடைப்பது ஒரு கனவு போல இல்லையா? நன்றி. உங்களுக்குத்தான் எவ்வளவு கருணை! எவ்வளவு கருணை! எங்களுக்கு இப்போது எந்தப் பிரச்சினையும் இல்லை. எங்களிடம் நிச்சயமாக எந்த விண்ணப்பமும் இல்லை” என்றபோது தலைவர்களை அடிபணிந்து தொழும் நிலையில் அவர்கள் இருந்தனர்.

தலைவர்கள் சென்ற பிறகு ஜேமியாங் தன் குடும்பத்தாரிடம், குறிப்பாக செங்கியேவிடமும் கீடன் ஜயாட்சோவிடமும் கம்யூனிஸ்ட் கட்சியின் கருணையைத் தம் குடும்பத்தினர் எப்போதும் மறக்கக்கூடாது என்றும், எப்பொழுதும் சட்டதிட்டங்களுக்கு உட்பட்டு நடக்கவேண்டும் என்றும் கூறினார். சந்தைக்குச் சென்று தங்களுடைய தலைவரின் புகைப்படம் ஒன்றை வாங்கிவருமாறு கேட்டார். அவர் சொன்னது தலைவர் மாவோவின் புகைப்படத்தை மட்டும் தான். ஆனால் ஷின்ஹுவா புத்தகக் கடைக்குச் சென்ற செங்கியே தலைவர் மாவோவின் புகைப்படத்துடன் மற்ற

எல்லா தலைவர்களின் புகைப்படங்களையும் வாங்கிக்கொண்டு வந்தான். புத்தகக் கடையிலேயே பல வருடங்களாகக் கிடந்து மங்கி நிறமிழந்து போயிருந்த ஸ்டாலினின் புகைப்படத்தைக் கூட அவன் வாங்கி வந்தான். வீட்டிலிருந்த மற்ற புகைப்படங்களுடன் இந்தப் புகைப்படங்களையும் வைத்த பிறகு மொத்த வீடும் ஒரு புதிய கம்பீரத்துடனும் ஒளியுடனும் காட்சியளித்தது. அதற்குப் பிறகு ஜேமியாங் தரும சக்கரத்தை உருட்டும்போதும் செங்கியே தன்னுடைய தாடியின் முடியை பிடுங்கும்போதும் அவர்களுடைய பார்வை அனிச்சையாக இந்தத் தலைவர்களின் புகைப்படங்களை நோக்கி மரியாதையுடன் திரும்பியது.

வேலை செய்யாமல் வாழ்க்கை நடத்த முடியும் என்பது அவர்கள் தங்கள் கனவிலும் நினைத்திராத அளவுக்கு விசித்திரமாக இருந்தது. அதேபோல இன்பக் குடியேற்ற கிராமம் என்றழைக்கப்படும் டெகியி போபாங் கிராமம் நிச்சயமாக மகிழ்ச்சியுடன் வாழ்வதற்கான ஒரு இடமாகத் தெரிந்தது. அவர்கள் அங்கு குடியேறிய சில நாட்களிலேயே ஜேமியாங்குக்கு நகரத்தைப் பார்க்கும் விருப்பம் ஏற்பட்டது. காணாமல் போன தம்முடைய நாயைப் பற்றி ஏதாவது தகவல் கிடைக்கிறதா என்று அறிவதற்காகவும் அவர் அங்கு செல்ல நினைத்தார். நகரத்தில் பல வருடங்களுக்கு முன்பு நடந்த மூன்றாம் படிநிலைக் கூட்டமொன்றில் ஒரு சாதாரண அதிகாரியாக அவர் கலந்து கொண்டிருக்கிறார். அப்போது நகரத்துக்குப் போகும் பாதைகளை தன்னுடைய உள்ளங்கையைப் போல அவர் நன்றாகத் அறிந்திருந்தார். ஆனால் இப்போது அந்த இடம் முழுமையாக மாறி, ஒரு குதிரையின் துள்ளல் நடையைப் போல வேகமாக வளர்ந்துகொண்டிருந்தது. எல்லாமே தலைகீழாக மாறியிருந்தது. அங்கிருந்து தன் வீட்டுக்குத் திரும்பச் செல்லும் வழியைக் கூடத் தன்னால் கண்டுபிடிக்க முடியுமா என்று அவருக்குத் தெரியவில்லை. வழியை எப்படியோ கண்டுபிடித்தாலும் அந்த எண்கள் அனைத்தும் தனக்கு நினைவிருக்குமா? என்பதை நினைத்து அவர் மிகுந்த மனச்சோர்வு அடைந்தார்.

நகரத்துக்குச் செல்ல முடியாததால் கிராமத்தில் சிறைப்பட்டுக் கிடப்பதைப் போல அவர் உணர்ந்தார். வாசற் கதவுக்கு அருகே அமர்ந்தபடி தன் நாட்களைக் கழித்தார். வரிசை வரிசையாக

இருந்த வீடுகள் அவற்றைக் கடந்து வேறெதையும் பார்க்க முடியாதபடி அவர் பார்வையை மறைத்தன. தங்களுடைய நாய் கட்டப்பட்டிருந்த மூலையை ஒரு நாள் பார்த்தபோது, அவருடைய கண் முன்னே கறுப்பு நரிகளின் பள்ளத்தாக்கு தோன்றியது. அதன் பிறகு தன் நாய் குரைக்கும் சத்தம் அவருக்குக் கேட்டது. அன்றிலிருந்து அவர் பேசுவது குறைந்துகொண்டே வந்தது.

ஒரு வண்ணத் தொலைக்காட்சிப் பெட்டி, ஒரு குளிர்பதனப் பெட்டி, ஒரு சோஃபா ஆகியவற்றை செங்கியே தன்னுடைய வீட்டுக்காக வாங்கினான். தொலைக்காட்சியில் நிகழ்ச்சிகளைப் பார்ப்பது அவர்களுடைய வாழ்வில் ஒரு புது மகிழ்ச்சியைத் தந்தது. குறிப்பாக லோசார் எனும் திபெத்தியப் புத்தாண்டுக்கு முந்தைய இரவு ஒளிபரப்பான இசை நிகழ்ச்சி அவர்களுக்குச் சிறந்த பொழுதுபோக்காகவும் களிப்பூட்டுவதாகவும் இருந்தது. மெண்லா கியப்பை அவர்கள் தொலைக்காட்சியில் அப்போது தான் முதல் முறையாகப் பார்த்தார்கள். தங்களுடைய குடும்ப உறுப்பினரைப் போல அவரைப் பற்றி அவர்கள் பேசிக் கொண்டனர். செங்கியே குடும்பத்தினரின் இரண்டு பெரிய குறிக்கோள்கள் புத்தாண்டின்போது நிறைவேறின. ஒன்று தங்கள் மகள் லாட்சோ கியியை குஷோவுக்கு மணம் செய்து தந்தது. இரண்டாவது யாங்சோமின் விருப்பப்படி லாட்சோ கியியின் மகளைத் தாயுடன் அனுப்பாமல் இங்கு, தங்களுடைய வீட்டில் இருத்திக் கொண்டது. லாட்சோவின் மகள் திருமண உறவின்றிப் பிறந்த குழந்தை. ஆகஸ்டு மாதம் துவங்கும் புதிய பள்ளிப் பருவத்தில் அவளைப் பள்ளியில் சேர்க்க செங்கியே குடும்பத்தினர் முடிவு செய்திருந்தனர்.

6

இளவேனிற் காலம் துவங்கியது. விஷ முறிவுக் காளான் அறுவடை செய்பவர்கள், கட்டடத் தொழிலாளர்கள், சாலைக் கட்டுமானப் பணியாளர்கள் அனைவரும் நகரத்தை நோக்கிச் செல்லத் துவங்கினர். புல்வெளியின் அமைதி நிரம்பிய வழக்கமான காட்சி இப்போது ஏற்பட்ட கூச்சலால் குழப்பம் நிறைந்த ஒன்றாக மாறிவிட்டது. அவர்கள் கறுப்பு நரிகள் பள்ளத்தாக்கிலிருந்து கொண்டுவந்திருந்த மாமிசம், பாலாடைக்கட்டி, எருமைச் சாணம், ஆட்டு புழுக்கை

ஆகியவற்றின் சேமிப்பு முழுவதுமாகக் கரைந்து போயிருந்தது. லுட்ரோனும் செங்கியேவும் தங்கள் குடும்பத்திற்குத் தேவைப்படும் ஏதாவது ஒரு பொருளை வாங்குவதற்காகத் திரும்பத் திரும்ப சந்தைக்குச் சென்று கொண்டிருந்தார்கள். மளிகைப் பொருட்களின் விலை தினமும் ஏறிக்கொண்டே இருந்தது. தன் கிராமத்தில் இருந்து மூன்று அல்லது நான்கு கிலோமீட்டர் தொலைவிலிருந்த ஊரில் தனக்கு ஏதாவது வேலை கிடைக்குமா என்று செங்கியே தேடத் துவங்கினான். அங்குமிங்கும் செல்வதற்காக ஒரு மோட்டார் சைக்கிளை அவன் வாங்கியாகவேண்டும் என்பது தான் இதன் அர்த்தம். தங்களுடைய இரு சக்கர வாகனங்களைத் திருடர்களிடம் இழக்கக் கூடாதெனில் அவற்றை இரவும் பகலுமாகத் தம் வீட்டிலேயேதான் அவர்கள் வைத்திருக்க வேண்டும். முதலில் மிகப் பெரியதாகவும் நிறைய இடம் கொண்டதாகவும் தெரிந்த மூன்று அறைகள் கொண்ட அந்த வீடு, இப்போது சிறியதாகவும் இடுக்கட்டமாகவும் தோன்றியது. இடப் பற்றாக் குறையினால் சலிப்புற்ற செங்கியே பயனற்ற அந்தக் கழிவறைக் கலனை வீட்டுக்கு வெளியே போட்டு வைத்திருந்தான். அவர்கள் இங்கு வந்து சேர்ந்தபோது வீட்டின் சாவிகளை அவர்களிடம் தந்த சிகப்பு முடிகொண்ட அந்தப் பெண், "ஐயோ! ஐயோ! நீங்கள் என்ன செய்கிறீர்கள்? கழிவறைக் கலனை ஏன் இப்படி வெளியே போட்டிருக்கிறீர்கள்?" என்று சத்தம் போட்டாள். "ஆய்வு மேற்கொள்வதற்காக நாளை சீஷா இங்கு வருவார். நீங்கள் இப்படிச் செய்வது மோசம், படுமோசம். இந்த மக்கள் காட்டுவாசிகள்" என்று கூறியபடி பரபரப்பாக முன்னும் பின்னும் நடக்கத் துவங்கினாள். ஆய்வு பற்றிக் கேள்விப்பட்டதும் தன் வாயைத் திறந்தபடி செங்கியே பயத்துடன் அங்கேயே நின்றுவிட்டான். அவனுடைய மனைவிதான், "அது பயனற்றது. இடத்தை மட்டுமே அடைத்துக் கொண்டிருக்கிறது" என்றாள்.

"அது பயனற்றதாகவே இருந்தாலும் சீஷா ஆய்வு நடத்தவரும்போது நாம் அதைக் காண்பிக்க வேண்டும். ஐயையோ! இது மிகுந்த கவலைக்குரிய விஷயம், இத்துடன் உங்கள் கதை முடிந்தது" என்றாள்.

லுட்ரோன் அவளிடம் எதோ சொல்லத் துவங்குகையில் செங்கியே, "இப்போது நாங்கள் என்ன செய்யவேண்டும்?"

என்று கேட்டது எப்படியாவது தங்களைக் காப்பாற்றி விடுமாறு அவளிடம் அவன் இறைஞ்சியது போலிருந்தது.

“என்ன செய்யவேண்டுமா? ...நாசமாய்ப் போயிற்று! குழாய்களைப் பழுது பார்க்கும் யாரையாவது உடனடியாக வரவழைத்து அதை மறுபடி பொருத்திவிடுங்கள். சீஷாவுக்குத் தெரிந்தால் அவ்வளவுதான். கதை முடிந்தது.”

“குழாய்களைப் பழுது பார்ப்பவர்...” என்று செங்கியே புரியாமல் கேட்டான்.

அவள் தீர்மானமாக, “ஆமாம், விரைந்து சென்று ஒருவரை அழைத்து வாருங்கள்” என்றாள்.

உடனே தன்னுடைய மோட்டார் சைக்கிளில் நகரத்துக்குச் சென்ற செங்கியே, எந்த பேரமும் பேசாது நூறு யுவான் தருவதாகக் கூறி, குழாய் பழுது பார்க்கும் ஒருவரை வீட்டுக்குக் கூட்டி வந்தான்.

குழாய்களைப் பழுது பார்க்கும் நபர் ஒரு கையளவு சிமெண்டும் இரண்டு கையளவு மணலும் சேர்த்த கலவையைப் பூசி கழிவறைக் கலனை முன்பு பொருத்தப்பட்டிருந்த இடத்திலேயே மீண்டும் பொருத்தினார். சிகப்புத் தலைமுடிகொண்ட பெண்ணின் முக பாவனை செங்கியேவின் நினைவுக்கு வந்தது. அடுத்த நாள் ஆய்வுக்கு வரும் சீஷா அச்சுறுத்துகிற ஒருவராக இருப்பார் என்று நினைத்து மன அமைதி இழந்தவனாகத் தன்னுடைய தாடியைப் பிடுங்கியபடி வீட்டின் உள்ளும் வெளியுமாக நடந்து கொண்டிருந்தான்.

மணற் புயல் வீசுகையில் கண்களைத் திறந்து வைத்திருப்பது ஜேமியாங்கிற்கு மிகக் கடினமாக இருந்தாலும் கூட அவர் வீட்டுக்கு வெளியே அமர்ந்து தர்ம சக்கரத்தை உருட்டியபடி தங்கள் நாயைக் கட்டிவைக்கும் இடத்தை வெறித்து பார்த்துக்கொண்டு அமர்ந்திருந்தார். அவர் இப்போதெல்லாம் யாரிடமும் பேசுவதில்லை. யாங்சோம் தன்னுடைய கணவருக்கு அருகே அமர்ந்து அவருடன் பேச முயற்சி செய்தபோது அவர் எல்லாவற்றுக்கும் ஒற்றை வார்த்தையிலேயே பதில் கூறினார். யாங்சோம் மேற்கொண்டு அவரிடம் வேறெதுவும் பேசாமலும், என்ன செய்வதென்று அறியாமலும் அவரருகே

சிறிது நேரம் அமர்ந்திருந்தாள். பிறகு தொலைக்காட்சி நிகழ்ச்சிகளைப் பார்ப்பதற்காக வீட்டுக்குள் சென்று விட்டாள். தொலைக்காட்சி நிகழ்ச்சிகள் சீன மொழியில் இருந்தனவா அல்லது திபெத்திய மொழியில் இருந்தனவா என்பதைப் பற்றி கவலையேபடாமல் வெறுமனே உருவங்களை மட்டும் அவள் பார்த்துக்கொண்டிருந்தாள். திரையில் பேசப்பட்ட மரபார்ந்த திபெத்திய மொழி அவளுக்குப் புரியக் கூட இல்லை. திரைப்படங்கள் பார்ப்பதை அவள் மிகவும் விரும்பினாள். ஆகவே அங்கு நாட்களைக் கழிப்பது ஜேமியாங்கை விட அவளுக்கு எளிதாக இருந்தது.

செங்கியேவைக் கவலைப்பட வைத்துக்கொண்டிருந்த அந்த "சீஷா", மாகாணத்தைச் சேர்ந்த நிறைய அதிகாரிகள், கிராமத் தலைவர்கள், அவர்களைத் தொடர்ந்து பத்திரிக்கையாளர்கள், புகைப்படக்காரரர்கள் சூழ இறுதியில் வந்தேவிட்டார். ஆனால் செங்கியே கற்பனை செய்திருந்ததைப் போல அவர் பார்ப்பதற்கு அவ்வளவு அச்சமூட்டுபவராக இல்லை. அதற்கு மாறாக நகைச்சுவை உணர்வுள்ள, பருத்த, கருணை மிக்க ஒரு மனிதரைப் போலத் தோற்றமளித்த அவர் சிரிக்கும் சீன புத்தரைச் செங்கியேவுக்கு நினைவூட்டினார். மக்கள் அவரிடம் என்ன சொன்னாலும் அவர் பதிலுக்கு," ஹா ஹா ஹா, ஹோ ஹோ ஹோ! நன்று நன்று நன்று" என்றே சொல்லிக் கொண்டிருந்தார். பயனற்ற கழிவறைக் கலன் ஒன்றைத் தொலைவிலிருந்து பார்த்தவர், "அடடே" என்று மட்டுமே சொன்னார். செங்கியேவுக்கு இது மிகப்பெரிய நிம்மதியைத் தந்தது. நட்பு ரீதியான, அன்பான அந்த ஆய்வுச் சுற்றுப் பயணம் முடிந்த பிறகு ஒவ்வொரு குடும்பமும் ஒருவர் பின் ஒருவராக தங்களுடைய வீட்டின் கழிவறைக் கலனை வெளியே வீசினர். சிகப்பு நிறத் தலைமுடியுடைய அந்தப் பெண் அதைப் பார்த்தும் எதுவும் சொல்லவில்லை. ஆகவே சில நாட்களுக்குப் பிறகு அவனும் துணிவுடன் தன்னுடைய கழிவறைக் கலனை மீண்டுமொரு முறை வெளியே வீசினான்.

தொடர்ந்து இரு மாதங்கள் அடித்த மணற்புயல் ஓய்ந்தபோது அடுத்ததாக மழையும் பனியும் கலந்து பொழிந்தன. அதற்குப்பிறகு துவங்கிய மழை விடாது பெய்தது. கிராமத்திலிருந்த எல்லா வீடுகளும் ஒழுகத் துவங்கி வாழ்வதற்குத் தகுதியற்றதாக மாறின. இதில்

மிகவும் கவலைக்குரிய விஷயம் என்னவெனில் வீடு கட்டப் பயன்படுத்தப்பட்ட செங்கற்கள் சீமைக் காரையால் பூசப்படாது சேற்றால் மட்டுமே பூசப்பட்டிருந்தன என்பதுதான். வீட்டினுடைய நான்கு சுவர்களின் வெளிப்புறத்திலும் உட்புறத்திலும் மழைநீர் கசிந்து வழிந்ததால் சேறு கறுநிறத்தில் குழையத் துவங்கியது. எல்லா வீடுகளின் வெள்ளைப் பூச்சும் மழையில் அடித்துக்கொண்டு போய் விட்டன. செங்கற்களின் பிளவுகள் கூட வெளியே தெரிந்தன. செங்கியே குடும்பத்தினரின் வீட்டுச் சுவரில் மாட்டப்பட்டிருந்த தலைவர்களின் புகைப்படங்கள் சேதமடையும் அபாயத்தில் இருந்தன. அதனால் வேறுவழியின்றி செங்கியே அவற்றை அங்கிருந்து எடுக்க வேண்டியதாயிற்று.

"இவ்வளவு பணம் தந்த பிறகு நமக்கு என்ன மாதிரியான வீடு கிடைத்திருக்கிறது? அரசாங்கம் கூட இந்த செயல்திட்டத்தில் நிறைய பணம் செலவழித்ததாகச் சொன்னதே?" என்று லூட்ரோன் கோபத்துடன் கேட்டாள்.

"கறுப்பு நரிகள் பள்ளத்தாக்கில் இருந்த நம்முடைய வீடு பார்ப்பதற்கு அழகற்றதாக இருந்தாலும் அது எப்போதுமே ஒழுகியதில்லை. அத்துடன் அங்கு கதகதப்பாக இருக்கும். இப்போது அப்பாவும் அம்மாவும் இங்கிருக்கும் குளிரில் உறைந்துவிடப் போகிறார்கள்" என்றாள். பிறகு திடீரென அவளுக்கு ஒரு யோசனை தோன்றியது. "நாம் ஏன் வீட்டிற்கு வெளியே ஒரு கூடாரத்தை அமைக்கக் கூடாது? அடுப்பை வெளியே கொண்டுபோய் வைத்துச் சமைத்து, அந்த கூடாரத்தில் நாம் வசித்தால் என்ன?" என்று கேட்டாள்.

"அதைத் தான் செய்யவேண்டும். ஆனால் சிகப்பு நிறத் தலைமுடியுடைய அந்தப் பெண் என்ன சொல்வாளோ?" என்று தன்னுடைய தாடியில் இருந்த சில முடிகளைப் பிடுங்கியபடி கேட்டான்.

"அது சரிதான். நம்முடைய நல்வாழ்வுக்கு அவள் தான் பொறுப்பு எனத் தெரிகிறது. நாம் அவளை அழைத்து வீட்டின் இந்த நிலையைக் காண்பித்தால் அவள் நமக்கு உகந்ததான ஒரு பதிலைக் சொல்லக்கூடும். நாம் செலுத்திய மிக அதிகமான பணத்திற்கு இவ்வளவு மோசமான ஒரு வீடு நமக்குக்

கிடைத்திருப்பதை என்னால் கற்பனை செய்து கூடப் பார்க்க முடியவில்லை" என்றாள்.

செங்கியே, "எனக்கு அந்த சிகப்பு நிறத் தலைமுடி கொண்ட பெண்ணை நினைத்துப் பதட்டமாக இருக்கிறது" என்றான்.

"இதில் பயப்படுவதற்கு ஒன்றுமில்லை. உங்களுக்குப் பயமாக இருந்தால் நான் போகிறேன்" என்ற லுட்ரோன் வீட்டிலிருந்து கிளம்பினாள்.

சிகப்பு நிறத் தலைமுடியுடைய அந்தப் பெண்ணிடம் பேசுமளவுக்கு அவளுக்குத் தன்னம்பிக்கை இருந்ததா என்பது உண்மையில் சந்தேகத்துக்குரிய விஷயம். ஆனால் தன் கணவனிடம் அலட்டிக் கொண்டதன் காரணமாக அதைச் செய்ய வேண்டிய நிர்பந்தத்தில் அவள் இப்போது இருந்தாள். சிகப்பு நிற முடியுடைய பெண்ணின் அலுவலகத்தை அவள் அடைந்தபோது அதிர்ஷ்டவசமாக செஜூங் குடியேற்ற கிராமத்தின் காரியதரிசி, மற்ற சில அலுவலர்கள், நிறைய நாடோடிகள் என ஏற்கனவே அங்கு நிறைய பேர் இருந்தனர். திபெத்திய மொழி பேசும் ஒரு அதிகாரி, "இந்த விஷயம் ஏற்கனவே நகர்மன்றக் குழுவிற்கும் அரசாங்கத்தின் கவனத்துக்கும் கொண்டு செல்லப்பட்டிருக்கிறது. அவர்கள் இந்த விஷயத்தை மிகத் தீவிரமாகக் கையாள்கிறார்கள். இந்த மோசமான மழை நின்றதும் இரண்டு அல்லது மூன்று நாட்களுக்குள் எல்லா வீடுகளும் பழுது பார்த்துத் தரப்படும். அதுவரை பொதுமக்களை அமைதி காக்கும்படி கேட்டுக்கொள்கிறோம்" என்றார்.

"அப்படியானால் எங்களுக்கு இதைப்பற்றி புகார் செய்ய ஒன்றுமில்லை. கட்சிக்கும் அரசாங்கத்துக்கும் நாங்கள் மிகுந்த நன்றி உடையவர்களாக இருப்போம்" என்று ஒரு இளம் பெண் மிக சத்தமான குரலில் மற்றவர்களின் சார்பில் அதிகாரிகளிடம் சொன்னாள். ஒருவர் பின் ஒருவராக அவர்கள் அந்த அலுவலகத்தில் இருந்து வெளியேறினர். ஒரு புன்னகையுடன் தன் வீட்டுக்குத் திரும்பிச் சென்ற லுட்ரோன், "தலைவர்கள் நம்மைச் சில நாட்களுக்குப் பொறுமையாக இருக்குமாறும் விரைவிலேயே வீட்டைப் பழுது பார்த்துத் தருவதாகவும் சொன்னார்கள்" என்றாள்.

ஜேமியாங் தன்னுடைய நீண்ட நாள் மௌனத்தைக் கலைத்தார். மகிழ்ச்சியான முகபாவனையுடன், “கட்சியும் அரசாங்கமும் நம்முடைய சொந்தப் பெற்றோர் போன்றவர்கள்” என்றார்.

செங்கியே தன்னுடைய தாடியின் முடிகளைப் பிடுங்குவதை நிறுத்தி, “நான் நகருக்குச் சென்று சிறிது மாமிசம் வாங்கிக்கொண்டு வருகிறேன். இந்த நகரம் உண்மையிலேயே மிக விநோதமானது. மார்ச் மாதத்திலும் கூடக் கொழுப்பு நிறைந்த புத்தம்புது மாமிசம் கிடைக்கிறது” என்றான்.

இறுதியில் ஒரு வழியாக மழை நின்றது. கிழக்குப் பார்த்த ஒவ்வொரு வீட்டுச் சுவரின் விளிம்பிலும் நான்கடி உயரத்துக்குக் களைகள் வளர்ந்து விட்டிருந்தன. பழுதுபார்க்கும் பணி துவங்கியது. அந்தப் பணி மிக எளிமையாக நடைபெற்றது. முதலில் கூரையில் இருந்து பலகைக் கற்களை அப்புறப்படுத்தி ஒரு பாலிதீன் தாளை அவர்கள் அதன் மீதிட்டனர். பிறகு ஒரு அரை அடியளவுக்கு அடர்த்தியான சேற்றை அந்தப் பாலிதீன் தாள் மீது வைத்து அழுத்தி அதற்குப் பிறகு பலகைக் கற்களை மறுபடியும் அவற்றின் மீது வைத்தனர். சுவர்களின் மீது மெல்லிய சீமைக் காரை அடுக்கையும் வைத்துப் பூசினர். சுவர்களில் வெள்ளையடித்த பிறகு அவர்கள் பெண்டாக்குகளையும் டங்ட்ரெங்குகளையும் அடர் சிகப்பிலும் வெள்ளை வண்ணச் சாயத்தாலும் அதன் மீது வரைந்தனர். அவ்வளவு தான் வெற்றி! வேலை முடிந்தது! பழுது பார்க்கும் பணியை ஆய்வு செய்ய வந்த நகராட்சியின் பிரதிநிதி ஒருவர் “சிறப்பு” என்று சொல்லிவிட்டுக் கிளம்பினார்.

அந்த வருடத்தில் விடாது மழை பெய்தபோதும் வீடு மறுபடி ஒழுகவில்லை. ஆனால் அடுத்த வருட இளவேனிற் கால மழையில் அவர்களுடைய முழு வீடும் மறுபடியும் ஒழுக ஆரம்பித்தபோது அவர்களால் அதை நம்ப முடியவில்லை. சிகப்பு நிறத் தலைமுடியுடைய பெண்ணின் அலுவலகத்தில் நாடோடிகள் மீண்டும் கூடினர். தங்களுடைய புல்வெளிக்குத் திரும்பச் செல்ல விரும்பிய அவர்களுள் சிலர் தங்கள் பணத்தை திரும்பக் கேட்டனர். மறுபடி அரசாங்கமும் நகர்மன்றக் குழுவும் இதை மிக முக்கியமான பிரச்சினையாக கருத்திற்கொண்டு வீடுகளை இலவசமாகப் பழுது பார்த்துத் தந்தது. ஆனால் அதில் நகை முரண் என்னவென்றால் சென்ற முறை அவர்கள் பழுது

பார்த்த அதே முறையிலேயே இந்த முறையும் அவர்கள் அதைச் செய்தது தான். நாடோடிகள் இதனை "மலத்தின் மீது மண்ணை இறைப்பது மட்டுமே" என்று குறிப்பிட்டார்கள்.

8

இப்போதெல்லாம் எருமைச் சாணத்தை வெகு சிலரே விற்றனர். நிலக்கரி என்ற வேறு ஒரு எரிபொருள் பயன்பாட்டுக்கு வந்திருந்தது. மாகாணத்தின் உயர் அதிகாரிகளாலும், செல்வந்தர்களாலும் மட்டுமே இதற்கு முன்பு நிலக்கரியை வாங்கிப் பயன்படுத்த முடிந்தது. இப்போது நிறைய பேர் நிலக்கரி விற்பனை செய்யத் துவங்கி இருந்ததால் அது முன்புபோல அனைவராலும் விலைகொடுத்து வாங்க முடியாததாக இல்லை. ஆனால் அப்போதும் நாடோடிகளைப் பொருத்தவரை நிலக்கரி என்பது விலை உயர்ந்த பொருளாகவே இருந்தது. ஆகவே அவர்கள் அதனை "விலை உயர்ந்த கருங்கல்" என்றே குறிப்பிட்டனர். நிலக்கரி விலை உயர்ந்த பொருள் மட்டுமல்ல, ஆபத்தானதும் கூட. இன்பக் குடியேற்றக் கிராமத்தில் மட்டும் மூன்று குடும்பங்களைச் சேர்ந்த ஒன்பது பேர் கார்பன் மோனாக்சைடு விஷத்தினால் இறந்துபோனார்கள். இரவில் மிக அதிகமாகக் குடித்துவிட்டு ஒன்றாக உறங்கச் சென்ற அரசுப் பணியாளர்கள் நால்வர் வீட்டின் அடுப்பை அணைக்க மறந்துவிட்டனர். அவர்களுள் நள்ளிரவில் தாகத்துடன் விழித்த ஒருவர், நீர்க் குவளையை எடுப்பதற்காக அடுப்பின் அருகே சென்றிருக்கிறார். காலையில் அவர்கள் அனைவரும் இறந்துகிடந்த காட்சியைப் பார்த்த கிராமத்து மக்கள் நிறையப் பேரை இந்த நிகழ்வு பயமுறுத்தியது.

புத்தரின் கருணையால் செங்கியேவின் குடும்பம் அத்தகைய துயரங்களையும் தடங்கல்களையும் சந்திக்கவில்லை. ஆனால் அவர்களுக்கு வேறு சில சிரமங்கள் இருந்தன.

அவர்களுடைய பணம் கரைந்து கொண்டிருந்தது. அதற்கும் மேலாக அவர்கள் சமீபத்தில் வாங்கிய நிலக்கரியில் முக்கால்வாசி அளவு கடற்கரையில் கிடக்கும் சாதாரண கற்களாகவும் பாறைகளாகவும் இருந்தது. செங்கியே தன் தாடியில் கை வைத்தபடி இந்த எல்லா விஷயங்களைப் பற்றியும் யோசித்துக் கொண்டிருந்தபோது லுட்ரோன், "நீங்கள்

வாங்கி வந்திருந்த வெண்ணெய் மிக மிகப் பழையது. நேற்று சிறிதளவே சாம்பா களி சாப்பிட்ட அப்பாவுக்கு நாள் முழுவதும் வயிற்றுவலி இருந்தது. இன்று காலை அவர் வெண்ணெய் இல்லாத வெறும் சாம்பா மட்டுமே உண்டார். வெண்ணெய் சமீபத்தில் தயாரிக்கப்பட்டதா அல்லது பழையதா என்று கூட நீங்கள் பார்க்கவில்லை" என்றாள்.

அவள் பேசிக் கொண்டிருக்கையில் இடைமறித்த செங்கியே, "நான் அதைச் சரி பார்த்தேன். ஆனால் சமீபத்தில் தயாரிக்கப்பட்ட வெண்ணெயின் விலை வான் முட்டுமளவுக்கு இருந்தது" என்று சொல்லி வருத்தத்துடன் தன்னுடைய தாடியைப் பிடுங்கிக்கொண்டிருந்தான்.

"நாம் சேணத்தை விற்பதற்கான நேரம் வந்துவிட்டது என்று நினைக்கிறேன். குதிரை இல்லாமல் அதை மட்டும் வைத்துக் கொண்டிருப்பதால் என்ன பயன்?" என்றாள் லுட்ரோன்.

"குதிரை எளிதாகக் கிடைத்துவிடும். ஆனால் சேணம் வாங்குவது தான் கடினம் என்ற பழமொழியை நீ கேள்விப்பட்டது இல்லையா?"

"ஒருவரிடம் குதிரை இருந்தால் சேணம் வாங்குவது எளிது என்றும் ஒரு பழமொழி உண்டு தானே?" என்று லுட்ரோன் பதில் சொன்னாள்.

"ஒரு சாதாரண சேணத்தை வாங்குவது வேண்டுமானால் எளிதாக இருக்கலாம். ஆனால் என்னுடைய சேணம் சாதாரணமானது கிடையாது."

"அது எப்படிப்பட்டதாக வேண்டுமானாலும் இருக்கட்டும். நம்மால் வெண்ணெய் வாங்க முடியவில்லை என்றால் அது அப்பா அம்மாவுக்கு மட்டும் பிரச்சினை கிடையாது. நமக்கும்தான்."

"பிரச்சினை எவ்வளவு பெரியதாக இருந்தாலும், நம்முடைய மேய்ச்சல்வெளிக்காக நமக்குத் தர வேண்டிய நஷ்ட ஈட்டுத் தொகையை அவர்கள் தரும்வரை நமக்குப் பணம் வருவதற்கான வேறு எந்த வழியும் இல்லை" என்றான்.

பெருமூச்சுவிட்ட லுட்ரோன், "கறுப்பான தேனீரையும் பழைய வெண்ணெயையும் உண்ண வேண்டிய நிலையிலிருக்கும் அப்பாவும் அம்மாவும் பாவம்" என்றாள்.

செங்கியே, “நான் கடைக்குப் போய் சிறிது பால் வாங்கி வருகிறேன்” என்றான்.

வயது முதிர்ந்த அவர்களுக்காக அவன் வருத்தப்பட்டானா அல்லது லுட்ரோனுடைய நச்சரிப்பால் எரிச்சலடைந்தானா என்று தீர்மானமாகச் சொல்வது கடினம். எப்படியானாலும் பொருட்களை வாங்குவதற்காக வெளியே கிளம்பியவன் கதவைத் திறந்தபோது அவர்களுடைய மகன் கீடன் ஜயாட்சோ அங்கு நின்றிருந்தான். தன்னுடைய பெற்றோரின் முகத்தைப் படிக்க முடிந்தது போலிருந்தது அவனுடைய முகபாவனை.

கீடன் தன் நெற்றியில் முத்தமிட்ட தாத்தா பாட்டியிடம், “இங்கு நீங்கள் அனைவரும் நன்றாக இருக்கிறீர்களா? என்று கேட்டான். பிறகு புத்தம் புதியதாக சரசரவென்று சத்தமிட்ட இரண்டாயிரம் யுவான் தாள்களை வெளியே எடுத்துத் தன்னுடைய தந்தையிடம் தந்தான்.

நிறைய துறவிகள் இப்போதெல்லாம் துறவு வாழ்விலிருந்து வெளியேறி விடுகின்றனர். சிறுவர்கள் திருட்டுச் செயல்களில் ஈடுபடுவது, சிறுமிகள் தங்களுடைய உடலை விற்பது போன்றவை அங்கு நிகழத் துவங்கியிருந்தன. அவர்களுடைய குடியேற்றக் கிராமத்தில் மட்டுமே ஐந்து அல்லது ஆறு சிறுவர்கள் கைது செய்யப்பட்டனர்; மூன்று அல்லது நான்கு சிறுமிகள் காணாமல் போயிருந்தனர். ஐந்து துறவிகள் மடத்தை விட்டு வெளியேறிவிட்டனர். தங்க்கா மடத்துக்கு வந்த ஒரு முன்னாள் துறவி அந்த மடத்தை விடவும் பழமைவாய்ந்த புனித தங்க்கா பேல்டன் லாமோவின் ஓவியத்தைத் திருட முயற்சித்தார். அவர் அதை எடுத்துக்கொண்டு வெளியேறும்போது கைது செய்யப்பட்டுக் காவலில் இருந்தார். எல்லா இடங்களிலும் இது போன்ற விஷயங்கள் நிகழ்ந்துகொண்டிருந்தன. ஆனால், கீடன் ஜயாட்சோ மகிழ்ச்சியுடனும் ஓய்வின்றியும் தன்னுடைய ஆன்மீகப் பணிகளில் தொடர்ந்து ஈடுபட்டு வந்தான். மற்ற துறவிகளைப் போலின்றி அவன் தன்னுடைய பணத்தை ஆடம்பரமாகச் செலவு செய்யாமல் பொதுமக்களிடம் இருந்து பெற்ற தட்சணைப் பணம் முழுவதையும் சேமித்து வைத்து தன்னுடைய குடும்பத்திற்கு உதவி செய்தான். இந்த எண்ணங்கள் தோன்றியபோது செங்கியே தன் மகனைக் கட்டியணைத்து முத்தமிட ஆசைப்பட்டான். ஆனால் கீடன்

ஐயாட்சோ வளர்ந்துவிட்டதாலும் இதை இப்போது புதிதாக எப்படித் துவக்குவது என்று அறியாததாலும் செங்கியே அதைச் செய்யவில்லை. தன் மகனுடைய இந்தச் செயலால் உணர்ச்சிவசப்பட்ட அவன், "நான் போய் மாமிசம் வாங்கி வருகிறேன்" என்று சொல்லி வீட்டைவிட்டு வெளியே சென்றான். கதவருகே வந்த லுட்ரோன், "பதப்படுத்தப்பட்ட ஒரு குடுவைப் பாலை வாங்கி வர மறக்காதீர்கள். அரசின் வணிக வளாகக் கடைகளில் இருந்து வாங்காதீர்கள். அவர்கள் கலப்படம் செய்யப்பட்ட பாலை விற்பனை செய்கிறார்கள்" என்றாள்.

கலப்படப் பாலில் நிறைய வகைகள் இருந்தன. சில பால் வகைகள் தண்ணீருடன் கலந்து விற்கப்பட்டன. சிலர் பசும்பாலை எருமைப் பால் என்று சொல்லி விற்பனை செய்தனர். கோடைக் காலத்தில் கெட்டுப்போகாமல் இருப்பதற்காக பாலில் சில வகையான ரசாயனங்களைச் சேர்த்தனர். துர் தேவதைகளால் கூட இப்படி யோசித்திருக்க முடியாது. செங்கியே தன்னுடைய மோட்டார் சைக்கிளை ஏற்கனவே உயிர்ப்பித்து விட்டிருந்தான். ஆகவே அவள் பேசிய எதுவும் அவனுக்குக் கேட்டிருக்க வாய்ப்பில்லை. "கலப்படம் செய்யப்பட்ட பாலைத் தான் வாங்கி வரப் போகிறார்" என்று அவள் தனக்குள் சொல்லிக்கொண்டாள். அவளுடைய தந்தை ஜேமியாங் வெளியே அமர்ந்து தங்கள் நாயைக் கட்டி வைத்திருந்த இடத்தை வெறித்துப் பார்த்தபடி இருந்தார். அவள் அவருடைய சூபாவின் கைப் பகுதியைப் பிடித்து இழுத்து, "அப்பா வாருங்கள் உள்ளே போகலாம்" என்றாள்.

9

ஜேமியாங் வீட்டுக்குள் வந்தவுடன் கீடன் ஐயாட்சோ எழுந்து நின்றான். தன்னுடைய பேரனுடைய முகத்தைப் பார்த்த ஜேமியாங் "யார் இந்தத் துறவி?" என்று கேட்டார். வாயடைத்துப் போன கீடன் ஐயாட்சோ என்ன செய்வது என்று அறியாமல் தன் தாயைப் பார்த்தான். லுட்ரோன், "அவர் தன்னுடைய சுயநினைவை இழந்துவிட்டார்" என்று மெல்லிய குரலில் சொன்னாள். அப்போது யாங்சோம், "இந்தக் கிழவனுக்கு என்னாயிற்று? இவன் நம்முடைய பேரன். இன்று காலையில் கூட அவன் உங்களுக்கு முகமன் கூறினானே?" என்று கேட்டாள். வருத்தமடைந்த ஜேமியாங், கீடனிடம், "நீ

எப்போது வந்தாய்? பேரா! நீ இங்கு வந்திருக்கிறாய் என்பதை ஏன் எனக்குச் சொல்லவே இல்லை?" என்று கோபமாகக் கேட்டார். கீடன் ஜயாட்சோவுக்கு அழுவதா சிரிப்பதா என்று தெரியவில்லை. அவன் தன்னுடைய தாத்தாவைக் கட்டியணைத்துக் கொண்டு அவரை முத்தமிட்டதும் சினம் தணிந்த ஜேமியாங் தரையில் அமர்ந்தார்.

லுட்ரோன், "இந்த நிமிடம் உன்னுடைய தாத்தா நன்றாக இருக்கிறார். ஆனால் தினமும் மாலை நேரத்தில் கதவருகே வந்து "அந்த வயது முதிர்ந்த நாய்க்கு உணவளித்தாயா? வயதான அந்த கியாதோவை தொழுவத்தில் கொண்டு போய்ச் சேர்த்தாயிற்றா? கியாலோ நகூர் ஆகிய இரண்டு குதிரைகளையும் ஒரே இடத்தில் கட்டு" என்று சொல்கிறார். அந்த விலங்குகளைப் பற்றி எனக்கு எதுவும் நினைவில்லை. ஆனால் கியாதோ, கியாலோ, நகூர் என்பவை வெகு காலத்துக்கு முன் அவருடைய பராமரிப்பில் வளர்ந்த விலங்குகள் என்பதை உன் பாட்டியைக் கேட்டு நான் அறிந்துகொண்டேன்" என்று தன் மகனிடம் மெல்லிய குரலில் சொன்னாள்.

லஹாரி கியி திடீரென வேகமாகக் கதவைத் திறந்து, மூச்சிறைக்க, "மாமா வந்துவிட்டாரா?" என்று கேட்டபடி வீட்டுக்குள் நுழைந்தாள். கீடன் ஜயாட்சோ பதில் சொல்லுமுன், "உன்னுடைய பள்ளிக்கூட நேரம் இன்று இவ்வளவு சீக்கிரம் முடிந்து விட்டதா?" என்றாள் லுட்ரோன். தன்னுடைய பள்ளிக்கூடப் பையைக் கீழே வைத்த லஹாரி அவர்களுக்கு இரு மோசமான செய்திகளைத் திபெத்திய மொழியிலும் சீன மொழியிலும் கலந்து சொன்னாள். முதல் செய்தி, அவர்களுடைய பள்ளியின் கூரை இடிந்து விழுந்து இரண்டு மாணவர்கள் இறந்து விட்டது, நான்கு பேர் அதில் காயம் அடைந்தது. இரண்டாவது செய்தி, ஆசிரியர் ஒருவருடைய வீட்டிலிருந்து ஒரு மாணவன் அதற்கு முந்தின நாள் பணத்தைத் திருடிவிட்டதாகவும் ஆசிரியர் அந்த மாணவனை அடித்ததால் மாணவன் படுகாயம் அடைந்ததாகவும் சொன்னாள். திருடிய மாணவனின் அண்ணன் அந்த ஆசிரியரைப் பழி வாங்குவதற்காக தன்னுடைய நண்பர்களைக் கூட்டிக் கொண்டு இன்று பள்ளிக்கு வந்ததாகவும், இப்போது அந்த ஆசிரியர் படுத்த படுக்கையாக இருப்பது. "ஆகவே எங்கள் ஆசிரியர் சியோசாங், இன்று வகுப்புகள் இல்லை எனச் சொல்லிவிட்டார்"என்று பள்ளியை

அன்று சீக்கிரமே மூட வேண்டியதற்குக் காரணமாக அமைந்த அனைத்து விஷயங்களையும் விளக்கிச் சொன்னாள் லஹாரி கியி.

லஹாரி கியியைக் கட்டியணைத்த யாங்சோம், “ஐயோ! இடிந்து விழுந்த கூரையின் இடிபாடுகளில் எங்கள் அருமை மகள் மாட்டிக் கொண்டிருந்தால் என்னாகி இருக்கும்? நாம் இவளை இனிமேல் பள்ளிக்கு அனுப்பவேண்டாம். நாளையிலிருந்து உனக்குப் பள்ளிக்கூடம் கிடையாது” என்று உறுதியான குரலில் சொன்னாள். லஹாரி கியி யாங்சோமின் செல்லப் பிள்ளை. லஹாரியின் அம்மா லஹாட்சோ கியி இரண்டாவது திருமணம் செய்துகொண்டு புகுந்த வீட்டுக்குச் சென்றபோது லஹாட்சோ கியியின் மகள் லஹாரி கியியைத் தாயுடன் அனுப்ப யாங்சோம் சம்மதிக்கவில்லை. அவளைப் பள்ளிக்கூடம் அனுப்பக் கூட அவள் விருப்பமின்றி தான் இருந்தாள். இருபத்து நான்கு மணி நேரமும் லஹாரி கியியை வீட்டிலேயே வைத்துக் கொள்ள அவளுக்கு இப்போது ஒரு காரணம் கிடைத்துவிட்டது.

வெளியே மோட்டார் சைக்கிள் வரும் சத்தம் கேட்டது. அதைத்தொடர்ந்து செங்கியே வீட்டுக்குள் நுழைந்தபோது அவனுடைய சகோதரி யூடோனும் வந்தாள். அவள் தன்னுடைய இடதுபுறத் தோளின் மீது நிறைய பொருட்களைச் சுமந்துகொண்டு வந்திருந்தாள். யூடோன் குடும்பம் இன்னும் முழுமையாக இங்கு குடியேறி இருக்கவில்லை. அவர்களுக்குப் பால் பொருட்கள் வாங்கவேண்டிய எந்த அவசியமும் இல்லை. சொல்லப்போனால் தாங்கள் பயன்படுத்தியது போக மற்றவர்களுக்கு விற்குமளவிற்கு அவர்களுக்கு அதிக பால் கிடைத்தது. ஒவ்வொரு முறை அவள் இங்கு வரும்போதும் மாமிசம், பாலாடைக் கட்டி, வெண்ணை, பாலேடு போன்ற சில பொருட்களைத் தன்னுடைய சகோதரனின் குடும்பத்திற்காகக் கொண்டுவந்து தருவாள். தாராள குணம் கொண்ட அவள் தன்னால் முடிந்த அளவு தன் குடும்பத்தின் பொருட்களை அவர்களுடன் பகிர்ந்துகொள்வாள். வெட்டப்பட்ட ஒரு முழு ஆட்டின் உடல், பதப்படுத்தப்பட்ட இரண்டு கிலோ இறைச்சித் துண்டுகள், ஐந்து கிலோ வெண்ணை, ஒரு கறுப்பு நெகிழிப் பையில் சுற்றப்பட்டிருந்த மூன்று கிலோ பாலாடைக் கட்டிகள், ஒரு உலோகக் கொள்கலனில் தயிர், பதப்படுத்தப்பட்ட ஒரு பால் குடுவை ஆகியவற்றை இந்த முறை அவள் தன்னுடன் எடுத்து வந்திருந்தாள். ஜேமியாங், யாங்சோம் ஆகிய இருவரின்

உடல்நிலையைப் பற்றியும் விசாரித்தவள் பிறகு அவர்கள் இருவரிடமும் ஒரு பத்து யுவான் தாளைத் தந்தாள். லஹாரி கியியுக்கும் கூட ஒரு தாளைத் தந்தாள். செங்கியே, மூன்று கிலோ பதப்படுத்தப்பட்ட மாமிசமும் சில குடுவைகள் பழச்சாறும் வாங்கி வந்திருந்தான். அனைவருக்கும் இரவு உணவாக மோமோஸ் செய்வதற்காக மாமிசத்தை வேகவேகமாக சிறு துண்டுகளாக வெட்டிய லுட்ரோன் சிறிதளவு மாவையும் பிசைந்து தயாராக வைத்தாள். அடுப்பு நன்றாக எரியவேண்டும் என்பதற்காக அவர்கள் நிலக்கரியை நெருப்பில் அதிகமாகக் குவித்து வைத்தனர்.

அந்த வீட்டில் மகிழ்ச்சியும் அரட்டையும் நிறைந்திருந்தது. சில காலமாக இல்லாத சிரிப்பொலி இப்போது அதிக சத்தத்துடன் அடிக்கடி அங்கு கேட்டுக் கொண்டிருந்தது.

செங்கியேவும் லுட்ரோனும் சில மணி நேரங்களுக்கு முன்பு விவாதித்துக் கொண்டிருந்த கவலை தரக் கூடிய விசயங்களும், லஹாரி கியி அவர்களிடம் கூறிய சம்பவங்களினால் ஏற்பட்ட அச்சமும் துயரமும் தற்காலிகமாக மறக்கப்பட்டன. ஜேமியாங் அன்று சீக்கிரமாக படுக்கச் சென்றார். யாங்சோம் தூங்கச் சென்ற சிறிது நேரத்திலேயே லஹாரி கியியும் உறங்கச் சென்றாள். வழக்கமாக படுக்கைக்குச் செல்வதற்கு இரண்டு மணி நேரம் முன்பாகவே மற்றவர்கள் உறங்கத் தயாராகினர். இரவு முடியும் நேரத்தில் மலம் கழிப்பதற்காக அவர்கள் வெளியே சென்றனர். அப்போது செங்கியே திடீரென்று கூக்குரலிட்டான். “என் மோட்டார் சைக்கிள், என் மோட்டார் சைக்கிள். இந்த நாசமாய்ப் போன நாய்த் திருடர்கள், நாய்த் திருடர்கள்” என்றபடி நிலைகுலைந்து போனவன் அந்த இடத்தை மீண்டும் மீண்டும் வலம் வந்தான்.

10

“சிகப்பு நிறத் தலைமுடியுடைய பெண்” என்று குடியேற்ற கிராமத்திலிருந்த அனைவராலும் கிண்டலாக அழைக்கப்பட்ட அந்தப் பெண் ஊழியர் செங்கியேவின் வீட்டுக்கு வந்தாள். மின்சாரம் தண்ணீர் ஆகியவற்றுக்கான கட்டணங்களை உடனே செலுத்தாவிட்டால் அவற்றின் இணைப்பை துண்டித்துவிடப் போவதாகச் சொன்னாள். மிகுந்த துணிச்சல் கொண்டவனாகவும்

உணர்ச்சி வசப்படுபவனாகவும் மாறிவிட்டிருந்த செங்கியே, "என்னுடைய மேய்ச்சல் நிலத்துக்கான நஷ்டஈட்டை நீங்கள் தந்த உடனே நான் மின்சாரக் கட்டணத்தையும் தண்ணீருக்கான கட்டணத்தையும் செலுத்திவிடுகிறேன். அல்லது நீங்கள் என்னுடைய மின்சார இணைப்பைத் துண்டித்துவிடுங்கள். நான் சூரிய சக்தியிலிருந்து மின்சார எடுக்கும் கருவியைப் பொருத்திக் கொள்கிறேன். தண்ணீரைப் பொருத்தவரை நாங்கள் அதை செஷு நதியிலிருந்து எடுத்துக்கொள்வோம்" என்றான்.

"ஹா ஹா ஹா" எனச் சிரித்த சிகப்பு நிறத் தலைமுடி கொண்ட பெண், "இப்போது செஷு நதி மாசடைந்து கிடப்பதும், பன்றிகள் கூட அந்தத் தண்ணீரைக் குடிப்பதில்லை என்பதும் உங்களுக்குத் தெரியாதா?" என்றாள்.

செங்கியே அதற்கு பதில் ஏதோ சொல்ல வந்தபோது மூன்று அல்லது நான்கடிகள் முன்னே வந்த லூட்ரோன் காது கிழியும்மடி அலறினாள். தன்னுடைய ஆன்மாவை இழந்துவிட்டதைப் போல திறந்தவாய் திறந்தபடி அப்படியே நின்றாள். திரும்பிப் பார்த்த செங்கியே, ஜேமியாங் தன் வயிற்றைத் தரை மீது அழுந்தியபடி விழுவதைப் பார்த்தான். ஓடிப் போய் அவருடைய தலையை உயர்த்தித் தாங்கிப் பிடிக்க முயற்சி செய்தான். ஆனால் அவருடைய உடல் விறைத்துப்போய், கிட்டத்தட்ட உறைந்து விட்டிருந்தது.

லூட்ரோன், தன் தந்தை நிமிர்ந்து அமர்ந்தபடி இருந்ததாகவும், அவரை உள்ளே அழைத்துச் செல்வதற்காக அவருடைய அங்கியின் கைப் பகுதியைப் பிடிக்க நினைத்தபோது அவர் சரிந்து கீழே விழுந்துவிட்டதாகவும், அவருடைய தலையைத் தொட்டுப் பார்த்தபோது அது கல் போலக் குளிர்ந்து போயிருந்ததாகவும் கூறினாள்.

லூட்ரோன், "நான் அவர் பக்கத்திலேயே தான் இருந்தேன். ஆனால் அவர் தன் இறுதி மூச்சைவிட்டபோது என்னால் அவர் தலையைத் தாங்கிப் பிடிக்க முடியவில்லை! நான் எவ்வளவு துரதிர்ஷ்டம் பிடித்தவள்..." என்று அழுதாள்.

"அழாதே... பிரார்த்தனை மந்திரங்களைச் சொல், பிரார்த்தனைகளைச் சொல்" என்று அவளைத் தேற்ற முயற்சி செய்தான்.

"பால் கலந்த தேநீரை என்னால் அவருக்குத் தரமுடியவில்லை. புதிதாகத் தயாரிக்கப்பட்ட வெண்ணையுடன் சேர்த்த ஒரு கிண்ணம் சாம்பாவை என்னால் தர முடியவில்லை. இன்று காலை கூட வெறும் சாம்பாவைத் தான் உண்டார். பாவம் அப்பா! என்ன ஒரு துயரம்!" என்று முன்பைவிடச் சத்தமாக அழுதாள்.

செங்கியேவால் தன்னைக் கட்டுப்படுத்திக்கொள்ள முடியவில்லை. அவனுடைய முகத்தில் கண்ணீர்த் துளிகள் வழிந்தன. அந்த வயதான மனிதர் இறப்பதற்கு முன் தன்னால் அவருக்கு ஒரு கோப்பைத் தேநீரும் புதிதாகத் தயாரிக்கப்பட்ட வெண்ணையும் கூடத் தர முடியவில்லையே என்று வருந்தினான். அவருக்காக பரிதாபம் கொண்டவன், ஒரு மருமகனாகத் தன்னுடைய கடமையை நிறைவேற்ற முடியாமல் போனதற்காகக் கூசினான். நடந்தது நடந்துவிட்டது. கடந்த காலத்தைப் பற்றி இப்போது வருத்தப்படுவதால் எந்தப் பயனும் இல்லை. முதியவருக்கு ஒரு பிரார்த்தனைக் கூட்டமாவது நன்முறையில் நடத்தப்பட வேண்டும். ஆகவே அங்கிருந்து தன் மனைவியை தேற்றிக் கொண்டிருக்காமல், அலங்காரக் குமிழ்கள் வைத்துக் கலைநயத்துடன் செய்யப்பட்ட தன் குதிரைச் சேணத்தை எடுத்து, தன்னுடைய முதுகில் வைத்துக்கொண்டு நகரத்துக்குச் செல்லத் தயாரானான். இரண்டு பெண்களை மட்டும் இறந்த உடலினருகே தனியாக விட்டுவிட்டுச் செல்வது தங்கள் வழக்கத்துக்கு எதிரானது என்று கடைசி நொடியில் நினைத்தவன் சேணத்தைக் கீழே வைத்துவிட்டு வெளியே சென்றான்.

இங்கிருந்து வந்த அழுகைச் சத்தம் பக்கத்து வீட்டினருக்குக் கேட்டிருக்க வேண்டும். என்ன நடந்தது என்று கேட்பதற்காகக் கணவனும் மனைவியும் தம் வீட்டிலிருந்து வெளியே வந்தனர். "முதியவர் இறந்துவிட்டார். நான் நகரத்துக்குச் சென்று எங்கள் உறவினர்களிடம் தகவல் சொல்லிவிட்டு, ட்ரோங் ரிண்போஷ் இருக்கிறாரா என்று பார்த்துவிட்டு வருகிறேன். அதுவரை நீங்கள் சிறிது நேரம் என் மனைவியுடனும் மகளுடனும் இங்கு இருக்கிறீர்களா?" என்று கேட்டான். பிறகு சேணத்தை எடுத்துக்கொண்டு வெளியே சென்றவன், நினைவு வந்தவனாக திரும்பவும் வீட்டுக்குள் சென்று இறந்து போன ஜேமியாங் உடலின் மீதிருந்து ஆட்டுத் தோலால் ஆன சூபாவை

இழுத்தான். முதியவரின் இடது கையில் ஜெபமாலையும் வலது கையில் தர்ம சக்கரமும் இருந்தன. அதை அவன் எடுக்க முயற்சி செய்தபோது செங்கியேவை விட வயதில் மூத்தவரான பக்கத்து வீட்டுக்காரர் "அவர் அதிர்ஷ்டசாலி! ஒரு அசாதாரணமான மனிதர்! அவற்றைக் கையில் வைத்தபடியே உயிர் துறந்துள்ளார். நாம் இப்போதே அதனை அகற்றிவிடக்கூடாது என்று நினைக்கிறேன். அப்படி எடுப்பதாக இருந்தாலும்கூட ஒரு துறவி அவற்றை எடுப்பதே உகந்ததாக இருக்கும்" என்றார். ஆகவே செங்கியே அவற்றை அப்படியே விட்டுவிட்டு, சூபாவையும் உடலின்மீது வைத்துவிட்டான். நகரத்துக்குச் சென்றவன் மிக மோசமான கையெழுத்துடனும், கேவலமான எழுத்துப் பிழைகளுடனும் 'பழம்பொருட்கள் விற்பனை செய்யும் கடை' என்று திபெத்திய மொழியில் பெயர்ப் பலகை வைத்திருந்த ஒரு கடையைப் பார்த்து அங்கு சென்றான். கடை உரிமையாளர் சேணத்தின் எல்லா பாகங்களையும் நுணுக்கமாக ஆய்வு செய்த பிறகு தன்னுடைய ஒற்றை விரலை உயர்த்திக் காட்டி விலையை சமிக்ஞை செய்தார். "போதாது" எனும் வண்ணம் செங்கியே தன் தலையை அசைத்தான். அதைப் பார்த்த கடை உரிமையாளர் மோசமான திபெத்திய மொழியில் "அப்படியானால் நீயே சொல். எவ்வளவு விலைக்குத் தருவாய்?" என்று கேட்டார்.

"எட்டாயிரம்" என்றான் செங்கியே.

"எட்டாயிரம்" என்று கடையின் உரிமையாளரும் அதைத் திரும்பச் சொன்னார்.

"எட்டாயிரம்" என்றான் செங்கியே.

"எட்டாயிரம், எட்டாயிரம்"

கடையின் உரிமையாளர் எந்த உணர்ச்சியும் காட்டாமல் தன் தலையை அசைத்து உடனடியாக பணத்தை எண்ணி செங்கியேவின் கையில் கொடுத்தார். கடையில் இருந்து வெளியேறியபோது செங்கியே சிறிதளவு திருப்தி அடைந்திருந்தான். அதே தருணத்தில் அலோக் ட்ரோங் ரிண்போஷ் ஒரு காரில் இருந்து இறங்குவதைப் பார்த்தான். வேகமாக அவரை நோக்கிச் சென்று தன்னுடைய மாமனார் திடீரென இறந்து விட்டதாகக் கூறி பிரார்த்தனைக் கூட்டம் நடத்துவதற்கு அவரைத் தன் வீட்டிற்கு வருமாறு அழைத்தான்.

உடனே மறுபடியும் காரில் ஏறிய அலக் ட்ரோங், “சரி, நாம் உடனே கிளம்பலாம்” என்றார். இந்த பதில் அவனைப் பதற வைத்தது.

“மன்னியுங்கள். நாங்கள் இன்னும் எந்தவித ஏற்பாடுகளும் செய்யவில்லை. நீங்கள் நாளை வர முடியுமா?” என்று கேட்டான்.

“நாளை நான் ஷிணிங்குக்குப் போக வேண்டியிருக்கிறது. உன்னிடம் வண்டி எதும் இருக்கிறதா? இல்லையெனில் இந்தக் காரில் என்னுடனேயே வந்துவிடு” என்று சொன்னார். செங்கியே அவர் சொன்னபடியே செய்தான்.

செங்கியே தன் வீட்டை அடைந்தான். இன்பக் குடியேற்றக் கிராமத்தில் வசித்த செஜூங் பகுதியைச் சேர்ந்தவர்கள் ஒருவரை ஒருவர் அழைத்துத் தங்களுக்குள் தகவல் பரிமாறிக் கொண்டதால் வீட்டில் ஏற்கனவே நிறைய பேர் கூடியிருந்ததைப் பார்த்தான். என்னென்ன செய்ய வேண்டும் என்று முதியவர்கள் செங்கியேவுக்கு வழி காட்டினார்கள். அலக் ட்ரோக்குடன் ஆலோசனை செய்த அவர்கள் ஈமச் சடங்குக்கான தினத்தையும் முடிவு செய்தார்கள். அலக் ட்ரோக் சில பிரார்த்தனைகளைக் கூறி முதியவரின் ஆன்மாவை இந்த உலகில் இருந்து இறைவனின் அரசவைக்கு இடமாற்றம் செய்த பிறகு அங்கிருந்து கிளம்பத் தயாரானார். அதே தருணத்தில் பக்கத்து வீட்டுக்காரரர் இறந்தவருடைய உடல் மீதிருந்த ஆட்டுத் தோலால் ஆன சூபாவைத் தூக்கி “ரிண்போஷ், தயை கூர்ந்து இதைச் சிறிது பாருங்கள்” என்றார்.

பிறகு ஜெபமாலையும் தர்ம சக்கரமும் இன்னும் முதியவரின் கைகளிலேயே இருப்பதைக் காண்பித்தார். அதைக் கண்ட அலக் ட்ரோங் “ஏன் அவை இன்னும் அவருடைய கைகளிலேயே இருக்கின்றன? அவற்றை அகற்றுங்கள்” என்றார். புனிதமான முறையில் அமைந்துவிட்ட அந்தக் குறியீட்டைக் குறித்து அவர் எந்தக் கருத்தும் கூறாதது தான் செங்கியேவுக்கு ஏமாற்றமாக இருந்தது.

11

ஜேமியாங் இறந்ததில் இருந்து யாங்சோம் வெகு தாமதமாகவே கண்விழிக்க ஆரம்பித்தாள். அவள் தொலைக்காட்சி நிகழ்ச்சிகளைப் பார்ப்பதே இல்லை. வீட்டுக்கு வெளியே

சென்று தன்னுடைய கணவர் வழக்கமாக அமரும் இடத்தில், கதவருகே அமர்ந்து கொண்டாள். வாசல் கதவைப் பார்த்தபடி லஹாரி கியியின் வரவுக்காகக் காத்திருந்தாள். லஹாரி வீட்டுக்கு வரும்போது செய்திவாசிப்பாளர்களைவிட அதிக செய்திகளோடு வந்தாள். ஆனால் அவை அனைத்துமே மோசமான செய்திகளாகவே இருந்தன. ஒரு நாள் அவள் இரு செய்திகளுடன் வந்தாள். கெட்டுப்போன உணவை உட்கொண்ட உண்டுறை பள்ளியில் தங்கிப் படித்த மாணவர்கள் அனைவரின் உடல்நிலையும் மோசமாகி மருத்துவமனையில் அனுமதிக்கப்பட்டனர். அந்த மாணவர்களில் ஐந்து பேர் காப்பாற்ற முடியாமல் இறந்து போனார்கள் என்பது முதல் செய்தி.

இரவும் பகலுமாக ஊரில் ஓடிக்கொண்டிருந்த நிலக்கரி டிரக்குகளில் மிகப் பெரிய டிரக் ஒன்று நான்கு பேர் பயணித்த ஒரு காரின் மீது மோதி, அந்த காரைத் தட்டையாக்கிவிட்டது என்பது இன்னொரு செய்தி. இத்தகைய செய்திகளைக் கேட்கும் போது யாங்சோம் தன் கண்களை மூடி, கைகளைக் குவித்து "இந்த பூமியில் வாழும் எந்த மனிதருக்கும் இத்தகைய துயரங்கள் ஏற்படக்கூடாது என்று நான் புத்தரை, கர்மாவை, சங் மார்க்கத்தை வேண்டுகிறேன்" என்று முணுமுணுத்தாள். ஆனால் அவர்களுடைய சொந்தக் குடும்பத்தையே ஒரு துயரம் எதிர்நோக்கி இருக்கிறது என்பதை முன்கூட்டியே யாரால் அறிந்திருக்க முடியும்?

பனியும் காற்றும் அதிகமாக இருந்த ஒரு நாள் காலை லஹாரி கியி வழக்கத்தைவிடச் சீக்கிரமாக பள்ளிக்குக் கிளம்பிச் சென்றாள். யாங்சோம் அப்போது வரை படுக்கையிலிருந்து எழுந்திருக்கவில்லை. செங்கியேவும் அவனுடைய மனைவியும் ஒரு பழைய துணியினுடைய வார்ப்பட்டியின் ஒரு பகுதியைத் துண்டித்து சுவர்களில் இருந்த துளைகளை அடைத்துக் கொண்டிருந்தனர். செங்கியேவால் தன் வேலையில் கவனம் செலுத்தமுடியவில்லை. நகரிலிருந்த கட்டடப் பாதுகாவலர் ஆட்சேர்ப்பு அலுவலகத்தைப் பற்றி அவன் நினைத்துக் கொண்டிருந்தான். தங்களால் நிலத்தில் காலூன்றி நிற்க முடியாதபடி ஏதோ நிகழ்வதை அவர்கள் இருவரும் திடீரென உணர்ந்தனர். அதே நேரத்தில் எல்லா வீடுகளும் ஒவ்வொன்றாக இடிந்துவிழத் துவங்கின. ஒரு கறும் புழுதியால் ஆன

மேகமொன்று வானை நோக்கி ஏறுவதை மட்டும் அவர்களால் பார்க்க முடிந்தது. அவர்கள் இருவருமே பெரும் அதிர்ச்சிக்கும் அச்சத்திற்கும் உள்ளானார்கள். அப்போது ஒருவன், "நில நடுக்கம்! நில நடுக்கம்!" என்று கத்திக்கொண்டே அவர்களைக் கடந்து ஓடினான்.

இருவரும் உறக்கத்திலிருந்து எழுந்தவர்களைப்போல ஒரே குரலில் "அம்மா" என்று அலறினர். பித்துப் பிடித்தாற் போல எவ்வளவு வேகமாக முடியுமோ அவ்வளவு வேகமாக செங்கற்களையும் பலகைக் கற்களையும் அகற்றினர். சதுர வடிவமாக மடங்கிப்போயிருந்த அவர்களுடைய கூடாரத்தின் மீது விழுந்துகிடந்த மர உத்தரங்களை நகர்த்தியபோது, ஒரு சிறு காயமும் இன்றி அங்கு கிடந்த யாங்சோமைப் பார்த்து அவர்கள் இருவருக்கும் மிகுந்த மகிழ்ச்சி ஏற்பட்டது. அவளுக்கு வேறெங்கும் காயம் ஏற்படவில்லை, அவள் நலமாக இருக்கிறாள் என்பதை உறுதி செய்துகொள்வதற்காக அவர்கள் அவளை எழுப்பி நிற்க வைத்து எங்காவது வலி இருக்கிறதா என்று மறுபடி மறுபடி கேட்டுக்கொண்டிருந்தனர். அவள் உண்மையிலேயே நலமாக இருக்கிறாள் என்பதை உணர்ந்தபோது அவர்கள் இருவரும் இடைவிடாது புத்தரைப் பிரார்த்தித்தும் தொடர்ந்து நன்றி தெரிவித்துக்கொண்டும் இருந்தனர். அப்போது அங்கு வேகமாக ஓடிவந்த ஒருவர், "ஐயையோ! பள்ளிக்கூடத்தில் ஏற்பட்ட நிலநடுக்கத்தில் நிறைய மாணவர்கள் நசுங்கிப் போய்விட்டார்களாம்" என்று ஓலமிட்டார். "லஹாரி கியி" என்று அலறிய செங்கியேவும் லுட்ரோனும் பள்ளிக்கூடத்தை நோக்கி ஓடினர்.

ஒரு மணி நேரம் கடப்பது யாங்சோமுக்கு ஒரு வருடத்தைக் கடத்துவது போலிருந்தது. பிறகு அவர்கள் திரும்பி வந்தனர். ரத்தம் பூசிய லஹாரி கியியின் சிறிய உடலைத் தன்னுடைய கைகளில் ஏந்தியபடி செங்கியே திரும்ப வந்தான். "கடவுளுக்குக் கண்ணில்லை. கடவுளுக்குக் கண்ணில்லை" என்று சொல்லிக்கொண்டிருந்தான். தன்னுடைய தந்தை இறந்தபோது அழுது அலறியதைப் போல லுட்ரோன் இப்போது எதுவும் செய்யவில்லை. ஆழமாக மூச்சை இழுத்துவிட்ட அவளுடைய கண்கள் கண்ணீரில் மின்னின. ஆனால் நீர்த் துளிகள் கீழே சிந்தவில்லை. அது வெறும் 4.0 ரிக்டர் அளவுள்ள நிலநடுக்கம் மட்டுமே என்று அவர்களுக்குப் பிறகு தெரியவந்தது. இன்பக்

குடியேற்ற கிராமத்தையும் சில பள்ளிகளையும் தவிர அங்கிருந்த மற்ற கட்டிடங்களுக்கு அதனால் எந்த பாதிப்பும் ஏற்படவில்லை என்று தெரிந்தது. நில நடுக்கத்தால் பாதிக்கப்பட்டவர்களுக்குக் கூடாரமும் உணவும் அளித்த அரசாங்கம், இறந்தவர்களின் குடும்பத்தாருக்கும் காயமடைந்தவர்களின் குடும்பத்தாருக்கும் உடனடியாக நஷ்டஈடு வழங்கியது. உறுதியான, சிறப்பான வீடுகளை விரைவிலேயே இலவசமாகக் கட்டித் தருவதாகவும் அரசாங்கம் உறுதி அளித்தது. இந்தக் கருணை மிகுந்த செயற்பாட்டைப் பார்த்து நாடோடிகள் மீண்டும் கண்ணீர் விடும் நிலைக்குச் சென்றனர்.

ஆனால் செங்கியே குடும்பத்தினர் புதிய குடியேற்ற கிராமத்தில் அதற்குமேல் வசிக்க விரும்பவில்லை. லஹாரி கியி பள்ளிக்குச் செல்ல வேண்டும் என்ற காரணத்தால்தான் அவர்கள் பொறுமையுடன் இங்கு வாழ்ந்தனர். இப்போது அவளே இல்லை எனும்போது இந்த இடத்தில் அவர்கள் தங்களுடைய வாழ்க்கையைத் தொடர விரும்பவில்லை. ஆகவே ஒருநாள் காலை அவர்கள் ஒரு டிரக்கை வாடகைக்கு எடுத்துக் கொண்டு தங்களுக்குச் சொந்தமான எல்லாப் பொருட்களையும் மூட்டை கட்டிக் கொண்டு கறுப்பு நரிகள் பள்ளத்தாக்கை நோக்கித் தங்களுடைய பயணத்தைத் துவக்கினர். அந்த டிரக் வேகமாகச் செல்ல முடியாத அளவுக்கு சாலையின் முன்னும் பின்னும் நிறைய டிரக்குகள் சென்று கொண்டிருந்ன. இதய நோயால் பாதிக்கப்பட்டிருந்த லுட்ரோன் ஆழ்ந்து சுவாசித்தபடி தன்னுடைய மார்பைத் தொடர்ந்து தேய்த்துக்கொண்டு வந்தாள். செங்கியேவும் நல்ல உடல் நலத்துடன் இருப்பதாகத் தெரியவில்லை. அவன் தன்னுடைய தாடியில் இருந்த முடிகளைப் பிடுங்கியபடி ஒரு வார்த்தை கூடப் பேசாது பயணம் செய்துகொண்டிருந்தான். சாலையில் இருந்த போக்குவரத்து நெரிசலால் அவர்கள் மிக மெதுவாகச் செல்ல வேண்டியிருந்தது. சூரியன் இப்போது தொடுவானின் மேற்குப் பகுதியை நெருங்கியிருந்தது.

ஒருவழியாக அவர்கள் கறுப்பு நரிகள் பள்ளத்தாக்கின் அருகே சென்று சேர்ந்தார்கள். தங்களுடைய மகளின் திடீர் மரணத்தைவிட, இப்போது கண்முன்னே தெரிந்த காட்சி அவர்களை அதிக அதிர்ச்சியடைய வைத்தது. கறுப்பு நரிகள் பள்ளத்தாக்கில் வாழ்ந்துவந்த மக்கள் அனைவரும் அங்கிருந்து

அப்புறப்படுத்தப்பட்டு விட்டிருந்தனர். மொத்தப் பள்ளத்தாக்கும் தோண்டி எடுக்கப்பட்டிருந்தது. எல்லா இடங்களிலும் சுமை தூக்கிப் பொறிகளும், பொருட்களை நகர்த்தும் வார்ப் பட்டைகளும், டிராக்டர்களும், இயந்திரங்களும் நிறைந்திருந்தன. அந்த இடம் ஒரு எறும்புக் கூட்டைப் போல ஊர்ந்து கொண்டிருந்தது. இயந்திரங்கள், மோட்டார்கள், இவற்றுடன் கூலித் தொழிலாளர்களும் எழுப்பிய இரைச்சல் பள்ளத்தாக்கு முழுதும் ஒலித்தது. மலைப் பாதையில் இருந்து பள்ளத்தாக்கு வரை நிறைய புதிய சாலைகள் அமைக்கப்பட்டிருந்தன. வழி தெரியாத ஓட்டுனர் பிரேக்கை அழுத்தி செங்கியேவிடம் வழி கேட்டார். ஆனால் செங்கியேவோ தன்னுடைய தாடியைப் பிடுங்குவதைக் கூட நிறுத்திவிட்டு அதிர்ந்துபோய் அசையாமல் அமர்ந்திருந்தான். அவன் தன்னுடைய சுய உணர்வுக்கு வந்தபோது என்ன நடந்திருக்கிறது என்பதை உறுதி செய்து கொள்வதற்காக சுற்றுமுற்றும் பார்த்தான். ஒருவேளை வழிதவறி வேறொரு பள்ளத்தாக்கிற்கு வந்துவிட்டோமா என யோசித்தான். ஆனால் மலையின் மீதிருந்த பிரார்த்தனைக் கற்குவியல்களும், கறுத்த பிரார்த்தனைக் கொடிகளும் அவர்கள் சரியான இடத்திற்குத்தான் வந்திருக்கிறார்கள் என்பதைக் காட்டின. செங்கியே, "இந்தப் பள்ளத்தாக்கின் நரிகள் மட்டும் ஏன் கறுப்பு நிறமாக இருந்தன என்பது இப்போது எனக்குப் புரிகிறது" என்றான். நாள் முழுதும் அமைதியாக இருந்து முதல்முறையாக இப்போது பேசிய லுட்ரோன், "அவ்வளவு விலை மதிப்பு மிக்க அந்தக் கற்கள் இங்கிருந்து, இந்தக் கறுப்பு நரிகள் பள்ளத்தாக்கில் இருந்து தான் கிடைத்திருக்கின்றன" என்றாள்.

***

புச்சாங் டி. சோணம் (Bhuchung D. Sonam)

திபெத்தில் பிறந்த புச்சாங் டி. சோணம், நாடு கடத்தப்பட்ட பிறகு டிபெட்டன் சில்ட்ரன்ஸ் வில்லேஜ் ஸ்கூலில் கல்வி பயின்றார். இவர், *யாக் ஹார்ன்ஸ், நோட்ஸ் ஆன் கான்டெம்பரரி டிபெட்டன் ரைட்டிங், மியூசிக், ஃபிலிம் அண்ட் பாலிடிக்ஸ், சாங்க்ஸ் ஆஃப் தி ஏரோ* ஆகிய ஐந்து நூல்களை எழுதியுள்ளார். பிளாக்நெக் புக்ஸ் நிறுவனத்தின் பதிப்பாளர்களில் ஒருவராகத் திகழும் இவர் தற்போது வட இந்தியாவில் உள்ள ஒரு சிறிய கிராமமான தர்மசாலாவில் வசிக்கிறார்.

தண்ணிழல்

தில்லியில் இருந்து மணாலி வரையான பேருந்துப் பயணம் காலியாக இருந்த என் வயிற்றைப் பிரட்டி மயக்கமடையும் நிலைக்கு என்னைத் தள்ளியது. வாந்தியெடுக்க மேற்கொண்ட முயற்சியில் என் வயிறு இறுகி வலித்தது. குனிந்தபோது முன்னிருந்த இருக்கையின் மீது என் தலை மோதியது தான் மிச்சம். ஓலமிட்டுக் கொண்டிருந்த, அழுக்கான அந்தப் பேருந்தின் தரைப் பகுதி வரை நீண்டு, சரமாகப் படர்ந்த எச்சில் தவிர என் வாயில் இருந்து வேறெதுதுவும் வெளியே வரவில்லை. நான் ஓட்டுனரைக் குறை கூறினேன். பதிலுக்கு அவர் குண்டும் குழியுமான சாலையை, அரசாங்கத்தைத் திட்டியதுடன், நேர்மையற்ற அரசியல்வாதிகளின் பெயர்களை ஒரு மந்திர உச்சாடனம் போலப் பாடினார். வெற்றிலைப் பாக்கைத் தொடர்ந்து மென்றபடி இருந்தவர், தனக்கு முன் சென்று கொண்டிருந்த வாகனத்தை வழிவிடச் சொல்லி ஒவ்வொரு முறை ஒலிப்பானை அழுத்தியபோதும் கிண்டலாகச் சிரித்தார்.

மீசையுடனிருந்த பேருந்து நடத்துனர் சாயம் போன பச்சை நிறச் சட்டையும் காற்சராயும் அணிந்திருந்தார். எதோ மாத்திரைகளைத் தன் சட்டைப் பையிலிருந்து வெளியே எடுத்தார்.

“இந்த மாத்திரைகளை எடுத்துக்கொள்ளுங்கள். சரியாகிவிடும்” என்றார்.

அந்தக் கசப்பான மஞ்சள் நிற மாத்திரைகளை எச்சிலைக் கொண்டே விழுங்கி உள்ளே தள்ளினேன். முன்பை விட சிறிது நல்லபடியாக உணர்ந்தேன். பெரும்பாலான

பயணிகள் உறங்கிவிழத் துவங்கிய பிறகு அவரிடம், "நீங்கள் எவ்வளவு நாட்களாக இதைச் செய்கிறீர்கள்?" என்று கேட்டேன்.

"நான் சிந்திக்கத் துவங்குமளவுக்கு வளர்ந்ததில் இருந்து."

"விபத்தில் சிக்கி மரணமடைவது குறித்து உங்களுக்குப் பயமா?" எனக் கேட்டேன்.

"ஆத்தாடி! இந்தப் பெண் நீ சாக விரும்புகிறாயா என்று என்னைக் கேட்கிறது" என்று நடத்துனர் ஓட்டுனரிடம் சொன்னார். ஓட்டுனர் பேருந்து ஜன்னலுக்கு வழியே எச்சில் துப்பிவிட்டு தன் தலையைத் திருப்பி, "சாவது, வாழ்வது, வண்டி ஓட்டுவது எல்லாம் ஒன்று தான்" என்றார். அதற்குப் பிறகு என்னிடம் கேள்விகள் எதுவும் இல்லை.

பதினோரு மணிவாக்கில் பேருந்து ஒரு இடத்தில் கிரீச்சிட்டு நின்றது. ஓட்டுனர் அது இரவு உணவுக்கான நேரம் என அறிவித்தார். சாலையோர உணவகத்தைச் சுற்றிலும் கயிற்றுக் கட்டில்கள் கிடந்தன. சணல் கயிறுகளால் வேயப்பட்டு வரிசையாக இருந்த அவற்றின் விளிம்புச் சட்டங்கள் ஒன்றின் மீது தலைவைத்து நீட்டிப் படுத்தேன். எனக்குப் பசி இல்லை. அது மட்டுமின்றி என்னிடம் பணமும் இல்லை. முப்பது நிமிடங்களுக்குப் பிறகு அரைத்தூக்கத்தில் இருந்த என்னை ஓட்டுனர் உலுக்கி எழுப்பவும் பயணம் மறுபடி துவங்கியது.

அரை வெளிச்சத்தில் இருந்த பல கிராமங்களைக் கடந்தபிறகு ஒரு இருட்டான நீண்ட சாலையை அடைந்தோம். களைப்படைந்திருந்த வண்டியின் அச்சமூட்டும் முனகல் சத்தம் கேட்டு நான் கண் விழித்தபோது பேருந்தில் என் பக்கத்து இருக்கை நபர் வசதியாக என் தொடை மீது தலை வைத்துப் படுத்திருப்பதை அறிந்தேன். ஓட்டுனர் குண்டுகுழிகளையும் அரசியல்வாதிகளையும் மறுபடி சபித்தார். நகர்த்த முடியாத நிலையில் என் கால்களின் தசை இறுக்கமாகப் பிடித்துக் கொண்டிருந்தது.

பேருந்தின் இரண்டு பூதாகாரமான கண்களால் ஒளியூட்டப்பட்டு எங்களுக்கு முன் தெரிந்த அந்த சாலையைத் தவிர மற்ற அனைத்தும் இருளடைந்து இருந்தது.

அந்த ஆளை எழுப்ப விரும்பாது நான் அசையாமல் அமர்ந்து இருந்தேன். ஒலிப்பானை பித்துப் பிடித்தாற் போல அலறவிட்டபடி எதிர் திசையில் இருந்து ஒரு மகிழுந்து வந்தது. அது எழுப்பிய புகை மண்டலத்தில் ஒரு விநாடி மேகத்தின் மீது விரைவாகச் சுழல்வதைப் போல உணர்ந்தேன். அந்த தூசு விலகியதும் சாலையின் இடதுபுறமிருந்த விளக்கற்ற மின்சாரக் கம்பம் ஒன்றும் அதன் பிறகு பாலமும் கண்ணுக்குத் தெரிந்தன. பாலத்தின் நடுவே மான் போலத் தோற்றங்காட்டிய ஒன்று பேருந்தின் முகப்பு விளக்கு வெளிச்சத்தில் அசையாது நின்றுகொண்டிருந்தது. அதனுடைய விழிகள் பிரகாசமாக ஒளிர்ந்தன. ஓட்டுனர் முடுக்குப் பொறியைப் பலமாக மிதித்ததும் அந்த எந்திர பூதம் பாலத்தின் குறுக்கே உறுமியபடி நின்றது. எதன் மீதோ இடித்தது போல் 'தட்' என ஒரு சத்தம் கேட்டது.

"தாயோளி! இவை ஏன் எப்போதும் பாலத்தின் மீதே வந்து நிற்கின்றன?" என்று ஓட்டுனர் கத்தினார்.

"ஹரி ராம்! ஹரி ராம்!" என்று கூவிய நடத்துனர் தன் தலையை வெளியே நீட்டிப் பக்கவாட்டுக் கண்ணாடி வழியாக பின்பக்கம் பார்த்து,

"அது பாலத்திலிருந்து கீழே விழுந்துவிட்டது' என்றார். இதைக் கேட்டு ஜில்லிட்ட என் முதுகுத் தண்டு, பிறகு மரத்துப் போனது.

அடுத்த நாள் அதிகாலையில் பாதி திறந்திருந்த ஜன்னல் வழியே குளிர்ந்த காற்று வேகமாக உள்ளே நுழைந்தது. சூரியன் தன் வருகையை அறிவித்து மிஞ்சியிருந்த கொஞ்ச இரவை விரட்டியடித்தது. காடுகளுக்குள் மறைந்திருந்த மலைச் சாலைகளிடையே பேருந்து ஊர்ந்து சென்றபோது பெருங்காற்று வீசியது. ஒவ்வொரு முறை ஒரு கூர்மையான வளைவை எதிர்கொள்ளும்போதும் பேருந்து ஓலமிட்டது. மரங்களின் காட்சியும் மணமும் என் மனக் கவலையைக் குறைத்தன. என் பக்கத்தில் அமர்ந்திருந்தவர் பேருந்து நின்ற பல சிறிய நிறுத்தங்களில் ஒன்றில் இறங்கிக்கொள்ளும் முன் என் கைகளை மெல்லக் குலுக்கிவிட்டுப் போனார். ஒரு சிறிய கூட்டத்தில் கலந்து மறைவதற்கு முன்பு திரும்பிப் பார்த்தவர் என்னை நோக்கிப் புன்னகைத்தார். நான் பேருந்து மறுபடி கிளம்புவதற்காக அசையாது அமர்ந்தபடி காத்திருந்தேன்.

பேருந்து அடுத்த நிறுத்தத்தில் நின்றபோது குழந்தையுடனிருந்த ஒரு இளம் பெண் அதில் ஏறினாள். பிறகு என் பக்கத்தில் வந்து அமர்ந்தாள். அம்மோனியாவும், குழந்தைகளின் உடலில் பூசும் செயற்கைத் தூளின் நறுமணமும் கலந்த மென்மையான ஒரு வாசம் பேருந்தை நிறைத்தது.

பேருந்து மணாலியை அடைந்தபோது அசைவின்றி, உயிரற்றதாக மரத்துப் போயிருந்த என் கால்களை மேலும் கீழுமாக அசைத்தேன். பள்ளியின் இரும்புக் கதவுகளை நோக்கி நடக்கையில் காலைப் பிரார்த்தனைக்கான மணி ஓங்கி ஒலித்தது. நூலகச் சுவருக்கருகே சில அடிகள் தள்ளியிருந்த மரத்தைப் பார்த்தேன். அந்த மரத்தை நான் நன்கறிவேன். அதனுடைய ஐந்து பெரிய கிளைகளும் வெளிப்புறமாக நீட்டிக்கொண்டிருந்த பற்பல சிறிய கிளைகளும் அந்த இடத்தில் குளிர்ந்த நிழலைப் பரப்பின. பழப் பாகு அடைக்கப்பட்ட குடுவையின் இம்மி பிசகாத வட்டவடிவம் கொண்ட மூடிகளைப் போல இருந்த அதனுடைய கரும்பச்சை இலைகள், இரண்டங்குல நீளக் கூர் முனைகளோடு இருந்தன. அவை அந்த இலைகளின் நடுத் தண்டினுடைய விரிவான பகுதி. இலைகளுடைய விளிம்புகளின் மீதிருக்கும் அழகிய வெண்ணிற முடி போன்ற ஒன்று வெய்யிலடிக்கும் நேரத்தில் கண்ணுக்குத் தெரியாமல் மறைந்திருக்கும். சூரியன் மறையும்போதோ வானத்தில் மேகங்கள் கவிந்திருக்கும்போதோ மட்டுமே அது புலப்படும். பத்துப் பனிரெண்டு இலைகளால் ஆன ஒரு இலைக் கொத்து, வெளிர்பச்சைத் தண்டுகளின் மீது வளர்ந்தது. எப்பொழுதும் முழு இலைகளாக மலர்ச்சி அடைய வாய்ப்பில்லாத இரு இலைச் செதில்கள் தண்டுகளின் அடிப் பாகத்தில் இருந்தன.

நீல நிறக் காற்சராய் அணிந்த குழந்தைகள் ஒருவரை ஒருவர் துரத்தியபடி மரத்தைச் சுற்றி ஓடிக் கொண்டிருந்தனர். அவர்கள் அணிந்திருந்த பச்சை நிறக் கம்பளி ஆடைகள் கிட்டதட்ட அந்த இலைகளின் நிறத்தையொத்து இருந்தன. ஒழுக்க முறைகளைப் பயிற்றுவிக்கும் ஆசிரியர் சத்தமிட்டதும் குழந்தைகள் வேகமாக முற்றத்துக்குச் சென்றனர். மரத்தைச் சுற்றி வந்த நான் என் விரல்களைச் சொரசொரப்பான மரப் பட்டையின் மீது படரவிட்டேன். அந்த மரத்தின் நடுப்பகுதியில் ஒரு பெண்ணின் பெயர் செதுக்கப்பட்டு இருந்தது. சுருங்கி காணப்பட்ட மரப் பட்டை முதிர்ந்து சோகத்துடன் இருப்பது போல்

காட்சியளித்தது. அதன் சில பகுதிகள் உரிந்து விட்டிருந்தன. இலைகள் முழு இலைத் தொகுதிப் பருவத்தில் இருந்தன. பெண்களின் விரல்களைப் போலிருந்த இளங் கிளைகள் முதிர்ந்த கிளைகளின் அடிப் பகுதியில் இருந்து உயர்ந்து வளர்ந்திருந்தன. புதிய கிளைகளில் இருந்த இலைகள் கறும் பச்சை நிறத்தில் இருந்தன. இலைகளின் மீது கம்பளிப் பூச்சிகளும் பறவைகளின் எச்சங்களால் உண்டான கறைகளும் தென்பட்டன.

என் நண்பன் எஷி எனக்காகக் காத்திருந்தான். குள்ளமான தோற்றமுடைய அவன், தொடர்ந்து புகைபிடிக்கும் பழக்கமுடையவன். கழுகு போன்று நடுப்பகுதியில் பரந்து வளைந்தும் நுனியில் கூராகவும் இருந்த அவனுடைய மூக்கிலிருந்து நாள் முழுதும் திரவம் ஒழுகியபடி இருக்கும். அவன் ஒரு மிகச் சிறந்த மனிதன் என்பதுடன் ஒரு அற்புதமான நண்பன். அவனுக்கிருந்த ஒரே கெட்ட பழக்கம், எதையும் மிகைப்படுத்திப் பேசுவது தான். "இன்று நான் ஒரு பருத்த ஆளைப் பார்த்தேன். அவன் எவ்வளவு பருமனாக இருந்தான் என்றால் அவன் ஒரு டிராக்டரில் ஏறி அமர்ந்தால் அதன் டயர்கள் தட்டையாகிவிடுமளவுக்கு" என்று அவன் சொன்னால், சற்றே பருமனான ஒரு நபர் அமர்ந்திருந்த மோட்டார் சைக்கிளின் ஒரு டயரில் காற்று குறைந்து தட்டையாகி இருந்ததை அவன் பார்த்தான் என்பது தான் அர்த்தம். எஷி சொல்லும் கதைகளில் ஐம்பது சதவிகிதத்தை நீக்க வேண்டியிருப்பதாக எங்கள் இருவருக்கும் பொதுவான நண்பர்கள் வேடிக்கையாகச் சொல்வார்கள்.

என் சிறிய பையை அவன் எடுத்துக்கொள்ள அவனுடைய குடியிருப்பை நோக்கி நாங்கள் நடந்தோம். இனிப்பான தேநீர், தக்காளி ஆம்லெட், அப்போது தான் தயாரான புதிய ரொட்டி ஆகியவற்றைச் சுவைத்தபடியே அந்த மரம் வெட்டப்படப் போவதையும் அந்த இடத்தில் உள்ளொளியைப் பிரதிபலிக்கும் ஸ்தூபி எனும் சமயக் கட்டமைப்பு உருவாக்கப்படப் போகிறது என்பதையும் அவன் சொன்னான். நான் அதிர்ந்தேன். எனக்கு எந்த சிந்தனையும் தோன்றவில்லை. என்னைச் சந்திக்கவேண்டும் என்று எஷி வற்புறுத்திக் கொண்டே இருந்ததால் தான் நான் இங்கு வந்தேன். நூலகத்தில் அமர்ந்து நூல்களை வாசித்தபடி அந்த மரத்தையும், அதன் நிழல் நூலகத்தின் சாளரங்களுக்குள் நீள்வதையும், அதன் இலைகள் கோடைக் காலத் தென்றலில்

சரசரப்பதையும் பார்த்துக் கொண்டிருப்பதற்காகத் தான் நான் இத்தனை நாளும் காத்திருந்தேன்.

வெளிப் பார்வைக்கு மிகுந்த மதப் பற்றுள்ளவராகவும், ஆனால் நிஜத்தில் மதுப் புட்டிகளில் இருந்து விலகியிருப்பதற்குச் சிரமப்படுகிறவருமான அந்தப் பள்ளியின் முதல்வர், மாணவர்கள் நல்ல கர்ம பயனைப் பெறுவதற்காகவும் இந்தப் பிரபஞ்சப் படைப்பைச் சுற்றி வலம் வரவேண்டும் என்பதற்காகவும் ஒரு ஸ்தூபியைக் கட்ட முடிவு செய்துள்ளார் என்று எஷி சொன்னான். ஜெபமாலையைக் கையில் வைத்துக் கொண்டு மற்றவர்கள் கவனத்தை ஈர்க்கும் நோக்கில் மந்திரங்களை முணுமுணுத்தபடி பள்ளியைச் சுற்றி வர விரும்புகிற அந்தப் பருத்த ஆளை எஷி வெறுத்தான். யாராவது அவரைக் கடந்து சென்றால் தலையைச் சிறிது தாழ்த்தி வணங்கி, அவர் வகிக்கும் உயர் பதவிக்குரிய அங்கீகாரத்தை அவருக்குத் தர வேண்டும் என்று அவர் வற்புறுத்துவார்.

அவர் முதல்வராகப் பதவியேற்ற மூன்று வருடங்களில் கண்ணுக்குத் தெரியும் விதத்தில் எந்தவிதமான முன்னேற்றமும் பள்ளியில் நிகழவில்லை. அவர் முதல்வரானதும் முதலில் செய்த பணி பள்ளியின் காலை, மாலை நேரப் பிரார்த்தனைக் கூட்டங்களின் கால அளவை இருபதில் இருந்து நாற்பத்தி ஐந்து நிமிடங்களாக அதிகரித்தது தான். வகுப்பறைகளில் சீமைக் காரையால் ஆன கரும் பலகைகள் பொருத்தப்பட்டு, உறுதியற்று ஆட்டங்காணும் ஒரு மேஜையும் ஆசிரியர் அமர்வதற்கென ஒரு நாற்காலியும் இருந்தன. மாணவர்கள் தரையில் அமர்ந்தனர். சாயம்போன நீளமான மேஜைகள், நெகிழியாலான சில நாற்காலிகள் தவிர ஆசிரியர்களின் அறை பெரும்பாலும் காலியாக இருந்தது. என் நண்பனும் மற்ற ஆசிரியர்களும் நீண்ட குறிப்பேடுகளில் தங்கள் வகுப்புகளுக்கான அன்றாடப் பாடத் திட்டக் குறிப்புகளை எழுதினர்.

நூலகத்தில் இருந்த நூல்களின் எண்ணிக்கை படுமோசமாக இருந்தது. நான் அங்கு சென்ற முதல் வாரத்திற்குள்ளாகவே அங்கிருந்த பெரும்பாலான நூல்களைப் படித்துவிட்டேன். ஒரு முதிய ஆங்கிலேயப் பெண்மணியால் நன்கொடையாக அளிக்கப்பட்ட நேஷனல் ஜியாக்ரஃபிக், டைம் ஆகிய இதழ்களின் பழைய பிரதிகள், செவ்வியல் நூல்களான ஆலிவர்

ட்விஸ்ட், தி அட்வெஞ்சர்ஸ் ஆஃப் டாம் சாயர், மோபி டிக், ப்ளாக் ப்யூட்டி ஆகியவற்றின் நைந்து போன சுருக்கமான பதிப்புகள் உறுதியின்றித் தள்ளாடும் புத்தக அடுக்குகளில் காட்சிப்படுத்தப்பட்டு இருந்தன. பூட்டப்பட்டிருந்த ஒரு இரும்பு நிலைப் பேழையில் சில தகவல் தேட்ட நூல்களும், என்சைக்ளோபீடியா பிரிட்டானிகாவின் கெட்டியான அட்டை கொண்ட ஒரு முழுத் தொகுதியும் இருந்தது. நூலகத்தில் யாரும் இல்லாதபோது என் நண்பன் இந்த அற்புதமான நிலைப் பேழையைத் திறந்து பார்க்கும் வாய்ப்பை எனக்களித்தான்.

பயன்படுத்தாது வீசியெறியப்படும் நிலையிலுள்ள காலுறைகள் கொண்டு செய்யப்பட்ட பந்துகளை வைத்து நான் சில சமயங்களில் என்னை விடப் பெரிய சிறுவர்களுடன் விளையாடுவேன். அவை கால்வாயில் விழுகிறபோது அதை எடுக்கும் சிறுவர்கள் பந்தை அழுத்தி தண்ணீரை வெளியேற்றுவர். பிறகு விளையாட்டு தொடரும். ஒவ்வொரு முறை பந்து வெள்ளையான சுவரில் மோதும்போதும் சுவரின் மீது அது ஒரு கறுநிறக் கறையை உருவாக்கும். எப்போதாவது அந்தப் பக்கம் வரும் ஒழுக்க முறைகளைக் கற்பிக்கும் ஆசிரியர் “இன்னொரு முறை இவ்வாறு சுவரின் மீது பந்து படவே கூடாது” என்று எங்களிடம் கட்டளையிடுவார்.

நிறைய தாள்கள் கொள்ளுமளவு பெரிய கோப்புகளும், ஆவணங்களும் வைக்கப்பட்ட இரு சாம்பல் நிற இரும்பு நிலையடுக்குத் தட்டுகள் கொண்ட பத்துக்குப் பதினைந்து அடி அறையில் பள்ளி அலுவலகம் இயங்கியது. ஐந்து ஊழியர்களுக்கு ஒன்று வீதம் ஐந்து மேஜைகள் அங்கு நெருக்கமாக இடப்பட்டிருந்தன. நாற்பது சொச்ச வயதும், மிகக் குறைந்த எண்ணிக்கையிலான தலைமுடியும், மகிழ்ச்சியை வெளிப்படுத்தும் முகமும், கொழுகொழுவென்ற உடல் வாகும், சிறுவர்கள் ‘கனவான் அங்கி’ எனக் குறிப்பிடும் அங்கியும் அணிந்த ஒரு ஆண் காரியதரிசி அங்கிருந்தது தான் மிக வியப்பூட்டும் ஒரு காட்சியாக இருந்தது. அவர் தினம் ஒரே நிறத்தில் மேற்சட்டைகள் அணிவார். ஒழுங்கு நிறைந்த ஒரு வீரனைப் போல பள்ளியின் அனைத்து ஆவணங்களையும் ஒரு பழைய ரெமிங்டன் தட்டச்சு எந்திரத்தில் தினமும் தட்டச்சு செய்வார். தாள்களின் மீது தட்டச்சு இயந்திர விசைக் கட்டைகள்

தட்டப்படும்போது வரலாற்றின் வேறொரு காலகட்டத்தைச் சேர்ந்த இசை அங்கு எழும்.

நான் அங்கு சென்ற ஒரு வாரத்திற்குப் பிறகு, ஒரு நாள் காலை, மண்வெட்டிகள், குறுங் கோடரிகள், கயிறுகள், மின்னாற்றலில் இயங்கும் ஒரு ரம்பம் ஆகியவற்றுடன் கூலித் தொழிலாளர்கள் பள்ளி மைதானத்திற்குள் வரிசையாகச் சென்றனர். அவர்களுடைய முகம் கடுகடுப்பாகவும் தீர்மானமாகவும் காட்சியளித்தது. அந்தக் கூட்டத்தில் இருந்த பலவீனமாகக் காணப்பட்ட, சுருங்கிய தோலுடைய ஒரு முதியவர் எப்போதும் முகத்தைச் சுளித்துக்கொண்டிருந்தார். மற்றவரைத் துன்புறுத்தவோ கேலியோ செய்யாத எதோ ஒரு நகைச்சுவையைக் கேட்டு எதிர்பாராதவிதமாக வாய்விட்டு மகிழ்ச்சியுடன் சிரித்தபோது அவர் பத்து வயது இளமையாகத் தெரிந்தார். அவர் தான் குழுவின் தலைவர் போலிருந்தது. கூலித் தொழிலாளர்களோடு சேர்த்து, தங்கள் விளையாட்டால் அந்தப் பகுதியை இரைச்சலாக்கிக் கொண்டிருந்த சில குழந்தைகளும் அங்கு இருந்தனர். மரத்தைச் சுற்றிக் கட்டப்பட்டிருந்த தாழ்வான செங்கல் தடுப்புச் சுவரை, பானை போன்ற வயிறுடைய முதல்வரின் கடுமையான மேற்பார்வையின் இடையே கூலியாட்கள் அகற்றினர். அவர்கள் புதர்களை வெட்டி, அவற்றுக்குக் கீழிருந்த குழைவான மண்ணைத் தோண்டியபோது மண்புழுக்கள் அங்கிருந்து நெளிந்தபடி வெளியே வந்தன. உடலை வளைத்துச் சுருண்டு கொண்டிருந்த புழுக்களை சில பள்ளிக் குழந்தைகள் எடுத்துப் போய் பக்கத்தில் இருந்த ஆற்றில் இட்டனர்.

மரம் கொல்லப்பட்டுக் கொண்டிருப்பதை நூலகத்தில் அமர்ந்து ஒரு புத்தகத்தை என் மடியில் வைத்தபடி நான் பார்த்தேன். அந்த மரம் இரண்டு மாடிகள் அளவு உயரமானது. நடுங்கிக்கொண்டிருந்த இலைகளின் நடுக்கத்தைப் போக்க நான் அவற்றை எட்டித் தடவிக் கொடுக்கும் உயரத்தில் ஜன்னலுக்கு மிக அருகே சில கிளைகள் அசைந்தன. ஒரு கறும் பறவைக் கூட்டத்தால் சாலையின் முனை வரை துரத்திச் செல்லப்பட்டது போல இருளடைந்து, வெறுமையாக, களைப்பாக உணர்ந்தேன். பெரு மதிப்புடையதாக நான் நினைத்திருந்த புத்தகங்களும், நான் என்னை ஒப்புக் கொடுத்த இணைப் போக்குடைய உலகங்களும் முதன்முறையாக என் பார்வையில் மதிப்பிழந்தன.

அடுத்த நாள் கூலியாட்கள் வேலைக்கு வரவில்லை. அவர்களுடைய முகத்திலும் கைகளிலும் நிலக்கடலை அளவுக்குப் பெரிய தடிப்புகள் தோன்றியிருந்தன. பள்ளிக் கூடத்தின் செவிலி அவர்களுக்கு களிம்பு தடவியும் வெடிப்புகள் குறையவில்லை. ஒரு பெண்ணின் உடலில் இருந்த கொப்புளங்கள் மிக மோசமாக இருந்தன. அவளுடைய முகம், கழுத்து, கைகள், அக்குள், அவள் செவிலியைப் பரிசோதிக்க அனுமதிக்காத அந்தரங்க பாகங்கள் என எல்லா இடங்களிலும் வெடிப்புகள் பரவியிருந்தன.

தான் அடைக்கலம் கொண்டிருந்த மரத்தை வெட்ட முயன்றதால் கோபம் கொண்ட, அந்த மரத்தில் குடியிருந்த ஆவி தான் இந்த அழற்சிக்குக் காரணமாக இருக்கும் என்று ஆசிரியர்களும் மாணவர்களும் அனுமானித்தனர். நமைச்சல் ஏற்படுத்தும் இந்தத் தோல் கட்டிகளில் இருந்து அந்தப் பருத்த பள்ளி முதல்வர் மட்டும் எப்படித் தப்பித்தார்? மரத்தை வெட்டுவதற்கு அவரும் தானே உதவி செய்தார்!

பள்ளி துவக்கப்பட்ட காலத்திலிருந்து அங்கு பணி புரிந்து இப்போது ஓய்வு பெற்றுவிட்ட சமையல்காரத் தாத்தாவுடன் அமர்ந்து அன்று மாலை நான் பேசிக் கொண்டிருந்தேன். அவருடைய மடியில் தரும சக்கரமும் இடது கையில் ஜெபமாலையும் இருந்தன.

அவர், தனக்குச் சொந்தமற்ற இந்த உலகத்தின் மங்கிய உருவங்களைப் பார்ப்பதற்காக, மிகவும் தளர்ந்து போயிருந்த தன் ஒவ்வொரு கண்ணிமைக்கு இடையேயும் ஒரு கொண்டைக் கடலையை வைத்திருந்தார். கூலித் தொழிலாளர்களுக்கு இவ்வளவு தொல்லை தருகிற, வேரோடு பிடுங்கி எடுக்கப்படுகிற அந்த மரத்தைப்பற்றி அவரிடம் நான் கேட்டேயாகவேண்டும்.

“இந்த மரத்தை நட்டது யார் என்று உங்களுக்குத் தெரியுமா?” என்று கேட்டேன்.

“மகனே! அது மிகப் பழங்காலத்துக்கு முன் நடந்தது. அந்த மரம் சாதாரணமான மரம் கிடையாது. உனக்குத் தெரியுமா? அங்கு தங்கியிருக்கிற ஆவி நம்மைப் பிடித்துக் கொண்டு, தன் வசப்படுத்திக்கொள்ளும்.”

“ஆனால் இந்த மரத்தை நட்டது யார் என்று உங்களுக்குத் தெரியுமா?” என்று நான் மறுபடி கேட்டேன். தன்னுடைய நினைவுகளின் சிக்கலான பாதையில் இருந்து அதைத் தேடி எடுக்க அவருக்கு வெகுநேரம் ஆனது. நாற்பது வாட்ஸ் விளக்கின் மெல்லிய வெளிச்சத்தின் கீழே அவர் தன்னுடைய கண்களை அழுத்தமாக மூடி நீண்ட பெருமூச்சு ஒன்றை விட்டார்.

“அவருடைய பெயர் ரிக்ஜின். அவர் இந்த மரத்தை நட்ட இரண்டு ஆண்டுகளுக்குள் தென்னிந்தியாவில் உள்ள ஒரு பள்ளிக்கு, திபெத்திய மொழி ஆசிரியராகப் பணி மாற்றம் செய்யப்பட்டார். அவர் இந்த இடத்தை விட்டுச் சென்றபோது மரம் இந்த அளவு உயரமாக இருந்தது” என்று தன்னுடைய இடது கையை நிலத்திலிருந்து இரண்டடி உயர்த்திச் சொன்னார்.

“அவர் மரத்தின் அருகே பிரார்த்தனைப் பாடல்களைப் பாடி ஊதுவத்திகளைக் கொளுத்தி வைப்பார். ஊதுபத்தித் தண்டு நிற்பதற்காக மண்ணால் ஆன ஒரு கலனும், மரத்தாலான ஒரு கொடிக் கம்பமும் கூட உருவாக்கி வைத்தார். சில வருடங்களுக்குப் பிறகு அதே இடத்தில் இந்தப் பள்ளி கட்டப்பட்டபோது அவை அனைத்தும் அகற்றப்பட்டன” என்றார்.

நாடு கடத்தப்பட்ட பின்னான ஆரம்ப காலகட்டத்தில் என் தாத்தா சிலகாலம் மணாலியில் ஒரு சாலைக் கட்டுமானப் பணியில் இருந்ததை நான் அறிந்திருந்தேன். ஆனால் அவர் தன்னிலை இழந்து ஆவியின் வசமானதை நான் இதுவரை பார்த்ததில்லை. என் தலைக்குள் பலவித எண்ணங்கள் தாறுமாறாக ஓடின.

உள்ளூர் மருத்துவமனையில் என்னைப் பெற்றெடுத்த இரண்டு நாட்களில் என் தாய் இறந்துவிட்டார். ‘யுனைடெட் ஸ்டேட் ஏஜென்சி ஃபார் இண்டர்நேஷனல் டெவலப்மெண்ட்’ எனும் அமைப்பு, அந்தக் கிராமத்திற்குத் தானமாக அளித்திருந்த ஒரு டிராக்டரில் இருந்து விழுந்ததில் என் தந்தை நான் பிறந்த ஒரு மாதத்தில் இறந்துபோனார். என் தாய் தந்தையரைப் பொருத்தவரை எனக்கு மிச்சமிருந்த ஒரே பிம்பம் எங்கள் வீட்டில் இருந்த ஒரு மங்கிய கறுப்பு வெள்ளைப் புகைப்படம் மட்டுமே. என் தாத்தா தான் என்னை வளர்த்தார்.

தாத்தாவுக்கு மரம் வளர்ப்பது மிகவும் பிடிக்கும். தென்னிந்தியாவின் ஒரு கிராமத்தில் இருந்த எங்கள் சிறிய வீட்டில் மரங்கள் இருந்தன. அவற்றைப் பெயர் சொல்லி அழைத்து அடிக்கடி அவற்றுடன் அவர் பேசிக்கொண்டிருப்பார்.

"இவை எதுவுமே திபெத்தில் வளராது. வில்லோவும் பாப்லரும் மட்டுமே அங்கு உயிர் பிழைத்திருக்கும்" என்பார். வெம்மை மிகுந்த நாட்களில் அவர் தன்னுடைய ஆடைகள் அனைத்தையும் களைந்து அரையாடை மட்டும் அணிந்துகொண்டு அந்த மரங்களின் நிழலில் அமர்ந்து பிரார்த்தனைப் பாடல்களைப் பாடிக்கொண்டிருப்பார். வீட்டின் வாயிற்புறம் இருந்த மரத்தை அடிக்கடி சுட்டிக்காட்டி, "இது நம்முடைய ஆன்ம மரம். நாம் இங்கு வந்த புதிதில் நான் இதனை நட்டேன். ஆனால் அந்த ஆவி இப்போதெல்லாம் இங்கு வருவதில்லை" என்பார். எனக்கென்று இருந்த ஒரே குடும்ப உறுப்பினர் அவர் மட்டுமே. எனக்கு எழுதப் படிக்கக் கற்பித்த என்னுடைய முதல் ஆசானும் அவர் தான்.

சில குழந்தைகள் எங்களுடன் வந்து அமர்ந்துகொண்டனர். அவர்களுக்கு இடம் கொடுப்பதற்காக வயது முதிர்ந்த அந்த முன்னாள் சமையற்காரருடன் நான் நெருங்கி அமர்ந்தேன். அவர் குளிக்காததால் அவருடைய உடலில் இருந்து காற்றில் பரவிய துர்நாற்றம் வெகுநேரம் அங்கேயே சுற்றிக் கொண்டிருந்தது. மோசமான துர்நாற்றத்தின் வீச்சை நான் சில நொடிகள் நுகர வேண்டியதாயிற்று.

நான் அவரை இன்னும் சில கேள்விகள் கேட்க எத்தனித்தபோது சிறுவர்களில் ஒருவன் அவரைப் பார்த்து, "நீங்கள் ஆவியைப் பார்த்திருக்கிறீர்களா?" என்று கேட்டான். முதியவர் அதற்குப் பதில் சொல்வதற்கு வாய்ப்புத் தராமல் இன்னொரு சிறுவன், "ஆவிகள் எங்கிருந்து வருகின்றன?" என்று கேட்டான். அதற்கு முதியவர், "நாங்கள் நாடுகடத்தப்பட்டு இங்கு வந்தபோது எங்கள் காவல் தெய்வங்களும் உள்ளூர் ஆவிகளும் எங்களோடு சேர்ந்து இங்கு ஓடி வந்துவிட்டன" என்றார்.

"நம்மால் அவற்றைப் பார்க்க முடியுமா?"

"நாம் அவற்றைப் பார்க்க முடியாது. ஆனால் அவற்றை உணர முடியும்" என்றார்.

164

"ஆனால் அது ஏன் இந்த மரத்தில் வாழ்கிறது?" என்று ஒரு சிறுமி கேட்டாள்.

"அந்தக் கடுமையான காலகட்டங்களில் நாங்களெல்லாம் சாலை நிர்மாணப் பணியில் கூலித் தொழிலாளர்களாக வேலை செய்துகொண்டிருந்தோம். சடங்குகள் செய்தோ, இனிப்புகள் படைத்தோ அல்லது தினம் ஊதுபத்திகள் கொளுத்தியோ, பிரார்த்தனைக் கொடிகள் ஏற்றிவைத்தோ தெய்வங்களின் சினத்தைத் தணிக்க எங்களுக்கு வசதியில்லை. நிறைய ஆன்மாக்கள் பெரும் பாறைகளிலும், மரங்களிலும், சாலைகளில் இருந்த மற்ற இடங்களிலும் அடைக்கலம் புகுந்தன. இந்த மரத்தில் வசிக்கின்ற ஒரு ஆன்மா அவற்றுள் ஒன்று" என்றார்.

குழந்தைகள் அதிர்ச்சி அடைந்தனர். இதைப் பற்றியெல்லாம் நானும் ஒரு காலத்தில் யோசித்திருக்கிறேன். தெய்வங்களும் ஆன்மாக்களும் எப்படி ஓடிப்போகும்? அவை அகதிகள் கழுத்தில் கட்டியிருக்கிற தாயத்துகளிலோ அல்லது அகதிகள் தங்களோடு கொண்டுவரும் வசியப் பெட்டிகளிலோ மறைந்துகொண்டு இங்கு வந்துவிட்டனவா? அவை உயரமான மலைகளின் குறுக்கே பறக்குமா? அவற்றால் தங்கள் சொந்த நாட்டின் குகைகளிலோ, பாறைகளிலோ, ஆற்றிலோ தங்கிவிட்டிருக்க முடியாதா? நாடு கடத்தப்பட்டபோது மேற்கொண்ட கடினமான பயணத்தினிடையே இறந்த நூற்றுக்கணக்கான மக்களைப் போல எந்த ஆன்மாவாவது வழியில் இறந்து போயிருக்குமா?

"மரத்தை வெட்டிவிட்டால் அந்த ஆன்மா எங்கு போகும்?" கந்தலான நிலையில் இருந்த குறிப்பேடு ஒன்றைக் கையில் வைத்தபடி ஒரு சிறுவன் கேட்டான்.

கிழவர் ஜெபமாலையைத் தன் மடியிலும் தர்ம சக்கரத்தைத் தன் அருகேயும் வைத்துவிட்டு தன்னுடைய முன் நெற்றியைத் தேய்த்துக் கொண்டு, அழுக்கான தன் கைகளைப் பார்த்தபடி,

"அது மறுபடி அகதியாகிவிடும்" என்றார்.

"ஆவிகளால் தங்கள் வீடுகளுக்குத் திரும்பிச் செல்லமுடியுமா?"

இந்தக் கேள்விக்கு அவரிடம் பதில் இல்லை. அவர் இருண்டிருந்த வானத்தை வெறித்துப் பார்த்து, பிறகு குழந்தைகளிடம் மீண்டும் விளையாடப் போகச் சொன்னார்.

"ரிக்ஜின் என்பவர் எப்படி இருப்பார்?" என்று கேட்டேன். நான் உறுதி செய்து கொள்ள விரும்பினேன்.

"அவர் ஆஜானுபாகுவான தோற்றமுடையவர். சிறிது நொண்டுவார்"

என் தாத்தாவின் இடது கால், அவருடைய வலது காலை விட ஒரு அடி உயரம் குறைவாக இருக்கும். இந்திய மருத்துவர் ஒருவர் அவரிடம், "ஒரு அங்குலம் தடிமனான காலுறை ஒன்றைத் தயாரித்து, வலது காலணியில் பொருத்தி அணிந்தால் உங்களால் இயல்பாக நடக்க முடியும்" என்று பரிந்துரை செய்தார். என் தாத்தா ஏற்றுக்கொண்ட ஒரே பரிந்துரை இதுவாகத்தான் இருக்கும். மற்ற எல்லாவற்றுக்கும் அவருடைய பதில், "தூய ஆன்மா என்னை வழிநடத்தும்" என்பதே. அவர் ஒவ்வொரு முறை தன் காலணிகளை எடுத்துத் தருமாறு என்னிடம் கேட்கும் போதும் நான் முதலில் வலது காலணியை எடுத்துத் தந்து "இது இன்னொரு காலணியை விட மிகக் கனமாக இருக்கிறது" என்று சொல்வேன். அவர் மிக சத்தமாகச் சிரித்து என்னுடைய கைகளில் இருந்து அதை வேகமாகப் பிடுங்கிக்கொள்வார். நான் கல்லூரியில் இரண்டாம் ஆண்டு படித்துக் கொண்டிருந்தபோது தாத்தாவின் உடல்நலம் குன்றியது. மருத்துவர்கள் வரிசையாக நிறைய பரிசோதனைகளை நடத்தினர். நிறைய கருவிகள் அவர் உடலில் இணைக்கப்பட்டன. ஆனால் அவருக்கு வந்திருப்பது என்ன நோய் என்பதை அவர்களால் கண்டுபிடிக்க முடியவில்லை. அவர் உடலில் இருந்த எல்லா சக்தியையும் யாரோ வெளியேற்றிவிட்டதைப் போல அவர் மெலிந்துகொண்டே போனார்.

இறுதியில் எந்த மருந்தையும் உட்கொள்ள மறுத்தவர் அந்த கிராமத்து வீட்டுக்குத் திரும்பிச் செல்ல வற்புறுத்தினார். மூன்று மாதங்கள் கடந்த பிறகு இந்தியாவின் அதிபுழுக்கமான கோடை நாளொன்றில், தான் பிறந்து வளர்ந்த மலை மீதிருந்த தன் வீட்டுக்கு வெகு தொலைவில் அவர் இறந்து போனார். அவருடைய மரணம் நிரந்தரமான ஒரு வெறுமையை என் இதயத்தில் ஏற்படுத்தியது.

எவ்வளவோ முயற்சி செய்தும், தினம் தண்ணீர் ஊற்றியும், எங்கள் வீட்டின் வாயிலருகே இருந்த அந்த "ஆன்ம மரம்" அதே வருடத்தில் வற்றிக் காய்ந்துபோனது.

கூலித் தொழிலாளர்களின் இந்த நிலைமை பள்ளி முதல்வரை எரிச்சலடைய வைத்தது. அவருடைய ஜோதிடர், தான் குறித்திருந்த ஒரு நல்ல முகூர்த்த தினத்திற்கு முன் அந்த ஸ்தூபி கட்டி முடிக்கப்படவேண்டும் என்று ஆலோசனை கூறியிருந்தார். ஒப்பந்தக்காரரிடம் புதிய கூலித் தொழிலாளர்களை அழைத்து வருமாறு முதல்வர் சத்தம் போட்டார். ஆனால் குழைவாகப் பேசும் அந்த ஒப்பந்ததாரர், "அதற்கு வாய்ப்பே இல்லை. இது கட்டடப் பணிகள் நடக்கும் காலம் என்பதால் கூலித் தொழிலாளர்கள் இப்போது வேலைக்குக் கிடைப்பது கடினம்" என்று பதிலுரைத்தார். ஆனால் சரியான நேரத்திற்குள் ஸ்தூபி கட்டி முடிக்கப்பட்டுவிடும் என்று உறுதி அளித்தார்.

ஐந்து நாட்களுக்குப் பிறகு அதே கூலித் தொழிலாளர்கள் மறுபடி வேலையைத் துவக்கினர். அவர்கள் முகங்களின் மீதும் உடல்களின் மீதும் இருந்த கட்டிகள் சரியாக ஆறியிருக்கவில்லை. அவற்றிலிருந்து மஞ்சள் நிற சீழ் கசிந்துகொண்டிருந்தது. இம்முறை முதல்வரே முன்னின்று நடவடிக்கைகளை மேற்கொண்டார். அவர்கள் அடர்த்தியான வேர்களை வெட்ட கோடரிகள், சிற்றுளி ஆகியவற்றைப் பயன்படுத்தினர். சிறிய வேர்களை 'நீயா நானா பார்க்கலாம்' என்று கருணையற்ற முறையில் வெளியே இழுத்துப் போட்டார்கள். நடுமரம் மூன்று பகுதிகளாக அறுக்கப்பட்டது. கிளைகளும் இலைகளும் சிதறிக் கிடந்தன. அது வேதனை மிகுந்த ஒரு மரணமாக இருந்தது. இறுதியில் ஆழமான அந்தக் குழியில் பிடிவாதமான சில வேர்கள் தவிர மற்ற எதுவும் மிஞ்சியிராத நிலையில், அந்த வேர்கள் உயிர் தப்பிவிடக் கூடாது என்பதற்காக துர்நாற்றம் அடிக்கும் சல்ஃபியூரிக் அமிலத்தையும் உப்பையும் ஒரு வாளி நிறைய அவற்றின் மீது கொட்டினர்.

அன்று இரவு என் கனவில் தோன்றிய என்னுடைய தாத்தா மூன்று கால்களுடைய ஒரு நாயை விட மோசமாக நொண்டினார். உடலில் இருந்த ரத்தம் முழுதும் வெளியேறிவிட்டது போல அவருடைய முகம் வெளிறிப்போயிருந்தது. விகாரமாக உயர்ந்து தெரிந்த உடலின் இடையில் சுற்றப்பட்டிருந்த மெல்லிய

வெண்ணிறத் துண்டு ஒன்றைத் தவிர, அவர் நிர்வாணமாக இருந்தார். தன்னுடைய கைகளை உயர்த்தி தன் அக்குளின் கீழிருந்த முடிக் கற்றையைக் காட்டினார். "ஆன்மாவைத் தொடர்ந்து செல்" என்று சத்தமிட்டபடி இருந்தார்.

மரம் வெட்டப்பட்டதற்குப் பின்னான இரவுகளில் துக்கம் நிறைந்த குரல்கள் பள்ளி வளாகம் முழுதும் ஒலித்ததாகச் செய்திகள் வந்தன. வெட்டப்பட்ட மரத்தினால் உருவான வெறுமையான குழியின் குறுக்கே நேர்த்தியான ஆடைகள் அணிந்திருந்த உயரமான ஒரு உருவம் நடந்து சென்றதை ஒரு சிறுவன் பார்த்ததாகச் சொன்னான். "அவர் நடனம் ஆடியதைப் போல இருந்தது. அவருடைய கைகள் காற்றில் உயர்ந்தும், பாதங்கள் பூமியை உதைத்துக்கொண்டும் இருந்தன" என்று அந்தச் சிறுவன் முதல்வரிடம் கூறினான். குறுகிய காலத்துக்குள் பல்வேறுவிதமான கதைகளால் வளாகம் முழுதும் அமளிதுமளிப் பட்டது. குழந்தைகள் இரவுகளில் கழிவறைக்குப் போக பயந்தனர். நிறைய குழந்தைகள் தங்களுடைய படுக்கையை நனைத்தனர்.

அகற்றப்பட்ட மரத்துக்காக மாணவர்கள் துக்கம் அனுஷ்டித்தனர். அவர்களால் இனி ஒருவரை ஒருவர் துரத்திக் கொண்டு அதனைச் சுற்றி ஓடவோ, உயரமான மர இலைகளை எட்டித் தொடுவது குறித்துப் போட்டியிடவோ முடியாது. தான் நேசித்த பெண்ணின் பெயரை ஒரு சிறுவன் மரத்தின் நடுவே கீறி வைத்திருந்தான். மாணவர்களின் ஒழுக்கம் பேணும் ஆசிரியர் இந்தக் குற்றச் செயலுக்காகப் பிரார்த்தனைக் கூடத்தில் அவனை ஆயிரம் முறை நெடுஞ்சாண்கிடையாக விழுந்து வணங்கச் செய்தார். அப்போது சிறுவர்களிடையே ஒரு கதாநாயக அந்தஸ்தைப் பெற்றிருந்தவன் இப்போது மிகுந்த வருத்தமடைந்தான்.

ஒரு ஸ்தூபி கட்டுவதற்காக மரத்தை அழித்தது அபத்தம் என்று ஆசிரியர்கள் தங்களுக்குள் பேசிக்கொண்டனர். அந்தப் பணத்தை கணினிகள், புத்தகங்கள், கற்பித்தலுக்குத் தேவைப்படும் உபகரணங்கள், மாணவிகள் தவ்வாட்டம் ஆடும் கயிறுகள், மாணவர்களுக்கான பந்துகள் ஆகியவற்றை வாங்குவதற்குப் பயன்படுத்தியிருக்கலாம் என்று அவர்கள் தங்களுக்குள் குறைகூறிக் கொண்டனர். தன்னை எதிர்த்தவர்கள் யாரையும் விட்டு வைக்காதவர் என்று புகழடைந்திருந்த முதல்வருக்கு

எதிராகப் பேசுவதால் ஏற்படக்கூடிய விளைவுகளுக்கு அஞ்சி ஒருவரும் வெளிப்படையாகத் தங்கள் குரலை உயர்த்தவில்லை. மரம் துண்டிக்கப்பட்டுத் தரை வீழ்வதை அனைவரும் பார்த்துக்கொண்டு நின்றனர். கூட்டு மனசாட்சிக்குள் ஒரு குற்ற உணர்வு பலமாக எழுந்தது.

மரம் கொன்று வீழ்த்தப்பட்ட அந்த இடத்தில் ஒரு ஸ்தூபி கட்டடப்பட்டு, பிரதிஷ்டையன்று பகட்டான விழா நடத்தப்பட்டது. ஆன்மாக்களை அமைதிப்படுத்துதல் உள்ளிட்ட சடங்குகளைச் செய்வதற்காக உள்ளூர் மடாலயத்தில் இருந்து ஏழு புத்த பிக்குகளைப் பள்ளி நிர்வாகம் அழைத்திருந்தது. குழந்தைகளுக்குச் சிறிது பிரசாதமும், இனிப்பும் விருந்தாக அளிக்கப்பட்டன.

“உங்களுடைய நேரத்தை விளையாடுவதிலும் இந்த இடத்தைச் சுற்றி ஓடுவதிலும் வீணாக்காதீர்கள். அதற்குப் பதிலாக நற்பண்புகளைப் பெற இந்தப் புனித ஸ்தூபியைச் சுற்றி வாருங்கள்” என்று முதல்வர் மாணவர்களிடையே பேருரை நிகழ்த்தினார்.

ஸ்தூபியைச் சுற்றுவதற்காக முதியவர்கள் அங்கு தினமும் வந்தனர். மிகுந்த பெருமையுடன் முதல்வர் அவர்களுடன் தன்னை இணைத்துக்கொண்டார். ஆனால் பறவைகள் பாடுவது மிக மிகக் குறைந்தது. கருத்தைக் கவரும் ஸ்தூபியிலிருந்து குழந்தைகள் தள்ளியே இருந்தனர். நூலகத்தில் அதிக வெக்கை அடித்தது. அந்தக் கோடை காலத்து தட்பவெட்பம் சரியாக இருந்தாலும் எனக்கு அது ஒரு துயரமான விடுமுறையாக இருந்தது. நாட்கள் மெதுவாகக் கடந்தன. மாலை நேரங்கள் ஒரே மாதிரியாக சலிப்பூட்டுவதாகக் கழிந்தன. மரம் திரும்பி வந்துவிடும் என்பது போல நான் நூலகத்தில் அமர்ந்து ஜன்னலுக்கு வெளியே வெறித்துப் பார்த்தபடியே இருந்தேன்.

நான் ஒரு இலையை அழிவிலிருந்து காத்து அதை என்னுடைய குறிப்பேட்டின் பக்கங்களுக்கு இடையே அழுத்தி வைத்தேன். “*பகலை நான் பார்க்கவில்லை/ இரவுகளை நான் உணரவில்லை/ குழப்பம் மட்டுமே ஆட்சி செய்கிறது/ குழப்பத்தில் இருந்து பித்து நிலைக்கு*” என்று அந்தப் பக்கத்தில் எழுதினேன். சில சமயங்களில் கிழக்கில் காணப்பட்ட மேகங்கள் நிழலை உருவாக்கின. ஆனால் அந்த நிழலால் இன்னும் ஆழமான

துயரத்துக்குள் தான் என்னைப் புதைக்க முடிந்தது. பாலத்தின் மீதிருந்து விழுந்த கண்ணாடியொத்த கண்களுடைய அந்த மானின் உருவம் என்னுடைய சிந்தனையில் சட்டெனத் தோன்றி மறைந்தது. தாத்தாவின் "ஆன்மாவைத் தொடர்ந்து செல்" என்கின்ற குரல் என் காதுகளில் எதிரொலித்தது.

ஆயிரக்கணக்கான புறாக்களை என் சிந்தனையில் நான் பார்த்தேன். படபடத்த அவற்றின் சிறகுகளுக்கு இடையே சருகுகளின் சோகமான இசை, சரசரப்புடன் கேட்டது. அந்த இசையின் சத்தம் அதிகரித்துக் கொண்டே போனது.

சிறகுகளின் படபடப்பு ஓய்ந்தபோது அங்கு ஒரு தெள்ளிய அமைதியின் அதிர்வொலி கேட்டது. நான் அமைதி இழந்தேன். என்னுள் வளர்ந்துகொண்டிருந்த வெறுமையைத் தாங்கமுடியாமல் மங்கிக்கொண்டிருந்த மாலை நேரத்தின் ஒளியைப் பள்ளிக்குக் கிழக்காகப் பாய்ந்த ஆற்றின் குறுக்கே இருந்த பாலத்திற்குத் துரத்தினேன். வெய்யோனின் கடைசிக் கதிர்கள் குன்றுகளின் மீது தாழ்ந்து இறங்கியபோது தொடுவானம் கறுத்தது. நான் காப்பாற்றிய அந்த இலைச் சருகை பாலத்தின் நடுவே நின்று என் கைகளில் இருந்து நழுவ விட்டேன். என்றும் முடிவுறாத அலைகள் அதைக் கொண்டு சென்றன.

சிறிது நேரத்திற்குப் பிறகு நான் அதைப் பின்தொடர்ந்தேன்.

***

தொடர்பு

"உனக்கு எதோ ஒரு பின்புலம் இருக்கிறது" என்றார் காவல் ஆய்வாளர். தன்னுடைய மேஜையின் முன் போடப்பட்டிருந்த நாற்காலியில் என்னை அமரச் சொன்ன பிறகு அவர் என்னிடம் பேசிய முதல் விசயம் இது தான். இதற்கு முன்பும் நான் பலமுறை காவல் நிலையத்திற்கு வந்திருந்ததால் அவருக்கு என்னைத் தெரிந்திருந்தது.

"நான்... நான்.." வேண்டுமென்றே தயங்கியபடி சொற்களைத் தேடினேன். நிறைய துப்பறியும் கதைகளையும் பரபரப்பான குற்றச் சம்பவங்கள் கொண்ட நாவல்களையும் படித்திருந்ததால் 'பின்புலம்' என்ற சொல்லை ஒருவர், அதிலும் குறிப்பாக ஒரு காவல்துறை ஆய்வாளர் சொல்லும்போது அதன் பொருள் என்னவென்று நான் நன்றாக அறிந்திருந்தேன்.

"சொல் இளைஞனே. அதைப் பற்றி நீ என்ன சொல்லப் போகிறாய்?"

"நீங்கள் சொல்வது எனக்குப் புரியவில்லை ஐயா" என்று மிகுந்த மரியாதையுடன் பதிலுரைத்தேன். அரசு அதிகாரிகளிடமும் காவல் துறையினரிடமும் பணிவான மொழியில் பேசும்போதும், "ஐயா" என்ற சொல்லை அதிகம் பயன்படுத்தும்போதும் பெரும்பாலான விஷயங்கள் எனக்குச் சாதகமாகவே அமையும் என்பதை நான் தெரிந்துவைத்திருந்தேன். தாம் வகிக்கும் உயர் பதவிக்கு, அதிகாரமான ஒரு மொழி மேலும் வலுவூட்டும் என்பதனால் இந்த 'ஐயாக்கள்' அதை விரும்பினர். இந்திய வரைபடமும் இரண்டு வருடங்களுக்கு முந்தைய ஒரு நாட்காட்டியும் காவல் ஆய்வாளரின்

தலைக்குப் பின்னிருந்த வெள்ளை நிறச் சுவரின் துருப்பிடித்த ஆணியொன்றில் தொங்கின.

நான்கு கைகளுடனும், நாக்கைத் தாடைவரை நீட்டிக் கொண்டும், மனித மண்டை ஓடுகளைக் கழுத்தில் மாலையாக அணிந்திருந்த பெண் தெய்வமான காளியின் ஓவியத்துடனிருந்த அந்த நாட்காட்டி, அதன் அச்சமூட்டும் உருவத்துக்காகவே ஒருவேளை அங்கு வைக்கப்பட்டிருக்கலாம்.

"கபிர், தண்ணீர் கொண்டுவா" என்று காவல் ஆய்வாளர் தன் பணியாளிடம் உத்தரவிட்டார். சிறிது நேரம் கழிந்ததும் இரு கோப்பைகளில் தண்ணீர் கொண்டுவந்த ஒருவர் அவற்றை மேஜை மீது வைத்து, பணிவாகத் தலையைத் தாழ்த்தி, பிறகு அறையைவிட்டு வெளியேறினார்.

"யோசித்துப் பார்... சென்ற ஒரு வருட காலத்தில் நீ எங்கு போனாய், யாரையெல்லாம் சந்தித்தாய் என்பதை யோசி" என்றபடி ஆய்வாளர் ஒரு கோப்பையை என்னை நோக்கி நகர்த்தினார். அவர் 'சென்ற வருடம்' என்று சொன்னதும் நான் அதிர்ச்சி அடைந்தேன். இப்போது நான் என்ன பதில் கூறவேண்டும் என்பதைப் பற்றி யோசித்தேன்.

"ஐயா, நான் என்னுடைய அடையாளச் சான்றிதழ் குறித்துக் கேட்டறியவே இங்கு வந்தேன். நான் விண்ணப்பித்து இரண்டாண்டுகள் ஆகிவிட்டன. அதற்கான காவல்துறை விசாரணை இதுவரையில் நடைபெறவில்லை" என்றேன்.

உண்மையில் இரண்டு வருடங்களுக்கு மேலாகிவிட்டது. அடையாளச் சான்று என்ற பயண ஆவணம், திபெத்திய அகதிகளுக்குக் கடவுச்சீட்டுக்குப் பதிலாக வழங்கப்படும் ஒரு மஞ்சள் நிறச் சிற்றேடு. அதைப் பெறுவதில் உள்ள நடைமுறை, சிக்கலானது என்பதுடன் நிறைய நேரமும், முயற்சியும் தேவைப்படும் ஒன்று. என்னுடைய அடையாளச் சான்றிதழின் நிலவரம் குறித்து அறிவதற்காக வட்டாரக் கடவுச் சீட்டு அலுவலகத்தைத் தொலைபேசியில் தொடர்புகொண்டேன். எனக்குப் பதிலளித்த ஒரு பெண்மணி என்னுடைய பின்புலம் குறித்த சோதனை முடிவுற்றதற்கான ஆவணம் உள்ளூர்க் காவல் நிலையத்திலிருந்து தங்களுக்கு வரவேண்டுமென்றும், என்னை அங்கு சென்று விசாரிக்குமாறும் அறிவுறுத்தினார். ஆட்சேபணை

இல்லை எனக் குறிப்பிடும் கடிதத்துடன் காவல் துறையினர் என்னுடைய கோப்பை, கடவுச்சீட்டு அலுவலகத்திற்குத் திரும்ப அனுப்பவேண்டும். மந்தகதியில் இயங்கும் அரசு அதிகாரிகள் உருவாக்கியுள்ள தேவையற்ற பற்பல விதிகளின்படி அனைத்து வித்தைகளும் சரியாக நடந்தால், சில வருடங்களுக்குள் பயண ஆவணம் தரப்பட்டுவிடும். ஆனால் உள்ளூர்க் காவல் நிலையத்திலிருந்து தரப்பட வேண்டிய அந்தக் கடிதம் இல்லாமல் எந்த முன்னேற்றமும் இந்தச் செயல்முறையில் இருக்காது. இதற்காகத்தான் நான் இந்த காவல் நிலையத்துக்கு வந்தேன்.

“எனக்குத் தெரியும். உன்னுடைய கோப்பு இங்கு தானிருக்கிறது” என்றார் ஆய்வாளர். படிவங்களும், கைகளால் எழுதப்பட்ட கண்டறி பதிவுகளும் பற்றுக் கருவியால் இறுகப் பிணைக்கப்பட்டு, வெண்ணிற நூலொன்றால் நேர்த்தியாக முடிச்சிடப்பட்டிருந்தன. அவையனைத்தும் மஞ்சள் நிறக் கெட்டி அட்டையாலான உறைகளில் வரிசையாக அடுக்கப்பட்டு, நிரம்பி வழிந்த நிலைப் பேழை ஒன்றைச் சுட்டிக்காட்டினார்.

தன்னுடைய கோப்பையிலிருந்து ஒரு பெரிய மிடறு தண்ணீரை விழுங்கியவர் தனக்குச் சமமான பதவியிலிருக்கும் யாரையோ தொலைபேசியில் அழைத்தார். வழக்கு எண் இருபத்து ஐந்து என்பதைச் சில முறைகள் குறிப்பிட்டவர், அது தொடர்பாக எந்தப் புதிய துப்பும் கிடைக்கவில்லை என்றார். நான் கோப்புகளையும் கணினியையும் பார்த்துக்கொண்டிருந்தேன். பழையதாகி விட்டதாலும், அதிகப் பயன்பாட்டாலும் அதன் விசைப்பலகை பழுப்பு நிறத்துக்கு மாறியிருந்தது; லாகிடெக் சுட்டி களைப்பாகக் காணப்பட்டது. விசைப் பலகையின் வலது பொத்தான் மீது கட்டை விரல் அடையாளம் ஒன்று தெளிவாகத் தெரிந்தது. “வித் யூ, ஃபார் யூ ஆல்வேஸ்” எனும் சொற்கள் கணிப்பொறித் திரையின் மீது முப்பரிமாண வடிவில் மெதுவாகச் சுழன்றன. கணினியுள் பொருத்தப்பட்டிருக்கும் விசிறி, நிலைவட்டில் இருந்து சூடான காற்றை வெளியேற்றியபோது அதன் மையச் செயலகம் விசிப்பொலி ஏற்படுத்தியது.

எனக்குள் பதற்றம் அதிகரித்துக் கொண்டிருப்பதை உணர்ந்தேன். ‘மீன் தானாக வலைக்குள் சிக்கும்’ என எனக்குத் தெரிந்த

அளவில் நான் தோராயமாக மொழிபெயர்த்த ஒரு ஹிந்திப் பழமொழியுடன் அந்தத் தொலைபேசி அழைப்பு முடிந்தது.

“சரி சொல்” என்ற ஆய்வாளர் இருக்கையிலிருந்து எழுந்து தன்னுடைய விரல்களை நெட்டிமுறித்தார். பிறகு தன் வலது கை முட்டியால் திறந்திருந்த தன் இடது உள்ளங்கைக்குள் சில முறை குத்தினார். எனக்குக் காவல் துறையினரின் அடியைப் பற்றித் தெரியும். ஆனால் இந்த ஆய்வாளர் தன்னுடைய இடுப்புவாரைப் பயன்படுத்தும் ரகம் போலத் தெரியவில்லை. எண்ணெ வழிந்த அவருடைய தலைமுடி தலையின் வலப் பக்கமிருந்து இடப்பக்கம் வரை கவனமாக வகிடெடுத்து வாரப்பட்டிருந்தது. ஏற்ற இறக்கத்துடன் இரு கொம்புகளின் வடிவில் சீராக வெட்டப்பட்டுக் கீழ்நோக்கித் தாழ்ந்த கறுத்த அடர் மீசையின் முனைகள், அவருடைய வாய் நுனிவரை சமச் சீராகத் தொங்கியது. அவர் பொன்னிற முலாமிட்ட மூக்குக் கண்ணாடி அணிந்திருந்தார். அவருடைய சட்டைப் பையிலிருந்து இரண்டு எழுதுகோல்கள் வெளியே நீட்டிக் கொண்டிருந்தன. மங்கலான பழுப்பு மஞ்சள் நிறமுடைய சீருடையைத் தவிர்த்துப் பார்த்தால் அவர் பேரனுபவம் கொண்ட ஒரு ஆசிரியரைப் போல இருந்தார். ஆனாலும் எனக்குப் பயமாக இருந்தது.

“ஐயா! என்ன சொல்வது என்று எனக்குத் தெரியவில்லை. நான் ஒரு கல்லூரி மாணவன். அடையாளச் சான்றிதழுக்காக விண்ணப்பித்து இருந்தேன். எனக்கு வெளிநாட்டில் கல்வி பயில்வதற்கான உதவித்தொகை கிடைக்க வாய்ப்பிருக்கிறது” என்றேன்.

“நன்று. மிகச் சிறப்பு” என்றபடி அலுவலகத்துக்குள் மெல்ல நடை பயின்றார். அது ஒரு வெப்பம் மிகுந்த நாள். மின்விசிறி மாசுபடிந்த காற்றைச் சுழற்றியபடி கிரீச்சிட்டது. எல்லா ஜன்னல்களும் மூடப்பட்டிருந்தன. அந்த அறை எனக்கு மூச்சுத் திணறலை ஏற்படுத்தியது.

“உன் நண்பர்களைப் பற்றிச் சொல்.”

“ஐயா”

“உன் நண்பர்கள்... உன் நண்பர்களைப் பற்றிச் சொல்” என்று மறுபடி சொன்னார்.

“எனக்கு நிறைய நண்பர்கள் இருக்கிறார்கள் ஐயா” எனக்கு இப்போது இது எதைப் பற்றி என்று புரியத் துவங்கியது. நான் தயங்கினேன்.

“அவர்களுடைய பெயர்களைக் கேட்கிறீர்களா?”

“ஆமாம். சொல்.”

“டென்சிண் தர்கியால், சோணம் பால்டன், ரோஜர் வால்டர்ஸ், ஹரி பிரசாத், அபுல் கயர், ரவி வர்மா...”

“அந்தப் பெயர் .. அந்தப் பெயர்... ‘அபுல் கயர்’ என்று இடைமறித்தவர் “உனக்கு அவனை எப்படித் தெரியும் என்று சொல்” என்று கேட்டார்.

“நாங்கள் இருவரும் கல்லூரியில் ஒரே வகுப்பில் படித்தோம்” என்று வேகமாக பதில் சொன்னேன்.

“அவன் எந்த ஊரைச் சேர்ந்தவன்? அவனுடைய பின்னணியைப் பற்றி உனக்குத் தெரியுமா?”

“ஐயா அவன் காஷ்மீரைச் சேர்ந்தவன். அது மட்டும்தான் எனக்குத் தெரியும்” என்றேன்.

“அது எனக்குத் தெரியும். மேற்கொண்டு சொல்.”

“ஐயா, மேற்கொண்டு நான் சொல்வதற்கு என்ன இருக்கிறது?” என்றேன்.

இது பொய். அப்துல் கயர் என் நண்பன். கல்லூரி துவங்கிய முதல் நாளே நாங்கள் நெருக்கமாகிவிட்டோம். அவன் வியத்தகு புத்திசாலியாக, உயரமாக, ஆழ்ந்த நீலக் கண்களோடும், கறுத்த புருவத்துடனும், மெல்லிய தாடியுடனும் அசரடிக்கும் அழகனாக இருந்தான். அவனுக்கும் என்னைப் போலவே கவிதைகள் பிடித்திருந்தன. நெரூடா தான் அவனுக்கு மிகப் பிடித்த கவிஞர். பாகிஸ்தான் எல்லையில் இருந்த ஒரு மிகச்சிறிய கிராமத்தில் அவன் பிறந்தான். அவனுடைய அப்பா அவர்களுடைய இனக்குழுத் தலைவராக இருந்தார். அவனுடைய சகோதரன் காஷ்மீர் பிரிவினைவாதிகளிடம் சத்தியப் பிரமாணமேற்று தீவிரவாதியாக மாறிய பிறகு அவனுடைய அப்பா கயரைப் பக்கத்து மாநிலமான ஹிமாச்சலப் பிரதேசத்திலிருந்த

ஒரு பள்ளியிலும் பிறகு நர்மதா கல்லூரியிலும் சேர்த்தார். எங்களுடைய இரண்டாம் கல்வியாண்டின் துவக்கத்தில் இந்தியப் பாதுகாப்புப் படையினருடன் ஏற்பட்ட சண்டையில் அவனுடைய சகோதரன் கொல்லப்பட்டான். கயர் ஈமச் சடங்குக்குச் செல்ல விரும்பினான். ஆனால் அவனுடைய அப்பா மறுத்துவிட்டார்.

கயர் தன்னுடைய அண்ணனைப் பற்றிப் புகழ்ந்து பேசி நான் கேட்டதே இல்லை. ஆனால் அவனுடைய மரணம் நிச்சயமாக கயருக்குள் ஒரு பாதிப்பை ஏற்படுத்தியிருந்தது. எனக்குப் பத்து வயதிருக்கையில் தான் ஏற்பாடு செய்திருந்த ஒரு போராட்டத்தின்போது என் சகோதரன் இறந்து போனதை நான் அவனிடம் சொன்னேன். சுரங்கத் தொழில் செய்த ஒரு பெரிய நிறுவனத்தால் எங்கள் ஊரின் நதி மாசடைந்தது. அந்த நிறுவனத்திற்கு எதிராகப் போராடுவதற்காக கட்சியின் உள்ளூர்த் தலைமை அலுவலகத்தை நோக்கிச் சென்ற மக்கள் பேரணியை என் சகோதரன் தலைமையேற்று நடத்தினான். நிராயுதபாணியாக இருந்த கிராமத்தினரைக் காவல்துறை துப்பாக்கியால் சுட்டது. என்னுடைய அண்ணனும் சுடப்பட்டான். அதற்குப் பிறகு உலோகத்தால் பலமாகத் தாக்கப்பட்டு அவனுடைய மண்டை உடைக்கப்பட்டது. அவனுடைய உடலைக் காவல் துறையினர் எங்கள் குடும்பத்தினரிடம் ஒப்படைக்கவில்லை. கையுறைகளும் கைகளும் போல நானும் கயரும் எங்களுக்கு ஏற்பட்ட பரஸ்பர இழப்பை நிறைத்தோம். விளையாட்டில் மிகுந்த ஈடுபாடுள்ள அவனை இப்போதெல்லாம் விளையாட்டு மைதானத்தில் அதிகம் காண முடிவதில்லை. அவன் படிப்பதில் நிறைய நேரத்தைச் செலவிட்டான். "ஓ அல்லா! பாலஸ்தீனம், காஷ்மீர், சிச்னியா, ஃபிலிப்பைன்ஸ் என எல்லா இடங்களிலும் உள்ள இஸ்லாம் மதத்தைச் சார்ந்த விடுதலை வீரர்களை உறுதியாகவும் வலிமையாகவும் ஆக்குங்கள். நன்றி" எனும் சிறிய மேற்கோள் ஒன்றை ஒருமுறை அவனுடைய குறிப்பேட்டில் நான் காண நேர்ந்தது. அதைப்பற்றி நான் மறுபடி யோசிக்கவே இல்லை. தான் படிக்கும் புத்தகங்களில் இருந்து தனக்குப் பிடித்த வரிகளை அவன் இதுபோல் தன் குறிப்பேட்டில் எழுதி வைப்பதுண்டு.

மலை மீதிருந்த அவனுடைய வீட்டில் கோடை விடுமுறையின்போது தங்கி, மலையேற்றம் செய்யவும் அதைச் சுற்றியிருந்த பகுதிகளில் ஒரு சுற்றுப்பயணம் போகவும்

நாங்கள் திட்டமிட்டிருந்தோம். ஆனால் வெளி நபர் ஒருவர் தங்களுடைய வீட்டுக்கு வருவதில் அவனுடைய அப்பா ஆர்வம் காட்டவில்லை. பிரிவினைவாதத் தீவிரவாதிகளால் பாதிக்கப்பட்டு, அதிகளவு ராணுவ வீரர்கள் நிறைந்திருக்கும் ஒரு பகுதியில் மலையேற்றம் செய்வதும், பக்கத்துக் கிராமங்களில் சுற்றுப் பயணம் மேற்கொள்வதுமான எங்கள் திட்டங்கள் குறித்து "அசட்டுத் துணிச்சல்" என்று அவர் அவனுக்குக் கடிதம் எழுதினார். அத்துடன் இல்லாமல், கோடை விடுமுறைக்கு ஹைதராபாத்தில் இருந்த அவனுடைய மாமாவின் வீட்டிற்குச் செல்லுமாறு அவனை அறிவுறுத்தியிருந்தார். ஆகவே அந்தத் திட்டம் ரத்தானது. விடுமுறையில் சிறிதளவு பணமாவது ஈட்ட எண்ணிய நான் இஸ்ரேலி சுற்றுலாப் பயணிகளின் குழு ஒன்றை லடாக்கின் இமயமலை அடிவாரப் பகுதிக்கு மலையேற்றத்திற்கு அழைத்துச் சென்றேன். அவர்களுக்கு நான் பயண வழிகாட்டியாகவும் சமையல் செய்பவனாகவும் இருந்தேன். தன்னுடைய மாமாவின் வீட்டிற்குச் செல்வதற்காகப் புகைவண்டி நிலையத்தில் கயர் காத்திருந்தபோது ஃபயஸ் எழுதிய ஒரு உருதுக் கவிதையை எனக்காக வாசித்தான். அதிலிருந்த "பழைய அத்தியாயங்களின் தூசு கண்விழித்துக் கொண்டன" எனும் ஒரு வரி என்னுடைய மனதில் பதிந்து விட்டது. காவல் ஆய்வாளர் இப்போது பழுப்பு நிறக் கோப்பு ஒன்றைக் கைகளில் ஏந்தியபடி தன்னுடைய இருக்கையில் அமர்ந்து பேசத் துவங்கியபோது அதன் பக்கங்கள் படபடவென அடித்துக் கொண்டன.

"உனக்கு இளம் வயது. உன்னுடைய எதிர்காலம் பிரகாசமாக இருக்கிறது. கயருடைய நடவடிக்கைகளைப் பற்றி உனக்கு என்ன தெரியுமோ அதைச் சொல்லிவிடு."

"ஐயா! நாங்கள் இருவரும் ஒரே வகுப்பில் பயின்ற மாணவர்கள். அவன் காஷ்மீரில் இருந்த ஒரு சிறிய கிராமத்தைச் சேர்ந்தவன்."

"நீ அதை ஏற்கனவே என்னிடம் சொல்லிவிட்டாய். வேறு ஏதாவது சொல்."

"ஐயா எனக்கு அது மட்டும்தான் தெரியும். நாங்கள் உண்மையில் அவ்வளவு நெருக்கமாகப் பழகவில்லை."

"உண்மையாகவா! மேற்கொண்டு சொல்."

"ஐயா எனக்கு வேறு எதுவும் தெரியாது."

"அப்படியா? ஆக, நீ பேச மாட்டாய்!" என்றபடி அவர் தன் கையிலிருந்த கோப்பை மேஜை மீது வீசிவிட்டு என்னை முறைத்துப் பார்த்தார்.

"பேச மறுத்தால் என்ன நடக்கும் என்று உனக்குத் தெரியுமா?" என்று கூச்சல் போட்டபடி தன் தலையை வலது பக்கம் திருப்பினார். அங்கு மரத்தாலான ஒரு அடி நீளக் குச்சி ஒன்று இருந்தது. அதன் முனைகளில் உலோகக் குமிழ்கள் பதிக்கப்பட்டிருந்தன. தன்னுடைய இருக்கையை வலது பாதத்தால் பின்னுக்குத் தள்ளியபடி எழுந்து அந்த மூலைக்குச் சென்று அந்தக் குச்சியைக் கையில் எடுத்தார்.

"யார் கையில் குச்சி இருக்கிறதோ எருமைகள் அவனுக்குத் தான் சொந்தம்" என்றபடி தன்னுடைய வலது கையால் குச்சியை உயரத் தூக்கி, மேஜையின் பக்கவாட்டு முனைவரை அதை வேகமாகக் கொண்டு வந்தார். அது காற்றைக் கிழித்தபடி ஒரு மெல்லிய சத்தத்தை ஏற்படுத்தியது. பழுப்பு நிறக் கோப்பு மேஜையில் இருந்து கிட்டத்தட்ட கீழே விழுந்துவிட்டது. என்னுடைய முதுகுத் தண்டில் தீவிரமான ஒரு வலி சுரீரென எழுந்தது.

"பலமாக இரண்டு தந்தால் போதும். பிறகு நீ குழந்தையைப் போல இங்கேயே சிறுநீர் கழித்து விடுவாய். சரி. பேசு."

"ஐயா நாங்கள் மிக நல்ல நண்பர்கள் தான். ஆனால் நான் அவனைப் பற்றி கேள்விப்பட்டே பலகாலம் ஆகிவிட்டது" என்றேன். இதன் ஒரு பகுதி உண்மை. பட்டப்படிப்பு முடித்தவுடன் அவன் காஷ்மீருக்குத் திரும்பச் சென்று விட்டான். நான் தில்லியில் வசித்தேன். எங்கள் தொலைபேசி உரையாடலின்போது தன்னுடைய கிராமத்தில் உள்ள ஒரே தொலைபேசி இணைப்பு அடிக்கடி பழுதடைந்து விடுவதாகவும், மின்சாரம் ஒரு நாளுக்குச் சில மணி நேரங்கள் மட்டுமே இருப்பதாகவும் ஒரு முறை அவன் சொன்னான். பாதுகாப்புப் படையினர் அவனையும் அவன் குடும்பத்தையும் விசாரிப்பதைத் தங்கள் வழக்கமாகக் கொண்டிருந்தனர். காவல் நிலையம் ஒன்றில் ஒருமுறை மூன்று நாட்கள் அடைக்கப்பட்டிருந்தபோது மிகுந்த எரிச்சலடைந்த அவன் பொறுமையிழந்து போனான்.

“அவனுடைய அண்ணன் ஒரு தீவிரவாதி என்பது உனக்குத் தெரியும். தெரியும் தானே?” என்று ஆய்வாளர் கேட்டார்.

“அவனுடைய அண்ணன் பாதுகாப்புப் படையினருடனான ஒரு சண்டையில் கொல்லப்பட்டான் என்பது எனக்குத் தெரியும். அவன் தீவிரவாதியா என்று எனக்குத் தெரியாது.”

“நீ கடைசியாக எப்போது கயரைச் சந்தித்தாய் என்று சொல்.”

“ஐயா, நாங்கள் கடைசியாக மே மாதத்தில் நர்மதா கல்லூரியில் சந்தித்தோம்.” இது பொய். செப்டம்பர் மாதத்தில் நேபாளத்தில் உள்ள போக்ராவில் நாங்கள் சந்தித்தோம். முப்பது நாட்களுக்கான மலையேற்றத்திற்காக அன்னபூர்ணா மலையின் அடிவாரத்தில் இடப்பட்டிருந்த முகாமுக்கு நான்கு அமெரிக்கர்களை அப்போது நான் அழைத்துச் சென்று கொண்டிருந்தேன். ஏரியருகே இருந்த ஒரு உணவகத்தில் நாங்கள் இரவு உணவு உட்கொண்ட பிறகு நாங்கள் இருவரும் ஒன்றாக அமர்ந்து இரவு முழுவதும் பேசினோம். எங்களுடைய பேச்சு எங்கள் கல்லூரி நாட்களைச் சுற்றி இருந்ததே தவிர எங்கள் எதிர்காலம் எப்படியிருக்கப் போகிறது என்பதைப் பற்றி நாங்கள் அவ்வளவாகப் பேசவில்லை. அவன் ஆசிரியராக விரும்பினான். நான் எழுத்தாளராவது குறித்துத் தெளிவற்று இருந்தேன்.

“வாழ்க்கை போகும் போக்கில் போகவேண்டும்” என்றேன்.

அவன் தன் அண்ணனின் இரண்டு நண்பர்களுடன் ஒரு வியாபார விஷயமாக இங்கு வந்திருப்பதாகச் சொன்னான். அதைப் பற்றி மேற்கொண்டு பேசாமல் நாங்கள் நெரூடாவைப் பற்றிப் பேசத் துவங்கினோம். இரவு முதிர்ந்து உலகம் ஆழ்ந்த உறக்கத்துக்குச் சென்றபோது நாங்கள் நெரூடாவின் கவிதைகளைப் பாடினோம். “இன்றிரவு என்னால் எழுத முடியும்” என்கிற கவிதை அவனுக்கு மிகப் பிடிக்கும். அவன் அதை வாசிக்கத் தொடங்கினான்; நான் அவனைப் பின்தொடர்ந்து வாசித்தேன். நாங்கள் அந்தக் கவிதையைப் பாதி வாசித்துக் கொண்டிருக்கையில் ஒரு விமானம் அமைதியான வானத்தின் இடையே உறுமியபடி சென்றது. மிகப் பெரிய மலைகளில் அந்தச் சத்தம் எதிரொலித்தது. வலுவற்ற சிற்றலைகள் ஏரியின் குறுக்கே நகர்வதைப் பார்த்தோம். பிரகாசமான சல்ஃபர் விளக்குக்குக் கீழே எங்களுடைய குரல்கள் மென்மையாகக் குழைந்து,

“அதே மரம்,
அதனை ஒளிரவைக்கும் அதே இரவு,
நிகழ்பொழுதில், முன்பிருந்த அதே மனிதர்களாக யாம் இல்லை”

என்று பாடின.

“அவன் இப்போது எங்கிருக்கிறான் என்று உனக்குத் தெரியுமா?” என்று காவல் ஆய்வாளர் கூச்சலிட்டார். என்னுடைய தலைக்குள் நிறைய விஷயங்கள் தாறுமாறாக ஓடின. ஒரே வரியைத் திரும்பச் திரும்பச் சொல்லவேண்டும். தேவையின்றி அதிகம் பேசக்கூடாது என்று எனக்குள் சொல்லிக் கொண்டேன்.

“ஐயா அவன் எங்கிருக்கிறான் என்று எனக்குத் தெரியாது.”

“உனக்குத் தெரியும் என்று நம்புவதற்கான காரணங்கள் எங்களிடம் உள்ளன.” ஆய்வாளர் தன்னுடைய பாதத்தை மேஜைக்குக் கீழ் வசதியாக நீட்டி, தன் இருக்கையின் மீது நன்றாகச் சாய்ந்தார். விலங்குத் தோலால் தயாரிக்கப்பட்ட, பளபளப்பாக மின்னிய பழுப்பு நிறக் காலணிகளின் கீழ்ப் பகுதி என்னுடைய பார்வையை மறைத்தது. என்னால் அவருடைய முகத்தைச் சரியாகப் பார்க்க முடியவில்லை. அவருடைய காலணிகளின் கீழ்ப் பகுதி மீதிருந்த எண்கள் கிட்டதட்ட அழிந்து விட்டிருந்தன.

“நீ செப்டம்பர் மாதத்தில் நேபாளத்துக்குச் சென்றாய். அங்கு அபுல் கயரைச் சந்தித்தாயா?”

“இல்லை, இல்லை. ஐயா” என் நெற்றியில் வழிந்த வியர்வையைத் துடைத்தபடி நான் தடுமாறினேன். நான் செப்டம்பர் மாதத்தில் நேபாளத்துக்குச் சென்றது அதிகாரிகளுக்குத் தெரிந்திருந்தது, எனக்கு அதிர்ச்சியை ஏற்படுத்தியது. அவர்களுக்கு இன்னும் வேறு என்னென்ன தெரியும்?

“இளைஞனே! கவனமாக யோசி. உன்னுடைய நண்பன் சந்தேகிக்கப்படும் ஒரு தீவிரவாதி. இந்திய விமானப் போக்குவரத்து நிறுவனத்தைச் சார்ந்த ஒரு விமானம் நேபாளத்தில் இருந்து கடத்தப்பட்ட சம்பவத்துக்கும் அவனுக்கும் ஏதாவது தொடர்பு இருக்கலாம். அப்படியானால் அதைச் சொல்லி விடு. இல்லையெனில் உனக்கு நடக்கப்

போகும் விஷயங்களை மிகக் கடினமானதாக நாங்கள் மாற்றிவிடுவோம்" என்று எச்சரித்தபடி தன் இருக்கையில் இருந்து எழுந்தார். கோப்பு ஒன்றை என் முன் தள்ளினார். விமானக் கடத்தல் பற்றிய தகவல்கள் கொண்ட செய்தித்தாள் ஒன்றின் கத்தரிக்கப்பட்ட சில துண்டுகள் அதில் இருந்தன.

"மலையேற்றக் குழுவின் வழிகாட்டியாக நேபாளத்துக்குச் சென்ற நான் அங்கிருந்தவரை அமெரிக்கக் குழுவினருடன் தான் என் முழு நேரத்தையும் செலவிட்டேன். அங்கு நான் கயரைச் சந்திக்கவே இல்லை." உண்மை பேசுவது போல என்னால் முடிந்த அளவுக்கு நடித்தேன்.

"நீ அபுல் கயரை நேபாளத்தில் சந்தித்ததையும் அவன் இப்போது எங்கிருக்கிறான் என்று உனக்குத் தெரியும் என்பதையும் நாங்கள் அறிவோம். ஆகவே அவன் இப்போது எங்கே இருக்கிறான் என்பதை நல்லபடியாகச் சொல்லிவிடு" என்றார் ஆய்வாளர்.

"ஐயா, எனக்குத் தெரியாது. கல்லூரி முடிந்த பிறகு நான் அவனைச் சந்திக்கவே இல்லை."

ஆய்வாளர் என்னை வெறித்துப் பார்த்தபடி இருந்தார். பிறகு மேஜை மீது இருந்த குச்சியை எடுத்து முன்பு எங்கிருந்து அதனை எடுத்தாரோ அதே மூலையில் இப்போது அதை மறுபடி வைத்தார்.

"ஐயா அவன் எங்கிருக்கிறான் என்று எனக்கு உண்மையாகத் தெரியாது" என அழுத்தம் திருத்தமாக வலியுறுத்தினேன்.

"கல்லூரி முடித்த பிறகு நாங்கள் தொடர்பில் இல்லை. ஐயா! நீங்கள் அவனுடைய குடும்பத்தாரிடம் கேட்டீர்களா? ஒருவேளை அவனுடைய தந்தைக்கு அவன் இருக்குமிடம் தெரிந்திருக்கலாம்."

காவல் ஆய்வாளர் ஒரு கிண்டலான சிரிப்புடன் "விகாஸ் பாய் என்கிற பெயரைக் கேள்விப்பட்டிருக்கிறாயா?" என்றார். இதற்கு என்னுடைய எதிர்வினையைப் பார்த்துப் புன்னகை பூத்தார். அலுவலகத்தின் வெக்கை காரணமாக எனக்கு வியர்த்துக் கொட்டிக்கொண்டிருந்தது. ஆனாலும் முதல் முறையாக நான் இப்போது நடுங்கினேன்.

விகாஸ் பாய் கட்டுடல் கொண்ட முரடன் என்பதுடன் நிறைய அரசியல் தொடர்புகள் கொண்ட ஒரு மாணவர் தலைவன். அவன் என் வகுப்பில் படித்த மாணவன் என்பதுடன் ஒருவிதத்தில் என் நண்பனும் கூட. "உனக்கு ஏதாவது பிரச்சினை என்றால், என்னிடம் வா" என்று அவன் என்னிடம் சொல்வான். கோடை விடுமுறைக்காக நான் லடாக் செல்வதை அறிந்தபோது மணாலியில் இருந்து ஐந்து டோலாக்கள் அபின் வாங்கிவருமாறு அவன் என்னிடம் கேட்டிருந்தான். நான் விருப்பமின்றி அதை ஏற்றுக்கொண்டேன். நான் மணாலியில் அதை வாங்கிய விலையை விட அவன் ஐந்து மடங்கு அதிகப் பணம் கொடுத்ததும் அதற்கு ஒரு காரணம்.

மலையேற்றம் முடிந்த பிறகு பேருந்து நிலையத்திற்குப் பின்பக்கம் இருந்த ஒரு சிறிய கடையில் அபினை வாங்கினேன். அந்தக் கடையில் அடிப்படைத் தேவைக்குரிய சில பொருட்கள் மட்டுமே சிறப்பாகக் காட்சிப் படுத்தியிருப்பார்கள். அது ஒரு திரைமறைப்பு. ஆனால் அந்தக் கடையின் உண்மையான வியாபாரம் அபின் விற்பனை தான். என்னுடைய அழுக்கான காலுறைக்குள் அதை மறைத்து, காலுறையை ஒரு இறுக்கமான பந்துபோல உருட்டி, ஒரு சிறிய கறுப்பு நிறப் பாலிதீன் பையில் அதை வைத்தேன். பேருந்துக்குள் நுழைந்த உடனே அந்த நெகிழிப் பையைத் தனியாகவும் என் மூட்டை முடிச்சுகளைத் தனியாகவும் என் இருக்கைக்கு மேலிருந்த நிலைத் தட்டில் வைத்துவிட்டேன். காவல்துறையினர் தேடுதல் வேட்டை நடத்தினாலும் கூட அது என்னுடையது இல்லை என்று நான் மறுத்துவிடலாம். பேருந்துக்குள் முதல் ஆளாக ஏறிய நான் இறுதி ஆளாக இறங்கினேன்.

விகாஸ் பாய் அந்தச் சரக்கு அருமையாக இருந்தது என்றும் அடுத்த முறை இன்னும் அதிகமாக வாங்கித் தருமாறும் சொன்னான். ஆகவே நான் கல்லூரியை விட்டு நின்றுவிட்ட பிறகும் அவன் கேட்டதற்கு அதிகமாகவே அவனுக்கு அதை விநியோகம் செய்து கொண்டிருந்தேன். ஒரு வேளை காவல்துறையினர் விகாஸ் பாயிடமிருந்து விஷயத்தை வாங்கிவிட்டிருந்தால் என் மொத்த வாழ்க்கையும் சிறைக்குள் ஒரு சிறு புள்ளியாக மாறிவிடும்.

"உனக்கு அந்தப் பெயர் தெரிந்திருப்பது போலிருக்கிறதே. விகாஸ் பாய் எங்களுக்கு மிக உதவியாக இருந்தான்.

உண்மையாகவே மிக உதவியாக இருந்தான்" என்றார் ஆய்வாளர்.

"ஐயா..." என்றேன்.

"மேலே சொல்" என்றார் அவர்.

நான் வேகமாகச் சிந்திக்க வேண்டியிருந்தது. விகாஸ் பாய் தொடர்பான விஷயத்துக்குள் என்னை ஆய்வாளர் இழுப்பதை நான் விரும்பவில்லை. அந்த விமானக் கடத்தல், இந்திய அரசாங்கத்திற்குப் பெருத்த அவமானத்தை ஏற்படுத்தி இருந்தது. காவல் துறையும் மற்ற அரசுத் துறையினரும் தங்களுக்குக் கிடைத்த அத்தனை தகவல்களின் அடிப்படையிலும் விசாரணை நடத்திக் கொண்டிருந்தனர். பெரிய மீனைப் பிடிப்பதற்காக வீசப்பட்ட வலையிலிருந்து நான் தப்பிக்க வேண்டும்.

"ஐயா நான் கயரை நேபாளத்தில் சந்தித்தேன்" வார்த்தைகள் தானாக என் வாயிலிருந்து வந்து விழுந்தன.

"நல்லது. மேற்கொண்டு சொல்."

"ஒரு நாள் இரவு நான் அவனை போக்ராவில் சந்தித்தேன்."

மின்விசிறி தொடர்ந்து கிரீச்சிட்டுக் கொண்டிருந்தது. ஆய்வாளரின் அக்குள் ஈரமாகக் காட்சியளித்தது. என்னுடைய வாய் உலர்ந்துவிட்டது. மேற்கொண்டு பேசுவதற்கு முன் நான் எச்சில் விழுங்கினேன்.

"கயர் வியாபார விஷயமாகத் தன் அண்ணனின் நண்பர்களுடன் ஒரு பயணம் மேற்கொண்டு இருப்பதாக என்னிடம் சொன்னான்" என்று சொல்லிப் பெருமூச்சு விட்டேன். என் முகத்தைக் கைகளுக்குள் புதையவைத்து என் மனபாரத்தை அழுத்தி வெளியேற்றி விட முயற்சி செய்தேன். ஆனால் அது உதவவில்லை.

"சரி. மேற்கொண்டு சொல்" ஒரு எழுதுகோலையும் ஒரு பழுப்பு நிறக் குறிப்பேட்டையும் எடுத்தவர் "மேற்கொண்டு பேசு" என்பதாகத் தன் தலையை அசைத்தார்.

"நாங்களிருவரும் இரவு உணவு உண்ட பிறகு சிறிது நேரம் பேசிக்கொண்டிருந்தோம்."

எதுவும் எழுதாமல் "மேலே" என்றார்.

"எங்களுடைய கல்லூரி நாட்கள், எங்கள் நண்பர்கள், நாங்கள் வாசித்த புத்தகங்கள், இவற்றைப் பற்றி பேசினோம். சில கவிதைகளை வாசித்தோம்."

"அதற்குப் பிறகு நீ அவனை சந்தித்தாயா?"

"ஆமாம் ஐயா."

என்னுடைய இதயம் வேகமாகத் துடித்தது. அவருடைய மேஜையை நான் வெறித்துப் பார்த்துக் கொண்டிருந்தேன். பதிலுக்கு அதன் மேற்புறம் இருந்த கண்ணாடியின் மீது ஒட்டப்பட்டிருந்த ஒரு சிறிய மஞ்சள் ஸ்டிக்கர் என்னை வெறித்துப் பார்த்தது. "உண்மையே என் கடவுள் - காந்திஜி" என்று அதில் எழுதப்பட்டிருந்தது.

ஆய்வாளர், "எப்போது? எங்கே?" என்றார்.

"ஏறத்தாழப் பதினைந்து நாட்களுக்கு முன் புதுதில்லி புகைவண்டி நிலையத்தில்."

"அவன் எங்கு சென்றான்?"

"ஹைதராபாத் செல்லும் தொடர்வண்டியில் ஏறினான்."

"அவன் இப்போது எங்கிருக்கிறான்?" இந்தக் கேள்வியைக் கேட்கும்போது நானிருந்த பக்கமே பாராமல் தன்னுடைய குறிப்பேட்டில் கோபத்துடன் எழுதிக்கொண்டிருந்தார்.

"எனக்குத் தெரியாது, ஐயா. நான் அவனைக் கடைசியாகச் சந்தித்தது அப்போது தான்" இது உண்மை. தான் செல்லுமிடம் குறித்து கயர் என்னிடம் சொல்லவில்லை. நாங்கள் அதிகம் பேசிக்கொள்ளவில்லை. புகைவண்டி நிலையம் ஏகப்பட்ட மனிதர்களால் சூழப்பட்டிருந்தது. குளிரூட்டப்பட்ட ஆடம்பரப் புகைவண்டி ஒன்று வந்து நின்றது. நூற்றுக்கணக்கான பயணிகள் அதிலிருந்து இறங்கினர். நாங்கள் ஒரு புத்தக விற்பனைக் கடையருகே நின்றிருந்தோம். பயிற்றுவிக்கப்பட்ட குரங்குடன் ஒரு சிறுவன் வந்தான். அந்தக் குரங்கு நடனமாடியது. கயரின் தாடி நீண்டு வளர்ந்து, கண்கள் ஒளியின்றித் தோன்றின. சிறிது

நேரத்துக்குப் பிறகு வந்த ஹைதராபாத் விரைவு வண்டி தடதடத்து நின்றது.

கயர் சுற்றுமுற்றும் பார்த்ததில் இருந்து கடையின் பிரகாசமான வெளிச்சத்தில் நிற்பதற்கு அவன் அசௌகரியமாக உணர்ந்தது எனக்குப் புரிந்தது. நாங்கள் ஒரு தூணுக்குப் பின்னிருந்த இருக்கைக்குச் சென்று அமர்ந்தோம். குப்பைக் குவியலில் இருந்த ஒரு ரொட்டித் துண்டைக் கவ்வியெடுத்துக் கொண்ட ஒரு பெரிய எலி நிழல் உருவங்களுக்குள் ஓடி மறைந்தது.

புகைவண்டி நிலையத்தின் பரபரப்புக்கும் பேரிரைச்சலுக்கும் இடையே நானும் கயரும் அமைதியாக அமர்ந்திருந்தோம். மக்கள் தொடர்வண்டிக்கு உள்ளேயும் வெளியேயும் வந்து போய்க் கொண்டிருந்தனர். கூலித் தொழிலாளர்கள் சத்தமாகக் கூவிக் கொண்டிருந்தனர். குழந்தைகள் அழுதன. வானொலியில் இருந்து இரைச்சலான இசை கேட்டது. கண்ணுக்குத் தெரியாது, எங்கிருந்தோ ஒலித்த ஒலிபெருக்கிகளில் இருந்து ஒரு பெண், அறிவிப்புகள் செய்து கொண்டிருந்தார். புகைவண்டியின் விசில் அடிக்கப்பட்டு பச்சைக்கொடி உயர்த்தப்பட்டபோது தன்னுடைய தோள் பையிலிருந்த குறிப்பேட்டை வெளியே எடுத்த கயர் அதை என்னிடம் தந்தான். நாங்கள் அணைத்துக்கொண்டோம். நான் ஒரு ரேங்சன் கைப் பட்டையை அவனுடைய வலது மணிக்கட்டில் கட்டினேன். மெல்ல நகர்ந்துகொண்டிருந்த தொடர்வண்டியில் ஏறியவன், "பிறகு எப்போதாவது சந்திப்போம்" என்றான்.

ஆய்வாளர் தன்னுடைய எழுதுகோலையும் பழுப்புநிறக் குறிப்பேட்டையும் மேசை மீது வைத்தார். என்னைக் கூர்ந்து பார்த்த பிறகு அலுவலகப் பணியாளரை அழைத்து "இரண்டு கோப்பை தேநீர் கொண்டு வா" என்றார்.

சிறிது நேரத்திற்குப் பிறகு உள்ளே நுழைந்த அந்தப் பணியாளர் இரண்டு தேநீர்க் கோப்பைகளை மேஜை மீது வைத்து, இம்முறை கதவைத் திறந்து வைத்துவிட்டுச் சென்றார். அலை போலக் காற்று வேகமாக உள் நுழைந்தது. வெண்ணிறக் கோப்பையில் இருந்த தேநீரை நான் பதற்றத்துடன் பருகினேன். ஆய்வாளர் தொலைபேசியில் யாரையோ அழைத்தார். அநேகமாக அவருடைய உயர் அதிகாரியாக இருக்கும் என்று நினைக்கிறேன். ஏனெனில் ஆய்வாளர் இப்போது

மிகுந்த பணிவுடன் பேசினார். விசாரணை பற்றிய விரிவான குறிப்புகளைத் தந்தார். ஹைதராபாத் குறித்தும் கயர் குறித்தும் கூடுதல் அழுத்தம் கொடுத்துப் பேசியவர், அந்த இரு சொற்களையும் தம் பேச்சினிடையே பலமுறை சொன்னார்.

காவல் நிலையத்தில் என்னிடம் விசாரணை நடந்த சில வாரங்களுக்குப் பிறகு சாதாரண உடையணிந்த ஒரு காவலர் என்னுடைய குடியிருப்புக்கு வந்தார். நான் இன்னார் என்பதை நிரூபிக்க என்னுடைய பிறப்புச் சான்றிதழையும் மற்ற ஆவணங்களையும் காண்பிக்குமாறு கேட்டார். இது என்னுடைய பயண ஆவணம் தொடர்பான காவல்துறை விசாரணை என நான் அறிந்திருந்தேன்.

இந்திய விமானப் போக்குவரத்து நிறுவனத்திற்குச் சொந்தமான விமானம் நேபாளத்தில் கடத்தப்பட்டதற்குத் தொடர்புடையதாகக் கருதப்படும் இரு நபர்கள், ஹைதராபாத்தில் கைது செய்யப்பட்டதாக ஒரு செய்தியைச் சில நாட்களுக்குள் நான் செய்தித்தாளில் படித்தேன். விசாரணை நடந்து கொண்டிருப்பதால் அவர்களுடைய பெயர்களை காவல்துறையினர் சொல்ல மறுத்ததாக அந்தச் செய்தி கூறியது. முகத்தை மறைக்கும் தொப்பியோடான உடையுடன், கைகள் பின்புறமாகப் பிணைத்துக் கட்டப்பட்டிருந்த இரண்டு ஆண்களை காவல்துறையினர் அழைத்துச் செல்லும் புகைப்படம் ஒன்று அந்த செய்தித்தாளில் இருந்தது. அதிலிருந்த இரு ஆண்களில் ஒருவர் கயரா என்று எனக்குத் தெளிவாகத் தெரியவில்லை.

செய்தித்தாளைத் தரையில் வீசியெறிந்த நான் வெறுமை நிறைந்த என் வாடகை வீட்டின் சுவரை வெறித்துப் பார்த்தேன். ஒரு வாரத்துக்கு என்னால் உண்ணவோ உறங்கவோ முடியவில்லை. ஐந்து மாதங்களுக்குப் பிறகு என்னுடைய அடையாளச் சான்று வந்து சேர்ந்தது. அதில் அவர்கள் என்னுடைய பெயரைத் தவறாக அச்சிட்டிருந்தனர்.

***

கியாப்சென் டெட்ரோல் (Kyabchen Dedrol)

சோங்கான் (சினிங், க்விங்காய்) எல்லைப்புற நகர்ப் பகுதிகளில் வசிக்கும் இளம் கவிகளை உறுப்பினர்களாகக் கொண்ட 'தர்ட் ஜெனரேஷன் ஆஃப் டிபெட்டென் பொயட்ஸ்' எனும் இலக்கிய அமைப்பில் கியாப்சென் டெட்ரோல் சிலிங் மிக முக்கியப் பங்காற்றுகிறார். டெட்ரோலின் கவிதைகள், கட்டுரைகள், புனைவுகள், நாவல்கள் ஆகியன ஆங்கிலம், சீனம், ஸ்பானிஷ், ஜெர்மன் ஜப்பானிய மொழிகளில் மொழிபெயர்க்கப்பட்டுள்ளன. *பட்டர் லேம்ப்* எனும் மிக முக்கியமான திபெத்திய இணைய இலக்கியப் பத்திரிகையையும் இவர் நிறுவியுள்ளார்.

இரத்தினக் கல்லும் பாடகியும்

இறந்து போன அந்தப் பாடகியின் பெயர் யாங்சென் பெமா. "அவளுக்கு எதோவொரு மருத்துவமனையில் கருக்கலைப்பு நடந்தது; அந்த ஊரின் பெருந் திருடனான அக்குழந்தையின் தகப்பன் அதற்கு ஈடாக அவளுக்கு ஒரு அடுக்குமாடிக் குடியிருப்பை வாங்கித் தந்தான்; கண்கட்டு வித்தைகள் செய்வதில் தேர்ந்தவனான அவனுடைய குடும்ப மந்திரவாதி ஒருவனால் அவளுடைய வாய்க்குள் ஊதப்பட்ட திரளான காற்று அவள் குரலை வளமாகவும் இனிமையாகவும் ஆக்கியது; மற்றொரு பாடகியின் காதலரைக் களவாண்டு கொண்டதுபோல அந்தப் பாடகியின் குரலையும் இவள் திருடிக்கொண்டாள் என்பதைச் சொல்லத் தேவையில்லை." இன்னும் அவளைப் பற்றிய, இது போன்ற பல கதைகள் அவள் இறப்பதற்கு முன் அங்கு உலவின.

சென்ற ஆண்டின் புத்தாண்டு தினக் கொண்டாட்டத்திற்காகத் தொலைக்காட்சி நிலையம் ஏற்பாடு செய்திருந்த இசை நிகழ்ச்சியில் "மை ஸ்வீட் ஹார்ட்" என்ற பாடலை அவள் பாடியபோது அது சிறு, பெரு நகரங்கள், குக்கிராமங்கள் என அனைத்து இடங்களையும் சென்றடைந்தது. அத்துடன் வழக்கமாக நாள் முழுதும் விடுதிகளில் சூதாடிக் கொண்டிருந்த இளைஞன் ஒருவனை "யாங்சென் பெமாவுடன் ஒரே ஒரு இரவை நான் கழிக்க முடிந்தால் போதும். அடுத்த நாளே நான் இறந்துவிட்டாலும் அதைப் பற்றிக் கவலைப்பட மாட்டேன்" என்று அந்தப் பாடல் சொல்ல வைத்தது. "பெமாவினுடைய அடுத்த பாடல் தொகுப்புக்கு நான் தான் நிதி உதவி செய்யப் போகிறேன்" என்று ஒரு வணிகன் சொன்னதைக் கேட்ட அந்த இளைஞன் அந்த வணிகனைப் பல நாட்கள் சுற்றிச் சுற்றி

வந்து கொண்டிருந்தான். ஒரு பணியாளனைப் போல அந்த வணிகனுக்கு அவன் குற்றேவல் செய்து கொண்டிருந்ததால் அந்தச் சம்பவம் மிகவும் பிரபலமாகிவிட்டது.

பரந்துபட்ட மேய்ச்சல் நிலங்களில் இருந்தோ, வயல்களில் தோண்டப்பட்டுள்ள கால்வாய்களில் இருந்தோ, பெமாவுடைய பெயரைச் சொல்லி அழைத்தால் மந்திரக் கலைகளில் தேர்ந்த ஒரு பெண் தெய்வத்தைப் போல நம் முன்னே அவள் உடனே தோன்றுவாள் என்று பெருங்காதலுடன் அவளை வழிபட்டவர்கள் சொல்வார்கள்.

செரிங் என்ற பெயர் கொண்ட இடையன் ஒருவனுடைய கனவில், தெளிவான நீரோடையின் அருகே பொற்குவளையைக் கைகளில் ஏந்திய பெண் தெய்வம் ஒன்று திடீரெனத் தோன்றியது. விழித்தெழுந்த பிறகு யாங்செ‌ன் பெமாவின் பாடல்களைத் தன்னையறியாமல் பாடிக் கொண்டிருந்ததை அறிந்து கொண்டதாக அவன் சொன்னான். இந்தக் கதையை அவன் சொன்ன ஒரு வார காலத்திற்குப் பிறகு தீவிரமான ஒரு நோய்க்கு இரையான அவன் மடையனைப் போலப் பேசத் துவங்கினான். "யாங்செ‌ன் பெமா என் மனைவி. யாங்ட்ரக் என்பது எங்கள் குழந்தையின் பெயர்" என்பான். சில சமயங்களில் "என்னை அனுப்பிவிடாதே. என்னால் தனியாகப் போகமுடியாது" என்று சொல்வான். தன் மந்தையைக் கவனிப்பதை விட்டுவிட்டு ஒரு பிச்சைக்காரனாக மாறிவிட்டான். இப்படித் தான் முன்பொருமுறை யாங்செ‌ன் பெமா நடனமாடிய அரங்கத்தின் வெளியே நின்றுகொண்டு, முடிவில்லாத கதைகளைச் சொல்லியபடி "கி கி கி..." என்று கூவிக் கொண்டிருந்தான்.

எது எப்படியோ, வசந்தகாலம் முடிவதற்குள் நிறைய ஆண்களின் ஆசைகளுக்குச் சிறகுகள் முளைத்தன. நாட்டிலிருந்த ஒவ்வொரு வீட்டிலும் யாங்செ‌ன் பெமாவின் பாடல்கள் கொண்ட ஒரு வட்டு இருந்தது. குதிரை ஓட்டிகள், இரு சக்கர வாகனம் ஓட்டுபவர்கள், தொழிலதிபர்கள், தொழிலாளர்கள் என அனைவரின் அலைபேசிகளையும் அவளுடைய புகைப்படங்கள் நிறைத்தன.

முந்தைய தினம் குடித்த மதுவின் போதையிலிருந்து தெளியாமல் மதியம்வரை தூங்கிக்கொண்டிருந்த டோர்ஜீ எனும் கல்லூரி

மாணவனை எழுப்புவதற்காக அவன் போர்த்தியிருந்த கம்பளியை ஒரு மாணவன் பிடித்திழுத்தான். டோர்ஜீ தன் கைகளைக் காற்றில் வீசி, "வேசிமகனே! இங்கிருந்து போ. நான் இன்னும் சிறிது நேரம் தூங்கவேண்டும்" என்றான். பிறகு தன்னுடைய தலைமுடியைக் குளிர்ந்த பட்டுப்போன்ற ஒரு கை வருடுவதை உணர்ந்தான். "விழித்தெழுந்து பார். இன்றைய தினம் ஒரு புதிய தினமாக இருக்கப்போகிறது" என்று ஒரு பெண் குரல் தன் காதுகளில் சொல்வதைக் கேட்டான். கண்களைச் சிமிட்டித் தன் தூக்கத்தை விரட்டியடித்தவன் அந்த அறையில் சிகப்பு நிறச் சட்டையணிந்த ஒரு பெண் இருப்பதைப் பார்த்தான். அவளுடைய புன்னகை ஒரு ஒளிக்கீற்றைப் போல அந்த மொத்த அறையையும் வெளிச்சமாக்கியது. கலவரத்துடன் அவன் கட்டிலில் இருந்து எழுந்து நின்றதும் அந்தப் பெண் மறைந்துவிட்டாள்.

அந்தப் பெண் யாங்சென் பெமா என்பதால் 'அந்த வருடத்தின் வசந்த காலம் துவங்கிய பிறகு அவளை முதன் முதலில் நேரில் பார்த்தது நான் மட்டுமே' என்று அவன் உரிமை கொண்டாடினான்.

அந்த சம்பவத்துக்குப் பிறகு யாங்சென் பெமா ஏன் அந்த இளைஞனின் அறைக்குச் சென்றாள் என்று மக்கள் தங்களுக்குள் விவாதமும் கலந்தாலோசனையும் செய்தனர். அதற்குக் காரணம் ஒன்பது கண்களுடைய விலைமதிப்பற்ற இரத்தினக் கல் ஒன்று டோர்ஜீயின் குடும்பத்தாரிடம் பல தலைமுறைகளாக இருந்தது தான் என்று அவர்களுள் பெரும்பாலானோர் ஏற்றுக்கொண்டனர்.

நோக்கங்களற்றுத் தொடர்ந்து யாத்திரைகள் மேற்கொள்ளும் டவாங், "டோர்ஜீ குடும்பத்தினர் அந்த இரத்தினக் கல்லை யாங்சென் பெமாவின் மந்திரவாதியிடம் இழந்துவிட்டால் அதற்குப் பிறகு அவள் இந்தப் பிறவியில் சரஸ்வதி எனும் தெய்வமாக உருமாறிவிடுவாள். சரஸ்வதியின் சிதார் இசை மக்களை வசியப்படுத்துவதுடன் மக்களின் பேச்சு மொழியை அது பாடல்களாக மாற்றிவிடும்" என்றார். டவாங் சொன்ன கதை ஒருவரிடமிருந்து பத்து பேருக்கும், பிறகு பத்து பேர்களிடம் இருந்து நூறு பேருக்குமாக அதிவிரைவாகப் பரவி இறுதியில் டோர்ஜீயின் அம்மாவின் காதுகளை அடைந்தது. நீண்ட இரவு ஒன்றினைச் சந்தேகத்திலும் குழப்பத்திலும் கழித்தவள் பிறகு

அந்தக் கல்லைத் தம் குடும்பத்துக்குச் சொந்தமான கூடாரம் ஊன்றப்பட்டிருந்த கழியின் அடியில் மறைத்து வைத்தாள்.

டோர்ஜீ கணிதத்தை முதன்மைப் பாடமாகப் படித்துக் கொண்டிருந்தான். அத்தனை வருடங்களாகத் தன்னைத் துன்புறுத்திய எண்கள், கழிவறைகளைச் சுற்றி வட்டமிட்டு மக்களுக்குத் தொந்தரவு தரும் ஈக்களைப் போல செய்வதற்கு ஏதுமற்றவை என்று பெமாவைப் பார்த்த அன்றிரவு அவன் உணர்ந்தான். மொத்தக் கணக்கியலையும் சேர்த்தாலும் அவற்றுக்கு எந்த அடித்தளமும் இல்லை; போதையின் வழியாகக் கிடைக்கும் இன்பத்திற்கு எந்த அடிப்படையும் இல்லை; ஏனெனில் எவ்வளவு கூட்டினாலும் கழித்தாலும் யாங்சென் பெமா போன்ற ஒன்றை அவை எவற்றாலும் உருவாக்கமுடியாது எனும் இத்தகைய சிந்தனைகள் தோன்றியதும் தன்னுடைய இதயத்தைத் தன் நெஞ்சாங் கூட்டுக்குள் தொலைத்துவிட்டதாக உணர்ந்தவன் அந்த இடத்திலிருந்து எழுந்தான். ஒரு நடை சென்று வர நினைத்தான். ஆனால் அதற்கு மேல் அவன் செல்வதற்கு எந்த இடமும் இல்லை என்று தோன்றியது.

அவனுடைய பள்ளித் தோழர்கள் அவனைச் சூழ்ந்து நின்று யாங்சென் பெமா குறித்து கேள்வி மேல் கேள்வி கேட்டனர். இறுதியில் வேறு வழியின்றி அவன், "உண்மையைச் சொல்ல வேண்டுமெனில், நான் அப்போது தூங்கிக்கொண்டிருந்தேன். அவளை என் கனவுகளில் தான் நான் பார்த்தேன்" என்று சொல்ல வேண்டியதாயிற்று. மிகுந்த பொறாமைக்குள்ளான அவனுடைய பள்ளித் தோழி ஒருத்தி, "ஏன் நீங்கள் அனைவரும் ஆச்சரியத்தில் வாயைப் பிளந்தபடி மூச்சு வாங்குகிறீர்கள்? யாங்சென் பெமாவும் ஒரு மனிதப் பிறவி தான். ஒரு மனிதப் பிறவி பார்ப்பதற்கு எப்படி இருக்கும் என்று உங்களுக்குத் தெரியாதா? மனிதப் பிறவிகளுக்கு ஒரு வாய், ஒரு மூக்கு, டோர்ஜீயைப் போல ஒரு நாக்கு ஆகியவைதான் இருக்கும்" என்றாள். மாணவர்களின் கேலிச் சிரிப்பால் உச்சி முதல் பாதம் வரை வெட்கத்தால் சிவந்த டோர்ஜீ, ஆசிரியர்களின் பக்கம் பார்வையைத் திருப்பாமல் தலையைத் தாழ்த்தியபடி, தன் பையை மாட்டிக்கொண்டு பள்ளிக்கூடத்தின் கதவுகளைக் கடந்து வெளியேறினான்.

டோர்ஜீ பள்ளியை விட்டு வெளியேறிய அந்த நிகழ்ச்சியைப் பற்றி அந்த மாணவி தன்னுடைய நாட்குறிப்பில், "அவன் வெளியேறியபோது இரண்டு பாதங்களால் நடப்பது போலில்லாமல் தன் நான்கு பாதங்களால் நடப்பது போலத் தான் தெரிந்தது. அவன் திரும்பி வரும்போது அவனுடைய இரண்டு கைகள் அவனிடம் இருக்குமா?" என்று எழுதினாள்.

பள்ளியின் எல்லையைச் சுற்றியிருந்த ஒரு பெரிய வயல்வெளி சதுரங்கப் பலகையின் வடிவில் இருந்தது. மீண்டும் திரட்டியெடுக்க முடியாத சூரிய ஒளி, பொடித்த வண்ணங்களைப் போல் அந்த வயல்களில் வளர்ந்திருந்த பயிர்களின் மீது பட்டுச் சிதறியது. தான் சேரவேண்டிய இடத்தைத் தேடிக் கண்டுபிடிக்க முயற்சித்த டோர்ஜீ அந்தப் பள்ளித் தோழி குறிப்பேட்டில் எழுதியிருந்த நான்கு கால்களுடைய விலங்கினத்தைப் போல அந்தப் பகுதியிலேயே தான் சுற்றிச் சுற்றி வந்து கொண்டிருப்பதை அறிந்தான். அவனுக்குத் தாகம் எடுத்தது. இதுவரை தோன்றியிராத ஒரு ஆசை தன் உடலில் எழுவதை அவன் உணர்ந்தான். அன்று யாங்சென் பெமாவைப் பார்த்த அதே கோலத்தில் இப்போது அவளை நினைத்துப் பார்த்த போது, தன் தாக வேட்கையைத் தீர்க்கக் கூடிய பனித்துளிகள் அவள் அணிந்திருந்த சிகப்பு நிறச் சட்டையில் இருப்பதாக அவனுக்குத் தோன்றியது. அவள் மறுபடி அவனைத் தொட்டால் நிச்சயமாக தன் விந்தணுக்களை இழப்போம் என்பதை அவன் உணர்ந்தான்.

நாய்கள் குரைத்துக் கொண்டிருந்த ஒரு நகரத்தை அன்று மாலை அவன் அடைந்தான். அங்கிருந்த உள்ளூர்க் குடும்பம் ஒன்றிடம் அங்கு தங்குவதற்கு இடம் கேட்டான். அவர்களுடைய சுவர்கள் யாங்சென் பெமாவின் புகைப்படங்களால் அலங்கரிக்கப்பட்டிருந்தன. ஓரக்கண் பார்வை கொண்ட அந்த வீட்டைச் சேர்ந்த பெண் அவனிடம், "பெமாவின் புகழ் பரந்து விரிந்திருக்கிறது. ஆனால் அவளுடைய முதுகுப் புறத்தில் இருந்து ஒரு நூல் பறந்து கொண்டிருக்கிறது. அந்த நூலின் முனையில் ஒரு பருத்த மனிதன் இருக்கிறான். அவன் மட்டும் இல்லாவிட்டால் அவளுடைய அழகு மங்கிப்போய், தான் என்ன பேசுகிறோம் என்பதைக் கூட அவள் அறியாமல் போகலாம்" என்றாள். பலருடைய பேச்சின் மூலம் கேள்விப்பட்டிருந்த மந்திரவாதிதான் அந்தப் பருத்த மனிதன் என்று இவன் நினைத்தான்.

அவன் படுக்கைக்குச் செல்லத் தயாரானபோது இரவின் நிறத்தைப் போலக் கறுத்திருந்த ஒரு கம்பளியை அந்தப் பெண் அவனுக்குத் தந்தாள். இரவு முழுவதும் தன் மீது இருள் கவிந்திருந்தது போல அவன் உணர்ந்தான். மூச்சுவிடச் சிரமப்பட்ட உடனே எழுந்துகொள்ள நினைத்தாலும் அவனுடைய உடலில் அதற்கான வலு இல்லை. தான் தங்கியிருந்த அந்த வீடு நிஜ உலகமும் கனவு உலகமும் சந்திக்கும் ஒரு இடம் என்பதை அவன் உணர்ந்தான். அதே கணத்தில் அந்தப் பெண் குறிப்பிட்ட பருத்த மனிதனை அவன் பார்த்தான். பருத்த உதடுகளும், சப்பையான மூக்கும், இடுங்கிய கண்களும் கொண்ட அவனுடைய முகத்தில் நிறைய சுருக்கங்கள் காணப்பட்டன. அவனுடைய இடது கை, நூல் ஒன்றை இறுக்கமாகப் பற்றியிருந்தது. கைக்கொள்ளுமளவு இசைக் குறிப்புகளை அவனுடைய வலக்கரம் உறுதியாகப் பிடித்துக் கொண்டிருந்தது.

எந்தத் திசையிலிருந்து பார்த்தாலும் டோர்ஜீயின் கண்களை ஏமாற்றி, முடிவற்ற நீளமான ஒரு நதியைப் போல அந்த நூல் ஒளிர்ந்தபடி பாய்ந்தோடியது. அது முடிவுறும் இடத்தை அவனால் பார்க்க இயலவில்லை. அந்தப் பருத்த மனிதன், "இங்கே பார். இந்த நூலின் முனையில் யாங்சென் பெமா தொங்கிக்கொண்டிருக்கிறாள். இந்த உலகில் உள்ள மற்ற அனைவரும் அவளுக்கு முன் இருக்கின்றனர். ஹாஹா" என்றான். தன் கண்களைத் தொலைவில் செலுத்தியபடி, "இளைஞனே, உனக்குத் தெரியவில்லையா? அங்கு தெரிகிற கரிய நிழல் உன்னுடைய குடும்பத்துக்குச் சொந்தமான கறுப்பு நிறக் கூடாரம். அந்தக் கூடாரத்தைத் தாங்கியிருக்கிற கழிகளில் ஒன்றில் யாங்சென் பெமா தொலைத்த ஒரு பொருளை உன்னுடைய அம்மா மறைத்து வைத்திருக்கிறார். உங்களைப் பொறுத்தவரையில் நீங்கள் அதை மறைத்து வைத்திருப்பதாக நினைத்துக் கொண்டிருக்கிறீர்கள். ஆனால் எனக்கோ அவர்கள் அதை வெட்ட வெளியில் விட்டுவிட்டுப் போனது போலிருக்கிறது" என்றான்.

டோர்ஜீயை நூலைப் பிடித்து கொள்ளச் செய்த பருத்த மனிதன் அவனை அந்தக் கூடாரத்திற்கு அழைத்துச் சென்றான். அங்கிருந்த கழியை நிலத்திலிருந்து வேகமாகப் பிடுங்கியெடுத்து அதற்குக் கீழிருந்த இரத்தினக் கல்லில் இருந்த அழுக்கைத் துடைத்தான்.

பிறகு வெள்ளி ஊசியை எடுத்து இரத்தினக் கல்லின் ஒவ்வொரு கண்ணையும் குத்தி, அதன் அழகையும் தூய்மையையும் கெடுத்துக்கொண்டிருந்த துகள்களை நீக்கித் தூய்மையாக்கினான்.

இரத்தினக் கல்லைத் தன் வாயருகே கொண்டு சென்று ஊதினான். காற்று அவனுக்கு உதவி செய்வது போல ஒரு இனிய இசையொலி கேட்டது. யாங்சென் பெமா அவர்கள் முன் தோன்றினாள். டோர்ஜீயின் கையில் இருந்த நூல் தொய்வடைந்தது. பருத்த மனிதன் அவளிடம் இரத்தினக் கல்லைத் தந்து, "பிரம்மனின் மகளே, நீ துயரத்தை அனுபவித்துவிட்டாய்" என்றான்.

ஒரு பெண்ணுடலின் தோல் தவிர மறு முனையில் எதுவும் மிச்சமில்லாது போகும்வரை பல நொடிகள் டோர்ஜீ அந்த நூலைத் தன் கையில் பிடித்துக் கொண்டிருந்தான்.

அந்தக் கணத்தில் அவன் கண் விழித்தான். செய்தித்தாளின் அன்றைய தலைப்புச் செய்தியில் "புகழ்பெற்ற பாடகி யாங்சென் பெமா திடீரென இறந்துவிட்டார்" என்றிருந்தது. அவள் இறந்துகிடந்த இடத்தில் காவல்துறையினர் ஒரு லூயி உயிட்டன் கைப் பையைக் கண்டெடுத்தனர். அதில் ஒரு நெகிழிப் பற்குச்சி, புகழ்பெற்ற பாடகர் ஒருவரின் புகைப்படம் ஒட்டப்பட்ட சிறிய கண்ணாடி, அவளுடைய புத்தம்புதிய பாடல்கள் கொண்ட குறுந்தகடு ஒன்று, 'வொய்ட் ஸ்னோ மவுண்டென்' எனும் பாடலின் வரிகள், புருவங்களைத் தீட்டும் ஒரு பென்சில் ஆகியவையும் சிலவகை உதட்டுச் சாயமும் இருந்தன.

***

பனிமலைப் புனித யாத்திரை

அவள் தன் கைத் தடியைப் பாறைகளுக்கும் பலகைக் கற்களுக்கும் இடையே வைத்துவிட்டு தொடுவானைப் பார்த்தாள். பனி சூழ்ந்த மலை அவள் கண்களில் பட்டும் படாமலும் தெரிந்தது. தன் கண்களை மிக அகலமாக விரித்து முன்னோக்கிப் பார்த்தபோதும் சிறிது நேரத்துக்கு எதையும் பார்க்கவிடாது பனிச் சூறாவளி அவளைத் தடுத்தது. உருகிய பனி ஒரு சிறு நதியாகி அவளுடைய பாதங்களை நனைத்தது. அவள் முன்னோக்கி ஒரு அடி எடுத்து வைத்தாள். சூறாவளி நின்றுவிட்டது. எதிர்பாராத விதமாக ஒரு கறுப்பு நிறத் தவளை அவளை நோக்கித் தாவ, வீரிட்டுக் கத்தி, வேகமாகப் பின்வாங்கி ஒரு பாறையில் பாதம் இடித்துக் கீழே விழுந்தாள்.

சிகப்பு விளக்குப் பகுதியில் இருந்த தன் வீட்டைவிட்டு அவள் வெளியேறியபோது ஆண்களின் அருவருப்பான, சமூகம் ஏற்றுக்கொள்ள மறுக்கிற காம இச்சைகளை மட்டுமின்றி, பணத்தின் மீதான தன் தணியாத ஆசையைவிட்டும் அவளால் வெளியேற முடிந்தது. அவள் தன் ஊரிலிருந்து கிளம்பியபோது தன் கையில் வைத்திருந்த பை காலியாக இருந்ததை உணர்ந்தாள். ஒவ்வொரு அடி எடுத்து வைக்கும்போதும் அவளுக்குக் காற்றில் நடப்பதைப் போலிருந்தது. பயணத்தின் இடையே மோட்டார் சைக்கிள் ஓட்டுனர்களையும், ஆடு மேய்ப்பவர்களையும், கார்களையும் அவள் பார்த்தாள். தலயாத்திரை போகும் ஒரு பெண் சாலையில் தன்னந்தனியாகப் பயணிப்பதைப் பார்த்தபோது அந்த வழியைக் கடந்து சென்றவர்கள் அவளுக்குச் சில்லறைக் காசுகளும் உணவும் அளித்தனர். சிகப்பு விளக்குப் பகுதியில் இருந்த வீட்டை அவளால் முழுதாக

மறக்கமுடிந்தது. ஒரு நாள் இரவு அவள் ஒரு நாடோடிக் குடும்பத்துடன் தங்கியிருந்தாள். மொத்தக் குடும்பமும் ஒரு சிறுமியைச் சுற்றி அமர்ந்து நகைச்சுவையாகப் பேசிக் கொண்டும் சிரித்துக்கொண்டும் இருப்பதைப் பார்த்தாள். அது அவளுக்குத் தன் குழந்தைப் பருவத்தை நினைவூட்டியது. அன்று இரவு அவள் தன்னுடைய சொந்த ஊரான கோடாவையும் செர்சென் நிலத்தையும் கனவில் கண்டாள். அடுத்த நாள் தன்னுடைய தலையணையின் மீது சூரியக் கதிர்கள் பட்ட பிறகே விழித்தெழுந்தாள். ஆனால் மனம் அமைதியற்று இருப்பதை உணர்ந்தாள். பயண வழியில் அவள் உண்பதற்காக பதப்படுத்தப்பட்ட இறைச்சியை அந்த நாடோடிக் குடும்பத்துப் பெண் அவள் அங்கிருந்து கிளம்பும்போது தந்தாள். "சாலையில் பயணிக்கையில் கவனமாக இரு" என்று அவள் கருணையோடு சொன்னதும் ஜில்லென ஒரு குளிர் காற்று தன்னுடைய கண்களுக்குள் வீசியது போல உணர்ந்தாள். அவளுடைய கண்களிலிருந்து கண்ணீர் வழிந்தது. விஷ முறிப்புக் காளான் வியாபாரம் செய்த ஒரு நகரத்தை அன்றிரவு அடைந்த அவள், அங்கிருந்த மிக அழுக்கான தங்கும் விடுதி ஒன்றில் ஒரு இரவுக்கு ஐம்பது யுவான் வாடகை செலுத்தித் தங்கினாள்.

விடிந்த பிறகு நீர் எடுப்பதற்காக விடுதியின் கூடத்திற்குச் சென்றாள். சீனர்கள், ஹூயி இஸ்லாமியர்கள், திபெத்தியர்கள் எனப் பலரும் தத்தம் வித்தியாசமான உடைகளோடு அங்கு கூட்டமாக இருந்தது பார்ப்பதற்கு வேசிகள் குடியிருந்த வீட்டைச் சுற்றி கால்நடைகளின் கூட்டம் நிற்பது போலிருந்தது. கூட்டத்தில் விபச்சாரிகளும் இருந்ததை அவள் பார்த்தாள். குழாயைத் திருப்பியபோது இரண்டு இளைஞர்கள் அவளை நோக்கி வந்தார்கள். அதில் ஒருவன் இன்னொருவனிடம், "இங்கே பார். இவள் அழகாக இருப்பதாகத் தெரிகிறது"என்றான். பிறகு மக்கள் கூட்டம் அதிகமாக இருந்த கட்டிடத்தை ஒரு பார்வை பார்த்தபடி, "சீனப் பெண்களை ஒப்பிடும்போது இந்தப் பெண் சுமார்தான்" என்றான்.

தன் தலையைச் சுற்றி தலைப்பாகையாகக் கட்டியிருந்த கிழிசலான பழந்துணியை அவிழ்த்த அவன் அவளிடம், "ஒரு முறைக்கு எவ்வளவு?" என்று கேட்டான்.

“நீங்கள் என்ன பேசுகிறீர்கள் என்று எனக்குப் புரியவில்லை. என்னைத் தண்ணீர் எடுத்துக்கொண்டு போகவிடுங்கள்” என்று பதிலுரைத்தாள். அந்த இரண்டாவது நபர் முதல் ஆளிடம், “அவள் அந்த மாதிரிப் பெண்ணில்லை என நினைக்கிறேன்” என்றபடி அங்கிருந்து கிளம்பியதும் முதல் ஆள் அவனைப் பின் தொடர்ந்து சென்றான். அவள் தன்னுடைய அறையில் தேனீரைக் கொதிக்க வைத்துக் கொண்டிருந்தபோது நிறைய ஆட்கள் ஒருவர் பின் ஒருவராக வந்து அவளுடைய கதவை அறைந்து தட்டிக்கொண்டே இருந்தனர். அவள், “நீங்கள் தவறான இடத்திற்கு வந்துவிட்டீர்கள்” என்று கூச்சலிட்டாள். சிகப்பு விளக்குப் பகுதியில் இருந்த அவளுடைய வீட்டின் கதவை மட்டும் இத்தனை பேர் தட்டி இருந்தால்! அடுத்த வருடம் இதே காலகட்டத்தில் தன்னுடைய சில பெண் தோழிகளுடன் இந்த இடத்துக்கு வந்தால் நன்றாகத் தொழில் நடத்தலாம் என்று அவள் நினைத்துக்கொண்டாள். ஆனால் தலயாத்திரை போகும் போது தொழிலைப் பற்றி நினைப்பது நல்லதில்லை என்பதால் தன்னுடைய ஜெபமாலையை எடுத்து “ஓம் பென்சா சித்தி ஹம்” எனும் மந்திரத்தைச் சொல்லத் துவங்கினாள். பிறகு குளியலறைக்குச் சென்றாள். குளித்து முடித்து தன்னுடைய அறைக்கு அவள் திரும்பிக் கொண்டிருந்த வழியில் ஒரு மனிதன் அவளுடைய சட்டையின் கைப் பகுதியைப் பிடித்திழுத்து, “நான் அறைக்குள்ளே வரலாமா?” என்று கேட்டான்.

அவள் காலையில் தண்ணீர் எடுத்துக் கொண்டிருக்கையில் அவளை அணுகிய அதே ஆள் தான் அவன். அவள் எதுவும் கூறாமல் வேகமாக உள்ளே சென்றுவிட்டாள். அவனும் எப்படியோ அவளோடு சேர்ந்து வீட்டினுள் நுழைந்துவிட்டான். அவள் அவனை அங்கிருந்து துரத்திவிட விரும்பினாள். ஆனால் அதைச் செய்வதற்கு அவளுக்கு மன திடமில்லை. அவன் தன் தலையில் கட்டியிருந்த கந்தல் துணியை எடுத்துவிட்டு, “நீ அறையைவிட்டு வெளியே வருவதற்காக ஒரு மணி நேரமாக நான் காத்திருந்தேன்” என்றான்.

அவன் நீளமான தலைமுடியும், கறுத்த முகமும், முனையில் சற்று வளைந்த நீண்ட மூக்கும், பளீரிட்ட வெண்மையான பற்களுடனும் இருந்தான். அவனைப் போன்ற ஒரு ஆள் எதற்காக இந்த இடத்திற்கு வந்திருக்கிறான் என்று அவள் வியப்படைந்தாள். அவளுடைய வாடிக்கையாளர்களில்

இவ்வளவு அழகான ஒருவனை அவள் இதற்கு முன் பார்த்ததே இல்லை.

"எதற்காக நீ அவ்வளவு நேரம் எனக்காகக் காத்திருந்தாய்?" என்று கேட்டாள். அப்போது ஒரு கிழச் சீனன் அவளுடைய அறைக் கதவை வேகமாக அறைந்து தட்டி, "இளம்பெண்ணே! நான் காம உணர்ச்சியால் தத்தளிக்கிறேன். கதவைத் திற" என்று சீன மொழியில் சத்தமிட்டான். அந்த இளைஞன், "உனக்கு என்ன வேண்டும்?" என்று கேட்டான். அதைக் கேட்டு பயந்துபோன சீனன் அங்கிருந்து வேகமாகப் போய்விட்டான். என்னுடைய அறைக்குள் இருந்தவன் சிரித்துக்கொண்டே என்னிடம், "நான் ஒரு எய்ட்ஸ் தடுப்பு சுகாதார ஊழியன். வாடிக்கையாளரைப் போல நடித்து பாலியல் தொழிலாளர்களின் பழக்கவழக்கங்கள் குறித்த ஆய்வை மேற்கொள்கிறேன். அவர்களுக்கு சுகாதாரப் பயிற்சியளிக்கவும் முயற்சி செய்கிறேன். இது விஷ முறிவுக் காளான் விற்பனைக் காலம் என்பதால் எல்லா விடுதிகளிலும் விபச்சாரிகள் நிறைந்து இருப்பதுடன், சந்தைகளில் கூட அவர்கள் கூடாரம் அமைத்துத் தங்கியிருக்கிறார்கள்" என்றான்.

"நீங்கள் எனக்காக ஏன் காத்திருந்தீர்கள்? நான் விபச்சாரி இல்லை என்று உங்களிடம் சொன்னேனே"

"உண்மையைச் சொல்ல வேண்டுமென்றால் நான் இங்கு வந்து சில நாட்கள் ஆகின்றன. இங்கிருந்து நாளை கிளம்புகிறேன். இந்த இடத்தில் எனக்கு யாரையும் தெரியாது. தனிமையாக உணர்கிறேன். ஆகையால் சிறிது நேரம் உங்களிடம் பேசிக் கொண்டிருக்கலாம் என்று நினைத்தேன்"

"நாம் குழாயடியில் சந்தித்தபோது உங்களுடன் ஒரு நண்பர் இருந்தாரே"

"எனக்கு அவர் யாரென்றே தெரியாது. அவர் வேறொரு விடுதியில் விபச்சாரிகளைத் தேடிக்கொண்டிருந்தார். நான் அவரைப் பின்தொடர்ந்து வந்தேன். அவர் உள்ளூர்க்காரர் என்பதால் இங்கிருக்கும் விடுதிகளை அவர் நன்கு அறிந்திருந்தார்" என்றான்.

ஒரு கண்ணாடிப் புட்டியைக் கழுவிக்கொண்டே அவனிடம், "உண்மையாகவே என்ன பேசுவது என்று எனக்குத் தெரியவில்லை" என்றாள். அவனைப் பார்த்துப் புன்னகைத்தபடி சிறிது தேனீரை அவனுக்குத் தந்தாள். அவன் கோப்பையைத் தன்னுடைய கைகளில் ஏந்தியபடி, "நன்றி" என்றான். அவளுடைய பொருட்கள் கட்டிலின் மீது கிடப்பதைப் பார்த்து "இன்னும் ஒரு நாளில் நீங்கள் மேக்கன் போம்ரவின் பாதத்தில் இருப்பீர்கள்" என்றான்.

இப்படியாகப் பேசிக் கொண்டிருக்கும்போதே அவர்களுடைய உடலும் உள்ளமும் நெருங்கிவிட்டிருந்தன. அவள் இதற்கு முன்பு தான் ஒரு கன்னியாஸ்திரியாக இருந்ததாகவும், தர்மாவுக்கு முழுதாக தன்னை ஒப்புக் கொடுப்பது தன் விதியில் இல்லாததால், ஆசைகளுக்குள் விழுந்து, குழப்பம் நிறைந்த லோகாயத வாழ்விற்குள் தான் மீண்டும் வீழ்ந்து விட்டதாகவும் கூறினாள்.

விபச்சாரியாகும் முன்பு இருந்த அந்த ஒரு பெண்ணாகத் தன்னை பாவனை செய்து அவன் முன் கண்ணீர் விட்டுக் கொண்டு நின்றாள். மிகுந்த கவனத்துடன் தன் வார்த்தைகளைத் தேர்ந்தெடுத்து, "எதையும் மறைக்காமல் உங்களுடைய கதையை என்னிடம் சொன்னதற்கு நன்றி. உடலளவில் நீங்கள் கோயிலில் இருந்தாலும் உங்கள் மனம் சம்சார வாழ்க்கையை நோக்கி அலைந்துகொண்டிருந்தால் அது துயரமானது... அது பாவம். அதில் எந்தப் பயனும் இருப்பதாக நான் நினைக்கவில்லை. சமய உடைகளைத் துறந்து இயல்பு வாழ்க்கைக்கு மீண்டும் திரும்புவது ஆண் துறவிகளுக்கு உகந்தது என்கிறபோது கன்னியாஸ்திரிகளுக்கு மட்டும் ஏன் அவ்வாறு இல்லை? இது நம் சமுதாயத்தில் பெண்களுக்கு இருக்கின்ற சமச்சீரற்ற நிலையின் ஒரு குறியீடு தான். இதற்கு முன் நீங்கள் கன்னியாஸ்திரியாக இருந்திருக்கிறீர்கள் என்றால் நிறைய நல்வினைப் பயன்களை நீங்கள் அடைந்துவிட்டீர்கள் என்பது தான் அர்த்தம். தாய்லாந்து போன்ற அன்னிய நாடுகளிலுள்ள மக்கள் புத்த மடங்களுக்குச் சென்று சில ஆண்டுகள் தங்கியிருக்கும் பழக்கம் கூட இருக்கிறது. நீங்கள் உங்களுடைய கடந்தகாலத்தை நினைத்து மன அமைதி இழக்கவேண்டாம். உங்களால் பணம் ஈட்டி வாழ முடிந்தால் நீங்கள் மீண்டும் மகிழ்ச்சியாக இருப்பீர்கள்" என்றான்.

அவள் அழுதாள். அவன் அவளுக்கு ஆறுதல் கூறினான். அவள் தன் சமய ஆடையைத் துறந்து, துறவு வாழ்க்கையை விட்டு விலகிய பிறகு தனக்குத் தேவையான பணத்தை அவளால் ஈட்ட முடியவில்லை. தானொரு வேசியின் வாழ்க்கைக்குள் தள்ளப்பட்டதை நினைத்துத் தான் அவள் இப்போது அழுதாள். ஆனால் அவள் அதை அவனிடம் எப்படிச் சொல்ல முடியும்?

வலது கையால் தன் முகத்தைத் துடைத்துக்கொள்ள அவள் தன் தலையைத் தாழ்த்தியபோது, அவன் தன் தலையை அவளுடைய முகத்துக்கு நேராகக் கொண்டு வந்து, அவளைத் தன் மடியை நோக்கி இழுத்தான்.

அவன் அவளை முத்தமிட்டுத் தன் நாவால் வருடியபோது அவளுடைய கண்ணீர் அவன் முகத்தை ஈரமாக்கியது. வழக்கமாகச் செய்வது போலத் தான் அணிந்திருந்த புனிதமான கழுத்தணியை பத்திரமாக எங்காவது வைக்கலாம் என்று அதன் கயிற்றைக் கழுத்திலிருந்து கழற்ற நினைத்தாள். ஆனால் அதைக் கழற்றிக்கொண்டு இருக்கும்போதே அவன் அவளுடைய முதுகை, இடுப்பை, பிட்டங்களைத் தொட்டபடி கழுத்திலும், முகத்திலும் தொடர்ந்து முத்தமிட்டுக்கொண்டே இருந்தான். ஒரு போதையேறிய இச்சை அவர்கள் இருவரையும் அடித்துக் கொண்டு சென்றது. ஒரு சிறுமியைத் தூக்குவது போல அவளைத் தூக்கிக்கொண்டு போய் படுக்கையிலிட்டு அவளுடைய ஆடைகளை நீக்கினான். அவளுடைய மேலாடையையும் காற்சராயையும் மெல்லக் கழற்றி அவளுடைய உடல் முழுக்க வருடி மார்புகளை முத்தமிட்டு அவளுடைய அந்தரங்கப் பகுதியைத் தேய்த்தான். ஒரு மொட்டு ஆனந்தித்து மலர்வது போன்ற பரவசத்துடன் வெட்கமோ தயக்கமோ இன்றி அவளுடைய உடல் அவனுக்காகத் திறந்து கொடுத்தது. அவன் தொட்ட இடங்களுக்கெல்லாம் அவளுடைய உணர்வுகள் உடன் சென்றன. கண்களை மூடியபடி முனகியவள் அவனுடைய கழுத்தைத் தன் மூக்கால் தேய்த்தாள். கட்டிலில் தன்னெதிரே படுத்துக் கிடக்கும் அந்தப் பெண்ணின் மீதான பெரும் பரிவு ஒரு அலை போல அவனுள் எழுந்தது. வேட்டையாடியின் தோட்டாக்களில் இருந்து தப்பித்து ஓடிய தாய் விலங்கும் அதன் குட்டியும் தமக்கு அந்நியமான எதோவொரு சமவெளியில் மீண்டும் எதிர்பாராது ஒன்று சேர்ந்ததைப் போன்று அவன் அவளை இறுகப் பற்றினான். தன்னுடைய காற்சராயின்

முன்பக்கமிருந்த பையில் ஆணுறை இருப்பது அவனுடைய நினைவுக்கு வந்தது. ஆனால் இன்ப உணர்வில் தன்னை முழுதும் இழந்தவளாக, அவனுடன் கூடுவதற்காக ஏற்பட்ட காம இச்சையிலும், பரவசத்திலும் தன் வெட்கத்தைம் கூச்சத்தையும் முற்றிலும் துறந்து, முடிக் கற்றைகள் முகத்தில் புரள அவள் கட்டிலில் கிடப்பதைப் பார்த்தபோது தங்கள் இருவரின் உடலுக்கும் இன்பத்துக்கும் இடையில் வேறெதுவும் வருவதை அவன் விரும்பவில்லை.

அவள் தன் வாடிக்கையாளர்களுடன் உறவுகொள்கையில் அவர்கள் வேகமாக விந்தை வெளிப்படுத்திவிடவேண்டும் என்று நினைப்பாள். அதற்குத் தன்னாலான அனைத்து முயற்சிகளையும் செய்வாள். அவர்கள் அவளை எப்படித் தொட்டாலும், உதடுகளைக் கடித்தாலும், மூச்சுத் திணறும்படி அழுத்தினாலும், உடல்களாக இல்லாமல், கையகப்பட்டதும் மென்மேலும் பலம்பெறுகிற, கடந்து சென்றுவிட முடியாத, இறுதியில் ஏதுமற்றதாகப் போகும் பணத் தாள்கள் மட்டுமே அவர்களுக்கு இடையே இருப்பதாக அவள் நினைத்தாள். சில ஆண்கள் அவளிடம் வன்முறையாக நடந்துகொண்டபோது அவர்களை வேகமாக உச்சத்திற்குக் கொண்டு வருவதற்காக அவள் முனகிக் கூச்சலிடுவதுண்டு. அதன் பிறகு அவர்கள் தங்களுடைய பாரத்தை அவள் மீது அழுத்தியபடி ஓய்வெடுக்கையில் அவளுக்கு வாந்தி வருவது போலிருக்கும். அத்தகைய தருணங்களில் அவள் அந்த ஆண்களுடன் அடிக்கடி சண்டையிட்டு இருக்கிறாள். ஆனால் இம்முறை அவளால் தன்னுடைய உணர்வுகளைத் தடுக்கவோ கட்டுப்படுத்தவோ சிறிதும் இயலவில்லை. பேராற்றலுடைய இந்திரனின் குதிரை போல அவன் பயணித்த இடங்களுக்கு எல்லாம் அவள் அவனைப் பின்தொடர்ந்தாள். அதுவரை அவளுடைய தோலுக்குக் கீழே ஒளிந்து உறங்கிக்கிடந்த எல்லா உணர்வுகளும், உணர்திறன்களும் அன்றிரவு, அந்த விடுதியில் விழித்துக் கொண்டன. அவன் தன் ஆணுறுப்பை அவளுக்குள் நுழைத்து வேகமாக இயங்கியபோது அதுவரை துய்த்திராத ஒரு பரவசத்தை உணர்ந்தவள் நீண்ட நேரம் ஆனந்தக் கூச்சலிட்டாள்.

அன்றிரவு அந்த இளைஞன் அவளைத் தன் காதலியைப் போல மடியில் இருத்திக்கொண்டிருந்தபோது, துறவிகளுக்கான ஆடையைத் துறந்த பல காலத்துக்குப் பிறகு, இந்த

வாழ்க்கையில் தான் கண்டடைவதற்கான ஏதோவொரு பொருள் மீதம் இருப்பதாக முதன்முதலாக அவளுக்குத் தோன்றியது.

கன்னியாஸ்திரிகளுக்கான அவளுடைய பிரமாணத்தை உடைத்த ஒருவனுடன் அவள் முன்பொருமுறை படுக்கையில் கிடந்தபோது அவளுடைய சிந்தனை அச்சத்தாலும் திகிலாலும் நிரம்பியிருந்தது. அவன் தன்னை அவளுக்குள் நுழைத்து அசைந்து கொண்டிருந்தானே தவிர துணிச்சலோ, பணம் ஈட்டுவது அல்லது அது தொடர்பான வேறு எதைப் பற்றிய சிந்தனையோ இன்றி இருந்தான். அவளுடைய மனதில் அப்போது தோன்றிய பேரச்சம் தன் மீதிருந்தவனைக் கீழே தள்ளிவிட்டுக் கதவைத் திறந்து அழுதபடி வெளியே ஓடும்வரையிலும் வளர்ந்தபடியே இருந்தது. அதற்குப் பிறகு எங்கெங்கோ அலைந்து திரிந்தவள் இறுதியில் சிகப்பு விளக்குப் பகுதியிலிருந்த அந்த வீட்டை அடைந்தாள்.

அடுத்த நாள் காலை, பொழுது விடிவதற்கு முன்பே கண்விழித்தவள் உறக்கத்தில் இருந்து அவனை எழுப்பி எதாவது பேசுவதா அல்லது அவனை அப்படியே விட்டுவிட்டு கிளம்பிப் போவதா என்று குழப்பம் அடைந்தாள். அவனுடைய கன்னத்தில் மென்மையாக ஒரு முத்தமிட்டாள். உறக்கம் முழுதும் கலையாத நிலையில் அவன் அவளைப் பார்த்து, “யாத்திரை போவதற்காகத் தயாராகிக் கொண்டு இருக்கிறாயா?” என்று கேட்டான். தன் கைகளை அவளுடைய கழுத்தைச் சுற்றிக் கட்டிக் கொண்டு தன் தொலைபேசி எண்ணைத் தந்தான். பிறகு, “என் பெயர் எஷி செரிங். உன்னால் முடியும்போது இந்த எண்ணில் என்னைக் கூப்பிடு” என்றான். அதற்கு, “என் பெயர் லாமோ. என்னை மறந்துவிட மாட்டீர்கள் என நினைக்கிறேன்” என்று பதிலுரைத்து மறுபடி அவனை முத்தமிட்டவள் அங்கிருந்து வெளியேறினாள்.

விடியலுடன் தனக்கு ஒரு நேரடிச் சந்திப்பு ஏற்பாடாகியிருப்பது போன்றதொரு அதிவேகத்துடன் நகரத்தைவிட்டு வெளியேறிக் கொண்டிருந்தவள், அவனுடைய தொலைபேசி எண்ணை மறுபடி மறுபடி சொல்லி அவற்றைத் தன்னுடைய நினைவில் செதுக்கி வைத்தாள். தான் அவனைப் பிரிந்த தருணத்தில் தன் உண்மையான பெயரைச் சொல்லாமல் தன்னுடைய வாடிக்கையாளர்களிடம் பயன்படுத்திய பெயரையே

அவனிடமும் சொன்னதைப் பற்றி அவள் இப்போது மிகவும் வருந்தினாள்.

புராதானமான மெக்கன் போம்ர பனிமலை வான் மேகங்களுக்கு மேலே கம்பீரமாக உயர்ந்து நிற்பது வெகு தொலைவிலிருந்து தெரிந்தது. பனிப் புனித யாத்திரை மேற்கொண்டிருந்த யாத்ரீகர்கள் அனைவரும் அழுக்குப்படிந்து, கறுத்துக் கிடந்த மலைப் பாதையில் கிழக்கு திசை நோக்கி நடந்து கொண்டிருந்தனர். அந்த யாத்ரீகர்களைப் பார்த்ததும் அவளுக்குள் இருந்த நம்பிக்கை மீண்டெழ தன்னையறியாமல் தன் கைகளை இறுகக் கட்டிக்கொண்டவள், "அறிவு, கருணை, அன்பு ஆகிய மூவொளிக்கு வந்தனம்" என்று எஷி செரிங் உருவை மனதில் நினைத்தபடி பிரார்த்தனை செய்ய ஆரம்பித்தாள். இப்போது அவன் அவளோடு இருந்தால் அவர்கள் இருவரும் இந்த யாத்திரையை ஒன்றாக மேற்கொண்டால் எப்படி இருக்கும்? யாத்திரை முடிந்த பிறகு அவள் அவனைத் தொலைபேசியில் அழைக்கவேண்டும். அழைத்தால் அவன் தன்னிடம் பேசுவானா? மறுமொழி சொல்வானா? அவளுடைய முற்பிறவியின் தீய கர்மா அவளைச் சில மோசமான செயல்களைச் செய்ய வைத்திருக்கிறது. ஆனால் அவள் அந்த வழியில் மறுபடி செல்லமாட்டேன் என்று சத்தியப் பிரமாணம் எடுத்திருந்தாள். அப்படி ஒருவேளை நடந்துவிட்டால் பிறகு தர்மா என்பதோ மூவொளி என்பதோ எதுவுமே இல்லை.

யாத்திரை செல்லும் வழியில் சில முதிய யாத்ரீகர்கள் அவளுக்குத் தங்களுடைய வாழ்த்துக்களையும் பாராட்டையும் தெரிவிப்பதற்காகத் தங்கள் கட்டை விரலை உயர்த்தினர். அவள் வயதொத்த இளம் யாத்ரீகர்கள் அவளுடைய நண்பர்களைப் போல அவளுடன் அரட்டை அடித்தனர். மலையை நெருங்கியபோது அவளுக்குச் சோர்வோ அலுப்போ ஏற்படவில்லை. அத்துடன் அவள் தன்னுடைய சொந்த வீட்டுக்குப் பயணிப்பது போல உணர்ந்தது விசித்திரமாக இருந்தது. குளிரும் வறட்சியும் கலந்த பனிமலைக் காற்றும், மூடுபனியும், மேகங்களும் சிகப்பு விளக்குப் பகுதியில் அவள் வசித்த வீட்டை அவள் மனதில் இருந்து முற்றாகப் புறந்தள்ளின. வெம்மையை, பெருமூச்சை, ஆணுறைகளை, விந்து வெளிப்படும்போது ஏற்படும் அருவருப்பை, துர்நாற்றம் வீசும் மூச்சுக் காற்றை, வேசிகளின் மீது வீசும் மோசமான நாற்றத்தை,

இரைச்சலை, கீழ்த்தரமான நகைச்சுவைத் துணுக்குகளை, மோசமான கனவுகளை, சிகப்பு விளக்குப் பகுதி வீட்டின் சிறிய துயரங்களை அவள் மெல்ல மறந்துபோனாள். சில யாத்ரீகர்கள் தங்களுடைய கைலாச மலை யாத்திரை பற்றிய கதைகளைக் கூறியபோது எஷி செரிங்குடன் அங்கொரு யாத்திரை போனால் எப்படி இருக்கும் என நினைத்தாள்.

மெக்கன் போம்ரவில் ஒன்பது நாட்களைக் கழித்தாள். அந்தப் புனித மலையை மூன்று முறை வலம் வந்தாள். பிறகு ஒரு நாள் மலையடிவாரத்தில் அமைக்கப்பட்டிருந்த துறவியின் கூடாரத்தில் அமர்ந்து சிறிது தேநீர் அருந்தி, சாம்பா உண்டு கொண்டு இருந்தபோது அவள் தன் சிறுவயதில் கனவு கண்ட ஒரு வீட்டைப் பார்த்தாள்.

தன் சிறுவயதுத் தோழியொருத்தி விளையாட்டின் இடையே வேகமாக அவளைப் பிடித்திழுத்து ஒரு சுற்றுச் சுற்றி தன் வீட்டில் விட்டுவிட்டதைப் போல அவளுக்குத் தோன்றியது. வெகுதொலைவில் இருந்த அந்த வீட்டில் இப்போது அவளுடைய சகோதரனும் அவனுடைய மனைவியும் மட்டுமே இருப்பது நினைவுக்கு வந்தபோது அவளுடைய உள்ளம் ஜில்லிட்டது. பனி சூழ்ந்த சில்லென்ற காற்று விளையாட்டு மைதானத்தைத் தழுவிச் செல்லவும், அவளுடைய கனவு இல்லம் பார்வையிலிருந்து மறைந்துபோனது.

அவளுடைய பெற்றோர் சில வருடங்களுக்கு முன்பு இறந்துவிட்டனர். அவளுடைய சகோதரன் தான் இனி குடும்பத்தை நடத்த வேண்டுமென்றும், அவர்களுடைய வீட்டருகே வசித்த செல்வந்தர் ஒருவரின் ஆடுமாடுகளை அவள் கவனித்துக் கொள்ளுமாறும் அவளுடைய மாமா வற்புறுத்தினார். இரு வருடங்களுக்குப் பிறகு அவள் அங்கிருந்து ஓடிப்போய் ஒரு கன்னியாஸ்திரி மடத்தில் சேர்ந்தாள். இவ்வளவு காலமும் அங்கே இங்கே என எல்லாத் திசைகளிலும் அவள் ஓடிக்கொண்டே இருக்கிறாள். இப்போது அவள் எங்கு ஓடவேண்டும்? அவள் அமைதியாக வாழ்வதற்கான ஒரு இடம் இந்தச் சாலையின் வளைவில் இருக்கிறதா? எனும் பல சிந்தனைகள் அவளுடைய மனதில் ஓடின. அவள் ஒரு அலைபேசியை வாங்கி அதில் சிம் ஒன்றை இட்டு எஷி செரிங்கை அழைக்க விரும்பினாள். பிறகு தன்னுடைய

அடையாளச் சான்று அட்டை, சிகப்பு விளக்குப் பகுதியில் இருந்த வீட்டின் தலைவியின் வசம் இருந்தது நினைவுக்கு வந்ததும் துயர அலை ஒன்று அவளுள் அடித்தது. அந்த வீட்டின் அறைக் கதவு பலமாகத் தட்டப்பட்டு எதிரொலிக்கும் சத்தமும், சாவை நெருங்கிக் கொண்டிருக்கும் வயது முதிர்ந்த கிழவர்கள் ஒரு இளம் பெண்ணை ருசிப்பதற்காகப் பதுங்கி உடலை மறைத்தபடி உள்ளே நுழையும் ரகசிய ஓசையும் அவளுக்கு மீண்டும் கேட்டது. அடையாளச் சான்று இல்லாமல் ஒரு வங்கிக் கணக்கைக் கூட அவளால் துவங்கமுடியாது. எப்படியாவது தன் அடையாளச் சான்று அட்டையை அவள் திரும்பப் பெற வேண்டும். பிறகு ஒரு அலைபேசியும், சிம் அட்டையும் வாங்க வேண்டும். தன்னுடைய முதல் அலைபேசி அழைப்பு எஷி செரிங்குக்குத் தான் என்று அவள் அறிந்திருந்தாள்.

கந்தலான ஒரு சாம்பல் நிறத் தலைப்பாகை அணிந்து, முகத்தை ஒரு வெண்ணிறக் கழுத்துக்குட்டையால் மறைத்துக் கொண்டு, பலமாக மூச்சு விட்டபடி அவள் அந்த வீட்டின் கதவை மென்மையாகவும் வேகமாகவும் பலமுறை தட்டினாள். கழுத்துக்குட்டை வழியாக நீராவியாக வெளியேறிய அவளுடைய மூச்சு அவள் கண் முன்னே காற்றில் மிதந்தது. அந்த வீட்டுத் தலைவியின் மகள் கதவைத் திறந்தாள். வீட்டினுள் நான்கு அல்லது ஐந்து பேர் சீட்டு விளையாடிக் கொண்டிருந்தனர். அவள் அந்தப் பெண்ணிடம், “செர்ட்சோ கியியைக் கூப்பிட முடியுமா?” என்று கேட்டாள். முகத்தில் அதீத ஒப்பனையோடும், தங்கப் பல்லுடனும் காணப்பட்ட ஒரு பருத்த பெண்மணி கதவருகே வந்தாள். சீட்டு விளையாடிக் கொண்டிருந்தவர்களில் ஒருவன் அவளிடம், “செர்ட்சோ கியி அக்கா! இன்றிரவு இவளை என்னிடம் அனுப்பு” என்றான். இன்னொருவன், “நீ பாடுவதாக இருந்தால் ஒரு காதல் பாடலைப் பாடு” என்றான். அனைவரும் சிரித்து நகைச்சுவைத் துணுக்குகளைப் பகிர்ந்தபடி, தங்கள் சீட்டு விளையாட்டைத் தொடர்ந்தனர்.

“ஜங்சுப் டோல்மா, நீ திரும்பி வராததால் நான் கவலைப்பட்டுக் கொண்டிருந்தேன். உன் குடும்பத்தினர் நன்றாக இருக்கிறார்களா? புதிதாக வந்த சியோவ்ஹாங் எனும் பெண் உன்னுடைய அறையில் தங்கியிருக்கிறாள். இன்றிரவு மட்டும் நீ அவளோடு அந்த அறையில் படுத்துக்கொள். உனக்காக வேறு ஒரு

அறையை நான் நாளை ஏற்பாடு செய்கிறேன்" என்றாள் செர்ட்சோ. வழக்கமாக மற்ற பெண்களின் முன்பாக செர்ட்சோ அவளை "லாமோ" என்றே அழைப்பாள். ஆனால் இப்போது அவளுடைய சட்டப்பூர்வமான பெயரால் அழைத்தாள். ஒருவேளை செர்ட்சோவின் கண்களுக்கு, இப்போது தானொரு வேசியாகத் தெரியவில்லை போலும் என அவள் நினைத்துக் கொண்டாள்.

"அக்கா தயவு செய்து என் அடையாள அட்டையைத் திருப்பித் தந்துவிடுங்கள். நான் உங்களுக்கு மிகவும் நன்றிக் கடன்பட்டிருக்கிறேன். ஆனால் நான் இனி இங்கு தங்க இயலாது. உங்கள் கைகளில் இருந்து இனி என்னால் பணம் வாங்கமுடியாது" என்றாள்.

செர்ட்சோ வலுக்கட்டாயமாக ஒரு சிரிப்பை வரவழைத்துக் கொண்டாளே தவிர எதுவும் பேசவில்லை. அந்தக் கூடத்தில் நிறைய வேசிகள் இருந்ததால் அவளுடைய சட்டையின் கைப் பகுதியைப் பற்றி அவளை வீட்டினுள்ளே இழுத்துக் கொண்டு ஒரு சிறிய அறைக்குள் சென்றாள். அங்கு வந்த செர்ட்சோ, அவளிடம் தன் கூச்சலைத் தொடர்ந்தாள்.

"நீ இங்கு வந்து சேர்ந்தபோது மூன்று வருடங்கள் இங்கு தங்க ஒப்புக் கொண்டாயா இல்லையா? மூன்று வருடங்களை விடு. இன்னும் முழுதாக ஒரு வருடம் கூட ஆகவில்லை. நீ எதோ கொஞ்சம் அழகாக இருப்பதால்...எவ்வளவு அழகாக இருந்தாலும் நீ ஒரு வேசி தான்! நீ இங்கிருந்து போய்விட்டால் அந்தப் பெயர் அப்படியே கரைந்து நீர்த்துப் போய்விடுமா? ஹாஹா" என்று சிரித்தாள்.

இதைக் கேட்டதும் அவள் அங்கிருந்து வேகமாக ஓடத் துவங்கினாள். "முன்னாள் துறவி! வெட்கங்கெட்ட முன்னாள் துறவி" என்று அவள் பின்னாலேயே சென்ற செர்ட்சோ அவளைப் பழித்துக் கத்தினாள். கதவைக் கடந்து ஓடி தெருவை அடைந்தவள் மீது ஒரு மோட்டார் சைக்கிள் கிட்டதட்ட மோதிவிட்டிருக்கும். இருட்டான தெருவில் சில ஆண்கள் அங்குமிங்கும் நடந்தபடியும் சிலர் பிடிமானத்துக்காக ஒருவர் மீது ஒருவர் சாய்ந்துகொண்டும் இருந்தனர். ஒருவன் மோட்டார் வாகனத்தில் அவளைப் பின்தொடர்ந்து வந்தான். முன்பு செர்ட்சோ கூச்சலிட்டதைப் போலவே அவளும்

கூக்குரலிட்டதும் அவன் ஒரு அம்பைப் போல அங்கிருந்து காணாமல் போனான். மோட்டார் வாகனத்தின் உறுமல் சத்தம் பனியில் உறைந்து கிடந்த தெருவில் ஒரு கணம் எதிரொலித்துப் பிறகு மறைந்தது.

அழுக்காகக் காணப்பட்ட வேறொரு விடுதியில் இன்னொரு ஐம்பது யுவான் செலுத்தி அன்றிரவு அவள் தங்கினாள். அடுத்த நாள் காலை பக்கத்தில் இருக்கும் நகரத்துக்குச் சென்று அங்கிருக்கும் வீடுகளில் பணிப் பெண் வேலை கிடைக்கிறதா எனத் தேடவேண்டும் என உறுதியாக முடிவெடுத்தாள். தன்னிடம் இருக்கும் சொற்பப் பணத்தை ஒரு ஜெபமாலை, முகம் பார்க்கும் கண்ணாடி, திபெத்திய நாவல்கள் மற்ற சில பொருட்களை வாங்கச் செலவிடலாம் என நினைத்தாள்.

சிகப்பு விளக்குப் பகுதி வீட்டைவிட்டு வெளியேறியதை நினைத்து நிம்மதியுடனும் மகிழ்ச்சியுடனும் உறங்கினாள். ஒரு கனவு தோன்றியது. அங்கிருந்த பாம்புகளை எதிர்கொள்ளும் அச்சத்துடன் அவள் தம் குடும்பத்தினர் தங்கியிருந்த கூடாரத்தின் பின்புறமிருந்த செங்குத்தான பாறையின் மீது ஏறிக்கொண்டிருந்தாள்.

கவனத்துடன் அடியெடுத்து வைத்து ஒரு பெரிய பாறையின் மீது ஏறினாள். சிதார் மரத்தின் கிளைகளை இறுகப் பற்றியபடி செங்குத்தான பாறையின் மீது வளர்ந்து கொண்டிருந்த ஒரு பழக்கொத்தைப் பறிக்க முயற்சி செய்து கொண்டிருந்தபோது அவளுடைய பாட்டி அவளை அழைக்கும் குரல் கேட்டது.

"மெடோக், நீ இங்கு என்ன செய்கிறாய்? கீழே விழுந்துவிடுவாய். பாட்டியிடம் வந்துவிடு... அசையாதே, அசையாதே" என்றாள். அவளுடைய கைகள் பழக் கொத்தை எட்டிப் பறித்து வாயில் இடும்போது பாறையில் இருந்து கீழே விழுந்துவிட்டாள். பெரும் அச்சம் அவளை ஆட்கொண்டது. ஆனால் அவள் விழுந்துகொண்டே இருந்தாளே தவிர அவள் இறுதியில் சென்று சேர்வதற்கான அடிப்பகுதி என்ற ஒன்றே அங்கு இல்லை.

தன்னைக் காப்பாற்றிக்கொள்ள அவளுக்கு எந்த வழியும் இல்லை. உறக்கத்தில் அவளுக்கு மூச்சு வாங்கியது. ஆனால் அவள் கண்விழிக்கவில்லை. கதகதப்பான ஒரு கம்பளியால்

திடீரென போர்த்தப்பட்டது போல அவள் ஆழ்ந்து உறங்கிப் போனாள். அவளுடைய அப்பா லெப்ராங்கில் இருந்து வாங்கி வந்திருந்த பீங்கான் கிண்ணத்தில் சிறிது சாம்பாவையும் வெண்ணையையும் அவளுடைய பாட்டி அவளுக்காக எடுத்துக் கொண்டு வந்தாள். "நீ செங்குத்தான பாறையிலிருந்து விழுந்துவிட்டாய். ஆனால் இப்போது சரியாகிவிட்டாய். பசியெடுத்தால் சிறிது சாம்பா கஞ்சியை எடுத்துப் பிசைந்து சாப்பிடு" என்றாள் பாட்டி.

அவள், "பாட்டிமா! நீங்களே அதை எனக்காகப் பிசைந்து தாருங்கள்" என்றாள். அவர்களுடைய வீட்டுக்கு வந்திருந்த நிறைய விருந்தினர்களின் முகமும் பாட்டியின் முகமும் இப்போது மங்கலாகத் தெரிந்தது. பாறையில் இருந்து கீழே விழும்போது ஏற்பட்ட அதே பீதியுணர்வு, இப்போது மீண்டுமொரு முறை அந்த நொடியில் அவளுக்கு ஏற்பட்டது.

கூரையிலிருந்து பனி உருகி, காற்றாவி மேலெழுந்து கொண்டிருந்த ஒரு சிறிய திபெத்திய உணவகத்துக்கு இரு மாதங்களுக்குப் பிறகு அவள் சென்றாள். கதவு திறந்து வைக்கப்பட்டு இரண்டு வாடிக்கையாளர்கள் மட்டுமே அதனுள் அமர்ந்திருந்தனர். வாடிக்கையாளர் சேவை முகப்பினருகே ஒரு இளம்பெண் நின்றிருந்தாள். நீண்ட மூக்கும், அழகிய புருவங்களும், ஒளிரும் கண்களும், சிவந்த உதடுகளும் குறுகலான அழகிய முகத்துடனும் இருந்தாள். கழுத்தின் பின்பகுதியில் கொத்தாகக் கட்டப்பட்டிருந்த அவளுடைய செம்மஞ்சள் வண்ணத் தலைமுடி நெற்றியின் குறுக்கே விழுந்து புரண்டது. அவளுடைய முகத்தில் ஒரு மெல்லிய சிரிப்பும் இடது கன்னத்தில் ஒரு மச்சமும் இருந்தது. சுற்றுமுற்றும் பார்த்த அந்தப் பெண் பிறகு வேகமாக இழுப்பறை ஒன்றைத் திறந்து ஒரு அலைபேசியைக் கையில் எடுத்து அவளிடம் தந்தாள்.

முன்பே வாங்கிவைத்திருந்த ஒரு புதிய சிம் அட்டையை அதனுள் இட்ட பிறகு உணவகத்தைவிட்டு வெளியே நடந்தாள். கூரையில் இருந்து விழுந்து கொண்டிருந்த சில நீர்த்துளிகள் கறுப்புப் பொத்தான்கள் கொண்ட அவளுடைய சிகப்புச் சட்டையின் கழுத்துப் பட்டை மீது விழுந்தன. சாயம் போயிருந்த அவளுடைய புனிதமான மாலையின் கயிற்றின் மீது பட்ட துளிகள், அவளுடைய கழுத்தின் மீது துளித் துளியாக

சொட்டின. அதனுடைய குளிர்த் தன்மையையும் ஈரத்தையும் பற்றி அவள் கவலைப்படவில்லை. அந்த உணவகத்தைத் திரும்பிப் பார்த்தபடி இன்னும் சில அடிகள் நடந்த பின் புதிய அலைபேசியை இயக்கத் தேவையான அனைத்து அடிப்படை விஷயங்களையும் செய்தாள். மனப்பாடம் செய்துவைத்திருந்த அந்த எண்ணை அழுத்தி எஷி செரிங்கை அழைத்தாள். அவன் அலைபேசியை எடுத்து "ஹலோ" என்றான்.

"ஹலோ. எஷி செரிங் தானே? நான் லாமோ. நான் யாத்திரை முடிந்து இப்போது திரும்பி வந்துவிட்டேன்" என்றாள். தன்னுடைய உண்மையான பெயரையும் இதற்கு முன் எங்கு இருந்தோம் என்பதையும் அவனுக்குச் சொல்லிவிட நினைத்தாள். அதிக குளிர் இல்லாதபோதும் அவளுடைய உடல் நடுங்கிக்கொண்டிருந்தது.

"லாமோ! நான் உனக்கு இதை எப்படிச் சொல்வேன்? எல்லாமே முடிந்துவிட்டது. நான் பழிவாங்க வேண்டும் என்று நினைக்கவில்லை. அதைப் பற்றிக் கவலைப்படாதே. மூவொளி நம்மைக் காக்கட்டும்" என்றான்.

அவள் உறைந்து போனாள். அவளுடைய மனதில் வெறுமை சூழ்ந்தது. அவளுக்கு என்ன சொல்வது என்று புரியவில்லை. அவன் சொல்வதற்கு என்ன அர்த்தம்? என்ன நடந்தது?

"என்ன நடந்தது?" என்று கேட்டாள்.

"நீ எனக்கு எய்ட்ஸ் நோயைத் தந்துவிட்டாய்..." என்றான்.

அவளுடைய கண்கள் மங்கின. ஒரு சிறு பறவை அவளுடைய தோளின் மீதமர்ந்து அங்கிருந்து பறக்கும் முன்னர் சில முறைகள் தன்னுடைய சிறகுகளைப் படபடவென அடித்துக்கொண்டது. அவள் தன் கையில் இருந்த அலைபேசியை வீசியெறிந்து, நிலைத்த பார்வையுடன் அங்கேயே நின்றாள்.

மீண்டும் ஒரு முறை பனி யாத்திரை போக முடிந்தால் எப்படி இருக்கும் என்கிற ஒரு எண்ணம் மட்டுமே அவளுடைய மனதில் அப்போது தோன்றியது.

***

டாக்பும் கியால் (Takbum Gyal)

நாவலாசிரியரும் சிறுகதை எழுத்தாளருமான டாக்பும் கியாலின் படைப்புகள் முன்னணி திபெத்திய மொழிப் பத்திரிகைகளான *லைட் ரெய்ன், டிபெட்டன் ஆர்ட் அண்ட் லிட்டரேச்சர்* ஆகியவற்றில் பெருமளவு பிரசுரிக்கப்பட்டுள்ளன. அவருடைய *'தி சாங் ஆஃப் லைஃப்'* சிறுகதைத் தொகுப்பு 2011ஆம் ஆண்டு பீஜிங்கில் நடைபெற்ற மைனாரிட்டி லிட்டரரி விருதைப் பெற்றது; திரைப்பட இயக்குனரான பெமா செடனால் சீன மொழியில் மொழிபெயர்க்கப்பட்டது.

புதுச் சாலையின் சர்ச்சை

நக்சார் ஒரு குக்கிராமம் என்பது அனைவருமே அறிந்த ஒன்று. டிரக் மூலமாக நடக்கக்கூடிய எந்த சரக்குப் போக்குவரத்தும் அங்கு நிகழாததற்குக் காரணம், அந்தக் கிராமத்தில் சாலைகளே இல்லை என்பது தான். அதன் பின்தங்கிய வாழ்க்கை முறையையும், எவ்வித வசதிகளும் அங்கு இல்லாதிருப்பதையும் கண்ட உயரதிகாரிகள் நக்சாரில் சாலை அமைப்பதற்கான முடிவை, சென்ற இலையுதிர் காலத்தின்போது எடுத்தனர். இந்தத் தகவல் பரவியதும் நக்சாரில் பெரும் அமளி ஏற்பட்டது. அகு யோன்டன் மற்றும் டோலோ ஆகிய இருவர் தான் அதை துவக்கி வைத்தனர்.

"தேனும் பாலும் ஓடும் நம் மூதாதையரின் இந்தப் பள்ளத்தாக்கில் வயல் எலிகள், சுண்டெலிகளைத் தவிர நமக்கு ஒற்றை எதிரிகூட இருந்ததில்லை. இத்தனை வருடங்களில் இந்த நிலத்தில் ஒரு வளை தோண்டக் கூட நான் யாரையும் அனுமதித்ததில்லை. என்னைப் போன்ற கிழவர்களுக்கு என இங்கு எதுவும் இப்போது மிச்சமில்லை. காலம் அழைப்பதற்கு முன்பே நாங்கள் போய்ச் சேர வேண்டியது தான்" என்றார்.

"ஆமாம். நாம் இறந்த பிறகு இளைஞர்கள் என்ன செய்வார்கள்? இது நாம் பிறந்த மண். நம்முடைய தொப்பூழ்க் கொடி இந்த நிலத்தில் தான் அறுபட்டது. சாலையை வைத்துக்கொண்டு நாம் என்ன செய்யப் போகிறோம்? நம்முடைய முன்னோர்கள் இங்கு வாழ்ந்தபோது அந்தச் சாலை எங்கு இருந்தது? இனியும் நாம் இங்குதான் வாழப் போகிறோம் இல்லையா? அப்படி ஒரு சாலையில் நாம் அலைந்து திரிந்தாலும் கூட அது நம்மை எங்கே கொண்டுபோய்விடப் போகிறது?"

“ஆமாம் நீங்கள் இருவரும் சொல்வதைப் போல் தான் எனக்கும் தோன்றுகிறது.”

“நிச்சயமாக. எல்லோருக்கும் இதே எண்ணம் தான் இருக்கிறது.”

இன்னும் சில முதியவர்களும் அகு யோன்டனோடும் டோலோவோடும் உடன்பட்டார்கள். அனு யோன்டன் தான் அந்தக் கிராமத்திலேயே சரளமாகப் பேசும் ஆற்றல் மிக்கவராக விளங்கியதால் அனைவரும் அவரை ஒரு கிராம அதிகாரி எனக் கருதினர். ஆனால் அவர் அதிகாரபூர்வமான எந்த பதவியிலும் இல்லை. கிராமத்தின் இளைஞர் கூட்டமும் அவருடைய பேச்சின் மூலம் துணிவு பெற்றது. அடுத்த நாள், கதிரவனின் முதல் ஒளி வயல்களின் மீது படர்ந்தபொழுது கிராமத்திலிருந்த அனைத்துக் குடும்பங்களின் உறுப்பினர்களும் நக்டேங்டோவில் ஒரு படைப் பிரிவை உருவாக்கும் நோக்கில் குழுமியிருந்தனர். அனைவரும் தங்கள் கைகளில் கவண்வில்லையும் திபெத்திய ஆயுதமான நன்சாகூவையும் வைத்திருப்பது தெரிந்தது. ஊர்த் தலைவர் அந்த இடத்திற்கு மறுபடி வந்தபோது மதியம் வெகு நேரமாகியிருந்தது. அவர் கிராமத்தின் புறநகர்ப் பகுதியை அடைந்தபோது நக்டேங்டோவில் இருந்த காட்டில் பெருந்திரளாகக் கூடியிருந்த மக்களையும் புரவிகளையும் பார்த்து, “என்னாயிற்று?” என்று வியப்படைந்தார். அவர்கள் பக்கத்து ஊர்க்காரர்களோடு மீண்டும் சண்டையில் ஈடுபடுவதாக நினைத்தவர் தன்னுடைய குதிரையை வேகமாகத் தூண்டி சேணத்தை ஒரு உதைவிட்டு மக்கள் உருவாக்கியிருந்த அந்த ‘படைக்குழுவை’ நோக்கிச் செலுத்தினார். தன்னுடைய குதிரையைக் கட்டும் நேரத்தைக் கூட வீணடிக்காமல் அந்தக் கயிறு தரையில் வீழ்ந்துகிடக்க, வேகமாகக் கூட்டத்துக்குள் நுழைந்தார். என்ன நடந்தது என்று அங்கிருந்த மக்களிடம் சத்தமாகக் கேட்டார். ஆனால் அவர்களுக்கிருந்த கடுமையான கோபத்தில் அவர் சொல்வதை அவர்கள் கவனிக்கவே இல்லை. என்ன செய்வதென்று அறியாத ஊர்த் தலைவர் உதடுகள் துடிக்க அகு யோன்டன் நின்றிருந்த கூட்டத்தின் மையப் புள்ளியை அடைந்து அவரிடம், “உண்மையில் என்ன தான் நடந்தது?” என்று கேட்டார்.

“ஹூம்! இன்னும் நீங்கள் விஷயத்தைக் கேள்விப்படவில்லை. அவர்கள் நம் மூதாதையருடைய நிலத்தின் சாரத்தையே

கசக்கிப் பிழிகிறார்கள். ஆனால் நீங்கள் இன்னும் விஷயத்தைக் கூடக் கேள்விப்படவில்லை. நம்முடைய தந்தையருக்கோ மூதாதையருக்கோ சாலை என்ற ஒன்று இருந்ததில்லை. நமக்கும் இப்போது அது அவசியமில்லை. வலிமை வாய்ந்த இருநூறு குடும்பங்கள் நக்சார் கிராமத்தில் இருக்கின்றோம். அவர்களுடைய கொடியை இங்கு நடுவதற்கு இதுவரை வாய்ப்பின்றி இருந்தது. இந்தச் சாலை அமைப்பதன்மூலம் அதைச் செய்வதை நாங்கள் அனைவரும் உறுதியாக எதிர்க்கிறோம்” என்று கோபத்தில் கண்கள் மினுங்க அவருக்குப் பதில் சொன்னார். அகு யோன்டன் இப்படிச் சொன்னதும் அவர் என்ன சொல்கிறார் என்பதைப் புரிந்துகொண்ட ஊர்த் தலைவர் ஆசுவாசத்துடன் புன்னகைத்தார்.

“ஓ! நீங்கள் அதைப் பற்றி பேசுகிறீர்களா?” என்றார்.

“நான் வேறு எதைப்பற்றி பேசப் போகிறேன்? இதில் சிரிக்க என்ன இருக்கிறது? நான் சொல்வதைப் பற்றி சிந்தியுங்கள். நாம் ஏன் நம் மூதாதையர் வாழ்ந்த வாழ்க்கையையே வாழக்கூடாது? நாம் திடீரென ஒரு சாலையில் அலைந்து திரிந்தால் அது நம்மை எங்கு கொண்டு போய்விடப் போகிறது?”

“அவர்கள் நம்முடைய ஊரின்மீது அக்கறை கொண்டிருக்கிறார்கள். அதை நாம் புரிந்துகொள்ள வேண்டும். ஆகவே...”

ஊர்த்தலைவர் ஒரு உரை நிகழ்த்தத் திட்டமிடுவதை அறிந்த அகு யோன்டோ துள்ளிக் குதிக்கத் துவங்கினார். “அக்கறை கொண்டிருக்கிறார்களா?” என்றபடி சுற்றிலும் ஒரு பார்வை பார்த்தார். “நம்முடைய வயல்வெளிகள் அழிந்துவிட்டால் அதைப் பற்றி அக்கறை கொள்வார்களா என்பதை நீங்கள் எனக்குச் சொல்லுங்கள். அது ஒரு கட்டிடமோ அல்லது சாலையோ அல்லது வேறு எதுவாக வேண்டுமானாலும் இருக்கட்டும். எந்தப் பழைய விஷயத்தைத் தோண்டினாலும் அது நம்முடைய நீரின், நிலத்தின் சாரத்தை முற்றிலும் அழித்துவிடும் என்று நம்முடைய மூதாதையர்கள் எப்போதும் சொல்லிவந்தார்களா இல்லையா? நீங்கள் இந்த ஊரின் தலைவர். இந்த விஷயத்தையெல்லாம் கவனிக்கவில்லை என்றால் நீங்கள் எதற்காக ஊர்த் தலைவராக இருக்கிறீர்கள்?” என்றார்.

மறுபடி சிறிது குழப்பமடைந்த ஊர்த் தலைவர், "இந்த முடிவை உயர் அதிகாரிகள் எடுத்தார்கள். இதில் நான் செய்வதற்கு எதுவுமில்லை" என்று கூறினார்.

"ஆமாம். உயரதிகாரிகள் தானே உங்களை ஊர்த் தலைவராக ஆக்கினார்கள்!"

இந்த சமயத்தில் டோலோவும் ஊர்த் தலைவரை எதிர்கொண்டார். "ஊர்த் தலைவராகிய நீங்கள் எதுவும் செய்யவில்லை என்றாலும் நாங்களே இதைப் பார்த்துக் கொள்கிறோம். அவர்கள் இங்கு சாலை அமைப்பதை நாங்கள் ஒருநாளும் அனுமதிக்கமாட்டோம்" என்றார்.

இப்போது ஊர்த் தலைவரின் உணர்வுகளும் மிக அதிகமாக தூண்டப்பட, திடீரென ஏற்பட்ட கடுங் கோபத்துடன் தன்னுடைய குதிரையின் மீதேறிய அவர், "ஹூம்! நீங்கள் அதை எப்படித் தடுக்கிறீர்கள் என்பதைப் பார்ப்போம்" என்றபடி வேகமாகக் கடிவாளத்தை இழுத்து குதிரையை உதைத்து அங்கிருந்து சென்றுவிட்டார்.

சில நாட்களுக்குள் கும்பல் கும்பலாக வேலையாட்களும் நிறைய உபகரணங்களும் நக்சார் கிராமத்தை வந்தடைந்தன. வேலையாட்கள் முதலில் வெள்ளைச் சுண்ணத்தால் நிலத்தின் மீது குறியிட்டனர். பிறகு அவர்கள் அந்தக் கோடுகளைத் தொடர்ந்து சென்று பலவிதமான இயந்திரங்களைக்கொண்டு நிலத்தை உழுதார்கள். அவர்கள் இவ்வாறாகத் தங்கள் வேலையைத் துவக்கியதும் நக்சார் கிராமத்தின் "படை" வேலையாட்களை நோக்கி ஓடியது. அவர்களில் சிலருடைய கைகளில் கவண்வில்லும் மற்றவர்களிடம் திபெத்தியக் கௌதாரிகளும் இருந்தன.

என்ன நடக்கிறது என்பது குறித்த எந்தத் தெளிவுமற்று சாலைப் பணியாளர்கள் தங்களுடைய இயந்திரங்களை எடுத்துக்கொண்டு ட்ரக்கில் ஏறி உடனடியாக அந்த இடத்தை விட்டுப் பேரச்சத்துடன் கிளம்பிப் போனார்கள். இப்போது தங்களை இன்னும் அதிவீரர்களாக உணர்ந்த கிராமத்தினர், பணியாளர்களால் அங்கு நிராதரவாக விட்டுச் செல்லப்பட்ட நிலம் சமனிடும் பொறிகளைக் கற்களாலும் உலோகத்தாலான நன்சாகூவாலும் தாக்கினர். அதன் கண்ணாடி நொறுங்கி உலோக

அமைப்பு முழுவதும் சிதைக்கப்பட்ட பிறகு "இறைவனுக்கு வெற்றி உண்டாகட்டும்" என்று கோஷமிட்டபடி அவர்கள் அந்த இடத்தைவிட்டு அகன்றனர். பிறகு அவர்கள் தம் கூடாரத்தை அடைந்தபோது அவர்களைக் கண்ட அகு யோன்டோவின் முகம் வெற்றியில் பளிச்சிட்டது.

"இது நாம் நிச்சயமாகச் செய்தாகவேண்டிய ஒன்று. இன்னும் சில முறைகள் இப்படிச் செய்தால் நம்மிடம் தாக்குப் பிடிக்கமுடியாமல் அவர்கள் இந்த இடத்தைவிட்டே போய் விடுவார்கள்" அவர் இப்படிச் சொன்னபோது அனைவரும் அதை ஆமோதிப்பதாகத் தங்கள் தலைகளை அசைத்தார்கள். அவர்களுடைய இதயங்கள் நம்பிக்கையால் நிறைந்திருந்தன.

இச்சம்பவம் நிகழ்ந்த இரண்டு நாட்களுக்குள் நகரத் தலைவர் காவல்துறையைச் சார்ந்த வீரர்களுடன் கிராமத்தை வந்தடைந்தபோது அவர்களால் அதை நம்பவே முடியவில்லை. கிராமத்தைச் சேர்ந்த சில இளைஞர்கள் கைது செய்யப்பட்டனர். இதற்குமுன்பு ஊர்த் தலைவரைக் கடுமையாக விமர்சனம் செய்த நகரத் தலைவர், "மக்களே! என்னுடைய சகோதரர்களே!..." என்று கிராம மக்களை நோக்கி உரை நிகழ்த்தியபோது கம்பீரமாகத் தலை உயர்த்தியபடி அந்த ஊர்த் தலைவர் மக்களின் நடுவே நின்று கொண்டிருந்தார்.

"இது தவறான ஒரு நிகழ்வு. இங்கு சாலை அமைக்கப்படுவது குறித்து நீங்கள் மகிழ்ச்சி அடையவேண்டும். உங்களுடைய உயரதிகாரிகள் உங்கள் மீது அக்கறை கொண்டிருக்கிறார்கள். நமக்கென ஒரு சாலை இல்லாத காரணத்தால் தான் நம்முடைய கிராமம் இன்னமும் பின்தங்கி உள்ளது. இதைப் பற்றிச் சிந்தியுங்கள். நீங்கள் மாகாணத் தலைநகருக்கோ நகரின் மையத்திற்கோ பொருட்களை எடுத்துப் போக வேண்டுமெனில் காட்டெருமையின் மீது அவற்றை வைத்துத் தான் இன்று வரை போக வேண்டியுள்ளது. குதிரை வைத்திருப்பவர்கள் அதன் மீது பயணம் செய்கிறார்கள். ஆனால் குதிரை இல்லாதவர்கள் நடைப் பயணமாக செல்லும்போது இரண்டு நாட்கள் பிடிக்கிறது. இரண்டு நாட்கள்!" என்று தன் இரு விரல்களை நீட்டினார். "அது மிகக் களைப்பாக இருக்கும். இல்லையா? சாலை வசதி இருக்குமானால் டிரக்கில் பயணித்து அதே இடத்தை நீங்கள் இரண்டு மணிநேரத்துக்குள் சென்றடைய முடியும். ஆகவே

நமக்கு சாலை கிடைப்பது என்பது மகிழ்ச்சி அடைவதற்கான ஒரு விசயம். இங்கு நாம் காணும் இந்த எதிர்ப்பு ஒரு மிகப் பெரிய தவறு என்று உங்களுக்குத் தோன்றவில்லையா?" என்று கேட்டார்.

கிராமத்தைச் சேர்ந்த இளைஞர்கள், முதியவர்கள் என யாருமே இதை ஏற்கவில்லை. ஆனால் நகரத்தின் தலைவரிடம் பதிலுக்குப் பதில் பேசுவது புத்திசாலித்தனமில்லை என்று அவர்கள் அறிந்திருந்தனர். தங்கள் தலைவர்களின் அருகில் நின்றுகொண்டே அவர் கண்களை நேருக்கு நேராகப் பார்ப்பதைத் தவிர்த்து, அவர் பேசுவதைக் கவனிக்காதது போலத் தங்கள் மறுப்பை சமிக்ஞையால் உணர்த்தினார்கள்.

"நீங்கள் இந்த நாட்டின் கருவிகளைச் சேதப்படுத்தியது சட்டத்துக்குப் புறம்பானது. இங்கு சாலை அமைக்கப்படுவது குறித்து மகிழ்ச்சியுறாத எதிர்ப்பாளர்கள் இன்னும் வேறு யாராவது இருந்தால் அவர்களும் கைது செய்யப்படுவார்கள். இந்தத் தீய சக்திகளிடமிருந்து நீங்கள் எதுவும் கற்றுக் கொள்ளாமல் இருப்பது நலம். சாலை அமைக்கும் பணி நாளையிலிருந்து மறுபடி துவங்கும்" என்று தீர்மானமாகச் சொன்னார்.

அவர் இதைப் பேசி முடித்ததும் கைது செய்யப்பட்டிருந்த இளைஞர்கள் டிரக்கின் உள்ளே தள்ளப்பட்டு, அந்த டிரக் கிளம்பிச் சென்றது. அவ்வாறு கொண்டுசெல்லப்பட்ட இளைஞர்களைப் பார்த்து நக்சார் கிராமம் பெரும் அச்சம் கொண்டது. அவர்கள் அனைவரும் செயலற்று, விழிகள் விரிய, வாயைப் பிளந்தபடி அந்த டிரக்கை வெறித்துப் பார்த்தனர்.

"ஒரு வேளை..." என்ற அகு யோன்டன் பல விநாடிகள் கடந்த பின்னும் எதுவும் பேசாமல் இருந்தார். அவர் மீண்டும் பேசியபோது ஏதோவொரு ஆழமான சிந்தனைப் பிடியிலிருந்து அப்போது தான் மீண்டதைப் போலிருந்தது.

"நாம் இதைச் சரியான முறையில் கையாளாமல் போயிருக்கலாம். வேறொரு தந்திரத்தைப் பற்றி இப்போது நாம் சிந்திக்க வேண்டும்" என்றார்.

அனைவரும் இதை ஏற்றுக்கொண்டதாகத் தலையசைத்தாலும் ஒரு மாற்றுத் திட்டத்தை அன்று அவர்களுள் யாருமே கண்டடையவில்லை. அவர்கள் தத்தம் வீடுகளுக்குத் திரும்பச் சென்ற பிறகு அதைக் கண்டுபிடிப்பதற்காகச் சிந்தனை செய்தபடி இருந்தார்கள்.

மூன்று நாட்களில் சாலைக் கட்டமைப்புப் பணிகள் மறுபடி துவங்கின. சேக்லாக் என்கிற மந்தபுத்தி கொண்ட ஒரு முதியவர், "எது எப்படியானாலும் ஒரு மனித உயிரை அவர்கள் எடுக்க மாட்டார்கள்" என்று நினைத்தார். தன்னைக் கதாநாயகனாக நினைத்துக்கொண்டவர், நிர்ணயிக்கப்பட்ட எல்லைக் கோட்டைக் கடந்து மண்ணைச் சமன் செய்யும் கருவியின் முன் படுத்துக் கொண்டார். சாலையைத் தோண்டுவதைச் சிறிது நேரம் நிறுத்திய பணியாளர்கள், அந்தக் காட்சியை வேடிக்கை பார்ப்பதற்காக அங்கு கூட்டமாக வந்து நின்றார்கள். "இவர் என்ன பைத்தியமா?" என்று சத்தமாகக் கேட்டனர். சிலர் அவருக்கு அருகே சென்று அவர் அந்த இடத்திலிருந்து நகரவேண்டும் என்பதைப் பலவிதமான சைகைகள் மூலம் அவருக்குத் தெரிவித்தனர். அந்த முதியவர் அசைவின்றி அமைதியாகக் கிடந்தார். ஆனால் சிறிது நேரத்தில், ஏதோ நினைவுக்கு வந்தவர் போல, தம் இடுப்பிலிருந்த வாரை வேகமாகக் கழற்றி, பிறகு தன் சூபாவைத் தலை வழியாக இழுத்துக் கீழே போட்டபோது கட்டிடப் பணியாளர்களால் தம் தலைகளை அசைப்பதைத் தவிர வேறெதுவும் செய்ய இயலவில்லை. சேக்லாக் அதே நிலையில் நாள் முழுதும் அங்கு படுத்துக்கிடந்தார். சாலைப் பணியாளர்களால் தங்கள் பணியைத் தொடரமுடியவில்லை.

"இது ஒரு தந்திரம்."

"சரி. அவர்கள் ஒரு மனித உயிரைப் பறிக்க மாட்டார்கள்."

"இல்லை. ஒரு மனித உயிரைப் பறிப்பதற்கு யாருக்கு உரிமை இருக்கிறது?"

சேக்லாக் செய்த காரியத்தைப் பார்த்த நக்சார் கிராமத்தைச் சேர்ந்த அனைவரும் இப்படித் தமக்குள் பேசிக்கொண்டு, இது ஒரு நல்ல உபாயம் என்று நினைத்து மறுபடி ஊக்கமடைந்தனர்.

"நாம் இனி இதைத் தான் செய்யப்போகிறோம். தினம் ஒவ்வொருவராக பணி நடக்கும் இடத்தில் தரையில் படுப்போம். நாளை நான் போகிறேன். டோலோ அதற்கு அடுத்த நாள் அங்கிருப்பார். அதற்குப் பிறகு நடப்பதைப் பார்ப்போம்" என்றார் அகு யோன்டன்.

நான்காவது நாள் காலை, சேக்லாக் படுத்துக்கிடந்த அந்த இடத்துக்கு அகு யோன்டன் சென்றார். காலணிகளைக் கழற்றி சூபாவைத் தலைக்கு மேலாகத் தூக்கிக் கழற்றிய பிறகு அந்த இடத்தில் படுத்துக்கொண்டார். சாலைப் பணியாளர்கள் அன்று பணிக்கு வந்தபோது முந்தைய தினத்தைப் போலவே அந்த இடத்தில் இன்னொரு ஆள் படுத்துக் கிடப்பதைப் பார்த்து வியந்துபோனார்கள். பணியாளர்களின் தலைவன் புகை பிடித்தபடி குறுக்கும் நெடுக்குமாக நடந்து கொண்டிருந்தான். அவ்வளவு பேரும் முட்டாள் ஜனங்களாக இருக்க வாய்ப்பில்லை என்று நினைத்தவன், "எப்படியாவது இவரைக் கொஞ்சம் பயமுறுத்தினால் போதும். பிறகு நிச்சயமாக நமக்கு முடிவு தெரிந்துவிடும்" என்று தீர்மானித்து மண்ணைச் சமன் செய்யும் கருவியை அகு யோன்டன் படுத்திருந்த இடத்துக்குப் பக்கவாட்டில் ஓட்டத் துவங்கினான். அகு யோன்டன் அப்போதும் அசையாது படுத்திருந்தார். ஆனால் பணியாளரின் தலைவன் மண்ணைச் சமன்படுத்தும் கருவியில் இணைக்கப்பட்டிருந்த மண் அள்ளும் கருவியை நிலத்தில் ஆழமாக ஊன்றி, அகு யோன்டன் படுத்துக் கிடந்த இடத்தின் வெகு அருகேயிருந்த மண்ணோடு சேர்த்து அகு யோன்டனையும் தூக்க முயற்சித்ததும் அவர் பயந்துவிட்டார். தன் சூபாவைத் தூக்கியெறிந்து பல முறைகள் உருண்டு தன்னுடைய காலணியைப் போட்டுக் கொள்ளக்கூட மறந்துபோய் அங்கிருந்து ஓட்டமெடுத்தார்.

அச்சத்தில் இரண்டு விழிகளும் மேல் நோக்கி உருள மிரண்டுபோய் கிராமத்தை அடைந்த அகு யோன்டன், "ஓ! மோசமான விசயங்கள் நிச்சயம் நடக்கப் போவதற்கான அறிகுறி தான் இது. ஒரு முதிர்ந்த எருது தன் கொம்புகளால் நிலத்தைக் கிழிப்பது போன்ற துணிவுகொண்டவர்களாக அவர்கள் இருக்கின்றனர். நிலத்தைப் பாளமாக வெட்டியெடுத்துக்கொண்டு போவதற்கும் அவர்கள் தயாராக இருக்கிறார்கள். உண்மையில்

அவர்களுக்கு இருக்கும் வலிமை ஒரு காட்டெருமையின் வலிமைக்கு இணையானதாக இருக்கிறது" என்றார்.

"அதற்கு வாய்ப்பிருக்கிறதா?"

"ஏன் இல்லை?" என்று கேட்ட கிராமத் தலைவர் பெருமிதத்துடன் புன்னகைத்து, "நல்லவேளை! நீங்கள் இயந்திரங்களுடன் ஒரு எதிர் நிலைப்பாட்டை எடுக்கவில்லை. அவற்றுக்கு இரக்கமே கிடையாது" என்றார். எல்லோரும் கிராமத் தலைவரின் பக்கமாகத் திரும்பி தங்களுடைய தலைகளை தன்னிச்சையாக அசைத்தார்கள்.

நக்சார் கிராமம் நாம் அனைவரும் அறிந்தது போல நம்முடைய நாட்டில் உள்ள ஒரு குக்கிராமம். ஆனால் இந்த வருடத்தில் அந்த சாலைக் கட்டுமானப் பணி நிறைவுற்ற பிறகு கம்பளியையும் இன்ன பிற பொருட்களின் சுமையையும் ஏற்றிக் கொண்டு நிறைய டிரக்குகள் அடிக்கடி அந்த சாலைவழியே பயணிக்கின்றன. கிராம மக்கள் மிகவும் மகிழ்ச்சியாக இருக்கிறார்கள்.

***

வோய்சர் (Woeser)

கவிஞரும், எழுத்தாளரும் பத்திரிகையாளருமான வோசரின், *'திபெத் அபவ்'* எனும் தன் முதல் கவிதைத் தொகுப்பை 1999ஆம் ஆண்டு வெளியிட்டார். அடுத்து 2003ஆம் ஆண்டு வெளிவந்த அவருடைய இரண்டாவது நூல், *'நோட்ஸ் ஆன் டிபெட்'*, மிக அதிக அளவில் விற்பனையானதுடன் சீனாவால் தடை செய்யப்பட்ட ஒன்று. *'டிபெட்ஸ் ட்ரு ஹார்ட்: செலக்ட் பொயம்ஸ்'* எனும் அவருடைய இரண்டாவது கவிதைத் தொகுப்பை, அமெரிக்காவின் *ரேக்ட் பேனர் பிரஸ்* வெளியிட்டது. வோஸர், நார்வேகியன் ஆத்தர்ஸ் யூனியன் அளிக்கும் ஃப்ரீடம் ஆஃப் எக்ஸ்பிரஷன் விருதையும், இன்டர்நேஷனல் விமென் ஆஃப் கரேஜ் விருதையும் பெற்றுள்ளார்.

நயிமா செரிங்கின் கண்ணீர்

அது 1999இன் கோடைக் காலங்களில் ஒன்று. புனிதப் பயணம் மேற்கொள்பவர்களும் சுற்றுலாப் பயணிகளுமாக சுக்லாகங் வழக்கம் போல நிறைந்து காணப்பட்டது. நயிமா செரிங் நுழைவாயிலின் அருகே நுழைவுச் சீட்டு விற்றுக்கொண்டும், தொலை தூரத்திலிருந்து சுற்றுலா வந்திருக்கும் பார்வையாளர்களுக்கு ஆங்கிலத்திலும் சீன மொழியிலும் விளக்குவதற்கு எப்போதும் போல் தயாராக நின்றுகொண்டிருந்தார். இது தான் அவருடைய வேலை. மற்ற புத்த பிக்குகளைப் போலின்றி அவரை 'சுற்றுலா வழிகாட்டி லாமா' என்று செய்தி ஊடகங்களிலும் காட்சி ஊடகங்களிலும் குறிப்பிட்டனர். ஆனால் அவர் சுற்றுலா வழிகாட்டி மட்டுமில்லை. லாசாவினுடைய நிரந்தர மக்களவைக் குழுவின் உறுப்பினரும் கூட. இதுபோன்ற பற்பல பட்டப் பெயர்கள் அவருக்கு இருந்தன. ஆகவே ஷியாங், லாசா ஆகிய தொலைக்காட்சிகளில் காட்சியளிக்கிற அதிகம் பேசாத, வெகு சாதாரணமான உடைகளணிந்த அதிகாரிகளின் இடையே செந்நிற அங்கியணிந்த ஒரு இளம் புத்த பிக்குவை நாங்கள் அடிக்கடி பார்க்கமுடிந்தது. அவர் எப்போதும் அமைதியுடனும், விவேகத்துடனும், தன்னம்பிக்கையுடனும் காணப்பட்டார்.

கடவுச் சீட்டு விண்ணப்பங்களைக் கையாளும் துறையிடம் அவருடைய இரண்டு புகைப்படங்களைச் சமர்ப்பிக்குமாறு திடீரென ஒரு நாள் யாரோ அவரிடம் சொன்னார்கள். சில நாட்களுக்குப் பிறகு நயிமா செரிங் விமானம் மூலமாக பீய்ஜிங் செல்ல வேண்டியிருக்கும் என்றும், பிறகு அங்கு கூடும் மற்ற அரசு அதிகாரிகளுடன் இணைந்து நார்வேயில் நடைபெறும் சர்வதேச மனித உரிமைப் பேரவைக் கூட்டத்தில் கலந்துகொள்ளவேண்டும் என்றும் அவருக்குத் தெரிவிக்கப்பட்டது. நார்வே? அந்த நாட்டில் தானே

1989 ஆம் வருடம் தலாய் லாமா தன் நோபெல் பரிசைப் பெற்றார்? சிறிது பரபரப்பாகவும் அசௌகரியமாகவும் உணர்ந்த செரிங் தன் புகைப்படங்களைச் சமர்ப்பிக்கச் சென்றபோது அங்கிருந்த நபர் அவருடைய விசித்திரமான முகபாவனையைக் கவனித்து, "கவலைப்படாதீர்கள். உங்களுடன் பயணம் செய்யப் போகிறவர்கள் அனைவரும் உயர்தரமானவர்கள். லாசாவின் அதிகாரிகளைப் போல ஏதும் அறியாதவர்களாக இருக்கமாட்டார்கள்" என்றார்.

சில நாட்களுக்குள்ளாகவே நயிமா செரிங் பீய்ஜிங் செல்லும் விமானமொன்றில் தனியாகப் புறப்பட்டார். விமானம் கிளம்பும்போது அவரை வழியனுப்பவும் தரையிறங்கியபோது அவரை வரவேற்கவும் இரண்டு இடங்களிலும் ஆட்கள் இருந்தனர். யாரைச் சந்தித்தோம் என்ன பேசினோம் என்பதெல்லாம் அவருக்கு நினைவில்லை. இரண்டு நாட்களுக்குப் பின் பத்து அல்லது இருபது பிரதிநிதிகளுடன் நார்வேயை நோக்கி விமானத்தில் பயணப்பட்டார். இது தான் அவருடைய முதல் வெளிநாட்டுப் பயணம். வழியில் நடந்த எதுவும் அவருக்கு நினைவில்லை. எனினும், அவரைப் பொறுத்தவரை மனித உரிமைகளோடு ஒப்பிடுகையில் மற்ற எந்த விசயமும் அவ்வளவு முக்கியமானதில்லை. பேரவைக் கூட்டத்தை விடப் பெரிதாக வேறு எது அவரை அவ்வளவு அக்கறைகொள்ளச் செய்துவிட முடியும்? அனைத்துக்கும் மேலாக, திபெத்தில் இருந்து வருகிற ஒற்றைத் திபெத்தியரும் துறவிகளின் அங்கியணிந்த புத்த பிக்குவும் அந்தக் குழுவில் அவர் ஒருவர் மட்டும் தான்.

அவருடன் இருந்த மற்றவர்கள் உண்மையாகவே வித்தியாசமாக இருந்தனர். அவர்கள் அவரைவிட வயது முதிர்ந்தவர்களாகவும், லாசா நகரத்தின் அதிகாரிகள் போலின்றி நன்கு படித்தவர்களாகவும், நல்ல பழக்கவழக்கங்களுடனும் தெரிந்தனர். கூச்சல் இடுபவர்களாகவோ அதிகார மனப்போக்கு உடையவர்களாகவோ இல்லை. நயிமா தன்னுடைய கண்ணீரை அடக்கமுடியாத அவமானகரமான கணமொன்றில் 'கமிட்டி ஃபார் நேஷனாலிட்டி அண்ட் ரிலீஜியனைச்' சேர்ந்த ஒரு அதிகாரி நயிமாவிடம், "உங்களுடைய உடல் நலனில் எந்தப் பிரச்சினையும் இல்லையே?" என்று ரகசியமாகக் கேட்டது இன்று வரையில் அவருக்கு நினைவிருக்கிறது. இறுதியில் அடக்கமுடியாத நிலையில் அவர் கண்ணீர் சிந்தியபோது யாரும்

அதற்கு எந்த விளக்கமும் கேட்கவில்லை. இந்தப் புரிதலை நயிமா செரிங் பெரிதும் பாராட்டினார்.

இப்போதெல்லாம் பேரவையைப் பற்றிய பேச்செடுத்தாலே அதனுடைய நடவடிக்கைகள், பங்கேற்பாளர்கள், உள்ளடக்கம், பின்னணி, சூழல், சுற்றுப்புறம், பலரும் சந்தித்துப் பேசிக் கொள்ளும் கூட்டங்கள், பேரவைக் கூட்டங்களுக்கு வெளியே நிகழும் கலந்துரையாடல்கள், சுற்றுலாப் பயணிகள் சுற்றிப் பார்க்கக் கூடிய அந்த நாட்டின் இடங்கள் எனும் எந்தத் தகவலைக் குறித்தும் பேசுவதையும் நயிமா தவிர்க்கப் பார்க்கிறார். அவருக்கு நினைவிருக்கும் நிகழ்ச்சிகள் யாவும் உண்மையில் அவருடைய உள்ளத்தின் அடியாழத்திலிருந்து அதற்குமேல் மறைத்துவைக்க முடியாமல் பீறிட்டு மேலெழுபவையே. அவருக்கு நினைவிருக்கும் முதல் நிகழ்வு, முதல் நாளின் காலை அமர்வு முடிவுற்று, அவர்கள் சீனத் தூதரகத்துக்கு மதிய உணவுக்குச் செல்லும் வழியில் நடந்தது. பதில் சொல்வதற்குக் கடினமான கேள்விகளைக் கேட்டோ, வேறு விதமான தொந்தரவோ யாரும் அவருக்குத் தராததால் செரிங் மனதில் நீண்ட காலமாக இருந்த கவலைகள் மெல்ல மறைத்து கொண்டிருந்தன. பயணத்தின் இடையே தங்களைக் கடந்த எழிலான ஸ்காண்டிநேவியன் சாலையின் காட்சிகளைப் பார்த்தபடி செல்வது இனிமையாக இருந்தது. நயிமா செரிங் தன்னருகே அமர்ந்திருந்த அயல்நாட்டவருடன் அளவளாவத் துவங்கினார். வெளிநாட்டினரின் சுக்லாகங் வழிகாட்டியாக, தன்னம்பிக்கை மிகுந்தவராக, தன்னுடைய வழக்கமான இயல்புக்கு அவர் படிப்படியாகத் திரும்பிவிட்டது போலத் தோன்றியது. ஆகவே திடீரென நின்ற காரின் கதவு திறந்தபோது ஒலித்த ஆட்கள் பேசும் சத்தம், ஓ, ஆட்களின் அந்த சத்தம், நிறைய ஆட்களிடம் இருந்து மொத்தமாகக் கேட்ட அந்த சத்தம், நயிமா செரிங்குக்குத் தன் முகத்துக்கு நேராகச் சட்டென இடி இடித்தது போலிருந்தது. பிறகு அந்த இடி தன் மீது மோதியதைப் போல அவர் உணர்ந்தார். ஒரு பெரிய வெடி விபத்துக்குப் பிறகு ஏற்படும் ஒரு அதிர்வைத் தன் தலையில் உணர்ந்தார். தன்னுடைய சுயநினைவைக் கிட்டதட்ட இழந்துவிட்ட அவரால் அசையக் கூட முடியவில்லை.

“சீனர்” ... “சீன லாமா”... “கம்யூனிஸ்ட் லாமா”...

தூதரகத்துக்கு வெளியே கோபமுற்றிருந்த ஏராளமான முகங்கள் அவருக்கு மிகப் பழக்கமான அமைப்புகளைக்

கொண்டனவாக இருந்தன; ஏராளமான உதடுகள் அவருக்கு மிகப் பழக்கமான ஒரு மொழியில் கூச்சலிட்டன. நயிமா செரிங்கும் அவர்களும் ரத்த சொந்தமுடையவர்கள். அங்கிருந்த ஆண்களும் பெண்களும் அவருடைய வயதொத்தவர்கள். அவர்களுக்கு இடையே இருந்த ஒரே வேறுபாடு அவர்கள் திபெத்திலிருந்து நாடு கடத்தப்பட்டவர்கள்; திபெத்திலிருந்து வந்திருந்த 'விடுதலையடைந்த திபெத்தியர்' அவர் மட்டுமே. ஆயினும் அந்தத் தருணத்தில் தலாய் லாமா நோபெல் பரிசு பெற்ற அந்த நகரத்தின் சீனத் தூதரகத்தின் முன்பு, அவரும் அவர்களும் முற்றிலும் பிரிவுபட்ட இரு வேறு வடிவங்களாக நின்றனர். அத்துடன் "சீனர்களே, எங்கள் தேசத்தை எங்களுக்குத் திரும்பக் கொடுங்கள்" என்று ஆங்கில, சீன, திபெத்திய மொழிகளில் எழுதப்பட்ட நிறைய பதாகைகளை அவர்கள் பிடித்துக் கொண்டிருந்தனர்.

காரிலிருந்து இறங்கிய அனைவரும் அந்தக் காட்சியைப் புறக்கணித்தபடி, நேராக முன்னோக்கிச் சென்றனர். ஆனால் அவரால் நகர முடியவில்லை. நயிமா செரிங்கால் அது எப்படி முடியும்? அதன் பிறகான நாட்களில் எவ்வளவு கடினமாக முயற்சி செய்து பார்த்தும் காருக்கும் அந்தக் கட்டடத்துக்குமான சிறிய தூரத்தைத் தன்னால் எப்படிக் கடக்க முடிந்தது என்பது அவருக்கு நினைவு வரவேயில்லை. ஆனால் தன்னுடைய முப்பத்தி இரண்டு வருட வாழ்க்கையில் அவர் பயணம் செய்த நீண்ட மிகக் கடினமான பாதை நிச்சயமாக அது ஒன்று தான்.

அவர் அணிந்திருந்த அங்கி ஒளிவீசும் நெருப்பின் நிறத்தில் இருந்தது. போராட்டக்காரர்களின் வெறுப்புமிழும் பார்வையில் இருந்த கொதிக்கும் எண்ணெய் அல்லது வெண்ணைத் துளிகளால் அந்த நெருப்பு இப்போது மேலும் பிரகாசமாகத் தெரிந்தது.

இரைச்சலுடன் சிதறிய கொதிக்கும் வெண்ணைத் துளிகள் தாழ்ந்திருந்த அவருடைய தலை, குனிந்திருந்த முதுகு, நெளிகிற கால்களின் மீது பரவியது.

"நான் என்ன செய்ய முடியும்? ... நான் என்ன செய்ய முடியும்? நான் இந்த அங்கியை அணிந்திருக்கிறேன்" என்று தெளிவான குரலில் சொன்னார் நயிமா செரிங். பகல் வெளிச்சத்தில் மிகப் பிரகாசமாகத் தோற்றமளித்த தன்னுடைய கறுஞ்சிவப்பு நிற

அங்கியை வேகமாகப் பிடித்திழுத்து விட்டுக்கொண்டு தனக்குத் தானே பேசிக்கொள்வது போன்ற மெல்லிய குரலில் அவர் இதைத் திரும்பத் திரும்பச் சொன்னார்.

“அதற்குப் பிறகு என் இதயம் எப்போதும் அமைதி அடையவில்லை. சூடான இலுப்பச் சட்டிக்குள் இருக்கும் எறும்பின் நிலை எப்படி இருக்கும் என்பதை நான் அந்த நான்கு நாட்களில் அறிந்து கொண்டேன்” என்று அவர் அதனை நினைவுகூர்ந்தார். சூடான இலுப்பச் சட்டிகள் எல்லா இடங்களிலும் இருந்தன. மறைந்து கொள்வதற்குக் குளுமையான இடம் தான் எங்குமில்லை.

சோதனை மிகுந்த அந்தச் சிறிய இடத்தை ஒருவழியாகக் கடப்பதற்குள் நயிமா செரிங் மனதளவில் முழுதாகக் காயமடைந்து விட்டார். முன்பு ஆழமான தழும்புகள் உண்டான போது தனக்கு ஏற்பட்ட வலியை, சூட்டுக் கோலைத் தன் தோல் மீது இழுத்து ஒரு அடையாளம் உண்டாக்கப்பட்டபோது அடைந்த வேதனையை அவர் இப்போது மீண்டும் உணர்ந்தார். இந்த சூட்டுக்கோல் தந்த மிக அதிகமான வலியில் அவர் அழ விரும்பினார். ஆனால் கண்ணீரே வரவில்லை. தூதரகத்தில் இருந்த மற்றவர்கள் எதுவுமே நடக்காதது போல் இருந்தனர். அல்லது அவர்களால் காட்சிகளைப் பார்க்க மட்டுமே முடிந்ததே தவிர கண்டுணர முடியவில்லை என்று சொல்லலாம். அனைவரும் அந்த நிகழ்வைப் பற்றிக் குறிப்பிடாமல் மற்ற விஷயங்கள் குறித்து மட்டுமே மெல்லிய குரலில் பேசியபடி உணவருந்திக் கொண்டிருந்தனர். நயிமா செரிங் மட்டும் தான் தன்னுடைய தொண்டையில் முள் சிக்கிக்கொண்டது போல உணவை விழுங்கமுடியாது தவித்தார். நாடுகடத்தப்பட்ட அத்தனை திபெத்தியர்களையும் ரத்தமும் சதையுமாக ஒரு அந்நிய மண்ணில் அவர் பார்ப்பது இதுவே முதல் முறை. அவர்கள் சில அடிகள் மட்டுமே தள்ளி இருந்தாலும் மலைத் தொடர்கள் அவர்களை வெகு தொலைவுக்குப் பிரித்துவிட்டது போலிருந்தது.

நயிமா செரிங்கிடம் நிறைய நபர்கள் பற்பல விசயங்களைப் பகிர்ந்தனர். ஆயினும் அவை எதுவுமே முக்கியமானதாக இல்லை அல்லது அதனால் எந்த விளைவும் ஏற்படப் போவதில்லை. அவர் அவற்றைக் கூர்ந்து கவனியாது, வெறுமனே கேட்டுக்கொண்டார், பிறகு மறந்துவிட்டார். அவருடைய இதயம் காயப்பட்டிருந்தது. அவர் தன் உற்சாகத்தை இழந்துவிட்டிருந்தார். காரில் இருந்த

அந்நிய நாட்டவர்கள் அவரைப் பரிதாபமாகப் பார்த்ததுடன், பீய்ஜிங்கில் இருந்து வந்திருந்த ஒரு அதிகாரி மெல்லிய குரலில் அவரிடம், "நீங்கள் நன்றாக இருக்கிறீர்கள் தானே?" என்று கேட்டது அவருக்கு நினைவிருந்தது. நயிமா தன்னுடைய தலையை அசைத்தார். அந்த மனிதர் கனிவாகவும் பணிவாகவும் இருந்தார். நயிமாவைப் பல நாட்களாகத் தொடர்ந்துகொண்டிருந்த கவலைகள் சில நொடிகள் மறைந்து பிறகு முன்னை விட வேகமாக மறுபடி தோன்றின. லாசாவில் இருந்து கிளம்பிய பிறகு வளர்ந்த அவருடைய மனதின் கவலைகளை வரிசைப்படுத்துவது என்பது கடினமான ஒன்று. இப்போது அவற்றோடு தொடர்புடைய மேலும் சிலவும் அவற்றுடன் சேர்ந்துகொண்டன. "நான் இந்தக் கதவைத் தாண்டி வெளியே சென்று அவர்களை மறுபடி சந்தித்தால் என்னாகும்? அவர்கள் என்னை வெறுப்பார்களா, ஏளனம் செய்வார்களா அல்லது எனக்காக வருத்தப்படுவார்களா? அடடா! இல்லை. அவர்களைப் பொறுத்தவரை நான் ஒரு 'சீன லாமா', ஒரு 'கம்யூனிஸ்ட் லாமா' அல்லவா!" என நினைத்த அவர் கசப்புடன் புன்னகைத்தார்.

தன் மன அமைதியை மேலும் இழந்ததாக உணர்ந்தவர் எச்சரிக்கையுடன் தூதரகத்திலிருந்து வலிந்து வெளியேறி நிம்மதிப் பெருமூச்சுவிட்டார். ஆனாலும் திடீரென அவர் வெறுமையாக உணர்ந்தார். சிறிது நேரத்துக்கு முன் அங்கு கூடியிருந்து போராட்டம் நடத்திய சக திபெத்தியர்கள் கலைந்து சென்றுவிட்டிருக்க, அந்த இடம் இப்போது காலியாக இருந்தது. அவர்கள் எங்கே சென்றுவிட்டார்கள்?

இரண்டாம் தினம் சிக்கல்கள் ஏதுமின்றிக் கழிந்தது.

மூன்றாம் நாள் நயிமா செரிங் அங்கு உரையாற்றினார். அவர் பேரவைக் கூட்டத்திற்கு அனுப்பப்பட்டதற்கான உண்மையான காரணம் அது தான். அதற்கு முந்தைய கூட்டங்களில் திபெத்தியர்களின் குரல் ஒலிக்கவில்லை என்பதால் திபெத்தில் நிலவும் மனித உரிமைகள் நிலவரம் குறித்து சீனர்களின் தரப்பில் சொல்லப்பட்ட தர்க்கங்கள் எப்போதும் மிக வலிமையற்றதாகத் தெரிந்தன. திபெத்தியர்கள் தம் மனித உரிமைகளைத் துய்த்தனர் என்றும், அவை பாதுகாக்கப்பட்டன என்றும் மற்றவர்களுக்கு நிரூபிப்பதற்காகத் தான் நயிமா சாட்சியமளிக்கும் அந்தப் பயணம் ஏற்பாடு செய்யப்பட்டிருந்தது. ஆனால், நயிமாவின் இதயத்தில் எத்தகைய குழப்பங்கள் இருந்தன என்பது

யாருக்குத் தெரியும்? எப்படி சொல்வது? எதைப் பேசுவது? எதைச் சொல்லவேண்டும்? ...எதைச் சொல்லக் கூடாது? அவர் உண்மையாகவே மனக் கலக்கம் அடைந்தார். செந்நிற அங்கியணிந்திருக்கும் தான் ஒரு காட்சிப் பொருள் மட்டுமே என்று அவர் அறிந்திருந்தாலும் தான் இவற்றை ஏற்கவில்லை என்பதை உரத்த குரலில் சொல்லவோ பொருத்தமற்ற எதையும் செய்யவோ அவர் விரும்பவில்லை. தான் நம்பிக்கைகொள்ளத் துவங்கியிருந்த வெளிநாட்டவர் ஒருவரிடம் இது பற்றிய அவருடைய கருத்தை நயிமா அமைதியாகக் கேட்டார். அந்த வெளிநாட்டவரும் பொதுவான விசயங்களைப் பேசுமாறும் எதையும் தெளிவாகப் பேச வேண்டாம் என்றும் அதே குரலில் பதிலுரைத்தார்.

நயிமா செரிங், தான் பேசுவதற்காகத் தயாரித்து வைத்திருந்த 'உரை' அல்லது துல்லியமாகச் சொல்ல வேண்டுமெனில் செய்தி ஊடகங்கள், தொலைக்காட்சி நிலையங்களுக்கு ஏற்ற 'உரை' ஒன்றை ஒப்பித்துக் கொண்டிருந்தார். திபெத்தியக் குடியாண்மை முற்றிலுமாகப் பாதுகாக்கப்படுகிறது, முன்னேறியுள்ளது, திபெத்தியர்களுக்குத் தாங்கள் விரும்பும் மதத்தைத் தொடரும் உரிமை இருக்கிறது, துறவிகளின் கூட்டம் நாட்டுப் பற்று கொண்டது என்று உள்ளூரில் இயங்கும் ஊடகங்களில் வழக்கமாகச் சொல்லப்படும் கருத்துகளுக்கு ஏற்றாற் போலவே அந்த உரை இருந்தது. பேரவைக் கூட்டத்தில் இருந்த அனைவரும் அமைதியுடன் அவருடைய உரையைக் கவனித்தனர். கூட்டத்தில் இருந்த ஒரு அமெரிக்கர் மட்டும், "அப்படியானால் நீங்கள் தலாய் லாமாவைச் சந்திக்கும் சுதந்திரமின்றி இருப்பது ஏன்?" என்று ஆங்கிலத்தில் கேட்டார். நயிமா செரிங் மனக் கலக்கமடைந்தார். இதுபோன்ற கேள்விகளுக்கு அவர் தன்னைத் தயார் செய்து வைத்திருந்தாலும் தலாய் லாமாவின் பெயரைக் கேட்டதுமே, முதல்நாள் யாரோ ஒருவர் தலாய்லாமா நோபெல் பரிசு பெற்ற இடத்தைச் சுட்டிக்காட்டிப் பேசியபோது ஏற்பட்டது போலவே இப்போதும், அவர் கலக்கமடைந்தார். ஆனால் அதிலிருந்து உடனடியாக மீண்டவராக தன் உணர்வுகளைக் கட்டுக்குள் கொண்டுவந்து புத்திசாலித்தனமாக, "இது அரசியல் சம்பந்தமான ஒரு கேள்வி. நான் இதற்குப் பதிலளிக்க மறுக்கிறேன்" என்றார்.

"இது எப்படி அரசியல் கேள்வியாகும்? ஒரு திபெத்தியர், ஒரு புத்த பிக்கு, தலாய்லாமாவைச் சந்திப்பதன் விருப்பம் குறித்த

ஒன்று எப்படி ஒரு அரசியல் கேள்வியாக முடியும்?" என்று அவர் மறுபடி கேட்டார். நயிமாவின் நிலைமையையும் உணர்வையும் புரிந்துகொண்டது போலக் கூட்டத்தில் இருந்த வேறு யாரும் எந்தக் கேள்வியும் கேட்கவில்லை. இறுதியில் நான்காம் நாள் துவங்கியது. நயிமா செரிங் தான் சித்திரவதைக்கு உள்ளாகும் நாட்கள் விரைவில் முடிவுக்கு வந்துவிடும் என்று நினைத்தார். ஆனால் மிகப்பெரிய அடி அந்த நான்காம் நாளில் தான் விழுந்தது.

புகழ்பெற்ற ஒரு தேசிய பூங்காவைப் பிரதிநிதிகள் கூட்டத்தின் இறுதி நாளன்று பார்வையிடுவதற்கான ஏற்பாடுகள் செய்யப்பட்டிருந்தன. நார்வேயில் இருந்த பூங்காக்கள் மிக அழகாகவும், மிகக் கவர்ச்சியான ஒத்திசைவோடும், இயற்கையோடு இயைந்தும் இருந்தன. இது உலகத்தின் கூரையின் மீது வளர்ந்த அந்த இளம் புத்த பிக்குவை மிகுந்த மகிழ்ச்சிக்கு உள்ளாக்கியது. அவர் சுற்றிப் பார்த்துக் கொண்டிருந்தபோது ஒரு இளம்பெண் அவரை நோக்கி வந்தாள். அவரைச் சுற்றியிருந்த மற்ற அயல் நாட்டினரைப் போலவே டீ ஷர்ட்டும் ஜீன்சும் அணிந்திருந்தாலும் திபெத்திய முகத்துடனும் திபெத்தியர்களிடமிருந்து வெளிப்பட்ட கண்ணுக்குத் தெரியாத ஒளியுடனும் திபெத்திய குண நலன்களுமுடைய அவள் ஒரு திபெத்தியப் பெண் என்பதை நயிமா தன் முதல் பார்வையிலேயே அடையாளம் கண்டுகொண்டார்.

அந்தப் பெண் தன்னுடைய நீண்ட நாள் நண்பர் ஒருவரைத் திடீரென்று சந்தித்தது போலத் தன் கைகளை அகல விரித்தபடி நயிமாவை நோக்கி நடந்துவந்தாள். இந்தப் பெண்ணை இதற்கு முன் சந்தித்திருக்கிறோம், இவளை அறிந்திருக்கிறோம் என்று தோன்றியதும் சட்டெனத் தன்வயமிழந்த ஒரு நிலையில் அவர் இருந்தார். அவராலும் அந்தப் பெண்ணின் கைகளை பிடித்துக் கொள்வதைத் தவிர்க்கமுடியவில்லை. அந்தப் பெண் தன்னுடைய கைகளை விடுவித்துக்கொள்ள மறுத்ததுடன், எதிர்பாராத விதமாக சத்தமாக அழத் துவங்கினாள். கண்களில் இருந்து கண்ணீர் வழிய அவரைப் பார்த்தவள், "துறவியே, நீங்கள் இங்கு என்ன செய்து கொண்டிருக்கிறீர்கள்? நீங்கள் சீனர்களுடன் என்ன செய்து கொண்டிருக்கிறீர்கள்? நீங்கள் ஒரு திபெத்தியர். நினைவில் வைத்துக்கொள்ளுங்கள். நீங்கள் ஒரு திபெத்தியர், அவர்களோடு நீங்கள் இருக்காதீர்கள்..." என்று திபெத்திய மொழியில் சொன்னாள்.

நயிமா செரிங்குக்கு அவமானமாகவும், பதற்றமாகவும், சோகமாகவும் இருந்தது. ஆனால் அவரால் தன்னுடைய கைகளை விடுவித்துக்கொள்ளவோ எதாவது பேசுவதற்கு வார்த்தைகளைக் கண்டுபிடிக்கவோ முடியவில்லை. அதற்குள் அங்கு கூட்டம் கூடிவிட்டது. கூட்டத்திலிருந்த அனைவரும் அயல்நாட்டவர். செந்நிற அங்கியுடன் இருக்கும் ஒரு துறவி அழுதுகொண்டிருக்கும் ஒரு பெண்ணுடன் மிக நெருக்கமாக நின்றுகொண்டிருந்தது அவர்களுடைய ஆவலைத் தூண்டியது. உறுப்பினர்கள் யாரும் இதில் குறிக்கிடவில்லை. பிரதிநிதிகளும் இதில் தலையிடாமல் தங்களுக்கும் இதற்கும் எந்தத் தொடர்பும் இல்லாதது போல அங்கிருந்து வேகமாக நகர்ந்து சென்றுவிட்டனர். அதில் ஒருவிதமான அனுதாபமும் புரிதலும் இருந்தது போலத் தெரிந்தது. இந்த நான்கு நாட்களாக நயிமாவைப் பின் தொடர்வதற்காகத் தூதரகத்தால் அனுப்பப்பட்ட அந்த நபர் "அவளுடைய கைகளை விடுங்கள் நயிமா. நாம் இங்கிருந்து போகலாம்" என்றான்.

அந்தத் திபெத்தியப் பெண்ணால் சீன மொழியைப் புரிந்துகொள்ள முடியாவிட்டாலும் அவன் என்ன சொன்னான் என்பதை அவளால் யூகிக்க முடிந்தது. கோபமடைந்த அவள் அவனைப் பார்த்து ஆங்கிலத்தில் ஏதோ சத்தமாகச் சொல்ல ஆரம்பித்தாள். நயிமா, "எனக்குத் தெரியும், எனக்குத் தெரியும், எனக்குத் தெரியும்..." என்பதை மறுபடி மறுபடி வேகமாக சொல்லி அவள் மேலும் அவனிடம் பேசுவதைத் தடுக்க முற்பட்டார். அந்த திபெத்தியப் பெண் தேம்பியபடி, "உங்களுக்கு உண்மையாகவே தெரியும் என்றால் அங்கு செல்லாதீர்கள்" என்றாள். இதற்குள் நயிமா தன்னுடைய மனதில் இருந்ததைத் தன்னையும் அறியாமல் உளறிவிட்டார். "நான் எப்படித் திரும்பிச் செல்லாதிருக்க முடியும்? நம்முடைய வீடு அங்கு தான் இருக்கிறது. நாம் எல்லோரும் அங்கிருந்து வந்துவிட்டால் பிறகு திபெத்தில் யார் வாழ்வார்கள்?" இந்த வார்த்தைகளைச் சொன்னபோது அவரால் அதற்கு மேல் தன்னுடைய கண்ணீரைக் கட்டுப்படுத்த முடியவில்லை.

இறுதியில் அங்கு வந்த சிலர் இந்த இக்கட்டான நிலையிலிருந்து அவர் வெளியே வர உதவி புரிந்தனர். அவர்கள் லாசாவில் இருந்த டி.ஏ. ஆர் அகாதெமி ஆஃப் சோஷியல் சயின்சஸ், திபெத் பல்கலைக்கழகம், நூலகம் போன்றவையால் மேம்படுத்தப்பட்ட குறுகிய காலக் கல்விப் பயிற்சிக்காக நார்வேவுக்கு

அனுப்பப்பட்ட திபெத்திய ஊழியர்கள். நயிமாவுக்கு அவர்களைத் தெரியாது. ஆனால் அவர்களும் அவரைப்போல் தான். அதாவது - திபெத்தைச் சேர்ந்த திபெத்தியர்கள் என்பதை அவரால் புரிந்துகொள்ள முடிந்தது.

ஆனால் இன்றுவரை நயிமா வெவ்வேறு பின்னணியைச் சார்ந்த அத்தனை திபெத்தியர்கள் அன்றைக்கு அங்கே ஏன் கூடியிருந்தார்கள் என்று தனக்குத் தானே கேட்டுக்கொண்டே தான் இருக்கிறார். ஆனால் அன்று அது நடந்தபோது அவரால் நிச்சயமாக இதைப்பற்றி அவ்வளவு தெளிவாகச் சிந்திக்க முடியவில்லை.

அழுதுகொண்டிருந்த அந்தப் பெண்ணின் பிடியிலிருந்து அதிவிரைவாகத் தன்னை விடுவித்துக்கொண்டவர், தன்னுடைய கண்களைத் தன் அங்கியால் துடைத்துக்கொண்டு வேகமாகப் பாய்ந்து சென்று மற்ற பிரதிநிதிகளுடன் இணைந்து நின்றுகொண்டார்.

நடு நிலையாளர்களில் ஒருவர் நயிமாவின் அழுகையைத் தடுத்து, கனிவான குரலில், “துறவியே, இங்கு என்ன நடந்தது என்று யாராவது உங்களைக் கேட்டால், அவளுடைய குடும்பத்தைச் சேர்ந்த யாரோ ஒருவர் இறந்துவிட்டதாகவும், நீங்கள் லாசாவுக்குத் திரும்பிச் சென்ற பிறகு ஜொகேங்கில் நெய் விளக்குகளை ஏற்றி, இறந்து போனவருக்காகச் சில பிரார்த்தனைப் பாடல்களைப் பாடுமாறு, அவள் உங்களைக் கேட்டுக்கொண்டதாக மட்டும் நீங்கள் சொன்னால் போதும்” என்று அறிவுறுத்தினார். வேகமாகத் தலையசைத்த நயிமா மறுபடி அந்தக் கடுமையான வலியைத் தன் இதயத்தில் உணர்ந்தார். அவர் மற்றவர்களை நோக்கிச் சென்றபோது யாரும் அவரைப் பார்க்கவுமில்லை, ஒரு வார்த்தை பேசவும் இல்லை. எதுவுமே நிகழாதது போலவும், அது பேசுவதற்குத் தகுதியான விசயமில்லை என்பது போலவும் அது இருந்தது.

இறுதியில் நார்வேயில் இருந்து கிளம்புவதற்கான நேரம் வந்தது. ஆனால் உடனடியாகக் கிளம்ப முடியவில்லை. மொத்தக் குழுவினரும் இரண்டு மணி நேரத்திற்கும் அதிகமாக விமான நிலையத்தில் காத்திருக்க வேண்டியிருந்தது. தலைவர்கள், தூதரகத்திலிருந்து வந்திருந்த சிறு குழுவினர், கடந்த நான்கு நாட்களாக நயிமாவை அகலாது பின்தொடர்ந்த அந்த நபர்

உட்பட அனைவரும், பிரதிநிதிகளை விமான நிலையத்தில் இறக்கிவிட்ட பிறகு அங்கிருந்து சென்றுவிட்டிருந்தனர். மக்கள் கூட்டம், பிரகாசமும், விசாலமும், வசதியும்கொண்ட அந்த விமானநிலையத்தின் கூடத்தில் அந்த இரவு வேளையில் அமர்ந்தபடியும், நின்றுகொண்டும், நகர்ந்தபடியும் இருந்தது. வெவ்வேறு நாடுகளைச் சேர்ந்த அவர்கள் அனைவருமே சுதந்திரமாகவும், நிம்மதியாகவும் காட்சியளித்தனர். கட்டுப்பாடுகள் ஏதுமின்றி சுதந்திரமாக நயிமா அந்த இடத்தைச் சுற்றி நடை பயின்றார். அவரை மட்டும் குறிப்பாக யாரும் கூர்ந்து கவனித்ததாகத் தெரியாததால் விரும்பிய எந்த இடத்துக்கும் தானிப்போது செல்லலாம் என்று அவருக்குத் தோன்றியது. "நான் அவர்களோடு செல்லாவிட்டால் என்ன? கடவுச்சீட்டு என்னிடம்தான் இருக்கிறது. போதுமான பணமும் இருக்கிறது. நான் வேறு எங்காவது செல்வதற்கு ஒரு பயணச்சீட்டு வாங்கினால் என்ன..." என்று ஒரு எண்ணம் அவருக்குள் பளிச்சென்று முளைத்தது.

அந்த எண்ணம் நிச்சயமாக மின்னல் பொழுதில் தோன்றி மறைந்துவிட்ட ஒன்று தான். நான் முன்பே சொன்னது போல நயிமா எப்போதுமே அமைதியுடனும், விவேகத்துடனும், தன்னம்பிக்கையுடனும் திகழ்பவர். ஆகவே கொதிக்கும் இலுப்பச் சட்டிக்குள் இருந்த எறும்பு இறுதியில் குழுவுடனேயே திரும்பச் சென்றது.

அவர் எங்கிருந்து வந்தாரோ அங்கேயே திரும்பச் செல்வது தான் அவருக்கான சிறந்த ஏற்பாடாகத் தெரிந்தது. ஆயினும் விமான நிலையத்திலிருந்து விமானம் மெதுவாகப் புறப்பட்டபோதும், சுதந்திர உலகின் குறியீடான நார்வேயைப் படிப்படியாகக் கடந்தபோதும், கண்ணீர் நதியின் இரு துளிகள் எலும்பு துருத்திக்கொண்டிருந்த நயிமாவின் கன்னங்களில் சத்தமின்றி வழிந்தோடின.

***

பெமா செவாங் சாஸ்திரி (Pema Tsewang Shastri)

டிபெட் டைம்ஸ் பதிப்பகத்தினரால் 2000இல் பிரசுரிக்கப்பட்ட பெமா செவாங் சாஸ்திரியின் முதல் நாவலான *'கோல்ட் வெஸ்ட் வார்ம் ஈஸ்ட்'* தான் நாடு கடத்தப்படுதல் குறித்து திபெத்திய மொழியில் வெளிவந்த முதல் நாவலாகும். வரலாற்றுப் புனைவு நூல், சிறுகதைத் தொகுப்பு, *விஸ்டம் பதிப்பகம்* வெளியிட்ட *'லைக் எ ஏட்டி கேட்சிங் மேர்மோட்ஸ்'* என்ற தலைப்புடைய திபெத்தியப் பழமொழிகளின் தொகுப்பு ஆகிய மூன்று நூல்களை இவர் எழுதியுள்ளார். ஹார்வர்ட் பல்கலைக்கழகத்தின் ஃபுல்ப்ரைட் ஸ்காலரான இவர் முனைவர். ஜீன் ஷார்ப், சார்லஸ் டிக்கன்ஸ் ஆகியோரின் படைப்புகளை மொழிபெயர்த்துள்ளார். இவர் தற்போது *விஸ்டம் பதிப்பகத்தின்* வெளிநாட்டு மொழிபெயர்ப்பு உரிமைகள் துறையின் மேலாளராக உள்ளார்.

காற்றுக் குதிரையின் பயணம்

லங்க்டா என்றழைக்கப்படும் பிரார்த்தனைக் கொடிகளைத் திபெத்தியர்கள் பறக்கவிடுவதென்பது ஆதிகாலந்தொட்டு இருக்கும், அனைவரும் அறிந்த, திபெத்தின் தனித்துவமிக்க பல வழக்கங்களுள் ஒன்று. லங்க்டாவுக்கான ஆங்கிலப் பொருள் ‘காற்றுக் குதிரை’ என்பதாகும். ஒரு தனி நபருக்கோ அல்லது கூட்டாகவோ நிகழ வாய்ப்புள்ள அதிர்ஷ்டம், செல்வம், ஆக்கப்பூர்வமான விஷயங்கள் ஆகியவை லங்க்டாவின் குறியீடுகள். “எங்கு பிரார்த்தனைக் கொடிகள் இருக்கின்றனவோ அங்கு திபெத்தியர் இருப்பர்” என்ற பொருள்படும் “ஜஹா ஜண்டா ஹைன், வஹான் திபெத்தி ஹைன்” எனும் புகழ்பெற்ற ஒரு சொற்றொடர் கூட பக்கத்து நாடாகிய இந்தியாவில் உண்டு.

மஞ்சள், பச்சை, சிகப்பு, வெள்ளை, நீலம் ஆகிய நிறங்களுடைய, இதய வடிவத்தில் மந்திரங்கள் பொறிக்கப்பட்ட பிரார்த்தனைக் கொடியைத் திபெத்தியர்கள் ஏற்றினர். அவலகீட்டேஸ்வரா, மஞ்சுஸ்ரீ, வஜ்ரபனி, அமிடாபா, தாரா, குரு பத்ம சாம்பவா ஆகியோரை மற்ற பற்பலருடன் சேர்த்து அவர்கள் வணங்கினர். பிரார்த்தனைகளை மரக் கட்டைகளின் மீது முதலில் செதுக்கி பிறகு நெசவு செய்த வண்ணத் துணிகளில் அச்சிட்டனர். பிறகு அவர்கள் அந்தக் கொடிகளை ஒன்றாகத் தொங்கவிட்டனர். அந்த ஐந்து வண்ணங்களும் நிலம், நீர், நெருப்பு, காற்று, ஆகாயத்தையும், உட்கூறுகளான சதை, ரத்தம், வெப்பம், மூச்சு, உணர்நிலையையும் குறித்தன. திபெத்தியர்கள் தங்கள் வாழ்நாளை அதிகரிக்கவும், தங்கள் தகுதி, வளம், ஆரோக்கியம், செல்வம் ஆகியவற்றை மேம்படுத்திக் கொள்ளவும் இந்தக் கொடிகளை மர உச்சிகளிலும் உயர்ந்த மலைகளிலும் பறக்கவிட்டனர். சில சமயங்களில்

கருடன், குதிரை, புலி, டிராகன், பனிச் சிங்கம் ஆகியவற்றின் ஓவியங்கள் கொடிகளின் மீது அச்சிடப்பட்டன. அவை முறையே வானம், காற்று, நெருப்பு, நீர், நிலம் ஆகியவற்றைப் பிரதிநிதித்துவப்படுத்தின.

சற்றேறக்குறைய பத்து வருடங்களுக்கு முன்பு, செப்டம்பர் மாதத்தின் ஒரு நாளில், திபெத்தின் தலைநகரான லாசாவின் யூதாக் சாலையின் வலப்புறம் இருந்த டேம்டிண் கங்சாரின் வீட்டு முற்றத்தில் பெரும் கூட்டம் கூடியது. அந்தக் கூட்டம் மிகுந்த ஆரவாரத்தையும் இரைச்சலையும் ஏற்படுத்தியது. அதிலிருந்த பெரும்பாலோனோர் இளைஞர்கள். சாலையில் நடந்து சென்றுகொண்டிருந்த மக்களுக்கு அந்தக் கொண்டாட்டத்தில் ஒலித்த திபெத்திய, சீனப் பாடல்கள் கேட்டன. அந்த இளைஞர் கூட்டம் டேம்டிணின் மகள் லாடொனின் பதின்மூன்றாம் பிறந்தநாளைக் கொண்டாடிக் கொண்டிருந்தது. பிறந்தநாள் கொண்டாடும் வழக்கம் எளிய மரபைச் சார்ந்த திபெத்தியர்களிடம் எப்போதும் இருந்ததில்லை. தலாய் லாமாவின் பிறந்தநாள் போன்ற முக்கியமானவை மட்டுமே கொண்டாடப்பட்டன. ஆனால் இப்போதெல்லாம் குழந்தைகளின் பிறந்தநாளைக் கொண்டாடும் போக்கு திபெத்தினுள்ளும், புலம்பெயர்ந்த திபெத்திய சமூகத்திடமும் பிரபலமாகி வருகிறது. இத்துடன் ஐந்தாவது முறையாக லாடொன் தன் பிறந்தநாளைக் கொண்டாடிவிட்டாள்.

களிப்புடனும் விளையாட்டு மனநிலையிலும் இருந்த லாடொன், “என் பெயர் லாடொன். இந்த பலூன் யாருக்குக் கிடைக்கிறதோ, அவர்கள் கீழ்க் காணும் இந்த முகவரியில் என்னைச் சந்திக்கலாம்” என்ற செய்தியையும் தன் வீட்டு முகவரியையும் அழகிய திபெத்திய வரிவடிவில் ஒரு துண்டுச் சீட்டில் எழுதினாள். பிறகு ஹீலியம் நிரப்பப்பட்ட பதின்மூன்று மஞ்சள் வண்ண பலூன்களில் ஒன்றில் அதைக் கட்டி, வானில் பறக்கவிட்டாள். அவளுடைய தோழிகளும் இதேபோல மற்ற பலூன்களில் குறிப்புச் சீட்டும் தங்கள் முகவரிகளையும் எழுதினர். பலூன்களின் மீது சிலர் தங்கள் சொந்தப் பெயரை எழுதினர்; சிலர் பலவகையான ஓவியங்களைக் கிறுக்கினர்; மற்றும் சிலர் லாடொனின் நீண்ட ஆயுளுக்காகத் தம் பிரார்த்தனைகளை எழுதினர். மெழுகுவர்த்தியை ஊதி அணைத்து பிறந்தநாள் கேக்கை வெட்டிய பிறகு, அவர்கள்

இன்னும் நிறைய பலூன்களை வானத்தில் பறக்கவிட்டனர். எல்லா பலூன்களும் வானில் மெல்ல மிதந்து, சில நொடிகளுக்குப் பிறகு கண்பார்வையில் இருந்து மறைந்தன.

கிழக்கு திபெத்தின் ஓடொக் நாடோடி கிராமமான லிதாங்கின் மேகங்களற்ற அழகிய வானில், ஒரு மஞ்சள் நிற பலூன் இரு வாரங்களுக்குப் பிறகு மிதந்தது. டென்மாவின் மனைவி டோல்மா, டிரிஸ் எனப்படும் பெண் காட்டெருமைகளிடம் பால் கறந்துகொண்டிருந்தாள். அவளுடைய மகள் லாடொன் அவளுக்கு உதவிக்கொண்டிருந்தாள். தாயும் மகளும் தங்கள் வேலையில் ஆழ்ந்திருந்த போது அந்த மஞ்சள் பலூன் டோல்மாவுக்கு எதிரே நிலத்தில் வந்து விழுந்தது. டோல்மா சிறிதும் ஆர்வமின்றி அதைப் பிடித்துத் தன்னருகே போட்டாள். ஆனால் லாடொனோ மிகுந்த ஆவலுடன் அந்த பலூனைக் கையில் எடுத்து அதைக் கவனமாகப் பார்த்தாள்.

அந்தத் துண்டுச் சீட்டைப் பார்த்தவள் அதில் திபெத்திய மொழியில் எழுதப்பட்டிருந்த "என் பெயர் லாடொன். இந்த பலூன் யாருக்குத் கிடைக்கிறதோ அவர்கள் கீழ்க்காணும் இந்த முகவரியில் என்னை சந்திக்கலாம்" என்ற தகவலையும் படித்தாள். அதிலிருந்த லாசாவின் முகவரியைப் பார்த்த அவள், "அம்மா இங்கே பாருங்கள். எவ்வளவு விசித்திரம்! இந்த பலூனில் என் பெயர் எழுதப்பட்டிருக்கிறது" என்று வேடிக்கையான முகபாவனையுடன் சொன்னாள்.

டோல்மா, "நீ என்ன சொல்கிறாய்? அபத்தமாகப் பேசாமல் வேலையைப் பார்" என்று சொல்லிவிட்டு மறுபடி பாலைக் கறக்கத் துவங்கினாள்.

லாடொன், "அம்மா, சத்தியமாக நான் உண்மையைத் தான் சொல்கிறேன். நீங்களே இதைப் பாருங்கள்" என்று பலூனில் இருந்த துண்டுச் சீட்டைத் தன் அம்மாவிடம் காட்டினாள். இன்னும் நம்பிக்கைகொள்ளாத அவள் அம்மா அந்தச் சீட்டை ஒரு பார்வை பார்த்து பிறகு அவளிடம், "குழந்தைத்தனமாக விளையாடிக் கொண்டிருக்காதே. இதை நீயே எழுதிவிட்டு என்னை ஏமாற்றப் பார்க்கிறாய்" என்றாள். அதற்கு மேல் அந்த பலூனைப் பற்றிக் கண்டு கொள்ளாது, தன் வேலையைத் தொடர்ந்தாள்.

காட்டெருமையின் உறுதியான கம்பளி இழையினால் தயாரிக்கப்பட்ட தங்கள் கூடாரத்துக்கு அதைக் கொண்டு சென்ற லாடொன் அதில் இருந்த லாசா முகவரியைத் தன் குறிப்பேட்டில் எழுதிக்கொண்டாள். அவளுடைய கிராமத்தில் லாடொன் என்ற பெயர் அவள் ஒருத்திக்குத் தான் இருந்தது. ஆனால் பலூனில் இருந்த முகவரியோ லாசாவில் இருந்தது. அவ்வளவு தூரத்தில் உள்ள லாசாவில் இருந்து ஒரு பலூன் இவ்வளவு தூரம் பறந்து வரும் என்பது நம்புவதற்கே விசித்திரமாக இருப்பதாக அவள் நினைத்தாள். மறுபடியும் அந்தக் குறிப்பைப் படித்துப் பார்த்தாள். இது கனவா அல்லது மனப் பிரமையா என யோசித்தாள். அது எங்கிருந்து வந்தது யாரிடம் இருந்து வந்தது என்பதைப் பற்றி ஒரு வாரமாக அவள் சிந்தித்துப் பார்த்தாள். அது மனப் பிரமை கிடையாது. பலூனைக் கண்களால் பார்க்க முடிந்தது, தொட முடிந்தது. அதிலிருந்த கையெழுத்து அவளுடையது இல்லை.

"அன்பிற்குரிய, நான் இதுவரை பார்த்திராத தோழிக்கு, நாம் இதுவரை சந்தித்தது இல்லை. ஆனால் நீங்கள் வான் வழியாக அனுப்பிய மஞ்சள் நிற பலூன் என் கையில் கிடைத்தது. என்னுடைய பெயரும் லாடொன். பலூனின் மீது எழுதப்பட்டிருக்கும் உங்களுடைய முகவரி உண்மையான முகவரியா என்று எனக்குத் தெரியாது. எப்படியிருந்தாலும் நீங்கள் விருப்பப்பட்டால், எனக்குப் பதில் கடிதம் எழுதுங்கள். இப்படிக்கு, நீங்கள் இதுவரை பார்த்திராத, தொலைவில் இருக்கும் உங்களுடைய தோழி!" என்று அந்த முகவரிக்கு ஒரு கடிதம் எழுத முடிவு செய்தாள்.

அவள் அந்தக் கடித உறையை ஒட்டி நோர்சாங்கின் முகவரியை உறையின் பின்புறம் எழுதினாள். நோர்சாங், ஓடோக் கிராமத்தில் மளிகைக் கடை நடத்தி வந்த ஒரு வியாபாரி. லாடொனுடைய குடும்பத்தினர் தங்கள் கறவைகளுக்கான மேய்ச்சல் நிலத்தைத் தேடி அடிக்கடி தங்கள் இருப்பிடத்தை மாற்றிக் கொண்டிருந்ததால் அவள் நோர்சாங்கின் முகவரியை எழுத வேண்டியதாகிவிட்டது.

அவள் அந்தக் கடிதத்தை எழுதிய இரு வாரங்களுக்குப் பிறகு லாடொனுடைய குடும்பத்தினரை நோர்சாங் தொடர்புகொண்டார். "உன் பெயரிட்ட ஒரு கடிதம்

லாசாவிலிருந்து என் கடை முகவரிக்கு வந்தது" என்று சொல்லி லாடொனிடம் ஒரு கடிதத்தைத் தந்தார். அவருக்கு நன்றி கூறியவள் உடனடியாக அந்தக் கடிதத்தைப் பிரித்துப் படிக்கத் துவங்கினாள்.

"என் அன்பிற்குரிய, என் பெயர் கொண்ட லாடொன், அந்த பலூனில் உள்ள என்னுடைய பெயரும் முகவரியும் உண்மையான தகவல்கள் தான். எனக்கு இப்போது பதின்மூன்று வயது ஆகிறது. நான் அந்த பலூனை என்னுடைய பிறந்தநாளன்று வானில் அனுப்பினேன். லிதாங்கில் வசிக்கும் என் பெயர் கொண்ட ஒருவரிடம் அது சென்று சேரும் என்பதை நான் கற்பனை கூடச் செய்து பார்க்கவில்லை. ஆனால் அது தற்செயலாகவும் நிகழ்ந்திருக்கலாம். அல்லது நமக்கிடையே ஒரு கர்ம தொடர்பும் இருக்கலாம். உன்னுடைய கையெழுத்தையும் கடிதத்தின் உள்ளடக்கத்தையும் பார்த்து நீயும் என்னைப் போலவே பள்ளி செல்லும் ஒரு சிறுமி என்று நான் நினைக்கிறேன். நாம் ஒருவருடன் ஒருவர் கடிதத் தொடர்பு வைத்துக்கொண்டு பேனா நண்பர்களாக இருந்தால் நன்றாக இருக்கும். நீ என்ன நினைக்கிறாய்? இப்படிக்கு உன்னுடைய பெயர் கொண்ட ஒருத்தி" என்று அந்தக் கடிதத்தில் எழுதப்பட்டிருந்தது.

லிதாங்கில் வசித்த லாடொன் லாசாவில் உள்ள தன் வயதொத்த, அதுவும் தன் பெயர்கொண்ட ஒருத்தியுடன் கடிதம் மூலம் பேசுவதற்கு வாய்ப்புக் கிடைத்தது குறித்து மிகுந்த உற்சாகமும் மகிழ்ச்சியும் அடைந்தாள். புனிதமான லாசா நகரத்திலிருந்து தனக்கு ஒரு பேனா நட்பு கிடைத்தது குறித்து தான் மிகுந்த மகிழ்ச்சி அடைந்ததைப் பற்றி உடனே நீண்டதாக ஒரு பதில் கடிதம் எழுதினாள். தன்னுடைய வாழ்க்கையைப் பற்றி, கறவைகளை மேய்ச்சலுக்குக் கொண்டு போவதற்கும், பால் கறப்பதற்கும், பாலாடை, வெண்ணெ, கம்பளி ஆகிவற்றைப் பள்ளி விடுமுறை நாட்களில் சந்தையில் விற்பதற்கும் தான் எவ்வாறு தன்னுடைய தாய்க்கு உதவுகிறோம் என்பதைப் பற்றி, கோடைக்காலத்தில் நடக்கும் புகழ்பெற்ற லிதாங் குதிரைப் பந்தயத்தின்போது மரகதம் போல் மிளிரும் பசும்புல் வெளியில் பூக்கும் விதவிதமான அழகிய மலர்களைப் பற்றி எழுதினாள். நறுமண பத்திகளைக் கொளுத்தியும், ஆடிக் கொண்டும், பாடிக் கொண்டும், குதிரைப் பந்தயத்தில் கலந்துகொள்ளும் சுற்றுலாப்

பயணிகள் எப்படிப் பெரும் கும்பலாக அங்கு கூடுவார்கள் என்பது குறித்தும் எழுதினாள்.

பதிலுக்கு லாசாவில் இருக்கும் லாடொன் தன்னுடைய வாழ்க்கை, தன் பெற்றோர், தன்னுடைய தம்பியைப் பற்றி எழுதினாள். அங்கிருக்கும் கம்பீரமான போட்டாலா அரண்மனையைக் குறித்தும் அவள் எழுதினாள். தர்ம மார்க்கத்தின் அரசர் சாங்ஸ்டன் கேம்போவால் ஏழாம் நூற்றாண்டில் கட்டப்பட்ட அந்தச் சிகப்பு அரண்மனை பிறகு ஐந்தாவது தலாய் லாமாவால் விரிவுபடுத்தப்பட்டது என்று விளக்கினாள். ஜொகாங் சீரா கோயில்கள், புத்த மடாலயங்களான கேண்டன், ட்ரேபங், புனிதப் பயணம் மேற்கொள்வோர் மிக அதிக அளவில் தினம்தினம் வந்து பார்க்கும் லாசாவுக்கு அருகே உள்ள மிகப்பெரிய மூன்று ஸ்தூபிகள் ஆகியவற்றைப் பற்றி அவள் குறிப்பிட்டாள். வியப்புமிக்க அந்தக் காட்சிகளை விளக்கியதுடன் எப்போதும் நெரிசலாக இருக்கும் லாசாவின் முக்கியச் சந்தையான லாசா பார்கோர் பற்றியும் எழுதினாள். அத்துடன் தன்னுடைய தந்தையிடம் தன் பெயர்கொண்ட லிதாங்கில் வாழும் ஒருத்தியிடமிருந்து தனக்கு கடிதம் வந்தது என்பதைச் சொன்னபோது, “பா, லிதாங் இரண்டுமே திருடர்கள் வாழும் இடங்கள். ஆனால் அதை நாம் சொல்லத் துணிய முடியாது. ஏனெனில் அது தலாய் லாமா பிறந்த இடம்” என்று அவளுடைய தந்தை விளையாட்டாகச் சொன்ன திபெத்திய பழமொழியையும் குறிப்பிட்டு எழுதி இருந்தாள்.

இப்படியாக இரண்டு லாடொன்களும் தொடர்ந்து தங்களுக்குள் நீண்ட காலத்துக்குக் கடிதங்கள் எழுதிக்கொண்டிருந்தனர்.

இந்த நட்பு துவங்கிய மூன்று வருடங்களுக்குப் பிறகு லிதாங்கில் வசித்த லாடொனின் குடும்பம் லாசாவுக்குப் புனிதப் பயணம் மேற்கொண்டது. அப்போது இரண்டு லாடொன்களின் குடும்பங்களுக்கு இடையே ஒரு சந்திப்பு ஏற்பாடு செய்யப்பட்டது. குறிப்பிட்ட அந்த தினத்தில் இரண்டு லாடொன்களும் ஒருவரை ஒருவர் சந்தித்தனர். இருவரும் முதல்முறையாக நேருக்கு நேர் பார்த்துக் கொண்டபோது இரு பெண்களும் திகைத்துப் போனார்கள். அதிர்ச்சியில் உறைந்து போன இருவரும் சில நிமிடங்களுக்கு ஒருவர்

முகத்தை ஒருவர் பார்த்தபடி பேச்சற்று நின்றனர். அதற்குக் காரணம் அவர்களுக்கு இடையே இருந்த நம்பமுடியாத உருவ ஒற்றுமை தான். லாசாவின் லாடொங்கிற்கும் லிதாங்கின் லாடொங்கிற்கும் இருந்த ஒரே வித்தியாசம், முதலாமவள் யுஸாங் மொழிவடிவிலும் இரண்டாமவள் காம் மொழி வடிவிலும் பேசியது தான். இல்லாவிடில் அவர்களுடைய உயரம், முக அமைப்பு, தோலின் நிறம், தலைமுடியின் நிறம், குணாதிசயங்கள், சொல்லப்போனால் அவர்களுடைய அங்க அசைவுகள் கூட அச்சு அசலாக ஒன்றாக இருந்தன. இரு பெண்களும் ஒருவரை ஒருவர் அணைத்துக்கொண்டும் ஒருவர் மாற்றி ஒருவராக தலைமுடியையும் முகத்தையும் வியப்பு மேலிட சிறிது நேரம் தொட்டுத் தொட்டுப் பார்த்துக் கொண்டும் இருந்தனர். அவர்களுடைய குடும்ப உறுப்பினர்கள் அவர்கள் இருவரையும் பெரும் ஆச்சரியத்துடன் அசந்துபோய் நோக்கிக் கொண்டிருந்தனர். லாசாவில் வசித்த லாடொனின் தந்தை டேம்டிணும், லிதாங்கில் வசித்த லாடொனின் தாய் டோல்மாவும் வெகு நேரம் பேச்சற்று, ஒருவரை ஒருவர் பார்த்தபடி தங்கள் கடந்த காலத்தை நினைத்துக்கொண்டனர்.

***

செரிங் வாங்மோ தோம்பா (Tsering Wangmo Dhompa)

செரிங் வாங்மோ தோம்பா, *'மை ரைஸ் டேஸ்ட்ஸ் லைக் தி லேக்'* *'இன் தி ஆப்செண்ட் எவ்ரிடே'* *'ரூல்ஸ் ஆஃப் தி ஹவுஸ்'* ஆகிய மூன்று கவிதைத் தொகுப்புகளை வெளியிட்டுள்ளார். இவை மூன்றும் பெர்க்லேவைச் சார்ந்த *அபோகீ பிரஸ்* நிறுவனத்தால் பிரசுரிக்கப்பட்டன. இவற்றுள் *'மை ரைஸ் டேஸ்ட்ஸ் லைக் தி லேக்'* நூல் 2012ஆம் ஆண்டுக்கான நார்தர்ன் கலிஃபோர்னியா இண்டிபெண்டன்ட் புக் செல்லர்ஸ் விருதின் இறுதிப் பட்டியலில் இடம் பெற்றிருந்தது குறிப்பிடத்தக்கது.

தோம்பா எழுதிய முதல் புனைவு நூலான *'எ ஹோம் இன் டிபெட்'* இந்தியாவின் பெங்குவின் நிறுவனத்தால் 2013ஆம் ஆண்டு வெளியிடப்பட்டது. *ஷம்பாலா பதிப்பகம்* இதனை *'கமிங் ஹோம் டு டிபெட்: எ மெமோய்ர் ஆஃப் லவ், லாஸ், அண்ட் பிலாங்கிங்'* எனும் பெயரில் 2016 ஆம் ஆண்டு மறுபிரசுரம் செய்தது. படைப்பாற்றல் குறித்து கற்பித்து வரும் தோம்பா இலக்கியம் தொடர்பான தன்னுடைய முனைவர் பட்ட ஆராய்ச்சியை சாண்டா க்ரூஸ் நகரிலுள்ள கலிஃபோர்னியா பல்கலைக்கழகத்தில் மேற்கொண்டுவருகிறார்.

காதலுக்காக ஒரு கடிதம்

கடிதம் எழுதுவது அவ்வளவு எளிதான காரியமில்லை.

உதாரணத்திற்கு, தன் மகள் பள்ளியைவிட்டு நின்றுவிட்ட பிறகும் அவளுடைய படிப்பிற்காகப் பண உதவி பெற்று வந்த டோர்ஜே, "பள்ளியைப் பற்றி எதுவுமே எழுதாமல் "தட்பவெப்ப நிலை பற்றியும், சீனா நம்மை எப்படி அழிக்கிறது என்பதைப் பற்றியும் மட்டும் எழுது" என்று கர்மாவிடம் சொல்வார். நான்காம் வகுப்பில் இரண்டு முறை தோல்வி அடைந்துவிட்ட தன் மகளுக்கு மூளையே கிடையாது என்பார். மனைவியை இழந்த டோர்ஜே ஒரு புத்த மடத்தில் சமையல் வேலை பார்த்துவந்தார். பெரிய அலுமினிய உணவுப் பாத்திரங்களின் அருகே ஒரு கையில் கரண்டியும், மற்றொரு கையில் வீட்டில் தயாரித்த கோகெய்னுமாக அவர் ஊழியம் செய்து வந்தார்.

அடுத்ததாக திரு.டென்டர். கிழக்கு திபெத்தின் இனக்குழுத் தலைவரான அவர் அதைப் பறைசாற்றும் விதமாகத் தன் வீட்டில் ஓய்வாகப் படுத்திருக்கும்போதும் தன்னுடைய தொப்பியையும் பாரம்பரிய திபெத்திய ஆடையையும் அணிந்திருப்பார். மலையுறைத் தெய்வங்களுக்குக் குன்றுகளில் வைக்கப்படும் ஏராளமான படையல் பொருட்கள், வாரம் முழுதும் நீளும் கோடைக்கால சுற்றுலாக்களில் குதிரைகளின் மீதமர்ந்தபடி தங்கள் இலக்குகளை நோக்கிச் சுடும் ஆண்கள், திருடனுடைய நாக்கு வெட்டப்பட்ட பிறகு காற்றில் பரவிய அதிர்ச்சி நிறைந்த காட்சி எனத் தான் நேரில் பார்க்க வாய்ப்பற்ற, அவருடைய நாட்டில் நிகழும் பல விஷயங்களை அவருக்காகக் கடிதம் எழுதுவதன் மூலமாக அவள் தெரிந்துகொண்டாள்.

திருமதி.கோம்போ நூடுல்ஸ் விற்பனை செய்யும் ஒரு உணவகத்தை நடத்திவந்தாள். அவளுக்குச் சொந்தமான குடியிருப்பில் வாடகைக்குக் குடியிருந்த ஆறு குடும்பங்களைவிட அவளிடம் அதிக பணமிருந்தது. ஆனாலும் ஃப்ளோரிடாவில் வாழும் ஒரு நபரிடம் இருந்து ஒவ்வொரு வருடமும் அவளுக்குக் கிடைக்கும் நானூறு டாலர்கள் அவளுக்குத் தேவைப்பட்டது. ஆகவே அவனுக்கு நன்றி தெரிவிக்க கர்மாவின் உதவி அவளுக்கு அவசியமாக இருந்தது. அவளுடைய உயரத்துக்கு ஒரு சாம்சங் தொலைக்காட்சி பெட்டி, ஐந்தடி உயரமுள்ள பீங்கானால் ஆன பனிச் சிங்கங்களின் ஒரு வரிசை, மெத்தை வைத்துத் தைத்த தோலால் ஆன ஒரு இருக்கை ஆகியவை அவளுடைய வீட்டுக் கூடத்தில் இருந்தன. அவளுடைய கணவரின் உறவினரான திபெத்தைச் சேர்ந்த இளம் தம்பதிகள் சில மாதங்களாக அங்கு தங்கியிருந்தனர். அவர்கள் அந்தத் தோல் இருக்கையைப் பாழாக்கிவிடுவார்கள் என்பதால் அவள் வேறு வழியின்றி அதனை ஒரு நெகிழி உறையால் போர்த்தி வைப்பாள். சதைப் பற்றில்லாது காட்சியளித்த தன் இரண்டு கைகளை ஒன்றாக வைத்து இறுக்கிப் பிடித்துக் கட்டி கடினமாக உழைத்தும் கூட இதுவரை தன் வாழ்வு வளம்பெறவில்லை என்று முறையிடுவாள். தன் அம்மா செரிங்கை மகிழ்ச்சியாக வைத்திருப்பதற்காக மட்டுமே இவர்களுக்குக்கெல்லாம் கடிதம் எழுதுவதற்கு கர்மா உதவி செய்துகொண்டிருக்கிறாள். இதன் மூலமாக எதிர்காலத்தில் தனக்கு நல்ல வருவாய் கிடைக்கும் என்பது தவிர இவற்றைச் செய்வதற்கு வேறு எந்தக் காரணமும் இல்லாத அவள் தன் அம்மா சொன்னது சரி என்பதாக மெதுவாகத் தன் தலையை அசைத்தாள்.

அதற்குப் பிறகு ட்ரிண்லே தம்பதியர். திருமதி.ட்ரிண்லே, மின்சாரக் கம்பத்தைவிட ஒடிசலான முகத்துடனும் மூக்கின் நுனியில் ஒரு மச்சத்துடனும் இருந்தாள். அந்த வழுவழுப்பான பருத்த மச்சம் அவள் உடலின் மொத்தக் கொழுப்பையும் உறிஞ்சியெடுத்துவிட்டது போலிருந்தது.

திருமதி.ட்ரிண்லே, தொழிற்சாலை ஒன்றில் கம்பளி நெய்வதன் மூலம் தினமும் சில நூறு ரூபாய் வருமானம் பெறும் கடும் உழைப்பாளி. அவள் தன் மகளின் படிப்புச் செலவுக்குப் பணம் தர உத்தரவாதம் அளித்துள்ள, போர்ட்லாண்டின் ஓரிகன் மாநிலத்தில் வசிக்கும் ஜூனுக்குக் கடிதம் எழுதும்போது மற்ற

எதைப்பற்றியும் பேசாது "அடுத்த காசோலை எப்போது வரும்? படிப்புச் செலவுக்கு உத்தரவாதம் தரும் மற்றவர்களைப் போல நீங்களும் என் மகளுக்குப் பழந்துணிகளை அனுப்ப முடியுமா?" என நேரடியாக விஷயத்துக்கு வந்துவிடுவாள்.

அவளுடைய கணவர் அந்த அளவுக்கு நேரடியாகக் கேட்க மாட்டார். அவர் எழுதும் கடிதங்களில் பறவைகளைப் பற்றிய விளக்கவுரைகள் கூட இருக்கும். "என் குடும்பத்திற்கு நீங்கள் தான் தாய், நீங்கள் தான் தந்தை" என்று அவர் கர்மாவை எழுதச் செய்வார். "மேகங்களின் வழியே புது மணப்பெண்ணைப் போல சூரியன் எட்டிப் பார்க்கிறான் என்று எழுது" என ஒரு இளிப்புடன் அந்த மேற்கோளைச் சொல்லிவிட்டு, "இதையும் எழுதிக்கொள்" என்று எதையாவது சொல்வார். முதல், இடை, கடை என்கிற ஒரு வடிவத்துக்குள் கடிதம் இருக்க வேண்டும் என்பதைக் கர்மா தன் பள்ளியில் கற்றிருந்தாள். ஆனால் அவள் எதிர்ப்பு தெரிவித்தால், 'ஒரு நல்ல எழுத்தாளர் எண்ணற்ற வடிவங்களுக்கு ஏற்பத் தன் எழுத்து முறையை மாற்றிக் கொள்ள வேண்டும்' என ட்ரிண்லே அவளை விமர்சிப்பார்.

அமெரிக்கர்கள் கருணை மிக்கவர்கள்; அகதிச் சிறுமியர் பள்ளிக்கூடம் செல்லவேண்டும் என்பதற்காக அவர்கள் ஐஸ்கிரீம்கள் சாப்பிடாமலும் திரையரங்குகளுக்குச் செல்லாமலும் இருந்தனர் என்றாள் திருமதி ட்ரிண்லே. வாடிக்கையாளரை ஏமாற்றும் தராசுகளைப் பயன்படுத்தும் சீன, திபெத்திய, நேபாளி வணிகர்களைப் போல அமெரிக்கர்கள் ஏமாற்றுப் பேர்வழிகள் இல்லை. பூனையாகவோ நாயாகவோ பிறந்தாலும் கூட தன் மறுபிறப்பில் அமெரிக்காவில் பிறக்கவே அவள் ஆசைப்பட்டாள். அமெரிக்கர்களுக்கு வெட்கமே இல்லை என்றும் அவர்கள் தங்கள் உடலைக் கட்டுப்படுத்தும் திறன் சிறிதும் இல்லாதவர்கள் என்றும் திரு.ட்ரிண்லே சொன்னார். காத்மண்டுவின் வீதிகளில் நடந்து செல்லும்போது சில அமெரிக்கர்கள் தம் வயிற்றிலிருந்து வாயுவைப் பிரிய விடுவார்கள்; "அப்படியே மிக இயல்பாக... பட்டப் பகலில் பொது இடத்தில்!" என்றவர், "நான் பந்தயம் கட்டுகிறேன். தம் காரியதரிசிகளின் கண் முன்னேயேதான் அவர்களுடைய ஜனாதிபதி இதே போல வாயுவை வெளியேற்றுவார்" என்றும் சொன்னார்.

சில காலத்திற்கு முன் தான் கர்மா தன்னுடைய உயர்நிலைப் பள்ளிக் கல்வியை முடித்திருந்தாள். வயதானவர்களுக்கு உதவவில்லையென்றால் அவள் கற்ற ஆங்கிலம் அவளுக்கு உதவாது என்று அவளுடைய தாய் செரிங், முடிவு செய்திருந்தாள். அன்று காலை அவள் கர்மாவைப் பக்கத்து வீட்டுக்கு அழைத்துச் சென்றிருந்தாள். நெருப்புப் பெட்டிகள், மூக்குப் பொடி பெட்டிகள், முற்றும் நனைந்த பிஸ்கட் பொட்டலங்கள் ஆகியவற்றின் மீதிருந்த ஆங்கில எழுத்துகளையும், பல காலமானதால் மங்கி அழிந்துபோயிருந்த மருந்துக் குப்பிகளின் செயல்முறைக் குறிப்புகளையும் சுட்டிக் காட்டினாள். வைட்டமின் மருந்துக் குப்பிகளின் மீதிருந்த காலாவதியாகும் தேதிகளைப் பார்த்தவள், 'படிக்கத் தெரியாதபோதும் இந்த வயதானவர்கள் எல்லாவற்றையும் சேமித்து வைக்கிறார்கள்' என்று தனக்குள் முணுமுணுத்தாள். பிரிக்கப்படாது இருந்த இரு கடிதங்களைக் கண்டெடுத்தாள். அவற்றுள் ஒன்று பண உதவி புரியும் யாரோ ஒருவர் எழுதியது. ஒரு வருடத்துக்குள் அவர் அங்கு வருவதான மறைமுகக் குறிப்பு ஒன்று அதில் இருந்தது. ஒரு நல்ல நிமித்தம் கொண்ட அந்தச் செய்தி அடுத்த கேள்வியை எழுப்பியது. பண உதவி புரிபவர் வரும்போது அவர்கள் பேசுவதை மொழிபெயர்த்துச் சொல்ல கர்மா உதவுவாளா?

"நிச்சயமாக உதவுவாள். அவள் கல்லூரியில் சேர இன்னும் ஆறு மாதங்கள் இருக்கின்றன" என்றாள் செரிங்.

கடிதமெழுதுதல் அவளுடைய ஆங்கிலத்தையும் முன்வினைப் பயனையும் மேன்மையாக்கும் என்று அவளுடைய அம்மா நம்பினாள். ஆனால், "மிக்க நன்றி. என் ஆங்கிலத்தைச் செம்மையாக்க என்னால் வேறு வழிகளைக் கண்டுபிடிக்க முடியும்" என்று அம்மாவிடம் சொல்லியிருக்கலாம் என்று கர்மாவுக்குத் தோன்றியது.

இப்போது அவள் தன் தாயின் தோழி பெமாவுக்காக திரு. க்ரெகெரி ஹில் என்பவருக்கு ஒரு கடிதம் எழுதவேண்டும். "அனைத்தைப் பற்றியும் உனக்குச் சரியான அணுகுமுறை இருக்கவேண்டும்" என்றபடி கர்மாவின் அம்மா அவளைப் பெமாவின் வீட்டுக்குக் கூட்டிப்போனாள். அதன் பொருள் இதுபோன்ற கடிதங்களை எழுதும் எண்ணம் கர்மாவுக்கு

வந்துவிடக்கூடாது என்பதாக அவள் புரிந்துகொண்டாள். பெமாவுக்கு இன்னும் அதிக வயதாகவில்லை. ஆனால் நுணுக்கமாக அணுகப்படவேண்டிய நிலையில் அவள் இருப்பதாகவும், இது அதிவேகமாகச் செயல்பட வேண்டிய ஒரு விசயம் என்பதோடு, இதைச் செய்வதற்கு நம்பிக்கைக்குரியவராக வேறு யாரும் இல்லை என்றும் செரிங் சொன்னாள்.

செரிங், "இது ஒரு 'சிறப்பான' நண்பருக்கு எழுதப்படும் கடிதம்" என்றாள்.

கர்மா, "அந்த அமெரிக்க ஆணுக்குப் பெமா எழுதும் காதல் கடிதமா?" என்று கேட்டாள்.

"நீங்கள் இதைத்தான் இப்போதெல்லாம் பள்ளிக்கூடங்களில் கற்றுக்கொள்கிறீர்களா? இன்னும் பதினெட்டு வயது கூட ஆகவில்லை. அதற்குள் 'காதல் கடிதம்' என்கிறாள்" என்று அதிர்ச்சி அடைந்தாள் செரிங். ஒரு நொடிக்குப் பிறகு, "நாம் கடிதத்தில் திரு.க்ரெக்கை நட்புடன் விளிக்க வேண்டுமே தவிர மிக அதிக அன்புடன் இல்லை" என்றாள்.

அன்பிற்குரிய, மிகுந்த அன்பிற்குரிய, பிரியத்துக்குரிய எனும் மூன்று சொற்களை கர்மா ஒரு தாளில் எழுதினாள்.

செரிங் "பிரியத்திற்குரிய என்ற சொல் அதிகப்படியாக இருக்கிறது. அது அவருடைய அதீத கற்பனையைத் தூண்டிவிடும்" என்றாள்.

பெமா நடத்திவந்த கடை மூன்று சாலைகள் சந்திக்கும் ஒரு இடத்தில் இருப்பதால், மூன்று வெவ்வேறு திசைகளில் செல்வோர் அனைவருமே அவளுடைய பார்வையில் சிக்கியாக வேண்டிய நிலையில் இருந்தனர். கர்மாவின் பள்ளியில் பயின்ற மூத்த மாணவிகள், கணவனை இழந்த நாற்பத்து மூன்று வயதான பெமா தன் கீழாடை முழுதும் கற்பனைகளை அடைத்து வைத்திருந்தாள் என்றனர்.

"முன் பின்னறியாத நபர்களை, அரசு அதிகாரிகளைக் கூட 'அன்பிற்குரிய' என்று தான் கடிதங்களில் அழைப்பது நியதி" என்று கர்மா விளக்கினாள்.

"உலகம் முழுதுமா?"

"ஆம். உலகம் முழுக்க."

"அப்படியானால் சரி. 'அன்பிற்குரிய க்ரெக்' என்றே இருக்கட்டும்" என்ற டசெரிங், "க்ரெகெரி ஹில். ஒரு திரைப்படக் கதாநாயகனின் பெயரைப் போல்" என்று மென்மையாக சொல்லிக்கொண்டாள்.

பெமாவுக்கும் க்ரெக்குக்கும் இருவருக்கும் இடையேயான ஒரு பொது நபராக செரிங் தன்னை பாவித்துக்கொண்டாள். அடுத்து நடக்கப் போகும் கதையை அவள் புரிந்துவைத்திருந்தாள். செரிங் தன் கணவனுடன் தன் வாழ்க்கையைத் தொடர்ந்து கொண்டிருந்ததால் பொருத்தமான தொனியைத் தேர்வு செய்வாள் என்ற நம்பிக்கை பெமாவுக்கு அவள் மீதிருந்தது. பெமாவுக்கும் க்ரெக்குக்கும் இடையேயான எதிர்காலக் கடிதத் தொடர்பு எந்த திசையில் பயணிக்கும் என்பதை இந்த முதல் கடிதம் தான் தீர்மானிக்கும் என்றாள் செரிங். கர்மாவுக்கு இது எதுவுமே முக்கியமான விஷயமாக இல்லை. ஆகவே அவள், "அன்பிற்குரிய திரு.க்ரெக்" என்று கடிதத்தைத் துவங்கினாள்.

"அவர் கலிஃபோர்னியாவில் வசிக்கிறார். உயரமான தோற்றம் கொண்ட அவருடைய கால்கள் லாஸ் அப்சோ நாய்களைப் போல மிக நீளமானவை. அவர் மிகச் சிறந்த உடலமைப்பு கொண்டவர். அவருடைய கடைவாய்ப் பல் ஒன்றின் துளை அடைக்கப்பட்டிருப்பது தவிர வேறு பிணிகள் அற்றவர்" என்று பெமா விளக்கினாள்.

இதைச் சொன்னபோது பெமாவின் கண்கள் செரிங்கைப் பார்த்தபடி இருந்தன. அன்று மாலை செரிங்கும் பெமாவும் நெருக்கமாக பேசிப் பழகியதைப் பார்க்கும்வரை தன் அம்மாவுக்குப் பெண் தோழிகள் இருந்ததே கர்மாவுக்குத் தெரியாது.

செரிங் திரு.க்ரெக்கை அதுவரை பார்த்ததில்லை. ஆனால் நிறைய அமெரிக்க சுற்றுலாப் பயணிகளைப் பற்றி அறிந்திருந்தமையால், அவருடைய தோற்றத்தை ஒரு மாய வித்தை போலத் தன்னால் கற்பனை செய்துகொள்ள முடியும் என்றும் அவருக்கு இன்னும் திருமணமாகவில்லை என்றும் சொன்னாள்.

திபெத்தின் புது வருடப் பிறப்பிற்காக வாரம் முழுக்க நடக்க இருக்கிற கொண்டாட்டங்களைக் குறித்து அதில் எழுதலாம் என

கர்மா தன் யோசனையைக் கூறினாள். பெமா மிக மகிழ்ச்சியாக வாழ்கிறாள் என்று க்ரெக் நினைத்துவிடக்கூடாது;

“ஒரு விதவை ஹெடோனிஸ்ட் எனும் தொனி கடிதத்தில் ஒலித்துவிடக் கூடாது” என்றாள் செரிங்.

ஒரு பொறுப்புள்ள, மரியாதைக்குரிய பெண்ணாகப் பெமாவைக் காட்டும் அதே சமயத்தில் குதூகலமான ஒருத்தியாகவும் சித்தரிப்பதே சிறந்தது என செரிங் கருதினாள். கடிதம் எழுதுவது கர்மாவின் தனித் திறமை. ஆனால் இதுவோ அவளுடைய அம்மாவின் செயல் திட்டம்.

கடிதத்தின் ஒவ்வொரு சொல்லும் தன் ஆற்றலைச் சிறப்பாக வெளிப்படுத்துகிறதா என செரிங் சரி பார்த்த பின்பே கர்மாவால் அடுத்த வார்த்தையை எழுத முடிந்தது. செரிங், “ஒவ்வொரு சொல்லும் ஒரு ஆயுதம்” என்று பெமாவைப் பார்த்துக் கண் சிமிட்டினாள்.

முதல் கடிதம் நட்பு ரீதியாக இருந்தது. திரு.க்ரெக் வாழ்ந்த நகரத்தின் அளவு குறித்த கேள்விகள் அதில் இருந்தன. (புகழ் பெற்ற மனிதர்கள் யாராவது அங்கு வசிக்கின்றனரா?) அந்த நகரின் சந்தையில் கிடைக்கும் காய்கறிகள், கனிகள் பற்றிய விசாரணைகள். அவருடைய ஊரில் எவ்விதமான தெய்வங்களை வழிபடுகிறார்கள்? கர்மா பதில் சொல்லாமல் இருக்கவேண்டி தன் நாக்கைக் கட்டுப்படுத்திக் கொண்டாள். அந்தக் கடிதத்தின் வறட்டுத் தன்மையை சமப்படுத்துவதற்காக ‘பின்னிரவில் சூழும் மல்லிகையின் மணத்தை செடிகளுள் எட்டிப் பார்த்து முகர்ந்து’ என்று ஒரு வரியை யாருமறியாது அதில் சேர்த்துவிட்டாள். ‘தன்னைக் கடந்து ஒளி புக வழியற்றுப் படர்ந்திருக்கும் மிக அடர்த்தியான மூடுபனி, நுனி விரலால் குத்தினால் வெடித்துவிடும் ஒரு பலூன் போலத் தோற்றங்காட்டி மக்களை எப்படி நம்ப வைத்தது’ என்று தன்னைக் கட்டுப்படுத்திக் கொள்ள முடியாமல் விடியலைப் பற்றியும் எழுதினாள்.

“மல்லிகைச் செடிகளின் மீது ஆண்கள் சிறுநீர் கழிப்பதை அறிந்திருக்கும் பெமா எதற்காக அவற்றில் தினம் தன் மூக்கை அழுத்தி முகரப்போகிறாள்?” என்பதே அனுமதியின்றி எழுதப்பட்ட அந்த வரியைப் படித்தால் தன் அம்மாவின் எதிர்வினையாக இருக்கும் என்று கர்மாவுக்குத் தெரியும்.

கடிதத்தை முடித்ததும் பெமாவுக்கு நன்றி கூறிவிட்டு கதவை நோக்கி வேகமாக ஓடினாள் கர்மா. திரு.க்ரெக்குக்கு இந்தக் கடிதம் இரு வாரங்களில் கிடைக்கும். அவர் உடனடியாக பதில் அளித்தால் அந்தக் கடிதம் இவர்களுக்குக் கிடைக்க நான்கு வாரங்கள் ஆகலாம். அதற்குப் பிறகு அவர்கள் அடுத்த அடியை எடுத்து வைப்பார்கள்.

இமய மலையின் பறவைகள் பற்றிய ஒரு தொலைக்காட்சி நிகழ்ச்சியைப் பார்ப்பதற்காக ஆறு மணிக்கு முன்பு தன் வீட்டுக்குச் சென்று விடவேண்டும் என்று கர்மா ஒரு இலக்கு வைத்திருந்தாள். மிகுந்த சலிப்பூட்டுவனவாகவும் கவர்ச்சி அற்றனவாகவும் இதுவரை தன் கண்களுக்குத் தெரிந்த புறாக்கள், மனிதர்கள் தோன்றியதற்குப் பல மில்லியன் ஆண்டுகளுக்கு முன்பே தெற்கு ஆசியாவில் தோன்றியவை என்பது சில வாரங்களுக்கு முன்பு தான் அவளுக்குத் தெரிய வந்தது. இந்தத் தகவலோடு சேர்த்து வெள்ளை இறகுகளைக் கொண்ட புறாக்கள் உண்மையில் நிறமற்றவை என்கிற உண்மை, வருடம் முழுக்க அங்கு வருகை தரும் குட்டைக் காற்சராய் அணிந்த சுற்றுலாப் பயணிகள் போலவே அவளை ஈர்த்தது. வெண்புறாக்கள் உண்மையில் வெள்ளை நிறத்தவை இல்லை என்பதற்கு என்ன பொருள்? தம் பேச்சின் இடையே புத்த பிக்குகள் வீசும் புதிர் போல அது இருந்தது. வெண்ணிறப் பொருளை எப்போது எங்கு பார்க்க நேரிட்டாலும் அந்தக் கேள்வி அவளுடைய தலைக்குள் நாள் முழுதும் தொடர்ந்து பல முறை ஒலித்துக்கொண்டிருந்தது.

ஸ்தூபிக்குச் செல்லும் வழியில் தன் கடையருகே ஒரு தோழியைப் பார்த்ததும் அவளை நோக்கிக் கையசைத்தாள்.

“இவன் என் ஒன்று விட்ட சகோதரன் ரின்செண். கல்லூரியில் இறுதியாண்டு படிக்கிறான். கோடை விடுமுறையைக் கழிப்பதற்காக இங்கு வந்திருக்கிறான். கல்லூரி தொடர்பான விஷயங்களைப் பற்றி எதாவது தெரியவேண்டும் என்றால் இவனைக் கேள்” என்று அவளுடைய தோழி அவனை கர்மாவுக்கு அறிமுகம் செய்து வைத்தாள்.

வேறெதோ யோசித்தபடி, “வணக்கம் ரின்செண்” என்றாள் கர்மா.

ஸ்தூபியை ஒரு முறை சுற்றிவந்த கர்மா புறாவின் கழிவுகளால் ஸ்தூபியை மூழ்கடிக்க வேண்டுமெனில், அதற்கு எத்தனை புறாக்கள் தேவைப்படும் என்று தன்னைத் தானே கேட்டுக் கொண்டாள். உள்ளங்கைகளைக் குவித்தபடி நூற்றுக்கும் மேற்பட்ட பிச்சைக்காரர்கள் ஸ்தூபியின் நடைபாதையெங்கும் பரவியிருந்தனர். நாளை அவர்கள் வேறு ஒரு இடத்தில் இருப்பர். இவ்வளவு அதிக எண்ணிக்கையில் அவர்களைப் பார்த்தபோது அந்த ஆதரவற்றவர்களைப் பற்றி என்ன சொல்வது என்று அவளுக்குத் தெரியவில்லை. இது அந்தப் பிச்சைக்காரர்களுக்கும் சொந்தமான நாடல்லவா! முன்பொரு நாள் அவர்களுடைய பால்காரர் திபெத்தியர்கள் அதிர்ஷ்டம் பிடித்த வேசிமகன்கள் என்றார்.

அவர் செரிங்கிடம், "நீ உன் சொந்த நாட்டில் இருந்திருந்தால் நீ வளர்க்கும் கறவைகளிடமிருந்து கறந்த பாலைக் குடிக்காமல் நீயும் அதை விற்பனை தான் செய்து கொண்டு இருந்திருப்பாய்" என்றார்.

"ஏழையான ஒரு நேபாளி, நேபாளத்தில் வாழ்வதைவிட, ஒரு ஏழைத் திபெத்தியர் நேபாளத்தில் வாழ்வது மிகக் கடினமான ஒன்று" என செரிங் அவளுக்குப் பதில் கூறினாள். "நாங்கள் இந்த நாட்டை வந்தடைய பாலைவனங்களையும் அச்சமூட்டும் கணவாய்களையும் கடந்து வந்தோம். எங்களிடம் அப்போது வரைபடமோ உங்கள் ஊரின் பெயர் குறித்த தகவலோ கூட இல்லை" என்றாள்.

அதற்கு அவர் "நான் அகதியாக இருந்திருந்தால் எனக்கும் பண உதவி செய்வதற்கு ஒருவர் கிடைத்திருப்பார்" என்றார்.

"என் முழங்கால் மூட்டுகளின் எலும்பு துருத்தி வெளியே நீட்டிக் கொண்டிருந்தால் கூட நான் வீட்டில் இருந்தபடி நாள் முழுவதும் ஜெபமாலையை உருட்டி விளையாடிக் கொண்டிருந்தால், எனக்கு யாரும் பணம் அனுப்ப மாட்டார்கள்" என்றார்.

"விடிகாலை மூன்று மணிக்கு என் கிராமத்திலிருந்து கிளம்பும் நான் மீதமிருக்கும் இரண்டு லிட்டர் பாலுடனும் நெற்றியில் அரும்பியிருக்கும் வியர்வையுடனும் உங்கள் வீட்டை அடையும்போது ஆறு மணியாகியிருக்கும். என் பசு கூட தொடர்ந்து உற்பத்தி செய்து உடற் சோர்வு அடைந்துவிட்டது.

என் வாடிக்கையாளர்களில் சிலர் தொழிற்சாலையில் இருந்து டிரக் மூலமாகக் கொண்டு வரப்பட்டு நெகிழிப் பொட்டலங்களில் விற்கப்படும் பதப்படுத்தப்பட்ட பாலை வாங்க ஆரம்பித்துவிட்டனர்" என்றார்.

"டிரக்குடன் போரிடுவது எப்படி இருக்கும் என்று உங்களுக்குத் தெரியுமா?" என்று அவர் செரிங்கைக் கேட்டார். ஒவ்வொரு வருடமும் அவருடைய பசுக்களுக்கு வயது ஏறிக்கொண்டு இருந்தது. 'உங்கள் பாட்டியின் கிராமத்துப் பசுக்களின் அதே தூய்மையோடு' என விளம்பரப்படுத்தப்படும் 'க்ரீன் வேலி டெய்ரி லிமிடெட்டின்' பாலும் அவற்றின் பாலும் வெவ்வேறானவை.

தன் குரல் அவன் காதுகளில் எப்படி ஒலித்திருக்கும் என்று நினைவு படுத்திக்கொள்ளும் முயற்சியில் கர்மா தனக்குத் தானே "வணக்கம் ரின்செண்" என்று ஒரு முறை சொல்லிப் பார்த்துக் கொண்டாள்.

❂❂❂

திரு.க்ரெக்கிற்கு சீன வம்சாவளியைச் சேர்ந்த தந்தையும், தைவானைச் சேர்ந்த மாற்றாந்தாய் ஒருத்தியும் இருந்ததாக செரிங் அன்றிரவு உணவின்போது விளக்கினாள். சில மாதங்களுக்கு முன்பு தன் விடுமுறையைக் கழிக்க நேபாளுக்கு வந்திருந்த க்ரெக் மடாலயம் ஒன்றிற்கான வழியை கடையில் இருந்த பெமாவிடம் கேட்டார். அந்த சாலையின் சிக்கலான சுற்றுவழியை ஆங்கிலத்தில் தெளிவாகச் சொல்லப் போதுமான சொற்களை அறிந்திராத பெமா கடைக்கு வந்திருந்த வாடிக்கையாளர் ஒருவரைக் கடையைப் பார்த்துக்கொள்ளச் சொல்லிவிட்டு க்ரெக்குடன் அந்த மடாலயம் வரை நடந்து போய் அவரை விட்டுவிட்டு வந்தாள். அடுத்த நாள் திரு.க்ரெக் ஒரு பாண்ட்ஸ் ஷேம்பூவுடன் திரும்ப கடைக்கு வந்தார்.

"தலைக்கு இடும் ஷேம்பூ. அவர் ஏன் தலைக்கு இடும் ஷேம்பூவை அவளுக்குத் தந்தார்?" என்று கேட்டார் செரிங்கின் கணவர்.

"பயனுள்ள ஒரு பரிசு. முதல் தரமான தேர்வு" என்று விளக்கினாள் செரிங்.

பிறகு வந்த மூன்று வாரங்களுக்கு க்ரெக் மலையேற்றத்தில் ஈடுபட்டிருந்தார். அவர் காட்மண்டுவுக்குத் திரும்பியபோது ஒரு பையில் உலர்ந்த வாதுமைப் பழங்களைப் பெமாவுக்குக் கொண்டு வந்து தந்தார்.

“அவர் மதிநுட்பம் கொண்ட ஒரு ஆண் என்பதற்கு இதுவே சாட்சி. ஒரு ஆணுக்கு விவேகம் மிக முக்கியமானது” கர்மாவின் மீது தன் பார்வையைப் பதித்தபடி இதைச் சொன்னாள் செரிங்.

செரிங்கின் திருமணம் திபெத்தில் நிச்சயிக்கப்பட்டது. அப்போது அவளுக்குப் பதினைந்து வயது. திருமணம் முடிந்த பிறகு, அன்றைய மதியவேளையில் தான் அவள் தன் கணவனை முதன் முதலில் பார்த்தாள். தன் கண்ணில் என்ன தென்பட்டதோ அதை அப்படியே ஏற்றுக் கொண்டதாக செரிங் முன்பொரு முறை சொல்லியிருக்கிறாள். மற்ற தம்பதியரைப் போல “பா” “மா” என்று அழைக்காமல், தம் பெற்றோர் தங்களுடைய பெயர்களைச் சொல்லி ஒருவரை ஒருவர் அழைத்துக் கொள்வதைக் கர்மா கேட்டிருக்கிறாள்.

✿✿✿

மூன்றரை வாரங்களுக்குப் பிறகு ஒரு நாள் காலை தேனீர் கொதிக்கும் நேரத்துக்கு முன்பே பெமா, செரிங்கின் வீட்டுக்கு வருகை தந்தாள். பரபரப்பை வெளிக்காட்டாத பாசாங்குடன் அவளுடைய விரல்கள் ஒரு உறையைப் பிடித்திருந்தன. தான் ரகசியமாக வைத்திருக்க விரும்பும் ஒன்றின் மீதான தன் ஆவலை இப்படி வெளிப்படையாகக் காட்டிக் கொள்கிறோமே என நினைத்து பெமா கூச்சப்படுகிறாள் என்றாள் செரிங். ஆனால் கடிதத்தைப் படித்தாக வேண்டுமே!

சற்று முன் தான் திருமதி.ட்ரிண்லேயுடன் வாக்குவாதம் செய்துவிட்டு வந்திருப்பதாக பெமா சொன்னாள். அந்தப் பகுதியில் வசித்த திருமதி.ட்ரிண்லே உட்பட பலரும் நெகிழிப் பைகள் முழுக்கக் கழிவுகளைக் கொண்டுவந்து பெமாவின் கடைக்கு எதிரே கொட்டிக்கொண்டிருந்தனர். சூரியக் கதிர்கள் அவற்றின் மீது நேரடியாகப் பட்டு பிறகு அவை அழுகி, பிசுபிசுப்பாகி, பச்சையும் ஊதாவும் கலந்த, குறிப்பிட்ட வடிவமற்ற ஒரு பொருளாகப் படிப்படியாக உருமாறுகின்றன.

அந்தத் துர்நாற்றம் நாள் முழுவதும் பெமாவுக்கு ஒக்கரிப்பை ஏற்படுத்தும். கடையிலிருந்து அரை மைல் தொலைவில் உள்ள பெரிய குப்பைத் தொட்டிகளில் அவற்றை இடுமாறு பெமா அவர்களிடம் பலமுறை கேட்டுக் கொண்டிருந்தாலும் யாரும் அவள் சொன்னதைக் கண்டுகொள்ளவே இல்லை. பெமா அவர்களை அவமானப்படுத்துவதன் மூலம் இப்போது அவர்களுக்கு வியப்பை ஏற்படுத்தி இருக்கிறாள். திருமதி. ட்ரிண்லேயின் கைகளில் இருந்து கடையருகே நெகிழிப் பை வீசப்படும் மிகச் சரியான தருணத்தில் பெமா அவளைக் கையும் களவுமாகப் பிடித்தாள்.

கர்மாவோ செரிங்கோ திருமதி.ட்ரிண்லேயின் வீட்டுக்கு அடுத்த முறை செல்லும்போது தூய்மையைப் பற்றி அவளிடம் சூசகமாகத் தெரிவிக்கவேண்டும் என்ற பெமா, உறையில் இருந்து ஒரு புகைப்படத்தை வெளியே எடுத்தாள்.

புகைப்படத்தில் இருந்த க்ரெக்கைப் பார்த்த செரிங் "அடடா!" என்றாள். அவர் தன் கடிதத்தைப் "பெமா" என்று துவங்கி இருந்தார். ஒரு 'அன்பிற்குரிய' இல்லை ஒரு 'வணக்கம்' இல்லை. வெறுமனே 'பெமா' என்று இருந்தது. அந்த ஒற்றைச் சொல் இணக்கமற்ற தொனியில் இருந்தது.

திபெத்தியர்கள் அன்னியர்களுக்கு எழுதும் கடிதங்களில் கூட வணக்கம் தெரிவிக்கும் பகுதி மட்டுமே அரைப் பக்கத்துக்கு இருக்கும். அவரை "அன்பிற்குரிய திரு.க்ரெக்" என்றே தொடர்ந்து அழைக்கவேண்டும் என்றாள் செரிங்.

க்ரெக் தன் தந்தையும் மாற்றாந்தாயும் தன் வீட்டில் இருந்து ஒரு மணி நேரப் பயணத் தொலைவில் வசிப்பதாகவும் பிரதி வார ஞாயிற்றுக்கிழமைகளின் இரவு உணவுப் பொழுதுகளில் அவர்களை தான் சந்திப்பதாகவும் எழுதியிருந்தார். அவர் தபால்காரராகப் பணி புரிந்ததால் நிறைய நடக்கவேண்டியிருந்தது. அது இமய மலையில் நடப்பது போன்றதில்லை. பணியின் காரணமாக இப்படி நடப்பதற்குப் பதில் ஒருவர் நாள் முழுவதும் மூச்சுத் திணறும் மிகச் சிறு அறையில் அமர்ந்திருக்கவே விரும்புவார். தான் ஒரு அடுக்குமாடிக் குடியிருப்பில் தனியே வசிப்பதாகவும் அங்கு மூடுபனி அடர்த்தியாக இருப்பதாகவும், தன் காரை வேற்றுக்கிரக உயிரினம் ஒன்று விழுங்குவதாக அதன் மீதிருக்கும்

பனியை அகற்றும்போது பல நாட்கள் தான் கற்பனை செய்து கொள்வதாகவும் அவர் எழுதியிருந்தார்.

"அவர் மென் உணர்ச்சிகள் கொண்ட ஒரு மனிதர். இல்லை என்றால் மூடுபனியைப் பற்றி அவர் ஏன் குறிப்பிட்டிருக்கப் போகிறார்?" என்று செரிங் சொன்னபோது சமையல் அறையில் மாவு பிசைகையில் இருப்பதுபோல அவளுடைய கன்னங்கள் சிவந்து விட்டன.

திரு.க்ரெக்கின் கடிதத்திற்கு அடுத்த நாள் காலை பதிலெழுத முடிவெடுத்தனர். செரிங், "என்ன சொல்ல நினைக்கிறாய் என்பதை யோசித்து வை" என்று புகைப்பட நிலையத்தில் புகைப்படம் எடுத்துக் கொள்ளக் கிளம்பிய பெமாவைக் கூப்பிட்டுச் சொன்னாள்.

அன்று காலை முழுதும் தன் வெள்ளைமுடியைப் பற்றி செரிங் கவலைப்பட்டுக் கொண்டிருந்தாள். அதே தெருவில் வசித்த 'திருமதி. சான்சோமை விட நான் வயதானவளாகத் தெரிகிறேனா?' என்று தனக்குத் தானே சத்தமாகக் கேட்டுக் கொண்டிருந்தாள். திரு.செரிங், "நீ சான்சோமை விட வயதானவளாகத் தான் தோற்றமளிக்கிறாய். அதற்குக் காரணம் உண்மையிலேயே நீ சான்சோமை விட வயதானவள் என்பது தான்" என்றார். செரிங், "நானொன்றும் உங்கள் கருத்தைக் கேட்கவில்லை" என்றாள்.

அருகருகே அமர்ந்திருக்கும்போதும் தம் பெற்றோர் ஒருவர் மீது ஒருவர் சாய்ந்து கொள்வதைக் கர்மா பார்த்ததே இல்லை. அவர்கள் நெருக்கமாக இருப்பதற்கான எந்தத் துப்பும் இதுவரை கிடைத்ததில்லை. ஆனால் இரவு நேரங்களில் அவர்களுடைய அறையில் இருந்து அடிக்கடி கசியும் கிசுகிசுப்புகள், சத்தமான சிரிப்போசை, ரகசியமான சில சத்தங்கள் ஆகியவற்றைக் கேட்டிருக்கிறாள்.

அடுத்த நாள் காலை செரிங்கின் வீட்டுக்கு வந்த பெமா ஒரு புகைப்படத்தை மேஜை மீது வைத்தாள். அதன் பின்புலத்தில் இருந்து அதை எடுத்த புகைப்பட நிலையத்தைக் கர்மா அடையாளம் கண்டுகொண்டாள். புகைப்படத்தில் பெமா கைகளைத் தன் மடியின் மீது மடித்து வைத்திருந்தாள். அவள் சிரிக்கத் துவங்கும்போது புகைப்படம் எடுக்கப்பட்டு

விட்டிருந்தது. அவள் முகம் கருவாலிக் கொட்டையின் வடிவிலும், அவளுடைய கழுத்து தள்ளாடும் ஒரு மரக் கிளையைப் போலவும் தெரிந்தது. நீண்டு, கறுத்து மரக்கட்டை போல முதுகுத் தண்டுக்குக் கீழே தெரிந்த தலைமுடி மட்டும் தான் அவளுடைய மொத்த உருவத்திலும் செழித்துக் காணப்பட்ட ஒன்று.

திரு.க்ரெக்கிடம், நேபாளத்தில் இருந்த எதையாவது அவர் இப்போது இழந்தது போல உணர்கிறாரா என்று கேட்குமாறு செரிங் கர்மாவிடம் சொன்னாள். "இது 'பெமாவைச் சந்திக்கும் வாய்ப்பை இழந்துவிட்டேன்' என்று சொல்வதற்கு அவருக்கு இது ஒரு காரணத்தை ஏற்படுத்தித் தரும்" என்றபோது செரிங்கின் கண்கள் மின்னின.

'ஆக, இந்த விளையாட்டு இப்படித் தான் ஆடப்படுகிறது' என்று கர்மா நினைத்துக்கொண்டாள். அவள் தன் ஃபவுண்டன் பேனாவைக் கொண்டுவந்திருந்தாள். கடிதங்களில் நுணுக்கமான சூழ்ச்சிகளைச் செய்ய அதன் முனை உதவியது. அவள் அதை இரண்டு வருடங்களாகப் பத்திரமாக வைத்துக் கொண்டிருக்கிறாள். தான் அதைப் பயன்படுத்தாவிடில் தன் தாய் அதை யாருக்காவது கொடுத்துவிடுவாள் என்பதை அண்மையில் தான் அவள் புரிந்துகொண்டாள். அவளுக்குச் சொந்தமான அனைத்தும் அவளுடைய தாயின் தாராள குணத்துக்கு இரையாகிவிட்டன. *'விரைந்து கெட்டுப் போகக் கூடிய பொருட்களுடன் நாள் முழுவதும் நான் கடையில் அமர்ந்திருக்கிறேன். ஒவ்வொரு நாளும் நான் மக்களை உற்று கவனிக்கிறேன். அவர்களுடைய வாழ்வில் நிறைய விஷயங்கள் நடப்பதை உணர்கிறேன். நாட்கள் வேகமாகக் கடந்தபடி இருக்க, நான் ஒரே இடத்தில் அவர்களைப் பார்த்துக் கொண்டு இருக்கிறேன்'.*

பெமா வீட்டைவிட்டுச் சென்ற பிறகு செரிங் தீவிரமாக வேலையில் இறங்கினாள். குறிப்புகளை எழுதி வைப்பதற்கு இடமுடைய நாள்காட்டி ஒன்றை வாங்குமாறு கர்மாவிடம் சொன்னாள். 'தனக்கு நாள்காட்டி தேவையில்லை என்றும் எல்லாமே தன்னுடைய தலையில் பதிவாகி இருக்கிறது' என்றும் அவள் விருந்தினர்களிடம் சொல்வதை ஒன்றுக்கு மேற்பட்ட முறைகள் இதற்கு முன் கர்மா கேட்டிருக்கிறாள்.

ஒவ்வொரு பக்கத்திலும் பறவைகள் இருந்த நாள்காட்டி ஒன்றைத் தேர்வு செய்த கர்மா வீட்டை அடைவதற்கு ஒரு நீண்ட பாதையைத் தேர்ந்தெடுத்தாள். கல்லூரியில் படிக்கும் அந்த இளைஞன் அவளுடைய தோழியின் கடையில் இப்போது காணப்படவில்லை. கர்மாவுக்கு அவனுடைய பெயர் நினைவில் இல்லை. அவளுடைய அம்மா தாங்கள் க்ரெக்குக்கு முதன்முதலில் கடிதம் அனுப்பிய தேதியின் மீது ஒரு பெரிய சிகப்பு வட்டமும், பெமாவுக்கு திரு.க்ரெக்கின் கடிதம் கிடைத்த தினத்தின் மீது ஒரு நீல வட்டத்தையும் இட்டு நாள்காட்டியை சமையலறையில் மாட்டிவைத்தாள்.

அடுத்த வாரத்தில் ஒருநாள், 'அவரிடமிருந்து' ஏதாவது தகவல் வந்ததா என்று பெமாவிடம் தன் அம்மா தொலைபேசியில் கேட்பது கர்மாவின் காதில் விழுந்தது. பிறகு கர்மாவை அழைத்த அவள், அரசர் அமெரிக்காவுக்குச் சுற்றுப்பயணம் வருவது; பெமாவுக்கு மிகப் பிடித்தமான நான்கு விதமான பிஸ்கட்டுகளை நேபாளத்தில் உள்ள ஒரு நிறுவனம் உற்பத்தி செய்வது; சுவர்களைப் படர்கொடிகள் தழுவுவது; கணினிகளைக் கையாளும் சிறுவர்கள் மீது நம்பிக்கை இல்லாததால் இணைய சேவையளிக்கும் கடைகளுக்குச் சென்று மின்னஞ்சல் அனுப்புவதில் பெமாவுக்கு விருப்பம் இல்லாதது; தனக்குப் பிடித்த நிறம் பச்சை (பச்சை செரிங்குக்குப் பிடித்த நிறம்) என அடுத்த கடிதத்திற்கான யோசனைகளைப் பற்றிப் பேசிக்கொண்டிருந்தாள். திரு.க்ரெக்கின் புகைப்படத்தைச் சட்டமிட்டு தன்னுடைய தலையணைக்கு கீழே பெமா வைத்திருப்பதாகச் சொன்னாள் செரிங். எந்தக் கணக்கையும் தெருவில் வசித்த மற்றெவரையும் விட மிக வேகமாக மனதுக்குள்ளேயே இடத் தெரிந்த தனக்கு, இந்தக் கடிதம் எழுதும் வேலை பல வாரங்களாக நீண்டுகொண்டிருப்பது திகைப்பூட்டுவதாகவும், தன்னால் அதை முன்கூட்டி அறியவோ கணிக்கவோ முடியவில்லை என்றாள்.

❂❂❂

'குரங்குகளையும், அவை கோயில் மணிகள் மீதிருந்து தொங்கியபடி நாய்களைப் பார்த்து ஒலியெழுப்பியதையும், ஜ்யதா, ஆசண் டோலியின் குறுகலான தெருக்களில் அனைவரும் ஒரே சமயத்தில் வெளியேறுகிற காலைநேர அவசரத்தையும்

இப்போது தன்னால் அனுபவிக்க முடியவில்லை. நேபாளத்தில் இருந்த அவற்றை இழந்ததாக உணர்கிறேன்' என க்ரெக் பதில் எழுதியிருந்தார். அவர் தன்னுடைய பக்கத்து வீட்டுக்காரரை ஒரு மாதமாகப் பார்க்கவில்லை என்றும், அவருடைய இருப்புக்கான ஒரே சாட்சி, அவருடைய காலணிகள் மாலை மயங்கும் நேரத்தில் தரையின் மீது தடாலென விழும் ஓசையின் எதிரொலி மட்டும்தான் என்றும் எழுதியிருந்தார்.

"உங்கள் மகன் எப்படி இருக்கிறார்?" என்று கேட்டிருந்தார்.

இரண்டு பெண்களும் ஒருவரை ஒருவர் பார்த்துச் சிரித்துக் கொண்டனர். பெமா கடிதப் போக்குவரத்தின் வேகத்தை அதிகரிக்க விரும்பினாள். விசயத்தை விரைந்து முடிக்க வேண்டும். ஆனால் இப்போது அவர்கள் மேற்கொண்டுள்ள செயல்திட்டம் தான் சிறந்தது என்றாள் செரிங். வார்த்தைகளை வேகமாக திரு.க்ரெக்கின் மீது வீசுவது அந்த யுக்தியைச் செயலிழக்கச் செய்துவிடும்.

"நீ சிறு பெண் இல்லை. அவராக ஏதாவது சொல்லும் வரை நீ காத்திருக்கத் தான் வேண்டும்" என்று அவள் பெமாவுக்கு அறிவுரை கூறினாள்.

'ஹாலண்டின் உலர்ந்த பால் பவுடர், டென்மார்க்கில் இருந்து கிடைக்கும் தானியத்தில் இருந்து தயாரிக்கப்பட்ட மது, இந்தியாவில் இருந்து வரும் சர்க்கரை, கழிவறையில் பயன்படுத்தும் சீன வெளிர் சிவப்பு நிற துடைப்புத் தாள் என இந்த உலகத்தையே இந்த மளிகைக் கடையின் நேர்த்தியாக அடுக்கப்பட்ட குப்பிகள் மூலமாகத் தான் நான் அறிந்தேன். அமெரிக்காவிலிருந்து வரும் இனிப்புப் பட்டைகளில் எப்போதுமே பருப்புகள் அல்லது கேரமல் இருக்கும். அமெரிக்கர்களுக்கு எளிமை பிடிக்காதா?' என்று எழுதிய கர்மா, பணிவு அல்லது எளிமை இவற்றில் எந்தச் சொல்லைப் பயன்படுத்துவது என்று யோசித்தபடி இருந்தாள். கடையில் இருக்கும் ஒவ்வொரு பொருளைப் பற்றியும் பெமாவுக்கு இருக்கும் வல்லமையையும், ஒவ்வொரு பொருளின் விற்பனையிலும் லாபம் பார்க்கும் அவளுடைய புத்திசாலித்தனத்தையும் கடிதத்தில் குறிப்பிடவேண்டுமா என்பது பற்றி செரிங் விவாதித்தாள். பிறகு அதற்கு பதிலாக விதியின்

முக்கியத்துவத்தைப் பற்றி எழுதவேண்டும் என்று முடிவு செய்தாள்.

இரவு உணவுக்குப் பிறகு நிலைப் பேழையில் தலையை நுழைத்து தீவிரமாகப் பார்த்த செரிங் தன் ஆடை அலமாரி முழுக்க முழுக்க சமூகப் பழக்க வழக்கங்கள், கடமைகள் ஆகியவற்றின் கட்டுப்பாட்டில் இருக்கிறது என்றாள். அவள் அங்கு நடந்த திருமணங்களுக்கும் ஈமச் சடங்களுக்கும் மட்டுமே சென்றாள். "நீ பிறந்த அந்த வருடத்தில் நான் மிக மகிழ்ச்சியாக இருந்தேன்" என்று கர்மாவிடம் சொன்னாள். செரிங்குக்கு அப்போது இருபத்தி ஐந்து வயது. அவளுடைய கணவனுக்கு அப்போது தான் வேலை கிடைத்திருந்தது. ஒரு குடும்ப நண்பரின் வீட்டில் இரண்டு அறைகளை வாடகைக்கு எடுத்துக் குடி இருந்தார்கள்; ஒரு எரிவாயு அடுப்பை வாங்கினார்கள். தெரு நாய் ஒன்றை அவர்கள் தத்தெடுத்து வளர்த்தனர். வீட்டில் உபரியாக இருக்கும் கம்பளிகளை அவர்கள் இப்போதும் இட்டுவைக்கும் இரும்புப் பெட்டிகள் அந்த வருடத்தில் வாங்கியவை தான். அந்தக் கணத்தில் இருந்து மகிழ்ச்சி வளரத் துவங்கியதாக செரிங் கற்பனை செய்துகொண்டாள். அவளெதிரே அமைதியாக அமர்ந்துகொண்டு, எதுவும் பேசாமல், எதையும் வேண்டும் என்று கோராமல் அவனால் எப்படி தன் மகிழ்ச்சியைத் தக்கவைத்துக் கொண்டிருக்க முடிகிறது என்று இத்தனை வருடங்களாக அவள் வியப்படைந்திருக்கிறாள். இத்தனை வருடத் திருமண வாழ்வில் ஒரு முறை கூட அவன் சமைத்ததில்லை. ஆனால் அவளுடைய சமையலை ஒரு நாளும் அவன் குறை கூறியதும் இல்லை. அவனுடைய நிறைவான மனநிலை அவளுக்கு ஒரு சுமையாக இருந்தது. அவனுடைய மகிழ்ச்சி நியாயமற்ற முறையில் செரிங் நடத்தப்படுவதாக அவளை நினைக்க வைத்தது. கர்மாவின் கன்னங்களை வருடி தான் உறங்கப் போவதாக சொன்ன செரிங் தன் கணவனை அழைத்து முன் வாசற்கதவைத் தாழிடச் சொன்னாள்.

அவன், "இவ்வளவு சீக்கிரமாகவா?" என்று கேட்டான்.

"ஏன்? நள்ளிரவு வரை விழித்திருக்க நான் எங்காவது வெளியே போகப் போகிறேனா என்ன?" என்று கேட்டவளின் முகம் முழுதும் இகழ்ச்சி பொங்கி வழிந்தது. அவளுடைய கண்களையும் உதடுகளையும் சுற்றியிருந்த மென்மையான

தோல் பகுதி அலை போலத் திரளாகச் சுருக்கத்துடன் இருந்தது. புத்த பிக்குகளுக்குத் தரும் தட்சணைகளாலும் அந்நிய நாட்டு அழகு சாதனக் களிம்புகளாலும்கூட அவளுடைய இளமை இனி திரும்புதற்கான வாய்ப்பு குறைந்து வருவதை அந்த வரிகள் உணர்த்தின. கர்மாவின் கண்களுக்கு அவளுடைய தாய், வயதாகிக் கொண்டிருக்கும் ஒரு பெண்ணாக முதன்முறையாகத் தெரிந்தாள்.

எந்தக் கேள்விக்கும் விடையின்றி, கேள்விகட்கு விடையாகக் கேள்விகளையே தந்த அவளுடைய பாட்டியைப் போலவே செரிங்கும் மாறிவருவதாக கர்மாவிடம் திரு.செரிங் சொன்னார்.

❂❂❂

தன்னை க்ரெக் என்று அழைக்குமாறு கடிதத்தில் அவர் குறிப்பிட்டிருந்தார். பெமாவின் கடிதத்தை ஞாயிற்றுக் கிழமைகளிலும் கூட அஞ்சல் பெட்டியில் தேடுவதாக எழுதியிருந்தார். அவளுடைய கையெழுத்தை அவரால் அடையாளம் காணமுடிந்தது. அவளுடைய புகைப்படம் ஒரு எளிய மரச் சட்டத்தில் அவர் படுக்கைக்கு அருகே வைக்கப்பட்டு இருந்தது. விதி என்பது வலுவான நம்பிக்கை என்பதாக அவருக்கு ஒலித்தது. அவருடைய தந்தை தோட்டங்களை அழகுற உருவாக்கித் தரும் தொழில் செய்து வந்தார். அவருடைய தாய் மழை நாளில் கூட உடற்பயிற்சி செய்பவள். க்ரெக் கல்லூரியில் கிரேக்க இலக்கியம் படித்தார். ஆனால் அந்தப் பணியில் இருந்த சிரமத்தால் அவர் தபால்காரர் ஆகிவிட்டார். ஒரு குறுகிய கால வேலையாக முதலில் அதை ஏற்றவர், எதையும் தொடர்ந்து செய்யும் தன் பழக்கத்தால் தபால் வேலையின் செயல்முறைகளில் தினம் மூழ்கி அந்த வேலையிலேயே தொடர்ந்து வருகிறார்.

‘கடிதங்கள் தான் மிக முதன்மையானதும் எளிதாக அணுகக் கூடியதுமான ஒரு இலக்கிய வடிவம் என்பதைச் சிந்தித்துப் பார்க்கவேண்டும். வாய்ப்பும் விதியும் ஒரே பொருள் கொண்டவையா?’ என்று எழுதினார்.

க்ரெக் தன்னை விட மிகுந்த அறிவாற்றல் கொண்டவர் என்றாள் பெமா. இந்தித் திரைப்பட மாத இதழ்கள் இலக்கியத்தில் சேருமா? என்று அவள் கர்மாவிடம் கேட்டாள். தாம் தவறான

சொல்லைப் பயன்படுத்திவிட்டதாக செரிங் வருத்தமும் கவலையும் அடைந்தாள். விதி எனும் சொல்லுக்குப் பதில் கர்மா என்ற சொல்லைப் பயன்படுத்தியிருக்க வேண்டும் என்றும், அது தன் மகளான கர்மா செய்த பிழை என்றும் சொன்னாள். ஆங்கிலப் பள்ளிக்கூடங்களில் பயிலும் இளம் திபெத்தியர்கள் விதியும் கர்மாவும் ஒன்று என நினைத்துக் கொள்கின்றனர். அவை இரண்டும் வெவ்வேறு என்றாள் செரிங்.

"நீ நன்முறையில் கடிதங்கள் எழுதி மக்களுக்கு உதவி செய்தால் உனக்கு நல்ல கர்ம பலன் கிடைக்கும். விதி அவ்விதம் வேலை செய்யாது. அது உன் கைகளில் இல்லை. எல்லோருக்கும் நல்லவளாக இரு, கடிதங்களைச் சரியாக எழுது என்று நான் ஏன் உன்னிடம் சொல்கிறேன் என்று புரிகிறதா?" என்றாள்.

க்ரெக் தன் ஓய்வு நேரத்தை எவ்வாறு பயன்படுத்துகிறார் என்பதை அவள் அறிய விரும்பினாள். அவர் ஜிம்னாஸ்டிக்ஸும் உடற்பயிற்சிகளும் செய்தாரா? அவருக்கு சமைத்துத் தர யாராவது இருக்கிறார்களா? அவர் கிடார் வாசித்தாரா? இறகுப் பந்து விளையாடினாரா? தேநீர் குடித்தாரா?

பெமாவுக்குப் பொருத்தமான மனிதன் க்ரெக் தானென்று தன் அம்மா நம்ப விரும்பியதாக கர்மாவுக்குத் தோன்றியது. அவரிடமிருந்து பதில் கடிதங்கள் வந்துகொண்டிருந்த வேகத்தைப் பார்த்து அவருக்கும் அதில் விருப்பம் இருக்கிறது என்று அவளை நம்ப வைத்தன. காதல் என்ற சொல் இதுவரை கடிதத்தில் எங்குமே குறிப்பிடப்படவில்லை. காதல் எனும் சொல் இல்லாமல் இருப்பதோ, பிற்காலத்தில் நிகழக் கூடிய அதன் தன்மையோ இந்தச் செயல் திட்டத்தைப் பொருத்தவரை ஒரு தீர்மானிக்கும் கூறாக இருக்கப் போவதில்லை. பெற்றோர்களால் ஏற்பாடு செய்யப்பட்ட பெமாவின் முதல் திருமணத்தில் எந்த இடத்திலுமே காதல் என்ற வார்த்தை இல்லை.

இறந்துபோன உங்கள் கணவனை நீங்கள் நேசித்தீர்களா என்று கர்மா பெமாவைக் கேட்டபோது "உன்னுடைய பெற்றோர் உனக்காக ஒரு ஆணைத் தேர்வு செய்யும்போது நல்ல கணவனாக இருக்கக் கூடிய ஒருவனைத் தேர்வு செய்வார்கள். அவனைக் காதலிக்கும் வழியைக் கண்டுபிடிக்க வேண்டியது உன்னுடைய கடமை" என்று பெமா பதிலுரைத்தாள்.

“ஒரே ஒரு முறை சந்தித்து, அவரைப் பற்றி எதுவுமே தெரியாமல் இருந்தாலுமா?”

“தெரிந்துகொள்ள என்ன இருக்கிறது?”

“ஆனால் ஒருவேளை காதல் வராவிட்டால்?”

“முட்டாள்” எனப் பேச்சின் இடையில் புகுந்த செரிங் சிறிதும் யோசிக்காமல் “அது வந்தே ஆகவேண்டும். என்னைப் பார்” என்று பெமாவைக் குறிப்பதுபோல பெமாவை நோக்கித் தன் விரலை நீட்டினாள்.

கடிதத்தை இனிமேல் “அன்புடன்” என்று கையெழுத்திடலாம் என்றாள் பெமா. ஆனால் செரிங், “முதலில் க்ரெக் அவ்வாறு செய்யும்வரை நாம் காத்திருக்க வேண்டும்” என்றாள்.

உலகின் நம்பவே முடியாத ஒரு துறையான அஞ்சல் துறையிடம் ஒப்படைக்கப்பட்டிருக்கும் இந்தக் கடிதங்கள் காதலைக் கொண்டு வந்து சேர்ப்பிக்கும் வாய்ப்புக்கொண்டவை என எவ்வாறு நம்புவது? பிறகு மூன்றாம் வாரத்தில் மூன்றாவது கடிதம் வந்தடைந்தது. முன்பு செய்த எல்லா கணக்கீடுகளையும் தவறாக்கி ஒவ்வொரு வாரமும் நியூயார்க், சான்பிரான்சிஸ்கோ, நியூ ஆர்லியன்ஸ், டல்லாஸ் ஆகிய இடங்களில் இருந்து தபால் அட்டைகள் வரத் துவங்கின. ஒவ்வொரு தபால் அட்டையின் வரவும் பெமாவையும் செரிங்கையும் வரைபடத்தை வைத்து அந்த இடங்களுக்கு இடையேயான தூரத்தையும் அங்கு அவர் பயணித்ததற்கான அர்த்தத்தையும் தேட வைத்தன.

❂❂❂

வெட்கமின்றிப் பல நாட்களாகத் தொடர்ந்து அங்கேயே நிலைகொண்டிருந்த மழை சாலைகளின் வடிவத்தை மூழ்கடித்தது. குப்பைக் கூளங்கள் தெரு முழுவதும் பயணித்து வீதிகளில் ஒட்டிக்கொண்டிருந்த காட்சி ஒடிசலான பதின் வயது சிறுவர்கள் உள்ளூர் மதுபானத்தால் ஈர்க்கப்பட்டு அதனுடன் பசை போல ஒட்டிக்கிடந்தது போலிருந்தது. ‘திபெத்தியப் பெண்கள் அமைப்பு’ நடத்திய ஒரு இலவச சுகாதார மருத்துவமனையில் தன்னார்வலராகக் கர்மாவைப் பணிசெய்ய வைத்தாள் செரிங். மழையோ வெயிலோ இலவச மருத்துவமனை தொடர்ந்து இயங்கும் என்றாள் செரிங்.

அந்த மருத்துவமனையை அடைவதற்குள் கர்மாவின் பாதம் முழுவதும் சேறாகி விட்டிருந்தது. கூரையின் மேற்தகட்டில் இருந்து ஒழுகிய தண்ணீரில் அவள் தன் பாதங்களைக் கழுவினாள். பிறகு ஒரு மேசையின் அருகே இருந்த இருக்கையில் அமர்ந்தாள். பெரியவர்களின் பெயர்களையும் அவர்களுடைய நோய்களைப் பற்றியும் குறித்துக் கொண்டிருந்த அந்த இரண்டு மணி நேரம் குழப்பமாகக் கடந்தது. ஒவ்வொரு முறை அவள் ஒரு பெயரை உரக்க அழைத்த போதும் பெரியவர்கள் அவளை மறுபடி சொல்லுமாறு கேட்டனர்.

"இது உங்கள் பெயரா? உங்களுக்கு இந்த நோய் உள்ளதா?"

"ஆமாம்."

"அப்படியானால் அது நீங்கள் தான்."

யாரோ "வணக்கம்" என்றார்கள். அது கல்லூரி மாணவன் ரின்செண். எதிர்பாராமல் அவனைச் சந்தித்த அதிர்ச்சியில் என்ன சொல்வதென்று தெரியாமல் கர்மா அவனிடம் மருத்துவரைப் பார்க்க வந்திருக்கிறானா என்று கேட்டாள்.

"இருக்கலாம்" என்று அவன் வேடிக்கையாகச் சொன்னான்.

"சூடான தேனீர் தருவிக்கவா?" என்று அவளிடம் கேட்டவன் பிறகு அவளுக்காக ஒரு கோப்பைத் தேநீரும் க்ளூகோஸ் பிஸ்கட் பொட்டலமும் எடுத்துக்கொண்டு திரும்பி வந்தான்.

"என் பெயர் ரின்செண் சாங்போ. என்னுடைய ஒன்றுவிட்ட சகோதரியின் கடையில் நாம் ஒரு முறை சந்தித்தோம்" என்றான்.

"என் பெயர் கர்மா."

"எனக்குத் தெரியும்."

அவன் குட்டைக் காற்சராயும் சிறுவர்கள் தங்கள் வீட்டுக்குப் பின்னிருக்கும் நிலத்தில் விளையாடும்போது அணிவதைப் போன்ற ரப்பர் காலணிகளும் அணிந்திருந்தான். அவனுடைய மூக்குக் கண்ணாடியிலிருந்து நீர்த் துளிகள் சொட்டிக் கொண்டிருந்தன.

‘அங்கிருக்கும் மருத்துவர்கள் உண்மையிலேயே தகுதி உடையவர்களா? மருந்துகளையும் இலவசமாகத் தருவார்களா? அவர்கள் கண் மருத்துவர்களா?’ என நாள் முழுவதும் மக்கள் அவளிடம் நிறைய கேள்விகள் கேட்டனர். பெரும்பாலான ஆண்கள் அதிகம் பேசவில்லை. ஏதாவது கேட்டால் பதில் சொல்லும்போது தங்கள் உடலைத் தங்கள் மனைவியரின் பின்புறம் மறைத்தபடி நின்றனர்.

ரின்செண், தன் சகோதரி அந்தத் தெருவுக்கருகே வசித்ததாகவும் இங்கு என்ன நடக்கிறது என்று பார்க்க வந்ததாகவும் சொன்னான். அவனிடம் இருந்த இயல்பான தன்மை கர்மாவுக்குத் தன் அசௌகரிய உணர்வை அறியவைத்தது. அவள் தன் வாழ்நாள் முழுக்க, மூத்தவர்கள் சூழ இருக்கும் தன் தாயுடனேயே கழித்திருக்கிறாள். இளைஞர்களிடம் பேசும் ஏறத்தாழ ஒவ்வொரு முறையும் எதாவது ஒரு பிரச்சினையைக் கிளப்பிவிடுவதற்கு கர்மா பழகியிருந்தாள். எல்லா பதில்களும் சரியான பதில்களே என்பதைப் போன்ற கேள்விகளை ரின்செண் பெரியவர்களிடம் கேட்டான். அவர்களைக் கிண்டலடித்துச் சிரிக்க வைத்தான். அவன் எல்லா விஷயங்களிலும் அஜாக்கிரதையாக இருந்தானா அல்லது கவலையின்றி இருந்தானா என்று அவளால் ஒரு முடிவுக்கு வர முடியவில்லை.

மருத்துவர்களின் தகுதிப்பாடுகள், இலவச மருந்துகளின் தரம் ஆகியவை குறித்துச் சந்தேகித்த மக்கள் தொடர்ந்து அவற்றில் குறை கண்டுபிடித்துக் கொண்டிருந்தார்கள். மருத்துவர்களுக்கும் மருந்துகளுக்கும் ஆதரவாக மக்களிடம் வாதாடியதாலும், தொடர்ந்து கொட்டிக் கொண்டிருந்த மழையாலும் நன்முறையில் திட்டமிடப்பட்டிருந்த அந்த நாளின் மதிய வேளை முடிவதற்குள்ளேயே கர்மா களைப்படைந்துவிட்டாள்.

விடுமுறை முடிந்து கல்லூரிக்குத் திரும்புமுன் அவளைத் தொலைபேசியில் அழைக்கலாமா? ஒரு முறை தேனீர் அருந்த சந்திக்கலாமா? என்று ரிண்சிண் கேட்டான். இதில் தன் அனுபவமின்மையை மறைக்கப் போராடியவள், தன்னையும் மீறி ‘சரி’ எனும் விதமாகத் தலையசைத்தாள். தன்னுடைய தொலைபேசி எண்ணை அவனிடம் தந்துவிட்டு குடையைக் கூட விரிக்க மறந்து தெருவை நோக்கி ஓடினாள்.

○○○

க்ரெக், இந்தக் கடிதத்தில் "அன்புடன்" என்று கையெழுத்திட்டிருந்தார்.

பெமா தன் தொடையின் மீது உள்ளங்கையைத் தட்டிப் புன்னகை செய்தாள். அப்போது அவளும் செரிங்கும் ஒரே சமயத்தில் பேசியபோது அவர்களுடைய குரல்கள் விசித்திரமாகக் கீச்சிட்டன.

விஷயங்கள் எதை நோக்கிப் போகின்றன என்பது பற்றி இறுதியில் ஒரு பிடி கிட்டியதாகச் சொன்னாள் பெமா. முகமும் கழுத்தும் சிவந்துபோன செரிங் இந்தக் கடித இலக்கியப் பரிமாற்றத்தில் ஏற்பட்டுள்ள முன்னேற்றத்தினால் மகிழ்ச்சி அடைவதாகக் கூறினாள்.

பொது இடங்களே சிறந்த பேசுபொருட்கள் சுரக்கும் நிலம். கேள்விகளே நற்கருவிகள். உணர்ச்சிகளை ஒளிவு மறைவின்றி வெளிப்படுத்திவிடக் கூடாது என செரிங் பெமாவை எச்சரித்ததுடன், "இப்படிக்கு உங்களுடைய" என்று மட்டுமே கடிதங்கள் தொடர்ந்து கையெழுத்திடப்பட வேண்டும் என்று வற்புறுத்தினாள். திபெத்திய நாள்காட்டியின் ஆலோசனையைப் பெறுவதாகவும், அதில் குறிப்பிடப்பட்டுள்ள ஒரு சுபதினத்தின் சுபவேளையொன்றில், "அன்புடன்" எனக் கடிதத்தில் கையெழுத்திடுமாறும் செரிங் பெமாவிடம் சொன்னாள்.

அவர்கள் ஐந்து மாதங்களாகக் கடிதங்களைப் பரிமாறிக் கொண்டிருந்தார்கள். அந்த ஐந்து மாதங்களில் தபால் அலுவலகம் பொது விடுமுறைகளுக்காகப் பத்து முறைகள் மூடப்பட்டது; பக்கத்தில் இருந்த மடத்தில் வசித்த இருபத்தி ஆறு வயதுத் துறவி ஒருவர் மணமான ஒரு நேபாளிப் பெண்ணுடன் ஓடிப் போய்விட்டார்; நாடு இரண்டு புதிய பிரதமர்களைப் பார்த்தது. ஆட்சிக்கு வந்த புதிய கட்சி, நாட்டில் சட்டம் ஒழுங்கை நிலை நிறுத்துவதாகவும், மின்சார வசதி செய்து தருவதாகவும்,வேலை நிறுத்தங்களைத் தடை செய்வதாகவும் அறிவித்தது. இந்திய நேபாள எல்லையில் ஏற்பட்ட பிரச்சினையால் சர்க்கரையையும் அரிசியையும் கையிருப்பு வைப்பதில் பெமாவுக்குச் சிரமம் ஏற்பட்டது. பொதுப் போக்குவரத்து ஊழியர்கள் வேலை நிறுத்தத்தில் ஈடுபட்டிருப்பதை அவள் வானொலி மூலமாக அறிந்துகொண்டாள். மாவோயிஸ்ட்டுகள் அமெரிக்காவின் காடுகளில் வாழ்ந்தனரா என்ன என்று அவள் வியப்படைந்தாள். அங்கு ஒரு நாளில் மின்சாரம் எத்தனை முறை தடைப்

படுகிறது? பொதுமக்கள் ஊரடங்கைக் கடைப்பிடிக்க வற்புறுத்தப்படுகின்றனரா? குறிப்பிட்ட சில நாட்களில் எந்தக் கடையும் திறந்திருக்காதா? எந்தக் காரும் ஓடாதா?

தான் இரண்டு நாட்களில் கிளம்புவதைச் சொல்வதற்காக ரின்செண் அவளைத் தொலைபேசியில் அழைத்தான்.

“என்னுடன் தேனீர் அருந்துவதற்கு வரமுடியுமா?”

“இப்பொழுதா?”

“நீ எப்பொழுது ஓய்வாக இருக்கிறாயோ அப்பொழுது.”

“சரி. நான் உன்னுடைய ஒன்றுவிட்ட சகோதரியின் கடையில் ஒரு மணி நேரத்தில் உன்னைச் சந்திக்கிறேன்.”

அவள் ஒரு ஆணை இதுவரை தனியாகச் சந்தித்ததே இல்லை. அவள் அவனை விரும்புகிறாள் என்பதற்கான ஒரு சமிக்ஞையாக இதை அவன் எடுத்துக்கொள்வானோ என்று யோசித்தாள். அவனுக்கு அவள் மீது உண்மையாகவே விருப்பம் இருக்கிறதா? ஒருவேளை அவன் அவளைத் தங்கையாகவோ நல்ல தோழியாகவோ கூட நினைத்திருக்கலாம். அவளை இதுவரை யாரும் தேனீர் அருந்த அழைத்ததில்லை. ஒருவேளை கல்லூரி மாணவர்கள் இதை வழக்கமாகச் செய்வார்கள் போலிருக்கிறது என நினைத்தாள். அவள் சென்றபோது அவன் கடையில் தனியாக அமர்ந்திருந்தான். அவள் பெமாவின் பெயரைக் குறிப்பிடாது பெரியவர்களுக்காகத் தான் கடிதங்கள் எழுதுவது பற்றி அவனிடம் கூறினாள். கல்லூரிப் படிப்பு கடினமாக இருக்கிறதா என்று கேட்டாள். சிறிய திட்டமிடலும் தொடர் முயற்சியும் இருந்தால் அவ்வளவு கடினமில்லை என்றான் அவன். சில வாரங்களுக்குப் பிறகு அவள் கல்லூரியில் சேரும் போது அவளை விமான நிலையத்தில் இருந்து கல்லூரிக்கு அழைத்துச் செல்லவா என்று கேட்டான்.

“நான் அந்த மாதிரியான பெண் இல்லை.”

“எந்த மாதிரி?”

முட்டாள்தனமாக உணர்ந்த அவள், “தேநீர் அருந்துவதற்காக இளைஞர்களைச் சந்திக்கும் வழக்கம் எனக்கில்லை.”

"எனக்குத் தெரியும்" என்றான் அவன்.

அவனுடைய புன்னகைக்குப் பதில் சொல்லும் விதமாகத் தானும் முறுவலிப்பதை உணர்ந்தாள்.

✵✵✵

'சில மாதங்களுக்கு முன் ஒரு நாள் நகரத்தின் விளக்குகள் யாவும் ஒரு மணி நேரம் அணைந்துகிடந்தன. பேய் நகரம் போல அனைவரும் அலுவலகங்களை விட்டும் தங்கள் வீடுகளில் இருந்தும் உடனே வெளியேறினர். கணினிகள், சுரங்கப் பாதைகள், புகைவண்டிகள் என எதுவும் இயங்கவில்லை. பணம் இருந்தாலும் யாரும் எதையும் வாங்கமுடியவில்லை. ஏனெனில் பணப் பதிவேடுகள் வேலை செய்யவில்லை. எல்லாம் இருந்தும் எதுவும் இல்லாமல் இருப்பது ஒரு விசித்திரமான உணர்வாக இருந்தது. இப்படியான ஒரு சூழலில் அமெரிக்காவுக்குக் குடியேறுவதைப் பற்றி நீங்கள் யோசிப்பீர்களா?'

கர்மாவின் கையிலிருந்த க்ரெக்கின் கடிதத்தை வாங்கிய செரிங் வெகு நேரம் அதைப் பார்த்துக் கொண்டிருந்தாள். ஒரு பெண்ணைத் திருமணம் செய்துகொள்ள விரும்பும் அமெரிக்கர் ஒருவர் தங்கள் நாட்டு பாணியில் அப்பெண்ணிடம் விடுக்கும் கோரிக்கையா என்று அவள் அறிய விரும்பினாள்.

"க்ரெக் திருமணத்தைப் பற்றி எதுவும் சொல்லவில்லை" என விளக்கினாள் கர்மா.

செரிங், "என்ன, நேரடியாகச் சொல்லவில்லை. அவ்வளவு தான்" என்று சொல்லிக்கொண்டே கடிதத்தைத் தன் வயிற்றோடு அழுத்தியபடி "நோக்கம் இருக்கிறதா என்பது தான் கேள்வி" என்றாள்.

தன்னுடைய இரண்டாவது ஒன்றுவிட்ட சகோதரியின் வசிப்பிடத்தைக் கண்டுபிடிக்க வேண்டும் என்றாள் பெமா. ஒற்றைத் திபெத்தியராக நகரில் தனித்திருப்பது குறித்து அவள் பயப்பட்டாள். அங்கு போன பிறகு அவள் க்ரெக்கை எப்படித் தொடர்புகொள்வாள்? தனக்குச் சொந்தமான மரச் சாமான்களை அவள் விற்கத் துவங்க வேண்டுமா? கடையை யாரிடம் ஒப்படைத்துவிட்டுச் செல்வது? அவருடைய குடும்பத்தினருக்கு என்ன மாதிரியான பரிசுகளை வாங்கிக்கொண்டு செல்வது?

அங்கு சென்ற பிறகு தன்னை அவருக்குப் பிடிக்கவில்லை என்றால் என்ன செய்வது?

“திருமணமான தம்பதிகள் தமக்குள் அதிகம் பேசிக்கொள்ள வேண்டிய அவசியமில்லை” என்றாள் செரிங். “அயல்நாட்டவருக்கு நிறைய வேலைகள் இருக்கும் போலிருக்கிறது. பெரிய பழுப்பு நிறப் பைகளைத் தங்கள் கைகளில் தூக்கியபடி மக்கள் அங்குமிங்கும் எப்போதும் வேகமாகச் செல்வதை வெளிநாட்டுத் திரைப்படங்களில் பார்த்ததில்லையா? அவர்கள் நம்மைப் போல் சோம்பலாக தெருமுனைகளிலும் வாசற்படிகளிலும் அமர்ந்து தேநீர் குடித்தபடியோ கதை பேசிக்கொண்டோ இருப்பதை நாம் பார்க்கவே முடியாது.”

பதில் கடிதம் மூன்று மணி நேரத்தை எடுத்துக்கொண்டது. *‘இறந்துபோன என் கணவர் நான் ஒரு நல்ல மனிதருடன் வாழ்வதைப் பார்த்து மகிழ்ச்சி அடைவார். மதிப்புடன் பார்க்கவும் ரசிக்கவும் இளைஞனான என் மகனுக்கு உவப்பான ஒரு ஆண்மகன் தேவை. உங்களை என் கடைக்கு வரவழைத்தது கர்மா தான். இல்லையெனில் திரு.தமங் அவர்களிடம் கூட நீங்கள் வழி கேட்டிருக்கலாமே’* என்று தன் அம்மாவுக்குக் கீழ்ப்படிந்து அவள் சொன்னது போலவே அந்தக் கடிதத்தைக் கர்மா எழுதினாள்.

மகிழ்ச்சி அடைந்த செரிங், “அவர் திருமணத்தை விரும்புகிறாரா இல்லையா என்கிற பிரச்சினையை இப்போது முழுதாகக் கையாண்டுவிட்டோம். அவர் அதை விரும்புகிறார் என்றே நாம் கருதுவோம். அவ்விதம் நினைப்பதே நல்லது” என்றாள். முடிவை மாற்றுவது என்ற பேச்சுக்கே இதில் இடமில்லை. “அமெரிக்கா உனக்குப் பிடிக்கும் பெமா”என்றாள். பெமா மீண்டும் தன் வாழ்க்கையை அங்கு துவக்கலாம். அவளுடைய மகனுக்கு நல்ல கல்வி, நல்ல எதிர்காலம் என எல்லாம் கிடைக்கும். அவளுடைய வயதான காலத்தில் அவன் அவளைக் கவனித்துக்கொள்வான் என்றாள்.

அந்தக் கடிதம் கட்டுக்கடங்காத எழுச்சியுற்ற எண்ணங்களினூடே அவர்களை ஒரு இன்பமான பயணம் போகவைத்தது. புதிய நாட்டுக்குப் போகும்போது என்ன நிறச் சாயத்தை தலைமுடிக்கு இடலாம்? அமெரிக்க ஆண்களுக்கு என்ன பிடிக்கும்? ஒரு மாறுபட்ட தலையலங்காரம் செய்தால்

என்ன? செரிங்கிடம் பதில் இல்லை. அவள் தன் வாழ்வில் காதலராக அறிந்திருந்தது ஒரே ஒரு ஆணை மட்டுமே. இருபது வருடங்களாக அவள் தினம் தன் தலைமுடியை மடித்து இறுக்கமாக ஒரு கொண்டையாக இட்டு வந்திருக்கிறாள். பெமாவுக்கு ஒரு பச்சை நிறக் கம்பளியைப் பரிந்துரைத்த செரிங், பச்சை நிறம் புதிய துவக்கங்களுக்குரிய ஒரு சிறந்த நிறம் என்றாள். தனக்கொன்றும் செரிங்குக்கு ஒன்றுமாக கடல்பாசி நிறத்தில் பெமா இரு கம்பளிகளை வாங்கினாள். தன் தலைமுடியை மூன்றடி குறைத்து வெட்டிக்கொண்டாள். செரிங்கையும் அவ்வாறே வெட்டிக்கொள்ளுமாறு கனிவாகக் கேட்டு ஒப்புக்கொள்ளச் செய்தாள். இரண்டே அடிகள் என்று பெமா கெஞ்சியதும் கை முட்டிகளின் வடிவத்தில் இறுக்கமாக மூடிக் கொண்டையிட்டுப் பழகியிருந்த தன் தலைமுடியை விடுவிக்க அழகுக் கலை நிபுணரை அனுமதித்தாள். செரிங்கின் தலைமுடி ஷாம்பூ இடப்பட்டு, வெட்டப்பட்டது; பிறகு உலர வைக்கப்பட்டது. செரிங், தலைமுடி அழகுபடுத்தும் நிபுணரிடம் இப்போது தான் முதல் முறையாக வருகிறாள். அவள் அங்கிருந்து திரும்பிப் போகும்போது தன் தலையிலிருந்து நான்கு கிலோ எடையுள்ள எதையோ இழந்தது போல உணர்ந்ததாகச் சொன்னாள். அவளுடைய உச்சந்தலை லேசாக அரித்தாலும் தலைமுடி பாரமின்றி இருந்தது.

‘ஒரு ஆணுக்காக இங்கிருந்து அமெரிக்கா போவதென்பது மிக அதிகம். தன் பாதி வாழ்க்கையைக் கழித்துவிட்ட ஒரு பெண், புதிய நாடு ஒன்றில் மகிழ்ச்சியாக இருப்பாளா? அந்த மனிதன் ஒரு ஏமாற்றுப் பேர்வழியாக இருந்தால் என்ன செய்வது? ஒரு வேளை அவனுக்கு ஏற்கனவே திருமணமாகி இருந்தால்?’

‘என் நாட்டிலிருந்து வெகு தொலைவு விலகி வந்துவிட்டதாக நான் கலிஃபோர்னியாவில் வசிக்கையில் உணரக்கூடாது. அதற்காக எனக்கு அறிமுகமான இங்குள்ள அனைத்து விஷயங்களையும் நான் மனனம் செய்ய முயற்சிக்கிறேன். ஆனால் என் தோழி செரிங்கைக் காணமுடியாது தவிப்பேன். நாங்கள் இருவரும் எங்களுடைய தலைமுடியை வெட்டிக் கொண்டோம். ஒரு நாள் விடுமுறை எடுத்துக்கொண்டு நாங்கள் ஒரு ஐந்து நட்சத்திர விடுதியில் தங்கினோம். ஒரு விடுதியில் தங்கும்போது நாம் வேறு விதமாக உணர்கிறோம். விரைவில் நான் உங்களைச் சந்திப்பேன். என் இதயத்தில் எழுகின்ற

பலவித உணர்வுகள் எனக்கே அந்நியமாக இருக்கின்றன. அமெரிக்கா எப்படி இருக்கும்? என்று யோசிக்கிறேன். நீங்கள் எப்படி இருப்பீர்கள்? நான் இதுவரை விமானப் பயணம் செய்ததில்லை.'

அவள் அங்கிருந்து கிளம்புவதற்குச் சில தினங்கள் முன்பாக லாமாக்களின் புகைப்படங்கள், அரிசி, சமையல் எண்ணெய், பாதி பிரிக்கப்பட்டிருந்த பல வகைப் பருப்புப் பொட்டலங்கள் ஆகியவற்றை செரிங்கிடம் கொண்டுவந்து தந்தாள்.

"நான் அவற்றை உனக்காகப் பத்திரப்படுத்தி வைக்கிறேன். ஒரு நாள் உனக்கு அவை மறுபடியும் தேவைப்படும்" என்றாள் செரிங்.

பெமா சிரித்தபடி, "நீ என்னை அமெரிக்காவுக்கு அனுப்புகிறாய். ஆனால் எண்ணை கெட்டுப்போவதற்கு முன்பு நான் திரும்பி வரவேண்டும் என்று விரும்புகிறாயா?" என்று கேட்டாள்.

செரிங், "நீ திரும்பி வரப்போவதில்லை" என்றாள்.

விமான நிலையம் போகும் வழி முழுவதும் பெமாவின் கைகளைப் பிடித்தபடி வந்த செரிங் வேடிக்கையாகப் பேச முயற்சிசெய்து கொண்டிருந்தாள். விமானப் புறப்பாட்டு நுழைவாயிலை அடைந்தபோது செரிங் ஒரு கழுத்துக் குட்டையை பெமாவிடம் தந்து அவளை இறுக்கி அணைத்தாள். தம் குடும்ப உறுப்பினர்களைத் தவிர யாருக்காகவும் தன்னுடைய தாய் அழுது கர்மா அதுவரை பார்த்ததில்லை. பெமா சத்தம்போட்டுக் கதறியழுதாள்.

"தயவுசெய்து நிறுத்து. இல்லையெனில் நீ அமெரிக்கா சென்றடையும்போது ஒரு வயதான பெண்ணைப் போலத் தெரிவாய்" என்று செரிங் அவளைக் கிண்டல் செய்தாள். பெமாவின் முகம் ஒரு புள்ளியாகக் காற்றில் மறையும்வரை தன் கைகளை அசைத்துக்கொண்டிருந்தாள். வீட்டுக்குச் செல்லும் வழியில் அவள் எதுவும் பேசவில்லை. ஸ்தூபியின் நுழைவாயிலைக் கடந்தபோது அங்கு சென்று சில பிரார்த்தனைகளைச் செய்ய வேண்டும் என்றாள்.

“ஆனால் இப்போது வெயிலாக இருக்கிறது” என்று கர்மா கூறியதற்கு செரிங், “பரவாயில்லை. நீ வீட்டுக்குப் போ” என்றாள்.

❂❂❂

கல்லூரிக்குக் கிளம்புவதற்கு ஒரு மாதம் முன்பு மற்றவர்களுக்காகக் கடிதமெழுதும் தன் கடமைகளில் இருந்து கர்மா தன்னை விடுவித்துக்கொண்டாள். கடந்த ஒரு மாதத்தில் நான்கு முறை ரின்செண் அவளை அழைத்திருந்தான். ஒவ்வொரு அழைப்பிற்குப் பிறகும் அவனுடைய முகத்தை நினைவில் வைத்துக்கொள்வதற்கு கர்மா முயற்சி செய்தாள். அமெரிக்காவிலிருந்த மக்கள் மிகவும் கவலையின்றி இருந்ததாகவும் அவர்களுடைய நடையிலிருந்தே நம்மால் அவர்கள் எந்தப் பொறுப்பையும் சுமந்துகொண்டு இல்லை என்பதை உணரமுடிந்தது என்றும் பெமா எழுதியிருந்தாள். *‘இந்த அசட்டையான போக்கு எனக்கு அவ்வளவு இயல்பாக வருவதில்லை. அமெரிக்கர்கள் தாம் செய்யும் பல விஷயங்களைத் தங்கள் விருப்பத்தின் பேரிலேயே செய்கிறார்கள். செய்தாகவேண்டிய கட்டாயத்தில் நம்மைப் போல எதையும் செய்வதில்லை. நான் உன்னைத் தினமும் நினைத்துக் கொள்கிறேன். செரிங் இப்போது தேனீர் அருந்திக் கொண்டிருப்பாள், செரிங் இப்போது தன் நீல வண்ணக் காலணிகளுடன் ஸ்தூபியைச் சுற்றி நடந்துகொண்டிருப்பாள் என கடிகாரத்தைப் பார்த்து எனக்குள் சொல்லிக் கொள்வேன்’.*

குழந்தைகளுக்கான தொலைக்காட்சி நிகழ்ச்சிகளின் மூலம் பெமா ஆங்கிலம் கற்றுக்கொண்டிருந்தாள். தினம் துல்லியமாக மூன்று மணிக்குத் தன் வீட்டின் சிறிய வாசற்படியின் மீது தேநீருடன் அமர்ந்திருப்பாள். மாட்டுக்கறியை மெல்லிய துண்டுகளாக வாரம் ஒருமுறை வெட்டி அவற்றை தானியக் களஞ்சியத்தில் இட்டுக் காய வைப்பது; மின்சாரக் கலப்பான் மூலம் திபெத்திய வெண்ணைத் தேநீர் தயாரிப்பது; தினமும் காலையில் ரொட்டி செய்வது என தான் செய்வதையெல்லாம் பட்டியல் இடுவாள். அவள் வழிபாட்டு பீடம் ஒன்று வைத்திருந்தாள். அங்கு கிடைக்கும் பாதிப் பொருட்கள் சீனா, இந்தியா, இலங்கையிலிருந்து வந்தவை. உப்பு கூட வேறு எங்கிருந்தோ வந்ததாக அவள் எழுதியிருந்தாள்.

❂❂❂

யாரோ தன்னைச் சந்திக்க வந்திருப்பதாக ஒலிபெருக்கியில் ஒலித்த அறிவிப்பைக் கேட்ட கர்மா வியப்படைந்தாள். பெண்கள் விடுதியில் இருந்து வெளியில் வந்தவள் சென்ற வருடம் கட்டப்பட்ட சிமெண்ட் குடைகளின் கீழிருந்த ஒரு மர நாற்காலியில் ரின்செண் அமர்ந்திருப்பதை பார்த்தாள். அவனை நோக்கி கர்மா நடந்து சென்றபோது அவன் எழுந்து நின்றான். அவளுடைய நினைவில் இருந்தவனுக்கும் இவனுக்கும் வித்தியாசம் இருந்தது. அவன் ஒரு சிறு பெட்டியில் இருந்த இனிப்புகளை அவளிடம் நீட்டினான். அவள் அவனிடம் "தேனீர் வேண்டுமா?" என்று கேட்டு பதிலுக்குக் காத்திருக்காமல் கல்லூரி வளாகத்தில் இருந்த தேநீர்க் கடையை நோக்கி நடந்தாள். பணம் செலுத்தும் இடத்தில் நிதானமாகச் செயல்பட்டாள். காலையில் தலை வாரினோமா? ஜீன்ஸ் அணிந்து வந்திருக்கலாமே என்று நினைத்தாள். அவனை நோக்கி எப்படி மீண்டும் இயல்பாக நடந்து செல்லப் போகிறோம் என்று யோசித்தாள்.

ஒருமணி நேரத்துக்குப் பிறகு அவன் கிளம்புவதாகச் சொன்னபோது ஒரு வேளை தான் அதிகமாகப் பேசி அவனை சலிப்படைய வைத்துவிட்டோமோ என்று யோசித்தாள். கல்லூரி வாயில் வரை அவனுடன் நடந்து சென்றவள் அவனிடம் சில கேள்விகள் கேட்க முயற்சித்தாள். இப்போது அவனை என்ன கேட்பது?

"இனிப்புகளுக்கு நன்றி" என்றாள். "நான் மறுபடி உன்னை வந்து சந்திக்கலாமா?"

வார இறுதிகளில் அவர்கள் நகரைச் சுற்றி வந்தனர். எப்போதும் ஒரு நிலையான திட்டமும் அதற்கான மாற்றுத் திட்டமும் அவன் கைவசம் இருந்தன. அவன் வேகமாக நடந்தான்; இயல்பாகவும் சத்தமாகவும் சிரித்தான். மோசமான விளைவுகளை ஏற்படுத்திவிடும் என்று ஒவ்வொரு முடிவையும் அலசி ஆராய்கிற அவள் மனப்போக்கை அவன் நயமாகப் பேசி மாற்றினான். ஆனால் அவனைப் பற்றி தன்னுடைய அம்மாவிடம் அவள் இதுவரை எதுவும் பேசவில்லை. ஆரம்பகட்டத்தில், அவர்களுடைய சந்திப்புகள் நீண்ட காலத்துக்குத் தொடரும் தன்மையுடையன என்பது உறுதியாகத் தெரியும் வரை அவள் காத்திருக்க நினைத்தாள். இப்படியே சில காலம் கடந்த பிறகு இந்த விஷயத்தைப் பற்றிய பேச்சை

எப்படித் தொடங்குவது என்று அவளுக்குத் தெரியவில்லை. சில சமயங்களில் தன்னுடைய அம்மாவிடம் விஷயத்தை எவ்வாறு உடைப்பது என்று அவள் பயிற்சி செய்து பார்த்திருக்கிறாள். ஆனால் அப்போது செரிங் வேறு ஏதாவது உணர்வுகளைப் பற்றி பேசுவாள். தன்னுடைய உடம்பில் வாயு அதிகளவு இருப்பதால் அது மனத் தடுமாற்றத்தை ஏற்படுத்துகிறது என்று ஒரு வாரத்துக்கு முன்பு செரிங் சொன்னபோது அவள் அரைத் தூக்கத்தில் இருந்தது போலத் தோன்றியது. "வாழ்க்கையை இழந்துவிட்டது போன்ற ஒரு உணர்வை என்னால் அவ்வளவு எளிதாக விலக்க முடியவில்லை. இவ்வாறு நடக்க வாய்ப்பு இருக்கிறதா?" என்று அவள் தொலைபேசியில் கேட்டதற்கு கர்மா பதிலேதும் பேசவில்லை.

ரின்செண் கல்லூரிப் படிப்பின் இறுதி ஆண்டில் இருந்தான். புவி அமைப்பியலில் முதுகலை பட்டப் படிப்பு பயில தென்னிந்தியாவுக்குச் செல்வது குறித்து ஆலோசித்துக் கொண்டிருந்தான். கர்மாவால் அங்கிருக்கும் ஒரு கல்லூரிக்கு மாற்றல் வாங்கிக்கொண்டு வர முடியுமா என்று அறிய விரும்பினான். தன்னுடைய அம்மாவின் ஆலோசனையைக் கேட்பதற்கான காலகட்டத்தைத் தான் கடந்துவிட்டதை கர்மா உணர்ந்தாள். தன்னுடைய தாய் தொலைபேசியில் ஒவ்வொரு முறை தன்னை அழைத்தபோதும் சரியான நேரம் பார்த்து இந்தக் கதையை வேறு எந்த விசயத்திலாவது இயல்பாக நுழைத்து அவளுக்குத் தெரியப்படுத்திவிட அவள் முயற்சி செய்தாள். தங்கள் வீட்டின் தெற்குப்புறம் இருந்த வீட்டில் வசித்தவர்கள் மேல்தளம் கட்டுவதாகவும், அதனால் நாள் முழுவதும் அங்கிருந்து ஒலித்த இசையாலும், கட்டட வேலையாட்களின் அருவருப்பான இரைச்சலாலும் தம் வீடு நிறைந்திருப்பதாக செரிங் கூறினாள். மதிய வேளைகளைத் தன் அலுவலகத்தில் கணவனுடன் அமர்ந்து தேநீர் அருந்தியபடி கழிப்பதாகச் சொன்னாள். கர்மாவின் வகுப்புக்கு நேரமாகிவிட்டது. அடுத்த வாரம் அழைப்பதாகச் சொன்ன செரிங், "சரியான நேரத்திற்குத் தினமும் சாப்பிடு" என்பதை நினைவுபடுத்தி தொலைபேசியை வைத்துவிட்டாள்.

குடும்ப நண்பர் ஒருவர் மூலமாக கர்மாவுக்கு ஒரு வரன் வந்திருப்பதாக செரிங் இரு நாட்கள் கழித்து அவளை அழைத்தாள். மணமகன் இப்போது டொரண்டோவில் படித்துக்

கொண்டிருப்பதாகவும், பள்ளி நாட்களில் படிப்பில் சிறந்து விளங்கி நற்பெயர் எடுத்திருப்பதாகவும் கூறினாள்.

"நீ அவனுக்குக் கடிதம் எழுதேன்" என்றாள்.

கர்மா, "எனக்கு அதில் விருப்பம் இல்லை" என்றாள்.

"கடிதம் எழுதுவதில் என்ன பிரச்சினை இருக்கிறது?"

"எனக்கு விருப்பமில்லை."

"நீ உடனே அவனைத் திருமணம் செய்துகொள்ள வேண்டியதில்லை. இப்போது ஒரு கடிதம் மட்டும் எழுதினால் போதும்."

"நான் ஒருவரை விரும்புகிறேன். அவருடைய பெயர் ரின்செண்."

செரிங் நீண்ட நேரத்திற்கு எதுவும் சொல்லவில்லை.

"அவன் எந்த நாட்டைச் சேர்ந்தவன்?"

தன்னுடைய தாய் இப்போது தன் விரல்களை இடுப்பின் மீது தட்டியபடி பேசுவதை கர்மா கற்பனை செய்துகொண்டாள்.

"அவன் எப்படிப்பட்டவன்?"

"அவன் நல்லவன். எனக்கு சோப்பும் பூக்களும் கொண்டுவந்து தருகிறான்."

"அவன் திபெத்தியன் என்பதற்காக கடவுளுக்கு நன்றி" என்றாள் செரிங்.

செரிங் தன் கால் முட்டிகள் மிகவும் வலிப்பதாக சொன்னாள். சமீபத்தில் அவள் அதிக தூரம் நடந்தது என்றால் பெமாவை விமானம் ஏற்றிவிடச் சென்ற அன்று மதியம் நடந்ததுதான். அன்று அவள் நீண்ட தூரம் நடந்தும் அவளுடைய கால் முட்டிகள் அவளை அப்போது பெரிதாகத் தொந்தரவு செய்யவில்லை. ஆனால் இப்பொழுது மிகச் சில படிகள் ஏறுவதற்குக் கூட சிரமப்படுவதாக செரிங் கூறினாள்.

❖❖❖

கர்மா தம் பெற்றோரைச் சந்திக்க குளிர்பருவ விடுமுறையில் ஊருக்குச் சென்றாள். சமையலறையில் இருந்த நாள்காட்டி, பெமா இங்கிருந்து சென்ற அந்த மாதத்திலிருந்து அடுத்த பக்கத்துக்குத் திருப்பப்படாமல் அப்படியே இருப்பதைக் கவனித்தாள். அக்கம் பக்கத்திலிருந்த மூத்தவர்களிடம் இந்த முறை கர்மாவை செரிங் அழைத்துச் செல்லவில்லை. பெமா எழுதியிருந்த இரண்டு கடிதங்களுக்கு பதில் கடிதம் எழுதவில்லை என்றும் கல்லூரிக்குத் திரும்பச் செல்லும் முன் தனக்காக அக்கடிதத்தை எழுதுமாறும் கர்மாவிடம் சொன்னாள்.

பெமா தன் கடிதத்தில் *'இத்தனை நாட்கள் ஆகியும் நான் இன்னும் முழுதாக ஆங்கிலம் பயிலவில்லை. ஆனால் அந்த மொழி என் மகனை ஏற்கனவே வெற்றி கொண்டுவிட்டது'* என்று எழுதியிருந்தாள்.

அங்காடிகளில் நிறைய ரொட்டி கிடைப்பதால் தான் ரொட்டி தயாரிப்பதை நிறுத்திவிட்டதாகவும் எழுதி இருந்தாள். அவள் இப்போதெல்லாம் திபெத்திய மேலங்கிகளை அணிவதில்லை. க்ரெக் தன் அலுவலக வேலையாக வெளியூர் பயணிக்கையில் அவளுக்காக வாங்கிவந்த காற்சராய்களும் நகரங்களின் பெயர்களை மார்புப் பகுதியில் பதித்த டிஷர்ட்களையுமே அணிகிறாள்.

'ஏறத்தாழ ஒரு வருடம் கடந்துவிட்டது. நான் சொல்ல நினைப்பவை எல்லாம் இப்போது ஒரே பக்கத்துக்குள் அடங்கிவிடுகிறது. இதுதான் மகிழ்ச்சியா?'

கர்மா அந்த வரியை மறுபடி ஒரு முறை சத்தமாகப் படித்தாள். செரிங், "குறிப்பிட்ட ஒரு வயதுக்குப் பிறகு மகிழ்ச்சியை மதிப்பிடுவது கடினமான ஒன்று. ஒருவேளை ஒரு புதிய இடமும் புதிய வாழ்க்கையும் எல்லாவற்றையும் தலைகீழாகப் புரட்டிப் போட்டுவிடலாம். அல்லது, ஒருவேளை, ஒரு மகிழ்ச்சியின் இடத்தை வேறொன்று பிடித்துக்கொள்ளும்போது தான் அதன் அருமை புரியும் போலிருக்கிறது" என்றாள்.

"எனக்கு மகிழ்ச்சி கிடைக்கவேண்டும் என்று ஒருபோதும் நான் கேட்டதில்லை. ஆனால் உன் மகிழ்ச்சிக்காக ஒவ்வொரு நாளும் நான் பிரார்த்தனை செய்கிறேன். பெமா இங்கிருந்து விமானத்தில் சென்ற அன்றைய தினம் தான் முதன்முதலாக என்னுடைய

மகிழ்ச்சி குறித்து நான் சிந்தித்தேன்" என்றும் கர்மாவிடம் கூறினாள்.

கர்மாவுக்கு ஆடம்பரமான ஒரு திருமணத்தை அவள் ஏற்பாடு செய்ய நினைத்திருந்தாள். ஒருவேளை திபெத்திலிருந்து அவர்களுடைய சுற்றத்தினர் வரலாம்.

"நான் திருமணத்திற்கு இன்னும் தயாராகவில்லை."

"தயாரான பிறகு திருமணம் செய்துகொள்பவர் வெகு சிலரே."

"நான் கல்லூரிப் படிப்பை முடிக்க விரும்புகிறேன். ஒரு வேலை கிடைக்க வேண்டும். அத்துடன் இது உறுதியாகும் வரை நான் காத்திருக்க விரும்புகிறேன்."

"எது உறுதியாகும் வரை?" என்று கேட்டாள் செரிங்.

"அது எனக்குத் தெரியும்போது தெரியவரும்" என்றாள் கர்மா.

"எப்படி?"

"இந்த நொடிவரை அது எப்படித் தெரியவரும் என்று எனக்குத் தெரியாது."

"பெமா இங்கிருந்து கிளம்பிய பிறகு நான் வாடகை வாகனத்திலிருந்து இறங்கி நடந்து சென்ற அந்த நாள் உனக்கு நினைவிருக்கிறதா?" என்று கேட்டாள் செரிங்.

வெம்மை மிகுந்த அந்த மதிய நேரத்தில் சாலையில் நடந்து செல்லவேண்டும் என்று தன் தாய் வற்புறுத்தியது கர்மாவுக்கு நன்றாக நினைவிருந்தது. தன் உணர்வுகளை மிகத் தெளிவாகப் புரிந்துகொண்ட பிறகு தன் கணவனின் அலுவலகத்திற்கு அன்று மதியம் சென்றதாகவும் ஆனால், அவனை நேரில் பார்த்தபோது தனக்கு வார்த்தைகளே வரவில்லை என்றும் செரிங் சொன்னாள்.

"அவர் முன் நின்றபோது என்னுடைய வாழ்க்கையை நான் ஆராய்ந்து பார்த்தேன். என் வாழ்வை ஒன்றோடொன்று தொடர்புடைய நிகழ்வுகளின் தொகுதியாக என்னால் நினைவுகூர முடியவில்லை. ஆனால் எதிர்காலம் முழுவதும் ஆசையால் நிறைந்திருந்தது. எங்கிருக்கிறது என்று நான் இதுவரை

அறிந்திராத ஒரு இடத்திற்கு நான் சென்றுவிட விரும்பினேன்" என்றாள்.

நிச்சயமற்ற தன் உணர்வுகளில் இருந்த அந்த விசித்திரமான உறுதி அவளைப் பேசவிடவில்லை. அலுவலகத்தில் அவள் வித்தியாசமாகக் காட்சியளித்ததால் அன்றிரவு அவளுடைய கணவன் அவள் நலமாக இருக்கிறாளா என்று கேட்டார்.

"எந்தப் பிரச்சனையுமில்லை" என்று நான் அவரிடம் சொன்னேன். நான் எதையோ இழந்துவிட்டதாக நினைத்ததால் தான் அந்த அலுவலகத்திற்கு அப்போது சென்றேன். அதற்கு இனி எந்தப் பொருளும் இல்லை என்று அவரிடம் சொன்னேன். மகிழ்ச்சி என்பது தன் போக்கில், எனக்கு வெளியே இருந்தது. முகமற்ற, பெயரற்ற ஒன்றை நான் எங்கு சென்று தேடுவது?" என்று கேட்டாள் செரிங்.

பெமா நாட்டைவிட்டுச் சென்ற அன்று மதியம் முகம் பார்க்கும் கண்ணாடியில் செரிங் தன் முகத்தைக் கவனமாக ஆராய்வதை கர்மா கற்பனை செய்து பார்த்தாள். தன்னுடைய கண்ணிமைகளுக்குக் கீழ் இருந்த மெல்லிய வீக்கத்தை, நெற்றியின் மீதிருந்த மூன்று கோடுகளை, ஒருவேளை, தான் அப்போது வாழ்ந்துகொண்டிருந்த வாழ்க்கையைவிட்டு வேறொன்றைத் தேர்வு செய்வதற்கான வாய்ப்பை முதன் முறையாக அவள் அதில் ஆராய்ந்திருக்கலாம்.

"உனக்கு அமெரிக்காவுக்கு வர உனக்கு விருப்பமிருக்கிறதா?" என்று திரு.க்ரெக் எழுதியதைத் தெளிவான டைம்ஸ் நியூ ரோமன் எழுத்து வடிவில் அவள் பார்த்திருக்கிறாள்.

செரிங், 'ஆமாம் ஆமாம்' என்று இப்போது முணுமுணுத்தாள்.

நெற்றியில் குறுக்கும் நெடுக்குமாக ஓடிய இரு மெல்லிய மடிப்புகளும், கண்களுக்குக் கீழ் இரு சிறிய கருவளையங்களுமாகக் கண்ணாடியில் தெரிந்த தனது முகத்தைப் பார்த்து அவளுடைய அம்மா மீண்டும் ஒருமுறை 'ஆமாம்' என்றாள்.

***

செரிங் லாமா (Tsering Lama)

செரிங் லாமா, காட்மண்டுவில் பிறந்து நியூயார்க் நகரில் வசிப்பவர். இவருடைய படைப்புகள் 'கனடா கவுன்சில் ஃபார் ஆர்ட்ஸ்', 'தி பார்பாரா டெமிங் மெமோரியல் ஃபண்ட்' ஆகிய அமைப்புகளின் வழியே அரசின் பொருளுதவியுடன் வெளியிடப்பட்டன. தி லில்லியன் ஸ்மித் செண்டர், ஓமி ரைட்டர்ஸ் இண்டர்நேஷனல், கேட்வாக் இன்ஸ்டிடியூட், வைல்ட்ஏக்கர்ஸ், பிளேயா சம்மர்லேக் ஆகிய கலைஞர்களுக்கான உறைவிடங்களில் இவர் வசித்துள்ளார். செரிங்கின் படைப்புகள் *தி மலாஹாட் ரிவ்யூ, க்ரெய்ண், வேல, லலிட், ஹிமால் சவுத் ஏஷியன்* ஆகிய இதழ்களிலும், *ஹவுஸ் ஆஃப் ஸ்னோ அண்ட் பிரேவ் நியூ ப்ளே ரைட்ஸ்* ஆகிய தொகுப்புகளிலும் இடம்பெற்றுள்ளன.

ஒளி

மின்சாரமே இல்லை என்று சொல்லக்கூடிய ஒரு பழைய நகரத்தில் நாங்கள் வாழ்கிறோம். ஆனால் எப்போதாவது வரும் மின்னூட்டம் எழுப்பும் ஒரு மெல்லிய ஒலி எங்களுக்குக் கேட்கும்.

குளிர்பருவம், வறட்சியான காலம் என்பதற்குப் பொருள் தினமும் மதிய உணவிற்குப் பிறகு மூன்று மணிநேரம் மட்டுமே மின்சாரம் இருக்கும் என்பது தான். அம்மா தொடர்ந்து நினைவுறுத்திக் கொண்டிருக்கும் மின் விளக்குகளுக்கான மின்னூட்டம் ஏற்றவும், நீர் மேலேற்றும் இயந்திரத்தை இயக்கவும், இரவு உணவிற்கான அரிசியைக் குக்கரில் வைக்கத் தேவைப்படும் வெளிச்சத்திற்கும் மட்டுமே அது போதுமானதாக இருந்தது. இதன் விளைவாக நாங்கள் தொலைக்காட்சிப் பெட்டியைத் தண்ணீர்க் குழாய்களைப் போலவே பயன்படுத்தினோம்; அதாவது அத்தியாவசியமான தருணங்களில் மட்டுமே அதன் குமிழை அழுத்தினோம். இது அம்மாவுக்கும், எனக்கும், என் ஒன்று விட்ட சகோதரிக்கும் கடினமாக இருந்தது. மெத்தை வைத்துத் தைக்கப்பட்ட நீண்ட இருக்கையின் கைப் பகுதியின் மீது தவழ்ந்தபடி, காலியான பழப் பாகு ஜாடியின் மீது மெழுகுவர்த்தி ஏற்றி வைத்து, என் ஒன்றுவிட்ட சகோதரி நோர்சியும் நானும் பெரும்பாலான மாலை வேளைகளில், தூங்குவதற்குப் பல மணி நேரங்கள் இருக்கும்போதே, தொலைக்காட்சி அறையில் போய்ப் படுத்துக் கிடப்போம். அம்மா அப்போது சமையலறையில் பிரார்த்தனை செய்துகொண்டிருப்பார். உரிய ஆவணங்களற்ற அகதிகளாக இருந்தாலும் நாங்கள் இந்த நாட்டிற்கு அந்நியர்கள் இல்லை. நாங்கள் இந்த

வீணாய்ப் போன பள்ளத்தாக்கில் பிறந்தவர்கள். முன்னிரவே மின் இணைப்பியில் பொருத்தப்பட்டும் காலைவரை மின்னூட்டம் பெறாத அலைபேசிகள், தொடர்ந்து அழுத்தியும் செயல்படாது எங்களிடம் அலட்சியம் காட்டும் மின்விளக்கின் விசைக் குமிழ்கள் போன்றவற்றுக்கு நன்கு பழகியவர்கள் நாங்கள். தொண்ணூறுகளின் காலத்தில் எல்லாம் ஒரு நாள் விட்டு ஒரு நாள் மட்டுமே மின்சாரம் இல்லாதிருந்தது என ஏக்கத்துடன் பேசும் அக்கம்பக்கத்து வீட்டாரைப் போல நாங்களும் பேசினோம்; அல்லது அப்படியிருந்ததை நினைவு கூர்ந்தோம்.

இறுதியில் எங்களைச் சினமடைய வைத்தது இருள் இல்லை. மாறாக சலிப்பான உணர்வு தான்.

தலைமுடிக்கு மருதாணி இட்டு நிறமாக்குவது அல்லது நோர்சியினுடைய முன்னாள் ஆண் நண்பர்களின் கடிதங்களை மறுபடி வாசிப்பது போன்ற சில சோர்வான ஆலோசனைகளை வழக்கப்படி அன்றிரவும் நான் சொன்னது எனக்கு நினைவிருக்கிறது. ஆனால் இரவுப் பூச்சிகள், தெருநாய்கள், போபோவின் பிரார்த்தனை ஆகிய சத்தங்களைக் கடந்து மிக மெதுவாக ஒலித்த முனகலை மட்டுமே நோர்சி எனக்கு பதிலாகத் தந்தாள்.

என் அப்பாவின் அப்பாவான போபோ எங்களைச் சந்திக்க வந்திருந்தார். பல வருடங்களுக்கு முன்பே என் தந்தை இறந்து போய்விட்டாலும் போபோ எப்போதும் போல (குறைவாகப் பேசும்) உறுதியான மனிதராகவே இருந்தார். சிறு வயதாக இருக்கையில் சந்தித்து, பின்னாட்களில் காதல் கொண்ட என் பெற்றோர், கற்களாலும் மூங்கில் கூரையாலும் கட்டிய வீடு பொகாராவில் இருந்தது. அங்கிருந்து ஐந்து மணி நேரப் பேருந்துப் பயணத் தொலைவில் இருக்கும் திபெத்தியக் கிராமத்தில் தான் போபோ இப்போதும் வசிக்கிறார்.

தலைநகரில் எங்களுடன் வந்து தங்குவதால் எங்களுக்கு எந்தப் பணப் பிரச்சினையும் இல்லை என்று போபோவை நம்ப வைக்க என் அம்மா பல வருடங்களாக முயற்சி செய்தும், அவர் அதை ஏற்கவில்லை. அதற்குப் பதிலாக ஒவ்வொரு வருடமும் சற்றேறக் குறைய இந்தப் பருவ காலத்தில் தன் குடியிருப்பு அட்டையை (நானும் நோர்சியும் பிறக்கு முன்பே விநியோகம் நிறுத்தப்பட்ட ஒன்று) புதுப்பிப்பதற்காக அவர் தலைநகருக்கு வந்தார். உரிய

அஞ்சல் வில்லைகள், கையொப்பங்கள் பெறுவதற்காக ஊர் முழுக்க அலைவதற்கிடையில் எங்களுடன் தங்கியிருந்தார். விதிகள் அடிக்கடி மாறிக்கொண்டிருந்தன. அந்த வருடத்திற்குரிய ஆவணம் பெறுவது தொடர்பான பணிகள் நடக்காமல்போய், எதாவது ஒரு காரணத்தால் தன் சொந்த நாட்டிலிருக்கும் தன் வாழிடத்தைத் தான் இழந்துவிடுவோமோ என்ற அச்சம் போபோவிடம் இருந்ததை என்னால் உணர முடிந்தது.

எங்கள் பக்கத்து வீட்டில் குடியிருந்த தம்பதிகள் தம் வீட்டு உரிமையாளரின் மனைவியைப் பற்றிப் பேசிக்கொண்டிருந்த அவதூறும், அவர்களின் சண்டையும், போபோவுடைய பிரார்த்தனையின் மெல்லிய ஒலியைத் தாண்டி எங்களுக்குக் கேட்டது. நோர்சியும் நானும் அவற்றின் விவரங்களைத் தெளிவாக அறிய முயற்சி செய்தோம். ஆனால் குக்கர் எப்போதுமே மோசமான நேரங்களில் தான் சத்தமிடும். அதனுடைய வழக்கமே அது தான். அருகிருக்கும் பகுதி ஒன்றில் ஏற்பட்ட போக்குவரத்து நெரிசலால், அக்கம்பக்கத்தில் இருந்த குறுகலான சாலைகளில் நுழைந்து வெளியேறிய சில மகிழுந்துகளும் இரு சக்கர வாகனங்களும், மாறி மாறி ஒலிப்பானை அழுத்தி, சரளைக் கற்களை அரைப்பது போன்ற ஓசையை எழுப்பின. அருகில் கட்டடவேலை நடந்து கொண்டிருந்த இடத்திலிருந்து வந்த சம்மட்டி அடிக்கும் ஓசை ஓய்ந்த அதே நொடியில், ஒலிப்பான்கள் எழுப்பிய சத்தத்தைக் கேட்ட பக்கத்து வீட்டு மாடியில் இருந்த வெள்ளை பொமரேனியன் நாய், தன் தொடர் குரைப்பொலியைத் துவக்கியது.

சமையலறையில் ஒரு மெழுகுவர்த்திக் குச்சிக்குக் கீழே வைக்கப்பட்டிருந்த பழைய செய்தித்தாள் ஒன்றை அம்மா சத்தமாகப் படித்தார். உடைந்த தேனீர்க் கோப்பையின் கீழ் வைக்கப்படும் சிறு தட்டுகளை நான் மன்றாடிக் கேட்டும் வீசியெறிய மறுத்த அம்மா, மெழுகுவர்த்திகள் வைக்கும் நிலை அடுக்காக அவற்றைப் பயன்படுத்தினாள்.

“உ-ரு-கு-வே. உரு- கீ”

சமையலறைக் கதவை நோக்கித் திரும்பி, “உ-ரு-குவே” என்றேன்.

“உ-ரு -கீ” என என் அம்மா மறுபடி சொன்னார்.

நோர்சியின் சோம்பலாலும், எங்கள் பணப் பற்றாக்குறையாலும் நாங்கள் இருவரும் பத்தாம் வகுப்புத் தேர்வுகளில் வெற்றி பெறவில்லை. (ஆனால் "தயவு செய்து பள்ளிக்கு செல்லுங்கள். நமக்குத் தேவையான பணத்தை நாம் கடன் வாங்கிக்கொள்ளலாம்" என்று பல மாதங்களுக்கு அம்மா சொல்லிக்கொண்டேயிருந்தாள்). ஆனால் அவளுக்குத் தெரிந்ததைவிட இந்த உலகத்தைப் பற்றி எங்களுக்கு அதிகமாகத் தெரியும். இந்த நாட்டில் எங்களுக்காக எந்த வேலையும் காத்துக்கொண்டிருக்கவில்லை என்பதை மிகத்தெளிவாக நாங்கள் அறிந்திருந்தோம். "நேபாளியா?" என்று யாராவது எங்களைக் கேட்கும்போது எங்களிடம் அதிகாரபூர்வமான ஆவணங்கள் இருந்தால் அந்தக் கணமே விஷயம் அத்துடன் முடிந்துவிடும். எங்களை வேலைக்கு அமர்த்திக்கொள்ள கம்பளித் தொழிற்சாலைகள் வைத்திருந்த பணக்கார உறவினர்கள் யாரும் எங்களுக்கு இல்லை. ஆனால் எங்களின் இருபது வயதுக்கு நாங்கள் இன்னமும் பக்குவமற்ற பெண்களாகவே இருப்பதாக அம்மா சொன்னாள்.

உலக வரைபடத்தைக் கையில் வைத்தபடி "இதில் நேபாளம் எங்கே இருக்கிறது?" அம்மா சமயலறையிலிருந்து கேட்டாள். "தோற்றுவிட்டாய். தோற்றுவிட்டாய்" என்று சொல்லி நோர்சி சிரித்தாள்.

"அதை மறந்துவிடு மா. அதற்குப் பதிலாக பெரிய கண்டங்களைப் பற்றிக் கற்றுக்கொள்."

மெத்தை வைத்துத் தைக்கப்பட்ட இருக்கையின் மீது உருண்ட நான் பிறகு கம்பளியின் மீது மெதுவாக சரிந்தேன். கம்பளியால் என் தோலில் ஏற்பட்ட எரிச்சலுடன், "நோர்ச், பைத்தியம் பிடிப்பது போல் இருக்கிறது. வாடகைக்குக் குடி இருப்பவர்களும் ஆன்மிக சுற்றுப்பயணம் போய்விட்டார்கள். தொலைக்காட்சியையாவது வை" என்றேன்.

எங்கள் வீட்டின் கீழ்த் தளத்தில் வாடகைக்குக் குடியிருந்தவர்களும் எங்களின் மின்சார சேமிப்பைப் பயன்படுத்தினர். இல்லையென்றால் வீட்டைக் காலி செய்து விடுவதாக மிரட்டினர். அவர்கள் போய்விட்டால் நிலையான வருமானத்திற்கான ஒரே வழியும் அடைபட்டுவிடும் என்பதால் அம்மா இதனை ஏற்றுக்கொண்டாள். இதற்குப் பொருள்

பெரும்பாலான இரவுகளில் நாங்கள் தொலைக்காட்சியைப் பார்க்கமுடியாது, மீறிப் பார்த்தால் நாங்கள் சேமித்து வைத்திருக்கும் மின்சாரம் தீர்ந்துவிடும் என்பது தான்.

“எப்படியும் கேபிள் தொலைக்காட்சி இல்லை” என்று நோர்சி பதில் சொன்னாள்.

“இப்போது இருக்கும் பார். நம் கேபிள் தொலைக்காட்சி நிறுவனம் மின்னாற்றல் விளைவிக்கும் பொறியைப் பயன்படுத்துவதாக கடைக்காரர் யாரிடமோ சொல்வதை நான் கேட்டேன்.”

“சரி. ஆனால் இது உன்னுடைய வழக்கமான கற்பனைகளில் ஒன்று இல்லை தானே?”

நோர்சி தொலைக்காட்சியை நோக்கி நடந்துகொண்டே, “ஓம் மணி பத்மே ஹம். தயவுசெய்து இயங்கு” என்று ஒரு சிறு பிரார்த்தனையைச் கூறினாள்.

எங்களுடைய பழைய தொலைக்காட்சிப் பெட்டியின் கறுப்பு நிறப் பொத்தானை அவள் அழுத்திய போது மின்னோட்ட சமநிலை சாதனம் கிரீச்சிட்டது. திருடர்களை விரட்டும் பொருட்டு இரவுகளில் வாயிலருகே ஒளிர விடப்படும் ஒற்றை விளக்கு, மங்கலாகிப் பிறகு ஒளிர்ந்தது. குவிந்த மின்னாற்றல் காரணமாக ஒரு மனித முகம் திரையில் மினுக் மினுக் எனத் தெரிந்தது. கேபிள் தொலைக்காட்சி எப்படியோ அன்றிரவு நிஜமாகவே வேலை செய்தது.

நான் தொலைக்காட்சிப் பெட்டியின் முன்னால் நோர்சிக்கு அருகே முழங்காலிட்டு அமர்ந்தேன். கேபிள் தொலைக்காட்சி நிறுவனம் நடத்தி வந்தவர் சில காலத்திற்கு முன் வரை முப்பத்தி இரண்டு அலைவரிசைகளை வாடிக்கையாளர்களுக்கு அளித்து வந்தார். இதற்குக் காரணம் நோர்சி அவரிடம் தேவையின்றி இளித்துப் பேசியதுதான். அவளுக்கு நன்றி. பிறகு தான் தெரிந்தது அவற்றில் பாதி அலைவரிசைகளில் தினமும் அதே முகங்களைக் காட்டிக்கொண்டிருந்த பயனற்ற செய்திகளே காணக் கிடைத்தன என்பது. மிடுக்கான ஆடைகளும், கூர் விளிம்பு கொண்ட தொப்பிகளும் அணிந்து, பயனற்ற ஒப்பந்தங்களைக் கையெழுத்திடுவதற்கு முன் புகைப்படம் எடுத்துக்கொண்ட அந்த

ஆண்களைப் பார்த்துப் பார்த்து நாங்கள் களைத்துவிட்டோம். சாகர் மாதா செய்திகள், கண்டிபூர் செய்திகள், நேபாள் செய்திகள், மவுண்டென் செய்திகள் ஆகியவற்றை வேகமாகக் கடந்தவள் இறுதியில் நல்ல அலைவரிசைகளான ஜீ தொலைக்காட்சி, ஸ்டார் ஆகிய அலைவரிசைகள் இருக்கும் இடத்தை அடைந்தாள்.

ஆர்வத்தைத் தூண்டுவதும், போலித்தன்மை அற்றதுமான இந்தியத் தொலைக்காட்சித் தொடரான "கசௌதி ஜிந்தகி"யின் வரவேற்பறை துல்லியமான வண்ணங்களில் இப்போது தெரிந்தது. அம்மா தன் இருக்கையைப் பின்னுக்கு தள்ளிவிட்டு சமையலறையில் இருந்து வேகமாக ஓடி வருவது கேட்டது.

"கசௌதியா... அது?"

இது என் அம்மாவுக்கு மிகப் பிடித்த நிகழ்ச்சி. அவள் மெத்தை வைத்துத் தைக்கப்பட்ட இருக்கையில் அமர்ந்து அதன் மீது தாளமிட்டாள்.

"தொலைக்காட்சித் திரையை விட்டு தள்ளி வாருங்கள். உங்கள் கண்கள்..." உடனே இருக்கைக்குத் திரும்பிவிட்டோம். எங்கள் கண்கள் திரையின் மீது நிலைத்திருந்தன. கதாநாயகன் தோன்றினான். அவன் தன்னுடைய புதிய மணப்பெண்ணை நோக்கிப் பகட்டான படிக்கட்டுகளின் மீது ஏறிக் கொண்டிருந்தான். அடுத்த காட்சியில் அவனுடைய அம்மா கொடிய முகபாவனையுடன் வரவேற்பறையில் நின்றுகொண்டிருந்தது காட்டப்பட்டது. அவள் புது மணப்பெண்ணுக்குத் தன் வீட்டில் ஏதோ ஒரு பிரச்சினையை உருவாக்கி வைத்திருப்பது தெளிவாகத் தெரிந்தது.

"மோசமான பெண்" என்றபடி தன்னுடைய தலையை ஆட்டிய என் அம்மா, "சத்தத்தை அதிகப்படுத்து" என்றாள்.

தன் வருகைக்காக புதுமணப்பெண் காத்திருக்கும் ஆடம்பரமான படுக்கையறைக்குள் கதாநாயகன் நுழைந்தான். திரைகள் தொங்கவிடப்பட்ட படுக்கையின் மீது அவள் அமர்ந்திருந்தாள். அவளுடைய விரல்கள் தன் குடும்பத்தினரின் புகைப்படம் ஒன்றை வருடிக்கொண்டிருந்தன. தன்னுடைய கணவர் அந்த அறைக்குள் நுழைந்ததை அவள் கவனிக்கவில்லை. அவன் மெதுவாக அவள் பக்கத்தில் அமர்ந்தான். "உன் வீட்டை

நினைத்து ஏங்குகிறாயா?" என்று அவளைப் புரிந்துகொண்ட ஒரு புன்னகையுடன் அவன் கேட்டதும் அவள் அவனை நோக்கித் திரும்பி, நீர் நிறைந்த தன் கண்களைக் காட்டினாள்.

"அவள் அழகாக இருக்கிறாள் இல்லையா!" என்று நான் நோர்சியையும் அம்மாவையும் கேட்டேன். இருவருமே பதில் கூறவில்லை. என் சட்டையை இறுகப் பற்றிக்கொண்டு என் முகத்தில் கண்ணீர் உருண்டு வழிய அவளுடைய முகத்தை மிகக் கூர்மையாகப் பார்த்தேன். பாவம், இந்தப் பெண். பாவம்.

மிகச் சரியாக அதே நேரத்தில் போபோ கூடத்தின் வழியே வேகமாக உள்ளே வந்தார். தோளில் வைத்திருந்த அவருடைய துண்டு இடுப்பருகே தாழ்ந்து காற்றில் வேகமாக அசைய, பிரார்த்தனைப் புத்தகம் கைகளிலிருந்து ஊசலாட நேராகத் தொலைக்காட்சி அருகே சென்றார். அதிலிருந்த மொத்த இருபத்து இரண்டு அலைவரிசைகளையும் அவர் முன்னும் பின்னும் மறுபடி மறுபடி திருப்பியபோது அதிர்ச்சியில் நாங்கள் வாயடைத்துப் போனோம். "எவ்வளவு அலைவரிசைகள்!" என்று புகார் கூறும் விதத்தில் ஏதோ முணுமுணுத்தார்.

"நீங்கள் என்ன தேடுகிறீர்கள்?" என்று அம்மா அவரிடம் கேட்டாள்.

அற்புதமான 'கசௌதி' தருணங்கள் கடந்தபடி இருப்பதை நினைத்து நோர்சியும் நானும் நகங்களைக் கடித்தபடி எங்கள் கால்களை உந்திக் கொண்டிருந்தோம்.

திரையில் ஒரு செய்தி அறிவிப்பாளர் தோன்றியதும் அவர் தேடுவதை நிறுத்தினார். அது அலைவரிசை எண் மூன்று. எங்களுக்கு எப்போதுமே காணக் கிடைக்கும் கண்டிபூர் செய்திகள்.

"போபோ" என்று நான் கூவினேன். "இது ஒரு உள்ளூர் தொலைக்காட்சி அலைவரிசை. வெறும் உள்ளூர் தொலைக்காட்சி அலைவரிசை." என் கூவலினால் திடுக்கிட்ட அவர் தன்னையும் அறியாமல் அலைவரிசையை மாற்றினார். கண்டிபூர் செய்தி அலைவரிசையை மறுபடி திருப்பியவர் தன் பிரார்த்தனைப் புத்தகத்தை என்னை நோக்கி விசிறியடித்தார்.

இறுதியில், "நான் வேலைநிறுத்தம் குறித்த செய்தியைப் பார்க்க விரும்புகிறேன்" என்றார்.

போபோ எப்போது வேண்டுமானாலும் ஊருக்குத் திரும்பிச் செல்வதற்குத் தயாராக இருந்தார். ஆனால் சில நாட்களுக்கு முன்பு நாடு முழுவதற்குமான காலவரையற்ற வேலை நிறுத்தத்திற்கு அழைப்பு விடுத்திருந்தனர். மூன்று நாட்களுக்கு ஒருமுறை யாராவது வேலை நிறுத்த அழைப்பு விடுத்த வண்ணம் இருந்தனர். இதன் விளைவாக பாதசாரிகள், சைக்கிளில் செல்பவர்கள், ரிக்ஷாக்கள் மட்டுமே சாலைகளில் அனுமதிக்கப்பட்டனர். பள்ளிகள் தொடங்கி கடைகள் வரை யாவும் அடைக்கப்பட வேண்டியிருந்தது. பாதி திறந்திருக்கும் சிறிய கடைகளின் உரிமையாளர்கள், கடை அடைப்பிற்கு அழைப்பு விடுத்தவர்கள் அந்த இடத்திற்கு வரும்போது தங்களுடைய அடைப்புப் பலகையை இழுத்து கடையை அடைத்தனர். நாட்டின் நிலைமை இப்போது இதுவாகத் தான் இருந்தது.

"...முக்கிய உணவகச் சங்கங்கள் புதிய போராட்டத்தைத் துவக்கியுள்ளனர். விடுதிகளில் தங்குவோரின் எண்ணிக்கை சுற்றுலாத் துறையில் ஏற்பட்டுள்ள சுணக்கம் காரணமாக பத்து வருடங்களுக்குப் பிறகு இப்போது மிகவும் குறைந்திருக்கிறது. ஆகவே விடுதியின் மேலாளர், தொழிலாளர்களின் கோரிக்கைகளை ஏற்றுக்கொள்வதில் சிரமம் இருப்பதாகக் கூறுகிறார்..." என்று செய்தி வாசிப்பாளர் தன்னுடைய பாதி வாக்கியத்தில் இருந்தார். அதே தருணத்தில், புதிதாக நியமிக்கப்பட்ட மின்சாரத் துறை அமைச்சர், "ஆகவே மக்கள் இப்போது இது குறித்து புகார் கூறாமல் இருப்பதே சிறந்தது" என்று இந்தச் செய்திக்குச் சிறிதும் சம்பந்தமற்ற செய்தியாளர் சந்திப்பொன்றில் பேசியபடி சிறப்புச் செய்தித் தொகுப்பில் தொலைக்காட்சியில் தோன்றினார்.

மாவோயிஸ்டுகள் அரசர்களை வெளியேற்றிய பிறகு ஒவ்வொரு நாளும் புதிது புதிதான அதிகாரிகள் வந்தவண்ணம் இருந்தனர். அவர்கள் வேறொரு அரசியல்வாதியால் தாம் பதவியிறங்கும் முன் ஆடம்பரமான வார்த்தைகளை மக்களிடையே இறைத்தபடி இருந்தனர்.

"அரசரும் பொருள்முதவாதக் கொள்கையுடைய அவருடைய அடிமைகளும் பல வருடங்களுக்கு முன்பே ஒழுங்காகத் திட்டமிட்டிருந்தால் இந்தக் குழப்பமான சூழலில் நாமிப்போது இருக்க வேண்டியதில்லை. இந்த நாட்டின் வரலாற்றை

அறியாத இங்கிருக்கும் யாரோ, எதை எதையோ சொல்வதை நான் விரும்பவில்லை. பழியை அதற்குரிய இடத்தில் சேர்ப்பியுங்கள். ஏனெனில் என்னுடைய பார்வை தெளிவாகவும் என் கரங்கள் தூய்மையாகவும் இருக்கின்றன" என்றவர், சிரித்துத் தலையசைத்தபடி தங்களுடைய குறிப்பேடுகளில் இதைக் கிறுக்கிக் கொண்டிருந்த பத்திரிகை நிருபர்களைப் பார்த்துப் புன்னகையுடன் தன் உள்ளங்கைகளைக் காட்டினார். "பற்றாக்குறை காரணமாகவும் நீர்மின் அணைகளின் மோசமான நிலை காரணமாகவும் நாளை முதல் தினம் பதினான்கு மணி நேரத்திற்கு மின்சாரம் நிறுத்தப்படும் என்பதையும் அரசாங்கம் அறிவிக்கின்றது. அதற்குப் பிறகு மின்சார நிறுத்தம் ஒரு நாளுக்குப் பதினாறு மணி நேரமாக இருக்கும். நன்றி"

"பதி...னாறு?" என்று நான் கிசுகிசுத்தேன். இதற்குப் பொருள் பகலில் நான்கு மணி நேரமும் நள்ளிரவில் நான்கு மணி நேரமும் மட்டுமே மின்சாரம் இருக்கும் என்பது தான்.

"நரகலைத் தின்னு" என் அம்மா தொலைக்காட்சியைப் பார்த்து ஆத்திரத்தில் கத்தினாள்.

பிணத்தைப் போல அசையாத கண்களுடன் செய்தி வாசிப்பாளரை வெறித்துப் பார்த்துக்கொண்டிருந்த போபோ அவளிடமிருந்து தன் பார்வையை விலக்குவதாக இல்லை என்று விரைவிலேயே தெளிவாகிவிட்டது. பத்திரிக்கையாளர்கள் கொல்லப்பட்டனர், போராளிகள் கடத்தப்பட்டனர் என்கிற வழக்கமான செய்திகளைச் செய்தியாளர் படித்துக்கொண்டே போக அவற்றைக் கூர்ந்து கவனித்து, கண்களைச் சிமிட்டி, துப்புவது போல பாவனை செய்து, பன்றிக் கறி கேட்ட தனக்கு அந்தப் பெண் காட்டெருமையின் மாமிசத்தை விற்பனை செய்தது போல முனகினார்.

"சாலைகள், சாலைகள்! அவை எப்போது திறக்கப்படும்? பயனுள்ள எதையாவது சொல்லுங்கள்."

நாங்கள் மூன்று பேரும் மெத்தை வைத்துத் தைக்கப்பட்ட இருக்கைக்குள் புதைந்து உட்கார்ந்தோம். என் சிறு வயதில் செய்தி வாசிப்பாளராக மட்டுமே ஆகவேண்டும் என்று நான் விரும்பியதை இப்போது நினைத்துக்கொண்டேன். பெரிய நிறுவனங்களின் ஊழியர்கள் அணிவது போல் மிடுக்கான

ஆடையணிந்துகொண்டு, உதட்டுச் சாயத்துடன், பிரிட்டிஷாரின் உச்சரிப்புடன் ஆங்கிலச் செய்திகள் வாசிக்க விரும்பினேன். எங்கள் குடும்பத்திலிருந்து செய்திகள் வாசிக்கப்போகும் முதல் நபர் நானாகத் தான் இருப்பேன் என்று என் தந்தை சொல்வதுண்டு. அனைவரும் என்னைப் பார்ப்பார்கள், நான் பேசுவதைக் கவனிப்பார்கள். நம் குரல் ஒலிப்பதற்கான ஒரே வழியான தொலைக்காட்சியில், இறுதியாக எங்களில் ஒருவர் தோன்றப் போவதற்காகப் பெருமை அடைவேன் என்றும் சொன்னார்.

இப்போது, கிட்டத்தட்ட அரை மணி நேரமாக, கசௌதி போன்ற மற்ற எல்லா உருப்படியான நிகழ்ச்சிகளும் முடியும் தருவாயில், போபோ அந்த செய்தி வாசிப்பாளருக்கு, அவளுடைய குடும்பத்துக்கு, அவளுடைய நாய்க்கு என அனைவருக்கும் சாபமிட்டார். மொத்தத் திரையையும் தன்னுடைய முகத்தால் மறைத்து, பெரிய, சுருக்கம் விழுந்த தன்னுடைய கட்டைவிரலை அலைவரிசை மாற்றும் பொத்தான் மீது வைத்தார்.

அப்போதுதான் அந்த யோசனை எனக்கு வந்தது. தீவிரமான முக பாவனையுடன் நோர்சியைப் பார்த்து, "திரையரங்கிலும் மின்சாரம் தடைப்பட்டுவிடுவதற்கு முன், கஜினி திரைப்படத்தின் இரவுக் காட்சியை உடனே, இன்றிரவே சென்று நாம் பார்த்தாக வேண்டும்" என்றேன்.

அது அமிர் கானின் சமீபத்திய வெற்றிப் படம். 2009ஆம் வருடம் துவங்கி சில வாரங்களே கடந்திருந்தபோதும் அதற்குள்ளாகவே அது இந்த வருடத்தின் சிறந்த திரைப்படமாக ஆகியிருந்தது.

"நீ சொல்வது சரி" என்றாள் அவள்.

"ஆமாம் தானே!" நான் இந்த அளவுக்கு முன்னோக்கி யோசிப்பவளாக மாறியிருப்பது எங்கள் இருவருக்கும் சிறிது வியப்பாக இருந்தது.

போபோவினால் முற்றிலும் எரிச்சலடைந்திருந்த என் அம்மா சில்லறைக் காசுகள் வைக்கும் பணப் பையைத் தன் ரவிக்கையிலிருந்து வெளியே எடுத்தாள். மின்கலத்தின் உதவியோடு இயங்கியதால் எப்போதும் ஒலித்தபடி இருக்கும் ஒரு வானொலி உள்ள எங்களுடைய அறைக்குச்

சென்று உடைமாற்றத் துவங்கினோம். நோர்சி சிகப்பு வெள்ளைக் கோடுகள் கொண்ட காலுறைகளும் தோலால் ஆன வெண்ணிறக் காலணிகளும் அணிந்துகொண்டாள். நான் நீண்ட கைப்பகுதியுடைய வெதுவெதுப்பான சிகப்பு நிறக் கம்பளியாடை அணிந்து என் படுக்கை உறையைத் தரையின் மீது விரித்து, அதன் மீது படுத்து, என் தலை முடியை நன்கு அழுத்தி வடிவாக்கினேன். முன்பே செய்துகொண்ட சிறப்பான சிகை அலங்காரத்தால் நோர்சி மிக அழகாக இருந்தாள். நான் தயாராகிக் கொண்டிருந்த நேரத்தில் திரையரங்க நுழைவுச் சீட்டுகள் வழங்கும் பிரிவில் பணியாற்றிக் கொண்டிருந்த எங்களுடைய தோழி ஸ்ரீதியை அவள் தொலைபேசியில் அழைத்தாள்.

"இன்றிரவுக் காட்சி நிரம்பி வழிகிறது" நோர்சி கையில் வைத்திருந்த தொலைபேசி வழியாக ஸ்ரீதி எங்களைத் திட்டியது வெளியே கேட்டது. பேசுபவரின் குரல் வெளியே கேட்கும்வண்ணம் எங்கள் தொலைபேசி பழுதாகிச் சில மாதங்களாகிறது. கஜினி வெளியான இரு மாதங்களுக்குள் காத்மண்டுவில் இருந்த ஏறத்தாழ அனைவருமே அதைப் பார்த்துவிட்டிருந்தனர். அது பாலிவுட்டின் மிகப் பெரிய திரை நட்சத்திரம் நடித்த இவ்வருடத்தின் மிகப்பெரிய திரைப்படமாகும். குறிக்கோள்கள் ஏதுமற்ற என் ஒன்றுவிட்ட சகோதரன் சாங்சப் அதனை மூன்று முறை பார்த்துவிட்டான். இந்தியாவுக்குச் செல்லும் ஒரு வழியைக் கண்டடைவதற்கு அமீர் கான் தன் அழகிய தோற்றம் மூலமாகவும், வியத்தகு திறமையாலும் உதவுவார் என்பதையும் அவன் மூலமாகவே அறிந்தேன். இந்த வருடத்திற்குள் அவர்கள் அந்த வழியைக் கண்டுபிடிக்க விரும்பியதற்கு முழுக்க முழுக்க இத் திரைப்படமே காரணம் எனத் தோன்றியது.

"தயவு செய்து ஸ்ரீதி" என்று நான் உரக்கக் கத்தினேன். "இரண்டு நுழைவுச் சீட்டுகளை எடுத்து உடனடியாகத் தனியாக வை. இயற்கையான வெளிச்சம் நன்றாகக் கிடைக்கக் கூடிய இரு இருக்கைகள் எனக்குத் தேவை" என்றேன். வட்ட வடிவமான பின்புறம் இல்லாத நான், அப்பகுதி அதிக திரட்சியுடன் தோன்றவேண்டும் என்பதற்காக இறுக்கமான முழுக் காற்சராய் ஒன்றை அணிந்து அதன் மீது சாதாரணக் காற்சராய் ஒன்றை அணிந்துகொண்டேன்.

“ஏய், குண்டுப் பெண்ணே! நீ இப்படிச் செய்யலாமா? உனக்காக மட்டுமே நான் இரண்டு டஜன் மாவுக் கொழுக்கட்டைகளை செய்து தந்தேனே?” என்று கொஞ்சினேன்.

“என்ன... என்ன! எனக்குப் புரியவில்லை” என்று ஸ்ரீதி பதில் அளித்தாள். அவள் என்னைக் கிண்டல் செய்கிறாள். இங்கேயே பிறந்திருந்தும், நான் திபத்தியர்களின் உச்சரிப்பில் தான் நேபாள மொழியைப் பேசினேன். இங்கேயே வாழ்ந்து இறக்க நேர்ந்தாலும் அதுவே தொடரும் எனுமளவுக்கு என்னுடைய உச்சரிப்பு மிக மோசமாக இருந்தது. அவள் நுழைவுச் சீட்டுகளை ஏற்பாடு செய்வதாகவும், திரையரங்க நுழைவுச் சீட்டுப் பிரிவின் பக்கவாட்டுக் கதவருகே தன்னைச் சந்திக்குமாறும் சொன்னாள்.

“எனக்குத் தெரிந்த, மிக அருமையான ஒரே நேபாளிப் பெண் நீ தான். எனக்கு ஒரு அண்ணன் இருந்திருந்தால், சத்தியமாகச் சொல்கிறேன், உன்னை மணந்துகொள்ளுமாறு அவனிடம் சொல்லியிருப்பேன்”

“அப்படியா! நல்லது. அப்போது எனக்கு இரு மடங்கு மாவுக் கொழுக்கட்டை கிடைத்திருக்கும்” என்றபடி தொலைபேசியை வைத்துவிட்டாள்.

மங்கலான வெளிச்சத்துடனிருந்த நகர வீதிகளில் எங்கள் வாடகை வாகனம் நகர்ந்தபோது திரைப்படம் காணப் போகும் பரவசத்தில் இருந்த நாங்கள் எங்கள் இருக்கைகளில் மனவெழுச்சியுடன் துள்ளியபடி கார் கதவின் கைப்பிடியை இறுகப் பற்றிக்கொண்டிருந்தோம்.

“கஜினியில் எல்லாமே இருக்கிறது” என்றார் அந்த இள வயது ஓட்டுநர். “சண்டை. இறுதியில் அபாயம் நிறைந்த ஒரு சண்டைகூட இருக்கிறது” என்றார்.

ஓட்டுனர் தன் வண்டியின் பின்னால் வரும் வாகனங்களைப் பார்ப்பதற்காக வைக்கப்படும் கண்ணாடியில் அவரைப் பார்த்து ஒரு புன்னகையை வீசிய நோர்சி, “எனக்குச் சண்டையே பிடிக்காது” என்றாள்.

நான் என்னுடைய கைக்கடிகாரத்தில் நேரம் பார்த்தேன். சரியான நேரத்திற்குள் நாங்கள் அங்கு சென்று சேர வேண்டுமே என்று நினைத்தேன்.

"காதல் காட்சிகளும் அந்தத் திரைப்படத்தில் இருக்கின்றன சகோதரி. அமீர்கான் தன்னுடைய உடலை அற்புதமாக வைத்திருக்கிறார். இதற்காக ஒன்றரை வருடங்கள் உடற்பயிற்சி செய்திருக்கிறார்"

நான், "அடடா! வேகமாக வண்டியை ஓட்டுங்களேன் சகோ" என்றேன்.

அமீர்கானை நான் முதன்முதலில் பார்த்தபோது சிறுமியாக இருந்தேன். 'கயாமத் சே கயாமத் தக்' திரைப்படத்தில், ஒரு அழகான, ஆடம்பரமான அறையில் நடக்கும் விருந்தொன்றில் தன் தந்தையின் கண் முன்னே அவர் பாடும் அந்தக் காட்சி எனக்கு நன்றாக நினைவிருக்கிறது. மகன் மீது அதீத நம்பிக்கை கொண்டிருந்த ஒரு தந்தையிடம், அந்த மகன் தனக்கான பாதையைத் தானே தேர்ந்தெடுக்க விரும்புவதைச் சொல்வதாக அந்தப் பாடலின் வரிகள் இருக்கும். அமீர் கிடாரை மீட்டியபடி அறையில் இருந்த தன்னுடைய நண்பர்களை நோக்கிக் கைகளை உயர்த்தியபோது அவனுடைய தந்தை பெருமையுடன் அதைப் பார்த்துக்கொண்டிருப்பார்.

அந்தத் திரைப்படம் எங்கள் வீட்டின் அருகிருந்த சிறிய தகரக் கொட்டகையில் திரையிடப்பட்டபோது என் தந்தை இறந்து சில நாட்களே ஆகியிருந்தன. என்னுடைய அம்மா என்னையும் நோர்சியையும் வீட்டை விட்டு எங்காவது வெளியே அனுப்ப வேண்டி, திரையரங்கத்திற்கு அனுப்பியிருந்தார். அப்பாவின் இறப்புக்குப் பின்னான நாற்பத்து ஒன்பது நாட்களும் எங்கள் வீடு துறவிகளின் வசமிருந்தது. தன் மரணம் இயற்கையான ஒரு செயல்முறை எனப் புரிந்துகொண்டு, இந்த உலகத்தைக் கடந்து சென்று, புதிய வாழ்வு ஒன்றைக் கண்டுபிடிப்பதற்கு அவர்கள் தினமும் என் தந்தைக்கு உதவினார்கள்.

அப்பாவின் நினைவுகளிலிருந்து மீண்டு இயல்பான வாழ்க்கைக்குத் திரும்பவேண்டி அவருடைய புகைப்படங்களை அம்மா உடனடியாகக் காணாமலாக்கிவிட்டார். ஆனால் ஒவ்வொரு நாளும் பூஜை முடிவடையும் தருணத்தில் நெருப்பிலிட்டு எரிப்பதற்காக அவருடைய புகைப்படம் ஒன்று துறவிகளுக்குத் தேவைப்பட்டது. நாங்கள் அனைவரும் ஒரு நாள் முழுக்கத் தேடிய பிறகு என்னுடைய உடைகள் வைத்திருந்த நிலைப்பேழையில் இரண்டு ஜீன்ஸ்களுக்கு இடையே ஒரு

உறையில் மடித்துச் செருகி வைக்கப்பட்டிருந்த புகைப்படம் ஒன்றை நான் கண்டெடுத்தேன். அந்தப் புகைப்படம் நான் சிறு குழந்தையாக இருக்கையில் நாங்கள் குடும்பமாகச் சென்ற மிகச் சில சுற்றுலாக்கள் ஒன்றில் இந்தியாவில் எடுக்கப்பட்டது. அதில் அப்பாவின் பின்னணியில் ஒரு விளைநிலம் இருந்தது. அவருடைய கைகளைப் பிடித்தபடி நான் அவருக்குப் பக்கத்தில் நின்றுகொண்டிருந்தேன். என்னுடைய வலது காலில் காலணி இல்லாமல் இருந்ததால் அவர் சிறிது கவலையுடன் காணப்பட்டார். சுற்றுலா சென்ற இடத்தில் ஒரு பேருந்துப் பயணத்தில் நான் என்னுடைய காலணியைத் தொலைத்துவிட்டேன். அவர் தன் கைகளில் தூக்கி வைத்துக் கொண்டிருந்த நெரிசல் மிகுந்த அந்தப் பேருந்தில் அது சறுக்கிக் கீழே விழுவதை நான் பார்த்தேன். ஆனாலும் அதை நான் அவரிடம் சொல்லவில்லை. அவர் எப்போதும் தன்னுடைய முழு கவனத்தையும் எனக்கு அளித்ததால் அதையும் அவர் பார்த்தாரா என்று நான் அறிய விரும்பினேன். ஆனால் என் காலணி கீழே விழுந்ததை அவர் பார்க்கவில்லை. அது எங்கே போனது என்று பிறகு அவர் கேட்டபோதும் அதைப் பற்றி நான் அவரிடம் எதுவும் சொல்லவில்லை.

ஒரு வாரம் முழுக்க அமீர் கான் நடித்திருந்த அந்தத் திரைப்படத்தின் இரவுக்காட்சிக்கு தினமும் நான் போனேன். நோர்சி என் பக்கத்து இருக்கையில் உறங்கிக்கொண்டிருக்க, அமீர்கானும் அவருடைய தந்தையும் பிரிவையும், புதிய காதலையும், நிச்சயமற்ற எதிர்காலத்தையும் கையாள்வதை நான் கவனித்துக் கொண்டிருந்தேன். திரையரங்கில் ரகசியமாக அழுதேன். மயிலின் தோகை போல விரல்களை வளைத்து, கட்டை விரலை மட்டுமே பயன்படுத்திக் கண்களைத் துடைக்கும் திரைப்படக் கதாநாயகிகள் போல நானும் என் கண்ணீரைத் துடைத்துக்கொண்டேன்.

அடடடடா! விருந்தின்போது பாடப்படும் அந்தப் பாடலில் அமீர்கானுடைய தோல் மிக வெண்மையாக இருந்தது. கறுத்து, பளபளப்புடன், நடுவில் வகிடு எடுக்கப்பட்டிருந்த அவருடைய தலைமுடியும் என் இதயம் அதைப் பார்த்ததும் எப்படித் துள்ளியதோ அதைப் போலவே துள்ளியதாக எனக்குத் தோன்றியது.

வாடகை வாகனம் திரையரங்கை அடைந்ததும் நாங்கள் வேகமாக நுழைவுச்சீட்டு அலுவலகத்துக்கு ஓடினோம். அதன் குறுகிய வழி முழுதும் ஏற்கனவே கும்பல் நிரம்பி வழிந்தது.

திரையரங்கின் கதவுகளுக்கருகே நின்றபோது அங்கிருந்த சிறு கடையில் என்ன மிஞ்சி இருக்கிறதோ அதை வாங்கி வருமாறு நோர்சி என்னிடம் கெஞ்சினாள். போபோ தன் தொப்பையை குத்திக் காட்டியதால் நாள் முழுக்க தான் எதுவுமே சாப்பிடவில்லை என்று சொன்னாள்.

"ஒரு சமோசா, ஒரு பர்கர், காரமான கோழித் துண்டுகள். எதாவது செல்லமே! ஏதாவது."

நான் அதிக உயரமாக இருந்ததால் மக்கள் கும்பலாகக் கூடும் இடங்கள் அனைத்திலும் நுழைவுச் சீட்டுகள், உணவு, வழி காட்டுவது ஆகிய வேலைகள் அடிக்கடி என்னைத் தேடி வரும். நான் நுழைவுச்சீட்டு தரும் முகப்பை அடையும்வரை நடுத்தர உயரம்கொண்ட அனைவரையும் வேகமாகக் கடந்தேன். சமோசாவும் பர்கரும் தீர்ந்துவிட்டிருந்தன. ஆனால் நான் அவசரமாக மசாலா உருளைக்கிழங்கு சீவல் பொட்டலம் ஒன்று, வெண்ணை உருண்டைகள், மக்காச் சோளப்பொறி, ட்விக்ஸ், ஒரு கிட் கேட், ஒரு கோக், ஒரு ஸ்ப்ரைட், காட்சிப்படுத்தப்பட்டதில் மிஞ்சியிருந்த ஒரு காய்கறிச் சுருள்பண்டம் ஆகியவற்றைக் கைப்பற்றினேன். என் அம்மாவிடமிருந்து வாங்கிய பணத்தில் இருபது ரூபாய் மட்டுமே அதற்குப் பிறகு என் பணப் பையில் மீதமிருக்கும் என்பதால் நாங்கள் வீட்டுக்கு நடந்துதான் செல்லவேண்டும். இது போன்ற ஒரு இரவு இதற்குப் பிறகு நீண்ட காலத்திற்கு எங்களுக்கு வாய்க்காது என்பதால் நடந்து சென்றாலும் கூட அது தகும் என்று நினைத்தேன்.

"திரையரங்கில் உங்கள் முழு வரிசைக்கும் உணவு தரப் போகிறாயா?" என்று என் வலது பக்கத்தில் இருந்து ஒரு ஆண் குரல் ஒலித்தது.

"இல்லை. எனக்கும் நோர்சிக்கும் மட்டும் தான் வாங்குகிறேன்" அவன் யார் என்று திரும்பிப் பார்க்கக் கூட முயற்சி செய்யாமல் அசட்டையாக பதில் அளித்தேன்.

ஆண்களிடம் எனக்கிருந்த இணக்கமற்ற அணுகுமுறை குறித்து என் அம்மா எப்போதுமே மகிழ்ச்சி கொள்வார். பொது இடங்களில் வெகு சத்தமாகச் சிரித்த காரணத்திற்காக நோர்சி பலமுறை அம்மாவிடம் அடி வாங்கியிருக்கிறாள். அம்மா, "அது எதிர் பாலினத்தை ஈர்க்கும்" என்பாள்.

"நோர்சி என்பது யார்?"

தான் ஒரு முக்கியமான நபர் என்றும், என்னுடைய அனைத்து விஷயங்களைப் பற்றியும் அறிந்துகொள்வதற்கு அவனுக்குத் தகுதி இருக்கிறது என்றும் தன்னை பற்றி நினைத்துக்கொண்ட அந்த மனிதனின் முகத்தைப் பார்ப்பதற்காக நான் என் முகத்தைத் திருப்பினேன். பிறகு தான் அது யாரென்று உணர்ந்தேன்.

"அமைதியாகத் தலையசைத்த அந்த மனிதர், "ஆம். நான் தான். அமீர்கான்" என்றார்.

என்னுடைய கைகள் எட்டித் தொடுமளவு, நம்பமுடியாத நெருக்கத்தில் அவர் நின்றுகொண்டிருந்தார். உடனே போய்விடுவாரோ எனும் அச்சத்தில் என் கண்கள் அவரை விட்டு விலகாது அவரையே பார்த்தபடி இருந்தன. ஆனால் திரையரங்கில் இருந்த மற்ற யாருமே அவரைக் கண்டு கொள்ளாததை நான் உணர்ந்தேன்.

எனக்குப் பின்னால் நிற்பது யார் என்பதை யாருமே கவனித்ததாகத் தெரியவில்லை. இத்தனைக்கும் அமீர் கானின் தலைமுடி கஜினி திரைப்படத்தில் இருப்பது போலவே ஒட்ட வெட்டப்பட்டிருந்ததுடன், அவருடைய உச்சந்தலையில் இருந்து நெற்றியின் விளிம்பு வரை ஒரு வடு கீழ்நோக்கி வளைந்திருந்தது. காதல் வயப்படும் மாபெரும் தொழிலதிபராக, உலோகக் குழாய் ஒன்றால் தலையில் தாக்கப்பட்டதன் காரணமாக அம்னீசியாவால் பாதிக்கப்படும் ஒருவராக அந்தத் திரைப்படத்தில் அவர் நடித்திருந்தார். அதனால் தான் அவருக்கு அந்த வடு ஏற்பட்டது.

கண்கள் வழியாக ஊடுருவிப் பார்க்கமுடியாத மேற்பரப்புடைய ஒரு அடர்ந்த கண்ணாடித் தகட்டுக்குப் பின்னே மொத்த உலகமும் இருந்ததாகவும், இந்த ரகசிய இடத்துக்கு வர எப்படியோ எனக்கு மட்டும் அனுமதி கிடைத்தது போலவும்

இருந்தது. அவருக்கு எதிரே நின்றபடி அவரை வெறித்துப் பார்த்துக் கொண்டிருந்தபோது எப்போது வேண்டுமானாலும் ‘சூ... போ’ என்று விரட்டி அடிக்கப்பட்டுவிடக் கூடிய ஒரு காக்கையைப் போல நான் என்னை உணர்ந்தேன்.

“நோர்சி என்னுடைய ஒன்றுவிட்ட சகோதரி” இறுதியில் எப்படியோ முயற்சி செய்து என்னால் இச்சொற்களை உருவாக்க முடிந்தது.

“அவள் வெறும் நான்கு அடி ஒன்பது அங்குலம் தான் இருப்பாள். ஆகவே இந்தச் சிறு அங்காடியின் நெரிசலில் அவள் கடைக்காரரின் கண்ணுக்குத் தெரியாமல் போய்விட வாய்ப்புள்ளது” என்றேன்.

“உன்னோடு ஒப்பிடுகையில் அந்த உயரம் மிகக் குறைவு” என்றார்.

“ஆமாம். அவளுடன் இருக்கும்போது நான் கூன் போடவேண்டும். அது அவமானமாக இருக்கும்” என்றேன்.

“நீ அலாதியான உயரம் உடையவள்.”

“அப்படியா! அடடா!”

“எனக்கு இந்த உணவில் சிறிது தருகிறாயா?” என்று புன்னகையுடன் கேட்டார்.

நான் குனிந்து என்னுடைய கைகளைப் பார்த்தேன்.சோளப் பொறிப் பொட்டலத்தை நான் தரையில் தவறவிட்டிருப்பதையே அப்போது தான் கவனித்தேன். காய்கறிச் சுருள் பண்டம் இன்னும் என் உள்ளங்கை மீதே கிடந்தாலும் அதனுடைய எடையை என்னால் உணர முடியவில்லை.

“உங்களுக்கு இது பிடிக்குமா?” என்று நம்பிக்கையுடன் கேட்டேன். பிறகு மசாலா உருளைக் கிழங்கு சீவலுடன் நான் வாங்கிய மற்ற எல்லா பொருட்களுமிருந்த கடையின் முகப்பைத் திரும்பிப் பார்த்தேன். அவை எல்லாமே பளபளப்பாக இருந்தன. ஆனால் எவையெவை என்னென்ன என்று என்னால் கவனம் செலுத்திப் பார்க்கமுடியவில்லை. “அல்லது இவற்றில் ஏதாவது?” என்று அவற்றை நோக்கிச் சென்றபோது என் கைகளில் இருந்த காய்கறிச் சுருள்பண்டம் நழுவிக் கீழே விழத்

துவங்கியது. எலும்புகளே இல்லாததுபோல நான் என்னை எடையற்று உணர்ந்தேன். மிகப் பதற்றமாக இருந்தது.

அந்தப் பண்டம் நிலத்தை நோக்கிச் சென்றுகொண்டிருந்த அதே தருணத்தில் அமீர்கான் சதுர வடிவ வில்லைகள் பதிக்கப்பட்ட தரையில் விரைவாக மண்டியிட்டு அமர்ந்து அந்தப் பொட்டலம் வீணாகாதபடி அதைப் பிடித்துக்கொண்டார். நான் பேச்சிழந்து போனேன். அவர் திரைப்படங்களில் இருப்பது போலவே இருந்தார்.

அவர் எழுந்து நின்று தன்னுடைய சிறிய தாடையும் வாயின் உட்பகுதிகளும் தெரியும்படி மறுபடி புன்னகைத்தார். அந்தரங்கமான, அவராலேயே அந்தத் தருணத்தில் பார்க்க இயலாத அவருடைய உடலின் ஒரு பகுதியான வாயின் உட்புறத்தை நான் அப்போது பார்த்ததால் கூச்சமடைந்தேன்.

“நீ என்னைக் கிண்டல் செய்து சிரிக்கிறாயா?” என்று அவர் சிரித்துக்கொண்டே கேட்டபோது அவருடைய கடைவாய்ப் பற்கள் வாகனங்களின் முகப்பு விளக்குகளைப் போலப் பளிச்சிட்டன.

நான் ‘இல்லை’ என்று சொல்ல விரும்பினேன். ‘அமீர்கான், நான் எப்போதும் உங்களைக் கிண்டல் செய்து சிரிக்க மாட்டேன். உங்களைப் போன்ற மிகப்பெரிய தொழிலதிபராக மாறி சொந்தமாகத் திரைப்படங்கள் எடுத்து அவற்றில் உங்களை நடிக்கவைக்க விரும்புகிறேன். இதழியல் கல்லூரியில் படித்து உங்களை நேர்காணல் செய்யும் திறமை படைத்த நேபாளத்தைச் சேர்ந்த ஒரே பத்திரிக்கையாளராக விரும்புகிறேன். உங்களுடைய கம்பளிக்குள் ஒளிந்துகொண்டு நான் ஓய்வெடுக்க வேண்டும்; பிறகு நீங்கள் என்னுடைய கம்பளிக்குள் ஒளிந்துகொள்ள வேண்டும். அமீர்கான், ஒரு வேளை எப்போதாவது நான் உங்களைக் கிண்டல் செய்து சிரித்தால், வலையில் அகப்பட்ட ஒரு மீனாக மாறி, சந்தையின் தூசு படிந்த மேஜையொன்றின் மீது அழுகிப்போய்க் கிடப்பேன். யாராவது வாங்கி பையிலிட்டு, எலும்பு நீக்குவார்களா என்று நான் காத்திருக்கையில் என் கண்கள் சாம்பல் நிறமாக மாறி அழிந்து போவேன்’ என நினைத்தேன்.

“இந்த ஊர் உனக்குப் பிடித்திருக்கிறதா?” என்று அவர் பேச்சை மாற்றினார்.

வாழ்க்கையைப் பற்றிப் பேசினாலே பேச்சின் நடுவே வேறெங்கோ தொலைதூரத்தை வெறிக்கும் போபோ, என் அம்மா, இங்கிருக்கும் மற்ற எல்லா பெரியவர்களைப் போலின்றி ஒரு உரையாடலை இயல்பாகக் கொண்டு செல்லும் திறன் இயற்கையாகவே அமீருக்கு இருந்தது.

“இந்த ஊரா? கடவுளே!” என்றவள் அவருக்குத் தருவதற்காகக் கைகளில் வைத்திருந்த கிட்கேட்டை கிட்டதட்ட கீழே நழுவ விட்டிருப்பேன்.

அவர் காய்கறிச் சுருள்பண்டத்தை கடையின் முகப்பிடத்தில் திரும்பவைத்துவிட்டார். அவருடைய தரப் படிநிலைக்கு ஏற்றதாக அது இல்லை போலும்.

“‘இங்கிருப்பவர்களாகிய எங்களுடைய வாழ்க்கை என்பது வெறும் இருள், பிறகு பகல் மறுபடி இரவு’ என்று என் அம்மா சொல்வது போலத்தான். இங்கிருந்து வெளியேறி வேறு எங்காவது செல்வதற்காக நான் காத்திருக்கிறேன்...” என்றேன். நான் இதைச் சொன்னபோது அவருடைய புன்னகை மறைந்துவிட்டது. அமீர்கானின் கண்களுக்கு கீழே கரு வளையங்கள் தோன்றின. கரையை எட்டியதும் உடைந்து நொறுங்குகிற, தொலைக்காட்சியில் நான் பார்த்திருக்கும் கப்பல்களின் வெண்ணிறப் பாய்மரங்களைப் போல அவருடைய முகத்திலிருந்த ஒளி வீழ்ந்தது.

விரைவாக! வேறு ஏதாவது அவரிடம் விரைந்து சொல்ல வேண்டும் என நான் நினைத்தேன். ஆனால் என்ன சொல்வது? நான் ஒரு முட்டாள் சுயநலவாதிப் பெண். சுவையூட்டப்பட்ட இந்தத் தயிர்ப் பானையின் மீது பருத்த எருமை ஒன்றைத் தள்ளிவிட்டு விட்டேன். அமீர்கானிடமிருந்து வெளிப்பட்ட வெவ்வேறு வண்ணங்களில் வெவ்வேறான தோற்றங்களைக் காட்டக்கூடிய ஒளியை நான் அங்கிருந்து வெளியேற்றிவிட்டேன். சோர்வு நிறைந்த அந்த இடத்தின் துன்பமான முனகலும் அரற்றலும் என்னையும் தொற்றிக் கொண்டன. என்னிடமிருந்து இருள் மட்டுமே வெளிப்பட்டது.

என் வலப்பக்கமிருந்த அங்காடிப் பணியாளரின் “பணம் தாருங்கள், பணம் தாருங்கள்” என்ற உரத்த குரல் கேட்கத் துவங்கியது. எல்லா திசைகளிலிருந்தும் கூச்சல் எழுந்தது. புற உலகிற்கும் எங்களுக்கும் இடையே இருந்த கண்ணாடி வேகமாக

மறையத் துவங்கியது. கும்பல் தன்னுடைய முழு வேகத்துடன் உள்ளே வந்துகொண்டிருந்தது. அதைத் தடுக்க நான் தீவிரமாக முயற்சி செய்தேன். ஆனால் திரையரங்கின் கதவுகள் திறந்து, கும்பலின் கூச்சல் இன்னும் அதிகமாகக் கேட்டது. திரையரங்கின் இருளில் இருக்கைகளை அடைய வழிகாட்டுபவர் மின்கல விளக்கை வாயில் கவ்வியபடி, மக்களின் நுழைவுச்சீட்டுகளைக் கைகளால் அவசரமாகத் தடவிப் பெற்று, ஒவ்வொரு நுழைவுச் சீட்டையும் அநாயாசமாக முனைகளில் மட்டும் கிழித்துத் தருகையில் தன் எச்சிலைச் சத்தத்துடன் துப்பினார்.

இந்தத் தள்ளுமுள்ளில் யாரோ என்னைப் பெயர் சொல்லி அழைப்பது எனக்குக் கேட்டது. தொலைக்காட்சியில் நான் பார்த்திருக்கிற கடல் பாசியைப் போல, ஒரே சமயத்தில் அந்த இடத்தைச் சுற்றி நகர்ந்து கொண்டிருந்த அந்தக் கும்பலில் நோர்சி எங்கோ புதையுண்டுபோய்த் தெரிந்தாள். தொலைக்காட்சியில் நான் பார்த்த கனமானதும் மெல்லியதுமான இருவகைப் பாசிகளுமே கடலின் ஆழத்தைத் தழுவியபடியே இருந்தாலும் அதிலிருந்து எப்போதும் தம்மை வெளியே இழுத்தபடியே இருக்கும்.

அமீர்கானைப் பார்த்த மகிழ்ச்சியில் என் கண்களில் நீர் பொங்க, "நான் போகவேண்டும்" என்றேன்.

"எனக்குப் புரிகிறது" என்றவர் "என் கதாநாயகி" என்றும் சொன்னார். "நிஜமாகவா? நானா?"

"நீ தான். எப்போதுமே நீ தான் என் கதாநாயகியாக இருந்திருக்கிறாய்."

அந்த நொடியில் தொலைக்காட்சித் தொடரான கசௌதியின் கதாநாயகன் தன் புது மணப்பெண்ணின் முகவாயை வருடுவது போல அவர் என் முகவாயை வருடினார்.

பிறகு ஒரு வார்த்தை கூடப் பேசாமல் இங்கு, இந்த நாட்டிற்கு, இன்று இரவு எனக்காக வந்ததற்காக அவர் மிகவும் மகிழ்ச்சி அடைவதாகத் தெரிவித்தார். திரைப்படத்தைக் கண்டு களிக்கச் சொன்னார். திரைக்குப் பின் மறைந்து நின்றபடி என்னுடைய எல்லா எதிர்வினைகளையும் கவனிக்கப் போவதாகவும் சொன்னார்.

“நிச்சயம் அவற்றை உங்களுக்குத் தெரியச் செய்கிறேன்” என்று நான் உறுதி அளித்தேன்.

அவருடைய பார்வை இருட்டில் என் மீது படிந்திருப்பதை உள்ளுக்குள் உணர்ந்துகொண்டே வெளியே அமீர்கானுக்காகச் சிரித்துக் கை தட்டினேன். என்னைச் சுற்றியிருந்த கும்பல் இருக்கைகளில் இருந்து தாவி என்னை விட பலமாகக் கை தட்டியது. அவர் வில்லன்களுடன் சண்டையிட்டபோது அவர்கள் ஓவென்று கத்தினர். அவர் திரையில் யாரையாவது அடித்தபோது தாமும் காற்றில் கைகளை வீசி யாரையோ அடிப்பது போல பாவனை செய்தனர். திரைப்படத்தின் எல்லாப் பாடல்களையும் மனப்பாடமாக அறிந்துவைத்திருந்த என் பின்னிருக்கையில் அமர்ந்திருந்த ஒரு பெண், கதாநாயகனும் கதாநாயகியும் பாடல்களைப் பாடத் துவங்குவதற்கு சில நொடிகளுக்கு முன்பே அவற்றைப் பாடினார். அமீர்கானின் பெண் தோழி வில்லன்களால் கொல்லப்பட்டபோது பக்கத்தில் அமர்ந்திருந்த நோர்சி அழுதது எனக்குக் கேட்டது. திரையரங்கத்தில் எவ்வளவு கூச்சல் கேட்டது என்பதை நான் கவனிக்கவே இல்லை. என்னைத் தவிர அங்கு எவ்வளவு பேர் இருந்தார்கள் என்பதும் எனக்குத் தெரியவில்லை.

இருளடைந்த நகரம் ஒன்று வெளியே இருப்பது இப்போது என் நினைவுக்கு வந்தது. தரும சக்கரத்தை உருட்டிக்கொண்டோ, ஜெபமாலையை எண்ணியபடியோ, தத்தம் அறைகளில் அமர்ந்திருக்கும் போபோவையும், அம்மாவையும் நினைத்துக் கொண்டேன். இந்த இரவிலும், தந்தை இறந்தபிறகு வந்த எல்லா இரவுகளிலும் சில்லறைக் காசுகள் வைத்திருக்கும் பையை அம்மா திறந்து பார்ப்பதை நினைத்தேன். கசௌதியையோ அல்லது வேறெதாவது நிகழ்ச்சியையோ போபோவுக்காகவும், எனக்காகவும், நோர்சிக்காகவும் விட்டுக் கொடுத்ததை நினைத்தேன். அந்த வராந்தாவில் இப்போது ஒரு அழகான இரவுவேளையாக இருக்கும். அது மட்டும் தான் இனியெப்போதுமே எனக்குச் சொந்தமானதாக இருக்கப் போகிறது என்றாலும்கூட, பக்கத்திலிருந்த அறைகளில் என் குடும்பம் தரும சக்கரத்தைச் சுழற்றி, பிரார்த்தனைப் பாடல்கள் பாடிக்கொண்டிருக்கும் பொழுதுகளில் நான் அங்கு அமர்ந்திருப்பது அவ்வளவு அழகாக இருக்கும்.

***

செரிங் நாம்கியால் கோர்த்சா (Tsering namgyal Khortsa)

இந்தியாவைச் சேர்ந்த செரிங் நாம்கியால் கோர்த்சா, தைவானிலும் அமெரிக்காவிலும் உள்ள பல்கலைக்கழகங்களில் பயின்றார். இந்தியாவைச் சேர்ந்த ஹே ஹவுஸ் நிறுவனத்தால் 2013ஆம் ஆண்டு வெளியிடப்பட்ட இவருடைய முந்தைய நூல், திபெத்திலிருந்து புலம்பெயர்ந்த பதினேழாவது புனித கர்மாபாவின் ஆன்மிகப் பயணக் கட்டுரைகள், வாழ்க்கை வரலாறு குறித்த கட்டுரைத் தொகுப்புகளைக் கொண்டிருந்தது. இவருடைய '*தி டிபெட்டன் சூட்கேஸ்*' எனும் நாவல் இந்தியாவின் *சம்பார்க்* பதிப்பகத்தினரால் விரைவில் பிரசுரிக்கப்பட உள்ளது. தற்போது ஹாங்காங்கில் வசித்துவரும் இவர் வணிகம் சார்ந்த பத்திரிகையாளராகப் பணியாற்றி வருகிறார்.

சமய நோன்புக் காலம்

திபெத்திய புத்த பிக்கு ஒருவரின் பாதத்தின் அருகே அமர்ந்து கல்வி கற்பதற்காகவும் தன் குறுநாவலான க்ரேசி விஸ்டமின் முதல் வரைவு என தான் நினைத்திருந்த ஒன்றை முடிப்பதற்காகவும் தான் அவன் கேட்ஸ்கில் மலைக்கு வந்திருந்தான். அங்கு வந்தபிறகு மிகச் சமீபமாக காலை வேளைகளில் அவன் தியானம் செய்யத் துவங்கியிருந்தான். அன்று காலை தியானத்தில் அமர்ந்திருக்கையில் அவனுடைய மனம் அமைதியற்று அலைந்தது. அவனுடைய சிந்தனை லோவா நகரையே சுற்றி வந்தது. அங்கு பட்டப் படிப்பு பயின்ற அந்த இரு வருடங்களும் தன் நூலின் முதல் வரைவிற்கான வேலைகளைச் செய்துகொண்டிருந்தான். பின்னோக்கிப் பார்க்கையில் அவ்விரு வருடங்களையும் அவன் உள்ளூர் சரக்கைக் குடித்தே கழித்ததாக இப்போது தோன்றியது. கல்லூரி வளாக வாழ்க்கை குறித்த ஏமாற்றத்தில் இருந்தவன் ஒரு துறவிக்குக் கடிதம் எழுதியிருந்தான். மது, மாது, அர்த்தமற்ற இரைச்சல் மிகுந்த மேற்கத்திய இசை நிகழ்ச்சிகள் ஆகியவற்றிலிருந்து முடிந்த அளவு விலகி இருப்பதற்காக அமைதியான ஒரு தனியிடம் தேடும் தன் நோக்கத்தை அவன் அதில் குறிப்பிட்டிருந்தான். பலகாலத்துக்கு முன்பு அவனுடைய குடும்பத்துக்கு அறிமுகமாகியிருந்த அந்தத் துறவி அவன் இங்கு இலவசமாகத் தங்கிக்கொள்ள அழைப்பு விடுத்திருந்தார்.

காலைவேளையில் செய்யும் சில சமயச் சடங்குகளை முடித்துவிட்டவன் சிற்றுண்டி உண்பதற்காக உணவு பரிமாறும் இடத்திற்குச் சென்றான். வழக்கமாக, தம் உணவை உண்டபடி கிழவர்கள் தான் அவனை வரவேற்பார்கள். ஆனால் இன்றைய காட்சி சிறிது

வித்தியாசமாக இருந்தது. ஒரு அழகிய இளம்பெண் உணவு மேஜை அருகே அமர்ந்திருந்ததை அவன் பார்த்தான். அவள் அவனுக்கு முகமன் கூறினாள். பேசும்போது அவள் இன்னும் அழகாகத் தெரிந்தாள். பெரிய கறுத்த கண்கள் அவளுடைய சொற்களைவிட அதிகம் பேசின. நீளமான கறுப்பு உடை ஒன்றினை அணிந்திருந்த அவளிடம் எப்போதும் தயார்நிலையில், சத்தமான ஒரு சிரிப்பு இருந்தது.

பக்கத்து மாநிலமான கணெக்டிகட்டின் புகழ்பெற்ற பல்கலைக்கழகம் ஒன்றில் அவள் மருத்துவம் படித்துவந்தாள். 'அறிவார்ந்த ஒரு அழகி' என்று அவன் அவளைப் பற்றி நினைத்தான். ஆனால் ஒரு புத்த நோன்புக் கூடத்தில் அவள் என்ன செய்கிறாள்?

"ஆறு வாரங்கள் தன்னார்வலராகப் பணியாற்றுவதற்காகவும் புத்த மதத்தைப் பற்றி மேலும் அறிந்து கொள்வதற்காகவும் இங்கு வந்திருக்கிறேன்" தன் அலைபேசியுடன் விளையாடிக் கொண்டே உறுதியாகவும் மிக இயல்பாகவும் அவள் சொன்னாள்.

அவளுடைய இந்த மறுமொழி மேலும் நிறைய கேள்விகளை அவனுக்குள் எழுப்பியது. அவளிடமும் அவனுக்கான கேள்விகள் இருந்தன. திபெத்தியனான அவன் இந்தியாவிலிருந்து வந்திருக்கிறான் என்று அறிந்ததுமே அவள் பல கேள்விகளைக் கேட்டாள். திபெத்தில் மனித உரிமைகளின் நிலை எப்படி இருக்கிறது என்பதையும், மக்கள் தொகை அதிகமுள்ள இடங்களில் வாழ்ந்த நிலமற்ற மக்களைக் குறைந்த மக்கள் தொகையுள்ள இடங்களில் குடியமர்த்துதல் குறித்த சீன அரசாங்கத்தின் புதிய கொள்கை பற்றியும் கேட்டாள். அது போதாதென்பது போல இமயமலைத் தொடரில் நிலவும் குடியாட்சி முறை பற்றியும் அவள் அறிய விரும்பினாள். ஆனால் சிற்றுண்டிக்கு முன்பு இத்தகைய விவாதங்களில் ஈடுபடுவதை அவன் விரும்பவில்லை. அதிலும் குறிப்பாக அதற்குரிய மனநிலையில் அவன் அன்று இல்லை.

"நாம் சமய நோன்புக் கூடத்தில் இருக்கிறோம் என்று நான் நினைத்துக்கொண்டிருந்தேன். இங்கு அலைபேசிகளைப் பயன்படுத்த அனுமதி இருக்கிறதா என்ன?" என்று அவன் அவளிடம் கேட்டபோது அவர்களுக்கு அருகே அமர்ந்திருந்த

மூக்குக் கண்ணாடியணிந்த நரைத்த தாடியுடன் இருந்த ஒருவர் அதிர்ச்சியடைந்தார்.

"நான் யாரிடமும் பேசுவதற்காக அதைப் பயன்படுத்தவில்லை. என் முகநூலுக்காக மட்டும் தான் அதைப் பயன்படுத்துகிறேன்" என்று அவள் பதில் சொன்னாள்.

அவனுக்கு என்ன சொல்வதென்று தெரியவில்லை. அவள் தர்மசாலாவுக்குச் செல்ல விரும்புவதாகவும் அங்கு செல்வதற்கான உகந்த நேரத்தை அறிய விரும்புவதாகவும் கூறினாள்.

அவள் புத்த மதத்தைப் பற்றிக் கற்க விரும்புகிறாள் என்பதை இன்னும் அவனால் உறுதியாக நம்பமுடியவில்லை. அது நிச்சயமாக ஒரு தீவிரமான வகைமையில் இருக்காது என அவன் நினைத்தான். துறவிகளுக்கும் கிழவர்களுக்கும் இடையே அவள் இங்கு என்ன செய்வாள்? பாடங்களைக் கவனிப்பாளா? தியானம் செய்வாளா? எழுதுவாளா? அட. ஆமாம். தானும் கவிதை எழுத விரும்புவதாக அவள் அவனிடம் சொன்னாள். தன்னுடைய ஆறு வார நோன்புக் காலத்தில் முக்கிய சன்னதியில் தன்னார்வலராகப் பணிபுரியவும் அவள் விருப்பம் தெரிவித்திருந்தாள். சன்னதியில் இருக்கும் புத்த மதத்தைச் சார்ந்த அத்தனை தெய்வங்களும் ஒன்றிணைந்து, அவளை இந்தக் கோடைக்காலத்தில் இங்கு வேலைக்கு அமர்த்தியிருப்பதைப் போன்ற ஒரு திடமான நம்பிக்கையுடன் அவள் இதைச் சொன்னாள்.

❖❖❖

அவன் தன் கவனச் சிதறல்களில் இருந்து விடுபடுவதற்காகவும் எழுதுவதில் தன் கவனத்தைக் குவிப்பதற்காகவும் மூன்று மாதங்களுக்கு முன்பு இங்கு வந்தான். இந்த ஏற்பாடு நல்ல பலனளித்தது. பைன் மரங்களும், பசுமையான பள்ளத்தாக்கும், தலைக்கு மேலிருந்த அகன்ற நீல வானமும் அவன் தன் இளமைக் காலத்தில் கழித்த இமயமலையை அவனுக்கு நினைவூட்டியது. ஆனால் பட்டப் படிப்பு பயின்ற இடத்தைப் போலில்லாமல் பொதுவாக ஒரு சோம்பலான சூழல் இங்கு நிலவியது. லோவா நகரைப் போலின்றி இங்கு மதுவிடுதிகள் இல்லை, அதாவது அவனுக்குத் தெரிந்தவரையில் இல்லை.

ஆசியாவையும் மேற்கு நாடுகளின் பல்கலைக் கழகங்களையும் (பிரிட்டிஷ் பல்கலைக்கழகத்தில் இருந்த சிறிது காலம் உட்பட) சுற்றிப் பார்ப்பதற்காகக் கடந்த பல வருடங்களில் மிக அதிகமான நேரத்தை அவன் செலவழித்திருந்தான். நோன்புக் கூடத்திற்கு வந்ததில் இருந்து சமூக வலைத் தளங்களைவிட்டு அவன் இதுவரை விலகி இருந்தான். தன் நூலின் முதல் வரைவின் மீது அவனால் தன் முழு கவனத்தையும் செலுத்த முடிந்தது. ஆனால் இப்போது அவள் வந்த பிறகு அவனுடைய கவனம் முன்பு போலில்லை.

பாலுணர்வைப் பொருத்தமட்டில் தரிசு நிலமாகக் காணப்பட்ட இந்த சமய நோன்பில், பசியோடிருந்த பேய்களின் மேஜை மீது வைக்கப்பட்ட ஒரு மாமிச விருந்தைப் போல அவள் இருந்தாள். அவளுடைய எழிலார்ந்த தோற்றமும், சிக்கனமான உடைகளும் உணவுக் கூடத்தில் இருந்த கூட்டத்தை எப்போதும் பெரும் மனக் கிளர்ச்சியில் ஆழ்த்தியது. தாம் இங்கு வந்திருப்பது தம்முடைய ஆசையையும் பற்றையும் குறைப்பதற்காகவே அன்றி அதிகரிப்பதற்காக அல்ல என்பதை அவள் அங்கிருந்த சில நொடிகளுக்கு அவர்களை மறக்கடித்தாள். எல்லாக் கண்களும் அவளுடைய அசைவுகளை முழுதாகப் பின் தொடர்ந்தன. உலகம் முழுதும் பயணிக்கிற, முதுமையை நெருங்கிக் கொண்டிருக்கும் ஒரு கலைஞர் அங்கிருந்தார். அவர், “அவள் தன்னுடைய முற்பிறவியில் ஒரு பெண் தெய்வமாக இருந்திருக்கவேண்டும்” என்று பிரகடனம் செய்தார்.

அந்தப் பெண் மீதிருந்து அவன் தன் பார்வையை அரிதாகவே விலக்கினான். எல்லா இடங்களிலும் அவளே நிறைந்திருப்பது போல அவனுக்குத் தோன்றியது. அங்கு தரப்பட்ட உணவு தொடர்ந்து ஒரே மாதிரியாக இருந்ததை அவன் உணர்ந்தான். அவன் தன் இளமைக்காலத்தைக் கழித்த இந்தியப் பள்ளிகளில் வாரத்தின் ஏழு நாட்களும் தொடர்ந்து பரிமாறப்பட்ட சோறும் பருப்பும் சேர்த்த உணவை நினைவுபடுத்துவது போல அது இருந்தது. முன்பிருந்தது போல் அடிக்கடி உணவுக் கூடத்திற்குச் செல்வதை வெகுவாகக் குறைத்துக்கொண்டவன் நான்கு வாரங்களுக்குள் ஏறத்தாழ நான்கு பவுண்டுகள் எடை குறைந்துவிட்டான்.

❂❂❂

விரைவில் அவன் தன் நூலின் மீது கவனம் செலுத்துவதற்காக யார் கண்ணிலும் படாமல் மறைந்துகொண்டு தனிமையில் இருக்க முயற்சி செய்தான். பெரும்பாலும் தன் அறையில் அமர்ந்து எழுதிக் கொண்டிருந்தான். அங்கு தங்கியிருந்த பூட்டானைச் சேர்ந்த ஒரு மூத்த துறவியுடன் தன் ஓய்வு நேரத்தைச் செலவிடத் துவங்கினான். காரமான சமையல் மீது மிகுந்த விருப்பம்கொண்ட அந்தத் துறவிக்கும் உணவகத்தில் தரப்பட்ட உணவு உறைப்பின்றி இருந்தது. "சாலட் உணவு வகைகள் மேற்கத்தியருக்கு மட்டுமே உரியவை, இமய மலையினர் வேறு விதமான உணவுப் பழக்கமுள்ளவர்கள்" என்று அவர் ஒரு முறை அவனிடம் கூறினார். அந்தத் துறவி அடிக்கடி அவனை இரவு உணவுக்கு அழைப்பதுண்டு. சிச்சுவான் மிளகும், நெடுந்தொலைவில் இருக்கும் திம்புவில் இருந்து இறக்குமதி செய்யப்பட்ட பதப்படுத்தப்பட்ட மாட்டு இறைச்சியும் சேர்த்துத் தயாரிக்கப்பட்ட ஒரு குறிப்பிட்ட வகையான காரமான உணவு அதில் இடம்பெறும். அரசியல், பூட்டானின் அரச குடும்பம் ஆகியவை குறித்த தங்கள் கருத்துகளைப் பகிர்ந்தபடி அவர்கள் சோறும், மாட்டிறைச்சியும் உண்டு தேநீர் அருந்தினர். உணவுக்குப் பின் இருவரும் சேர்ந்து சத்தமாக நிறைய ஏப்பம் விட்டனர். சிறிது நேரத்திற்குப் பிறகு அவன் எழுதுவதற்காகத் தன்னுடைய அறைக்குத் திரும்புவான்.

மெத்தை மீதமர்ந்து தன் சிந்தனைகள் செல்லும் இடங்களை உற்று நோக்கி அவற்றைத் தன் சுவாசத்தை நோக்கித் திருப்புவதற்குரிய அடிப்படையான தியான முயற்சியில் ஈடுபட்டு, அதில் தொடர்ந்து தோல்வியடைந்தான். அது தன்னை அமைதியுறவைக்கும் என்று அவன் நம்பவில்லை. இந்தப் பயிற்சிகள் கல்லூரிப் பாட நூல்கள் விற்பனை செய்யும் புத்தக நிலையங்களில் கிடைக்கும் 'ஆரம்ப நிலை தியான வழிகாட்டி' நூல்களில் இருப்பவை எனும் உண்மையைக் கூட அவன் உணர்ந்திருந்தான். அவனுடைய சிந்தனை தொடர்ந்து ஓடி, ஒரு இடத்திலிருந்து இன்னொரு இடத்துக்குத் தாவி, சிறிதும் கட்டுப்பாடின்றி, நினைத்த இடங்களுக்குச் சென்று, கட்டுக்கடங்காத ஆற்றலுடைய ஒரு குரங்கு போல் நடந்துகொண்டது. அமைதியிழந்த அவனுடைய மனம் இமய மலைக்கு, தன் சமூக வலைத்தளப் பக்கங்களுக்கு, தன் நூலின் கதைப் பின்னலுக்கு, அவற்றின் கதாபாத்திரங்களுக்கு, நூலை எப்படி முடிப்பது அல்லது எப்படி முடிக்கவேண்டும் என ஒன்றன் பின் ஒன்றாக வேகமாகப் பல இடங்களுக்குப்

பயணித்தது. தன் நண்பர்கள், தான் இத்தனை வருடங்களாகச் செய்து வந்த வேலைகள், உலகின் மூன்று கண்டங்களுக்கான பயணத்தினிடையே தான் சந்தித்த பல மனிதர்கள் என அவனுடைய மனம் அலைபாய்ந்தது. இப்போது அவன் மனம் நோன்புக் கூடத்தில் இருந்த பெண்ணை நோக்கி மட்டுமே பயணித்தது. அவள் இப்போது என்ன செய்துகொண்டிருப்பாள்? யாரிடம் பேசிக்கொண்டிருப்பாள்? அவள் சன்னதியில் தான் இருப்பாள். அவன் பிரச்சினையில் சிக்கியிருப்பது அவனுக்குப் புரிந்தது. அவனுடைய நூல் என்ன ஆகும்?

❂❂❂

அவன் அவளைத் தவிர்க்க முயற்சித்தான். ஆனால் அந்தச் சமய நோன்புக் கூடம் ஒரு சின்னஞ்சிறு குழு. ஒரு சிறு விடுதியொன்றில் ஒரு பெரிய குடும்பம் வசிப்பது போலவும், அந்த விடுதியுடன் இணைந்த அழகுற வடிவமைக்கப்பட்ட கோயிலின் மேற்பகுதியில் லாமா குடியிருப்பது போலவுமான ஒரு தோற்றத்தில் அது இருந்தது.

ஒரு நாள் மாலை அவன் பூட்டானைச் சேர்ந்த அந்தத் துறவியுடன் அமர்ந்து உணவின் காரத்தால் வாயில் ஏற்பட்ட எரிச்சலோடு உணவருந்தியபடி, பூட்டானின் அரசியலைப் பற்றியும், இமயமலையில் இருக்கும் ஓட்டுரிமை பற்றியும் பேசிக்கொண்டிருந்தபோது யாரோ மெதுவாகக் கதவைத் தட்டும் ஓசை கேட்டது. கதவைத் திறந்ததும் அவள் அவசரமாக உள்ளே வந்தாள். அப்போது அவளுடைய மார்புப் பகுதியின் பிளவு தெளிவாகத் தெரியவே அந்தத் துறவி தன் தலையை வேறுபுறமாகத் திருப்பிக் கொள்ள வேண்டியிருந்தது.

துறவிக்கு அருகே அமர்ந்து அவரிடம், "மொழிபெயர்ப்பு செய்வதில் எனக்கு உதவமுடியுமா?" என்று கேட்டாள். மருத்துவக் கல்லூரியிலிருந்து வெளியேறி இந்தியாவுக்குச் சென்று திபெத்திய மருத்துவத்தைப் படிக்கலாமா என்று அறிய விரும்புவதாகச் சொன்னாள்.

அவர் அதிர்ச்சியில் வாய் பிளந்துவிட்டார்.

"உனக்கென்ன பைத்தியமா? அது முழுமையான மருத்துவம் கிடையாது. புராதான குணப்படுத்தும் முறை மட்டுமே" என்றார்.

“எனக்கு புராதான குணப்படுத்தும் முறை பிடித்திருக்கிறது” தன் குரலில் சிறிதளவும் கிண்டல் தொனிக்காது அவள் பதில் கூறினாள்.

“அதற்காக மட்டுமே நீ யேல் பல்கலைக்கழகத்தை விட்டுப் போய்விடுவாயா என்ன?”

திபத்தில் மனித உரிமைகள் குறித்த விழிப்புணர்வை எழுப்பி, இந்தியக் குழந்தைகளுக்கு ஆங்கிலம் கற்பித்து, திபெத்திய சமையல் வகுப்புகள் நடத்தி, ஆயுர்வேதமும் யோகாவும் கற்று, இவற்றுக்கு இடையே புராதான திபெத்தியக் குணப்படுத்தும் முறையையும் தான் மேற்கொள்ள விரும்புவதாக அவள் சொன்னாள். இதுகுறித்த எல்லாத் தகவல்களையும் ஏற்கனவே இணையத்தில் தேடி முடித்துவிட்டதாகவும் கூறினாள்.

அவர் பேச்சிழந்துபோய் அவளுடைய முகத்தை வெறித்துப் பார்த்தபடி இருந்தார். கலப்பினப் பெற்றோருக்கு மகளாகப் பிறந்ததால், அவள் ஒரு திரை நட்சத்திரத்தின் கவர்ச்சியுடன் இருந்தாள். மிக இளம் வயதில் அதிக அளவில் விளையாட்டுகளிலும் உடற்பயிற்சியிலும் ஈடுபட்டதாக அவள் சொல்லியிருக்கிறாள். இந்த முடிவு குறித்த அவருடைய சந்தேகம் குறையாதபோதும், அவள் அவருடைய கைகளைப் பிடித்துக்கொண்டு உதவி செய்யுமாறு கெஞ்சிக் கேட்ட பிறகு விருப்பமின்றி அவர் அவளுடைய வேண்டுகோளுக்கு இணங்கினார்.

மெல்லிய பட்டு இழையால் பிணைக்கப்பட்டிருந்த புனித நூல் ஒன்றை நிலைப் பேழையிலிருந்து வெளியே எடுத்தார். சோழியை எடுத்துப் போட்டு அதை உற்றுப் பார்த்த பிறகு துறவி அந்தச் சமய நூலில் இருந்த சில வரிகளைப் படித்தார். நீண்டகால அடிப்படையில் மருத்துவக் கல்லூரிப் படிப்பு அவளுக்கு அவ்வளவு உவப்பானதாக இல்லை என்பதே மந்திரத்தின் கணிப்பாக இருந்தது. அவர், “துறவியின் சொல்: ‘கல்லூரியில் இருந்து இடை நிற்றல்’ என்பதாக இருக்கிறது” என்றார்.

உடனே துள்ளிக் குதித்தெழுந்த அவள் எம்பியபடி தன் கைகளின் ஐந்து விரல்களையும் அவருடைய விரல்களோடு சேர்த்துத் தட்டி குதூகலித்தாள். “பார்த்தீர்களா, என்னுடைய உள்ளுணர்வு

மெய்யாகிவிட்டது. நம் இதயம் சொல்வதைத் தான் நாம் கேட்க வேண்டும்" என்றாள்.

அவள் தன் இதயம் சொல்வதைக் கேட்டு இந்தியாவின் இமய மலையில் கற்பிக்கப்படும் திபெத்திய மூலிகை பற்றிய ஒரு படிப்பிற்காக, நிறைய பேர் தேர்வு செய்யும், மிகுந்த புகழ்பெற்ற மருத்துவக் கல்லூரியில் இருந்து வெளியேறப் போகிறாள். அவள் மனதளவில் தெளிவாக இருக்கிறாளா என்று அவன் யோசித்தான். ஆனால் அந்தத் துறவியோ தான் மேற்கில் வாழ்ந்த பத்து வருடங்களில் இயல்பான முறையில் இயங்கும் மக்களைப் பார்ப்பது மிக அரிதாகவே இருந்ததாக அவனிடம் கூறினார்.

"உறவுகளும் தொலைபேசிகளும் இணைந்து மக்களை மொத்தமாகப் பைத்தியமாக்கிவிட்டன" என்றார்.

❖❖❖

இரு நாட்களுக்குப் பிறகு ஐரிஸிடமிருந்து அவனுக்கு ஒரு மின்னஞ்சல் வந்தது. அவர்கள் சந்தித்து இத்துடன் ஆறு மாதங்களாகிவிட்டன. நூல் எழுதும் பணியில் அவன் எந்த அளவு முன்னேற்றம் அடைந்துள்ளான் என்று அவள் தன் முதல் மின்னஞ்சலில் கேட்டிருந்தாள். உயர்கல்வி பயிலும்போது ஏற்பட்ட கசப்பான அனுபவங்களிலிருந்து விடுபட்டு மன அமைதி பெறுவதற்காக அவன் பயன்படுத்திவந்த மன அழுத்த நோய்க்கான மருந்துகள், மது, இசை ஆகியவற்றை விட்டுவிட்டு மலைகளில் போய்த் தங்கும் அவனுடைய முடிவால் அவள் காயமடைந்து இருந்தாள். படைப்பாற்றலையும் எளிமையையும் நோக்கிய தன் பாதை அதற்குரிய சவால்கள் இல்லாமல் இருக்காது என்று இப்போது அறிந்துகொண்டதாக அவன் அவளுக்குப் பதில் எழுதினான். அத்துடன் தனக்கு ஆன்மீக விடுதலை கிடைப்பதற்குரிய எந்த அறிகுறியும் இதுவரை தெரியவில்லை என்றும், இலக்கியம் தொடர்பான தன் முயற்சியிலும் தான் பெரிய முன்னேற்றம் அடையவில்லை என்றும் சோகமாகச் சொன்னான். தன் நூலைத் தன்னால் முடிக்க முடியுமா என்பதும் அவனுக்குத் தெரியவில்லை. அவன் ஒரு முனைவர் பட்டம் பெறுவதற்கு முயற்சி செய்திருந்தால் அவனுக்கு எங்கிருந்தாவது ஒரு ஆய்வு மாணவருக்கான உதவித்தொகை கிடைக்க அது வழி செய்திருக்கும். "ஆனால் நீ இப்போது சொல்வதைப் பார்த்தால் நீ தவறான கோடை

வாசஸ்தலத்தில் இருப்பதாகத் தெரிகிறது" என்று அவள் பதில் மின்னஞ்சல் அனுப்பினாள்.

நிலையற்ற அவன் வாழ்வின் ஒரு நிரந்தர இணைப்பாக, அவளே ஒரு நூலாக இப்போது அந்த இளம்பெண் மாறிவிட்டிருந்தாள். காலை நேர இறை வணக்கத்தின்போது அவன் படிப்பகத்திலும், சன்னதியிலும் அவளைப் பார்த்தான். நெய் விளக்குகள் ஏற்றியபடியோ, மெத்தைகளில் தூசு தட்டிக்கொண்டோ, ஒரு மூலையில் தியானத்தில் அமர்ந்து அமைதியாக மந்திரங்களை உச்சரித்துக்கொண்டோ அவள் அங்கே இருப்பாள். உணவுக் கூடத்திற்குச் செல்லும்போதும் அவன் அவளைப் பார்த்தான். தாங்கள் இருவரும் அடிக்கடி ஒன்றாக உணவு உண்பதை அவர்கள் உணர்ந்தனர். தன் சிந்தனை முழுவதையும் நூலின் மீது செலுத்துவதற்காகப் பெரும்பாலும் அவன் அமைதியாக இருப்பான். ஆனால் அப்படியிருப்பது அவனுக்குக் கடினமாக இருந்தது.

"திபெத்தியச் சிலைகளில் காணப்படும் தெய்வங்கள் தங்களைப் பார்ப்பவருடைய மனங்களில் ஏற்படக்கூடிய விளைவுகளைப் பற்றிய கவலைகளை முற்றும் துறந்து ஏன் இவ்வாறு ஒன்றையொன்று தழுவிக்கொண்டு இருக்கின்றன?"

"திபெத்தியர்கள் நெருப்பிட்டுக் கொளுத்திக்கொண்டு தற்கொலை செய்துகொள்ளும் நிகழ்வுகள் ஏன் அடிக்கடி நடக்கின்றன என நினைக்கிறீர்கள்?" "நீங்கள் உங்களை யாராக நினைத்துக் கொள்கிறீர்கள்? திபெத்தியனாகவா, இந்தியனாகவா, சீனனாகவா?" என்பதாக நிறைய கேள்விகளை ஒன்றன் பின் ஒன்றாக அவள் கேட்டாள். அவளுடைய ஒவ்வொரு கேள்வியும் உணவு நேரத்தை ஒரு செய்தியாளர் சந்திப்பாக மாற்றின. தான் இந்த விஷயங்களைப் பற்றி அதிகாரப்பூர்வமாக பேசும் நிலையில் இல்லை என்று அவன் சொன்னதை அவள் சிறிதும் கண்டுகொள்ளவில்லை. உள்ளூர் அரசியலில் இருந்தும், திபெத்தியச் சமூகத்திடமிருந்தும் வெகுதூரம் விலகி, இந்தியாவுக்கு வெளியே பணியாற்றியே அவன் தன் பெரும்பகுதியான வாழ்வைக் கழித்திருந்தான். திபெத்தைப் பற்றி இன்னும் அதிகமான கேள்விகள் அவளிடம் இருந்தால் அவற்றைத் துறவியிடமோ அல்லது அந்தத் துறை சார்ந்த நிபுணர்களிடமோ தான் அவள் கேட்கவேண்டும் என்று அவன்

சொன்னான். மேற்கொண்டு ஒரு கேள்வி கேட்டால் கூட அங்கேயே, அப்போதே, அவன் தன்னை உயிருடன் கொளுத்திக் கொள்வான் என்று ஒரு கட்டத்தில் அவளை எச்சரிக்கை செய்யும் வரை அவளுடைய கேள்விகள் தொடர்ந்தன. “அமைதி பொன் போன்றது. பேச்சு அபத்தமானது” என்பதை அவன் அவளுக்குப் பல முறை கூறியிருக்கிறான்.

காலம் பறந்தது. கோடை, இலையுதிர் காலத்துக்கு வழிவிட்டது. பகல் நேரத்திலும் குளிர் மிக அதிகமாக இருந்தது. தியானம் தன்னுடைய மனதை ஒருமுகப்படுத்துவதற்கு உதவுவதாக அவனுக்குத் தோன்றியது. தன்னுடைய எழுத்திலும் அவன் சிறிது முன்னேற்றம் கண்டான். இப்போது அவனுக்குத் தன் கதையின் வடிவம் மிக நன்றாகப் புரிந்தது. தன்னுடைய நூலை இந்தியாவிலுள்ள ஒரு புனிதத் தளத்தில் நிறைவு செய்வதன் மூலம், புனைவெழுத்துக்கான தன் யாத்திரைக்கு முற்றுப்புள்ளி வைக்க அவன் விரும்பினான்.

ஒரு மாலை நேரத்தில் துறவி வாழ்ந்துவந்த கட்டடத்தை நோக்கிச் சென்றான். தன்னுடைய மனதை மாற்றிக் கொண்டதாக அவரிடம் சொல்வதற்குரிய தைரியத்தை அவன் தனக்குள் ஏற்படுத்திக் கொண்டிருந்தான். மக்கள் தங்கள் வாழ்நாள் முழுதும் செய்வதைவிட அதிகளவு தியானத்தைக் கடந்த மூன்று மாதங்களில் அவன் மேற்கொண்டிருந்தான். முன்பு திட்டமிட்டிருந்தது போலத் தொடர்ந்து மூன்று வருடங்களுக்குச் சமய நோன்பு மேற்கொள்ள வேண்டும் என்ற அவனுடைய எண்ணம் இப்போது மாறிவிட்டிருந்தது. ஏற்கனவே அவனுக்குச் சமய நோன்புகள் மீது சந்தேகங்கள் இருந்தமையால் அவற்றை இடையில் நிறுத்துவதைவிடத், துவங்காமல் இருப்பது சிறந்தது. அதற்கு முக்கியக் காரணம் இந்த நோன்பில் கலந்துகொள்வதற்காகப் பிரத்யேகமாக நிறைய விஷயங்களைச் செய்ய வேண்டியிருந்தது. அத்துடன் அதனை இடையில் நிறுத்துவது அவனுடைய ஆளுமையை மிக மோசமாகப் பாதிக்கும்.

அவசரக்கோலத்தில் எடுத்த முடிவால் மட்டுமே ஒரு இளைஞன் இந்தச் சமய நோன்புக் கூடத்திற்கு வந்து சேர்ந்திருப்பான் என்று சந்தேகப்பட்ட அந்தத் துறவிக்கு அவன் அங்கிருந்து கிளம்புவது ஒரு நல்ல செய்தியாக இருந்தது.

அவன் விருப்பத்தை உடனடியாக ஏற்றுக்கொண்ட துறவி அதற்கான அனுமதியை வழங்கினார். சிறு விஷயங்களுக்கும் தேவையற்று மிக அதிகமாகப் பேசிக்கொண்டும், எப்போதும் மகிழ்ச்சியாகவும் இருக்கும் தன் பெண் உதவியாளரை அழைத்தார். அவன் இங்கிருந்து நகரத்துக்குச் செல்வதற்கான பேருந்துப் பயணத்திற்கும், நகரிலிருந்து தன்னுடைய ஊருக்குச் செல்வதற்கான விமானப் பயணச் சீட்டுகளைப் பதிவு செய்வதற்கும் உதவி செய்யச் சொன்னார். அவன் துறவிக்கு நன்றி கூறி பூட்டானியத் துறவி தனக்குத் தந்த கழுத்துக் குட்டையை அளித்தான். சிறிதும் நிலையற்ற இந்த வாழ்வில் அவன் மற்றவர்களுக்காகத் தன்னை அர்ப்பணித்துக் கொள்ளவேண்டும் என்றும், அதில் தான் மகிழ்ச்சியின் ரகசியம் இருக்கிறதென்றும் அவர் அவனுக்கு அறிவுரை கூறினார். "எவ்வுயிரும் தன்னாலும், தனக்காகவும் மட்டுமே இல்லை" என்று தனக்கு சொல்லப்பட்டிருப்பதாக அவர் கூறினார். அதற்குப் பிறகு தான் அந்தத் துறவி உண்மையிலேயே சில அறிவுரைகளை அவனுக்கு வழங்கினார். எழுதுவதை மறந்து விட்டுத் திருமணத்துக்கு ஒரு பெண்ணைப் பார்க்குமாறும், தர்மசாலாவில் நிறைய திபெத்தியப் பெண்கள் இருப்பதாகவும் சொன்னார். திபெத்திய இளைஞர் காங்கிரஸ், அல்லது சுதந்திர திபெத்துக்கான மாணவர் அமைப்பில் தன்னார்வலராகப் பணிபுரிந்த துறவியின் உறவினர் ஒருவர் திபெத்தில் தான் வசித்த பகுதியைச் சேர்ந்த ஒரு பெண்ணை அங்கு சந்தித்தாராம். துறவியின் இந்த அறிவுரை அவனுடைய மனதை மிகவும் ஈர்த்தது. இலக்கியம் தொடர்பான தன் லட்சியத்திற்கு முடிவு கட்டுவது பற்றியும், திபெத்தியப் பகுதியைச் சார்ந்த ஒரு பெண்ணை மனைவியாக அடைவதற்காக அரசியல் இயக்கம் ஒன்றில் இணைவது குறித்தும் ஒரு துறவியின் ஆன்மிக அறிவுரை இருக்கும் என்று அவன் இதுவரை கற்பனை செய்ததே இல்லை. அவன் அவருக்கு நன்றி கூறிவிட்டு அங்கிருந்து வெளியேறினான்.

அவன் கட்டிடத்தை விட்டு வெளியே நடந்தபோது அந்தப் பெண் படிகளின் மீதமர்ந்து தன் ஐ ஃபோனில் எதோ செய்துகொண்டு இருப்பதைப் பார்த்தான்.

"நீங்கள் சமய நோன்புக் கூடத்தைவிட்டு வெளியேறுவதாகக் கேள்விப்பட்டேன்" என்றாள். துறவியின் பெண் உதவியாளர்

ஏற்கனவே இந்தச் செய்தியை அங்கு பரப்பத் தொடங்கிவிட்டது வெளிப்படையாகத் தெரிந்தது. அவன் நியூயார்க் நகருக்குச் சென்று தன்னார்வத் தொண்டு நிறுவனம் ஒன்றில் பணியாற்றப் போவதாக அவளிடம் சொன்னான். நியூயார்க்கில் இருந்து நேரடியாக இந்தியாவுக்கு விமானத்தில் பறக்கப் போவதைப் பற்றி அவன் கூறவில்லை.

தன்னுடைய தந்தை தன் முடிவு குறித்து மிகுந்த மனவருத்தம் அடைந்ததாகவும், ஆனால் அவருடைய அச்சுறுத்தல்களாலும் எச்சரிக்கைகளாலும் இந்தியாவுக்குச் செல்வது குறித்த தன் உற்சாகத்தை எந்தவிதத்திலும் சிதைவுறச் செய்ய இயலவில்லை என்றும் சொன்னாள். மூப்பை எட்டிக்கொண்டிருந்த ஒரு கலைஞன் இந்தியாவின் ஒவ்வொரு இண்டுஇடுக்கு பற்றியும் ஏற்கனவே அவளுக்குக் கற்பிக்கத் துவங்கி இருப்பதாகக் கூறினாள். விசா காலம் முடிந்த பிறகும் இந்தியாவில் தங்கியிருந்தமையால் அங்கிருந்து பல முறை துரத்தியடிக்கப்பட்ட யாத்ரீகரான அவர், "லோன்லி ப்ளாணட் கய்ட்டு இந்தியா" நூலின் தடித்த பிரதி ஒன்றைக் கூட அவளுக்குத் தந்திருந்தார். தர்மசாலாவில் அந்நூலின் ஒரு பகுதியைப் படித்துக் கொண்டிருந்தபோதே கோபத்துடன் சில குறிப்புகளை அவள் அதன் பக்கங்களின் ஓரங்களில் எழுதி வைத்திருக்கிறாள். தில்லியில் இருந்து தர்மசாலாவுக்கு எத்தனை கிலோமீட்டர் பயணத் தொலைவு என்பது அவளுக்கு இப்போது மனப்பாடமாகி இருந்தது.

"தர்மசாலாவுக்குச் செல்லும் வழியில் நான் பதான்கோட்டில் தங்கிச் செல்வது உகந்தது என நீ நினைக்கிறாயா?" என்று அவள் கேட்டாள்.

❋ ❋ ❋

அடுத்து வந்த ஒரு வாரத்திற்கு அவன் தன் நூலின் இறுதிக் கட்ட மெருகேற்றுதலைச் செய்துகொண்டிருந்தான். இந்தியாவில் இருந்த தன் குடும்பத்தினருக்கும் நண்பர்களுக்கும் தான் அங்கு வருவதாக முடிவெடுத்திருப்பதைப் பற்றிக் கடிதம் எழுதினான். "சமய நோன்புக் காலம் முடிந்தது. இந்தியாவுக்குத் திரும்புகிறேன்" என்று தன் முகநூல் பக்கத்தில் ஒரு அறிவிப்பு செய்ததும் உடனே நிறைய விருப்பக் குறிகளும் பின்னூட்டங்களும் அதற்குக் கிடைத்தன. அமைதியான

தியானத்தை விடச் சிறப்பான ஒரு வாழ்க்கை நியூயார்க் நகரின் வடபகுதியில் இருப்பதாக காரசாரமான இரவு உணவிற்கிடையே பூட்டானைச் சேர்ந்த துறவியிடம் கூறினான். இந்தக் குறு நாவலை எழுதுவதற்காக ஏற்கனவே அவன் மூன்று வருடங்களைச் செலவிட்டிருப்பதை அந்தத் துறவி அவனிடம் சுட்டிக்காட்டினார். சமய நோன்புக் கூடத்தில் தனக்கொரு உண்மையான நண்பனாக, தூண் போன்ற துணையாக, ரகசியமாக பூட்டான் உணவு உண்ணும் தன் நம்பிக்கைக்குரிய கூட்டாளியாக, தன் சமய நோன்புப் பயணத்தில் முற்றிலும் எதிர்பாராத விதத்தில் நிகழ்ந்த ஒரு மகிழ்ச்சியான திருப்பமாக இருந்த அந்தத் துறவியிடமிருந்து அன்று மாலை அவன் விடைபெற்றான்.

அடுத்த நாள் காலை க்ரேஹவுண்ட் நிலையத்துக்குச் செல்ல ஒரு வாடகை வாகனத்தை ஏற்பாடு செய்தான். அந்த இளம்பெண் பற்றிய நினைவு ஏற்பட்டது. சமய நோன்புக் கூடத்தில் இருந்து வெளியேறிய நொடியே உணர்ச்சிக் கொந்தளிப்பு ஏற்படும் சாத்தியக் கூறுகள் அதிகரித்தது போல் விசித்திரமாக உணர்ந்தான். அவளுடைய இன்மையை இப்போதே உணரத் துவங்கியிருந்தான். அவளை எப்படியும் இந்தியாவில் சந்திப்போம் என்றும் தன்னைச் சார்ந்தவர்களின் வட்டத்தில் அவளும் ஒரு பகுதியாக மாறுவாளென்றும், திபெத்தியர்கள் மண்டலா என்று குறிப்பிடும் ‘முழுமையடைவதற்கான தன் தேடலின் குறியீடு’ அவள் தான் என்பதையும் மனதளவில் அவன் ஏறத்தாழ ஏற்றுக் கொள்ளத் துவங்கிவிட்டான். மாசற்ற உருவமும், அச்சமூட்டும் வகையில் வசீகரமான இயல்புகளும்கொண்ட அவள் மீது அவன் காதல் வயப்பட்டிருந்தான். ஆனாலும் தன் தினசரி வாழ்க்கைக்குள் நுழைகிற ஒரு நிஜமான நபராக இல்லாமல், தன் கற்பனை உருவமாக அவள் இருப்பது இன்னும் அதிக ஈர்ப்புக் கொண்டதாக இருக்கும் என்றும், அவளைத் தொலைவில் இருந்து பார்ப்பதே சிறந்ததென்றும் அவனுக்குள் இருந்த எழுத்தாளருக்குப் புரிந்தே இருந்தது.

நியூயார்க் நகரை நோக்கிச் சென்ற பேருந்துப் பயணம் வேகமாக இருந்தது. துறைமுக ஆணையகத்தின் கீழிருந்த குழப்பமூட்டும் சுரங்கப் பாதைகளின் வழியை, நிலப் படத்தைப் பயன்படுத்திக்

கண்டறிந்து, தத்தித் தாவிப் போய் ஒரு வழியாக ஜே.கே.எஃப் புகைவண்டியை அடைந்தான்.

விமானத்தில் ஏறுவதற்கு முன்பாக எதாவது சாப்பிடலாம் என்று தோன்றியதும் ஒரு கொரிய உணவகத்துக்குள் நுழைந்தான். கடந்த மூன்று மாதங்களுக்கு பூட்டானிய உணவை உண்டுவந்த அவனுடைய நாக்கிற்கு கிம்சி நூடுல்ஸில் இடப்பட்டிருந்த காரம் போதுமானதாக இல்லை. ஆனால் மூன்று மாதங்களுக்குப் பிறகு அவன் உண்ட அந்த உணவு உண்மையில் தியானத்தில் இருப்பது போல் அவனை உணரவைத்தது. விமானத்தில் ஒரு பாலிவுட் படத்தைப் பார்க்க முயற்சி செய்தான். ஆனால் முதல் பாடல் முடிந்ததும் ஆழ்ந்த அமைதியான உறக்கம் அவனை ஆட்கொண்டது. தன் முகநூல் கணக்கில் இருந்து வெறித்தனமாக மீண்டும் மீண்டும் அந்த இளம்பெண்ணுக்கு அவன் நட்பழைப்பு தருவதாக சிறிது நேரத்திலேயே தோன்றிய ஒரு பயங்கரக் கனவால் விழித்துக் கொண்டான்.

சிறிது நீர் அருந்தி தெளிவடைய முயற்சி செய்தான். ஒருவேளை அவன் அவளை இந்தியாவில் மீண்டும் சந்தித்தால் அது வெறும் தற்செயலான நிகழ்வு கிடையாது. அவனுடைய வாழ்க்கையிலும் அவனுடைய நிஜக் கதையிலும் ஒரு பகுதியாக அவள் இருக்கப் போவதற்கான ஒரு குறியீடு தான் அது என்று அவன் முடிவு செய்தான். அல்லது அவன் எழுதிய நியூயார்க் மலைகளின் 'சமய நோன்புக் காலம்' எனும் இந்தக் கதையில் மட்டுமாவது குறைந்த பட்சம் அவள் அவ்வாறு இருப்பாள்.

***

தென்சின் டோர்ஜீ (Tenzin Dorjee)

எழுத்தாளரும் போராளியுமான தென்சின் டோர்ஜீ, டிபெட் ஆக்ஷன் இன்ஸ்டிடியூட்டில் ஆராய்ச்சியாளராக உள்ளார். அவருடைய *'தி டிபெட்டன் நான்வயலன்ட் ஸ்ட்ரகுல்: எ ஸ்ட்ரேடஜிக் அண்ட் ஹிஸ்டாரிகல் அனலசிஸ்'* எனும் தலைப்பிலான கட்டுரைத் தொகுப்பு தி இண்டர்நேஷனல் செண்டர் ஆன் நான்வயலன்ட் காண்ஃப்ளிக்ட் அமைப்பால் பிரசுரிக்கப்பட்டது. அவருடைய படைப்புகள் க்ளோபல் போஸ்ட், கொரியர் இண்டர்நேஷனல், டிபெட்டன் ரிவ்யூ, டிபெட் டைம்ஸ், சி.என்.என் பிளாக் உள்ளிட்ட பல்வேறு அமைப்புகளில் வெளிவந்துள்ளன. *ஹஃபிங்டன் போஸ்ட்* வலைப் பதிவரும் அரசியல் கேலிச்சித்திரம் வரைபவரும் இசையமைப்பாளருமான இவருடைய இரண்டாவது பாடல் தொகுப்பு 'மேட்ரோ' 2017 ஆம் ஆண்டில் வெளியிடப்பட்டது. இவர் தன்னுடைய இளங்கலைப் பட்டப்படிப்பை பிரவுன் பல்கலைக்கழகத்திலும் முதுகலைப் பட்டத்தினை கொலம்பியா பல்கலைக்கழகத்திலும் பயின்றுள்ளார்.

அந்த ஐந்தாவது நபர்

அது, தர்மசாலாவில் முகாமிடுவதற்கு மிக உகந்ததானதொரு அக்டோபர் மாதம். மழைக்காலம் முடிந்த பிறகும் அக்டோபர் வரை நீடித்த பருவமழை பல முறை எங்கள் கூடாரங்களை மூழ்கடித்தது. தர்மசாலாவில் இருந்த தாக்கூர் குடும்பத்துக்குச் சொந்தமான பண்ணை வீட்டில் திபெத்தியர்கள், இந்தியர்கள், கனடாவைச் சேர்ந்தவர்கள், அமெரிக்கர்கள் என ஏறக்குறைய ஐம்பது பேர் கூடியிருந்தோம். அரசியல் செயற்பாட்டுக் குழுவிலிருந்த ஒரே இனத்தைச் சேர்ந்த உறுப்பினர்கள் எனும் வகையில் நாங்கள் இங்கு அழைத்து வரப்பட்டிருந்தோம். இந்தியக் குடும்பத்தினராகிய தாக்கூர்கள், திபெத்திய அகதிகள் குறித்து முதன்முதலில் வெளி உலகிற்குத் தெரியத் துவங்கிய 1960 காலந்தொட்டே, திபெத்துடன் தொடர்பிலிருந்த அரச வம்சாவளியைச் சேர்ந்தவர்கள் என உறுதிபடக் கூற இயலாத தகவல்கள் நிலவுகின்றன. அவர்களுடைய பண்ணை வீடு பச்சைப் பசேலெனப் பல்வேறு வகையான தாவரங்களுடன் ஏக்கர் கணக்கில் பரந்து விரிந்திருந்தது. அந்த வீட்டிற்கு மிக அருகிலிருக்கும் வசிப்பிடமே அங்கிருந்து பதினைந்து நிமிடத் தொலைவில் இருந்தது.

பண்ணையின் ஒரு மூலையில் இருக்கும் மாமரங்களின் வழியே நடந்து, உறங்கும் பசுக்கள், சண்டையிடும் சேவல்கள், குலைக்கும் நாய்கள் என அனைத்துமிருக்கும் வளாகத்தைக் கடந்தால், இன்னொரு மூலையில் இருக்கும் ப்ளம் தோட்டத்தையும் மிளகுச் செடிகளையும் அடையலாம். படகோணியக் கயிறுகளைப் பயன்படுத்தி தேவதாரு மரங்களின் மீதேறும் பயிற்சியைப் பகல் பொழுதுகளில் நாங்கள் மேற்கொண்டோம்.

கோபுரங்களின் உயரத்தை அளந்து, எங்கள் கொள்கைகளை விளம்பரப்படுத்தும் பதாகைகளை அவற்றின் மீது தொங்க விடுவதற்கு இந்தத் திறமை எங்களுக்குப் பயன்படும். உத்திக்கும் செயல் திட்டத்துக்கும், கண்டனத்துக்கும் குடிசார் சட்ட மறுப்புக்கும், மதமாற்றத்துக்கும் வற்புறுத்தலுக்கும் இடையேயான வேறுபாடுகள் குறித்து விவாதிக்கும், முடிவற்றதாகத் தோன்றக்கூடிய பயிற்சிப் பட்டறைகளில் பகல் முழுவதும் அமர்ந்திருந்தோம். மாலை வேளைகளில், அறுபதுகளின் அருமையான ராக் பாடல்கள் முதல், எழுபதுகளின் பழைய ஹிந்திப் பாடல்கள், தொண்ணூறுகளின் திபெத்திய பாப் பாடல்கள்வரை கணப்பு அடுப்பின் எதிரே வட்ட வடிவில் அமர்ந்து சில கிடார்களை இசைத்துப் பாடிக் கொண்டிருந்தோம்.

வாரம் முழுதும் நடைபெற்ற இந்த முகாமில் நான் ஒரு குறிப்பிட்ட மரத்தின்பால் ஈர்க்கப்பட்டிருப்பதை உணர்ந்தேன். சிறிய, மிகச் சிறிய அந்த மரத்தை நாங்கள் 'மந்திர மரம்' என்று அழைத்தோம். ஒரு உயரமான மனிதனின் அளவுக்கே உயரங்கொண்ட அது, மரம் என்று அழைக்கப்படுவதற்கே தகுதியற்றதாக இருந்தது. உண்மையில் அஃதொரு மஞ்சள் நிறச் சித்திரக் குள்ளன். ஆனால் தர்மசாலாவின் மலைப் பகுதிகளில் அதிகளவில் காணப்பட்ட, அளவில் மிகப் பெரிய, பெருமைவாய்ந்த தேவதாரு மரங்களுக்கு இடையே அது மறக்கப்பட்டுவிட்டது.

மரம் என்றோ செடி என்றோ அழைக்கப்படக்கூடிய அந்தத் தாவரத்தில் சிறிய முத்துகளைப் போலிருந்த பச்சை நிறப் பொருட்கள், புல்லின் சுவையில் இருந்தாலும் மணத்தில் கஞ்சாவைப் போலிருந்தன. புகழ்பெற்ற ஜப்பானியத் துறவியான சக் மாக் ஆடம்ஸ், எனத் தன் ஜென் குருவால் பெயர் மாற்றப்பட்ட என் அமெரிக்க நண்பன் என்னுடன் இருந்தான். அவனுடைய உண்மையான பெயர் கோடோ சவாக்கி. நியூயார்க் நகரில் வசித்த நாங்கள் இருவரும் ஃப்ளாட்புஷ்ஷில் இருந்த என்னுடைய அடுக்ககத்தில் புகைபிடிப்போம். அந்தப் பச்சை நிற முத்துக்களைக் குறித்து ஆவலுடன் இருந்த நாங்கள் சிறிதளவு முத்துக்களை ஒரு குழாயினுள் இட்டு அதைப் புகைத்தோம். அவை புகையிலையைப் போலவே எரிந்தாலும்

நல்ல மணத்துடன் இருந்தன. அது அதிக போதையூட்டுவதாக இருந்ததால் நாங்கள் மிகுந்த கிளர்ச்சியடைந்தோம்.

அதன் பிறகு தான் அது துவங்கியது. அதாவது, சில விஷயங்கள் என் கண்களுக்குத் தெரிய ஆரம்பித்தன. முகாமின் இரண்டாம் நாள் மாலை கணப்பு அடுப்பருகே, பாரம்பரிய இசைப் பாடகி சுசாங் கியிபா எங்களுக்காக இசை நிகழ்ச்சியொன்றை நடத்தினார். இமய மலையின் இந்தப் புறம் ஒலித்த மிக மிக நேர்த்தியான அவளுடைய மென்மையான இசை, கடல் அலைகளைப் போலப் பாய்ந்தும் பின்வாங்கித் தணிந்தும், மலையின் மறுபுறம் இருந்த எங்கள் நாட்டின் நினைவுகளை எங்கள் மனதில் தூண்டியது. மாலையின் இருள் திரண்டு இரவாகக் கறுத்தபோது அவள் பாடுவதை நிறுத்தினாள். நாங்கள் அனைவரும் அவளுக்கு நன்றி கூறி விடைபெற்றோம். பக்கத்தில் இருந்த கன்னியாஸ்திரிகள் மடத்தின் வாகன நிறுத்துமிடத்தில் காத்திருந்த அவளுடைய வாடகைக் கார் வரை என் நண்பன் கோடோ சவாகியும் வேறு சிலரும் அவளை வழியனுப்புவற்காக அவளுடன் சென்றோம்.

புதர் நெடுகிலும் இருந்த குறுகலான பாதையில் ஒற்றை வரிசையில் நடந்தோம். நியூயார்க்கில் இருந்து கிளம்புவதற்குச் சிறிது நேரத்துக்கு முன்னர் மார்ஷல்ஸ் பல்பொருள் அங்காடியில் அவசரமாக நான் வாங்கிய ஒரு மின்கல விளக்கு இப்போது என் கைகளில் இருந்தது. ஆனால் எனக்குப் பின்னால் நடந்து வந்தவனிடம் அது இல்லை. இருளில் பாதை தெரிவதற்காக நான் மின்கல விளக்கை முன்னும் பின்னும் காட்டியபடி இருந்தேன். வாடகைக் கார் நிறுத்துமிடம் கன்னி மாடத்தின் வளாகத்தில் இருந்த விளக்குகளால் வெளிச்சமாக இருந்தது. நான் திரும்பிப் பார்த்தபோது அதுவரை என் பின்னால் நடந்து வந்துகொண்டிருந்த அந்த ஆளைக் காணவில்லை.

“இதென்ன விசித்திரமாக இருக்கிறது? என் பின்னால் வந்து கொண்டிருந்த ஒருவன் எங்கே? நம்மை விட்டுவிட்டு கணப்பு அடுப்பு இருக்கும் இடத்திற்குத் திரும்பிச் சென்றுவிட்டான் போலிருக்கிறது” என நான் மற்றவர்களிடம் சொன்னேன். பகற்பொழுதுகளில் காணாமல் போய் கணப்பு அடுப்பருகே அமர்ந்து அனைவரும் சேர்ந்து பாடும்போது தவறாமல் காட்சி தருபவனான தாக்கூரின் வசீகரமான மகன் பப்லு, “அட!

இல்லை பேல்டன். உனக்குப் பின்னால் ஒருவரும் இல்லை. அங்கிருந்து கிளம்புகிறபோதே நாம் நால்வர் மட்டும் தான் வந்தோம்" என்றான்.

முதலில் பப்லு எதோ தவறாகப் புரிந்துகொண்டதாக நான் நினைத்தேன். ஆனால் "அங்கிருந்து கிளம்பியதே நீ, நான், கோடோ, சுசாங் கியிபா என நால்வர் மட்டுமே" என்று பப்லு உறுதியாகக் கூறினான். என் நண்பர்களின் முகங்களிலிருந்து அவர்கள் அனைவருமே சிறிது அசௌகரியமாக உணர்ந்தது தெரிந்தது. ஆனால் இந்தச் சம்பவத்தைப் பற்றி நாங்கள் யாரும் அதற்குப் பிறகு பேசிக்கொள்ளவில்லை. கணப்பு அடுப்பு அமைக்கப்பட்டிருக்கும் இடத்துக்குத் திரும்பிச் செல்லும் வழியில் நாங்கள் அனைவரும் அமைதியாக இருந்தோம். இந்த முறை வரிசையில் கடைசியாக வந்தது யார் என்பது எனக்கு நினைவில்லை. ஆனால் நிச்சயமாக அது நானல்ல. நாங்கள் அடிக்கடி ஒருவரை ஒருவர் இடித்துக்கொள்ளும் அளவுக்கு நெருக்கியடித்து நடந்துகொண்டிருந்தோம். திரும்பச் சென்றபோது இருந்த தூரம் நாங்கள் முன்பு கடந்து வந்த தூரத்தை விட அதிகமாக இருந்தது போல் தோன்றியது.

❂❂❂

அடுத்த நாள் பின் மதியத்தில், சரியாகச் சொல்ல வேண்டுமெனில் அந்த இளம் மாலைப் பொழுதில் தாக்கூர் குடும்பத்தினர் பசுக்களைக் கட்டியிருந்த இடத்தருகே நடந்து சென்றேன். பயிற்சி வகுப்புகள், பயிற்சிப் பட்டறைகள் ஆகியவற்றில் இருந்து விடுபட்டு அமைதியாக சிந்திப்பதற்காக சில கணங்கள் தனியாக இருக்க முயற்சித்தேன். என்னுடன் பணியாற்றும் சோமோ ப்ளம் மரங்களின் கீழ் தனியாக அமர்ந்திருப்பதை அப்போது பார்த்தேன். தலை குனிந்தபடி தன்னுடைய கைகளால் முகத்தைத் தாங்கிப்பிடித்தபடி இருந்ததால் அவளுடைய முகம் எனக்குத் தெளிவாகத் தெரியவில்லை. ஆனால் அவளுடைய தோள்கள் ஏறி இறங்கியதிலிருந்து அவள் அழுதுகொண்டிருப்பது போல எனக்குத் தோன்றியது. ஆமாம்! சந்தேகமே இல்லை. அவள் அழுதுகொண்டுதான் இருந்தாள்.

உதவி செய்ய முடியாவிட்டாலும் அவளுக்கு ஆறுதலாவது சொல்லலாம் என்றெண்ணி அவளை நோக்கி நடக்கத்

தொடங்கினேன். ஒருவேளை யாராவது தன்னருகே வருவதை அவள் இடையூறாக நினைத்து அதை விரும்பாமல் போகலாம், அல்லது சிறிது நேரம் தனித்திருக்க விரும்பியிருக்கலாம் என நினைத்த நான் பிறகு அங்கேயே நின்றுவிட்டேன். ஆமாம். அவளுக்குத் தேவைப்படும் தனிமையைத் தரவேண்டும், என எனக்குள் சொல்லிக் கொண்டு அங்கிருந்து வெளியேறினேன்.

அடுத்த நாள் சோமோவைப் பார்த்தபோது அவள் மிக இயல்பாக இருப்பது தெரிந்தது. ஆகவே நான் நினைத்தது சரிதான். தன்னைத் திடப்படுத்திக்கொள்ள அவளுக்குச் சிறிதளவு அந்தரங்க வெளியும், தனிமையும் தேவைப்பட்டிருக்கிறது. அவள் கண்ணீர்விட்டதற்கான காரணம் எதுவாக இருந்தாலும் இப்போது தன்னுடைய வழக்கமான, மகிழ்ச்சியான மனநிலைக்கு அவள் மீண்டும் திரும்பிவிட்டிருந்தாள்.

“என்ன நடந்தது சோமோ? நீ ஏன் நேற்று அழுது கொண்டிருந்தாய்?” என்று கேட்டேன். நேற்று நான் அவளுக்குச் சிறிதளவு தனிமையை அளித்துவிட்டதால், இப்போது அவளுடைய விஷயத்தில் மூக்கை நுழைக்கும் விருப்பத்தை என்னால் கட்டுப்படுத்திக்கொள்ள முடியவில்லை.

குழப்பமான ஒரு முகபாவனையுடன் அவள் “என்ன?” என்று கேட்டாள்.

“பரவாயில்லை. நான் யாரிடமும் சொல்லமாட்டேன். நேற்று மாலை ப்ளம் மரங்களின் கீழே நான் உன்னைப் பார்த்தேன்” என்றேன்.

அவளுடைய குழப்பம் திகைப்பாக மாறியது.

“என்ன? அது வேறு யாரோவாக இருக்கும்” என்றாள்.

“இல்லை நான் அங்கே இருந்தேன். உன்னைப் பார்த்தேன். நீ அழுதுகொண்டிருந்தாய். நான் உன்னிடம் பேசுவதற்காக உன்னருகே வர விரும்பினேன். ஆனால் உன்னைத் தொந்திரவு செய்ய விரும்பவில்லை. ஆதலால் நான் அங்கிருந்து போய்விட்டேன்” என்றேன்.

அவள் ‘இல்லை’ எனும் விதமாகத் தலையசைத்து “இங்கே பார் பேல்டன். ஒன்று, எனக்கு நினைவாற்றல் மங்கிவருகிறது.

அல்லது நீ பார்த்தது வேறு யாரோவாக இருக்க வேண்டும்" என்றாள்.

என்னுள் திடீரென ஒரு ஜில்லிடலை உணர்ந்தேன். 'அல்லது நீ பார்த்தது நான் இல்லை. அது வேறு யாரோ'! அழுதுகொண்டிருந்த அந்தப் பெண்ணின் முகத்தை நான் அப்போது பார்க்கவில்லை. ஆனால் அவள் அப்படியே சோமோவைப் போலவே இருந்தாள். அந்தப் பெண், சோமோ இல்லை என்றால் வேறு யார்?

❂❂❂

சுசாங் கியிபாவை வாடகைக் கார் வரை துணையாக அழைத்துச் சென்ற போது எனக்குப் பின்னால் நடந்துவந்த மனிதனையோ, அழுதுகொண்டிருந்த, சோமோவாக என் கண்களுக்குத் தெரிந்த அந்தப் பெண்ணையோ யார் என்று நான் கண்டுபிடிக்கவே இல்லை.

ஆனால் அந்த விசயம் அத்துடன் முடிந்துவிடவில்லை. ஒருநாள் நள்ளிரவுக்குப் பிறகு நான் கணப்பு அடுப்பினருகே தங்கினேன். எல்லா இரவுகளிலும் கணப்பு அடுப்பினருகே நடக்கும் நிகழ்வுகள் முடிந்து இறுதியாகச் செல்லும் சிலரில் நானும் ஒருவன். அன்றிரவு எல்லோரும் படுக்கைக்குச் சென்ற பிறகு ஒரு வாளித் தண்ணீரை நெருப்பின் மீது ஊற்றி, நெருப்புக் கங்குகளைப் புதைத்து, பாதி எரிந்துபோயிருந்த மரத் துண்டுகளை அவற்றில் இருந்து தனியாகப் பிரித்து எடுத்தேன்.

மூங்கில் மரங்கள் புதர் போல வளர்ந்திருந்த இடத்தருகே என் கூடாரத்தை அமைத்திருந்தேன். கூடாரத்தைத் திறந்து மது அருந்தியபடி அதனுள்ளே சுருண்டுகிடந்தேன். மற்ற திபெத்தியர்களைப் போலின்றி மதுவுக்கு எதிரான சகிப்புத் தன்மை எனக்கு மிக அதிக அளவில் இருந்தது. ஆகையால் மது அருந்திய பின்பும் என் சிந்தனை தெளிவாக இருந்தது. மகிழ்ச்சியாக உணர்ந்த நான் உடனடியாக உறங்கிவிட்டேன். அது கனவுகள் ஏதுமற்ற ஒரு இரவு. நிறைய கனவுகளுடைய ஒன்றைவிட அந்த இரவு எனக்குப் பிடித்திருந்தது. ஏனெனில் கனவு காண்பதால் நிறைய ஆற்றல் செலவாகிறது. நான் கனவு காணும்போது விழித்திருப்பதை விரும்பினேன்.

திடீரென எழுந்த ஒரு மெல்லிய குறட்டை ஒலியைக் கேட்டு நான் விழித்துக்கொண்டேன். வானத்தின் மென்சாம்பல் நிற ஒளி என்னுடைய கூடாரத்தின் மெல்லிய மேற்பரப்பின் வழியாக ஊடுருவியதில் என்னருகே யாரோ ஒருவர் தூங்கிக் கொண்டிருப்பதைப் பார்த்தேன். என் தலையை வலது புறக் கையில் வைத்தபடி, உறங்கும் புத்தர் சிலையின் தோற்றத்தில் நான் படுத்துக்கிடந்தேன். புத்தர் தன்னுடைய முடிவற்ற உறக்கத்திற்காகத் தேர்ந்தெடுத்த அந்த உறக்க நிலையில் தான் டி.சி.வி பள்ளிச் சிறுவனாக இருந்த நாட்களில் இருந்தே நான் உறங்கிவந்தேன். என் கண்ணெதிரே படுத்திருந்த அவனுடைய இடப் பக்க நிழலுருவை என்னால் பார்க்கமுடிந்தது. கறுத்த நிறமும், மெலிந்த உடலும், கறுப்பும் வெள்ளை நிறமும் கலந்த சிறு மயிர்க் கற்றையின் காரணமாகச் சில நாட்களாக சவரம் செய்யாததுபோலத் தோற்றங்காட்டிய, நடுத்தர வயது இந்திய முகத்துடனும் அவன் இருந்தான். ஆனால் அவன் என்னுடைய கூடாரத்தில் என்ன கருமத்தைச் செய்து கொண்டிருக்கிறான்? வழிதவறி என்னுடைய கூடாரத்துக்குள் தடுமாறி விழுந்து விட்ட குடிகாரனா? அக்கம்பக்கத்தில் வசித்த சில இந்தியக் கிராமவாசிகளுக்குக் குடிப் பிரச்சினை இருந்ததும், குடித்துவிட்டு வெகு தாமதமாக வீட்டுக்கு வரும் கணவர்களுக்குப் பொறுப்பாகக் கதவை திறப்பதற்கென அவர்களுக்கு மனைவியர் இருந்ததும் எனக்குத் தெரியும்.

அல்லது ஒருவேளை அது என் கற்பனைக் காட்சியாகவும் இருக்கலாம். மந்திர மரத்திலிருந்த பச்சை முத்துக்களை அன்று நான் சிறிதளவு புகைத்திருந்தேன். அதுவாகத் தான் இருக்கும்.

அதுதான். அதுவாகத்தான் இருக்கும். நிச்சயமாக அதுவாகத்தான் இருக்கும். எனக்கு உறுதியாகத் தெரிந்தது. அப்படியானால் அந்த ஆள் அங்கு இல்லை. அது என்னுடைய சொந்த சிந்தனையில் தோன்றிய உருவம் மட்டுமே. ஆகவே நான் என் கண்களை நீண்ட நேரம் மூடிக்கொண்டிருந்தேன். பள்ளிநாட்களில் நான் வழக்கமாகச் சொல்லும் பிரார்த்தனை இப்போது என் மனதில் தோன்றியது. நான் மறுபடி கண்களைத் திறக்கும்போது அந்தக் கற்பனைக் காட்சி மறைந்துபோய்விடும் என்று தெரிந்து சத்தமின்றி, அந்த மந்திரங்களை நான் திரும்பத் திரும்ப உச்சரித்தேன்.

வாழ்நாள் அளவு போல நீண்டதாகத் தோன்றிய அந்தச் சில கணங்களுக்குப் பிறகு கண்களைத் திறந்தேன். அந்த ஆள் அப்போதும் அங்கு தானிருந்தான். வான் நோக்கிய முகத்துடன், அதே நிலையில், ஒரு சிறு குழந்தையின் பேரமைதியுடன், உறங்கிக்கொண்டிருந்தான். அவனிடமிருந்து ஒரு மிக மெல்லிய குறட்டை ஒலித்துக் கொண்டிருந்தது. தூக்கத்திலிருந்து நான் விழித்துக்கொண்டதற்கு அது காரணமாக இருக்க வாய்ப்பே இல்லை எனுமளவுக்கு அது மென்மையாக இருந்தது.

அது என் கற்பனையில் உதித்த உருவம் என்பதை நிரூபிப்பதற்கு எனக்கிருக்கும் ஒரே வழி என் கைகளால் அவனைத் தொடுவது தான். அப்படியானால் அதை உடனே நிரூபிப்போம் என எனக்கு நானே சொல்லிக்கொண்டேன். என்னுடைய கற்பனைக் காட்சிகள் என்னிடம் கையும் களவுமாகப் பிடிபடக் கூடிய வாய்ப்பையும், என் தொடுதிறன் என் பார்வைத் திறனை விட மேன்மையானது என நிரூபிக்கப்படப் போவதையும் நினைத்து என் ஆவல் கிளர்ந்தது. என் மூளையில் இருந்து துவங்கிய அந்த உத்தரவு முதலில் நரம்புகளையும் பிறகு தசைகளையும் கடந்து பயணித்து என் கைகளை அடைந்தது.

நான் என் கையை ஒரு அடி கூட நகர்த்தியிருக்க மாட்டேன். அதற்கு முன்பாகவே ஏதோ ஒன்று என்னைச் சட்டென்று தடுத்தது. “ஒரு வேளை…”. அது என் மூளையின் எங்கோ ஒரு ஓரத்தில் ஒலித்த பகுத்தறிவு அல்லது பகுத்தறிவற்ற ஒன்றின் மெல்லிய குரல். தூங்கிக் கொண்டிருக்கும் அந்த ஆள் கற்பனையாகவோ அல்லது நிஜ மனிதனாகவோ இல்லாமல் இருந்தால்? அதற்குப் பிறகு என்ன செய்வது? என் எச்சரிக்கை உணர்வு, என் ஆர்வத்துடன் போராடியது. மார்புப் பகுதியில் அதிக சத்தத்துடனும் பயங்கரமாகவும் இப்போது துடித்துக் கொண்டிருக்கும் என் இதயத்தின் ஒலியைத் தவிர வேறெந்த ஓசையும் எழுப்பாது நான் அசையாமல் அப்படியே படுத்துக் கிடந்தேன்.

அந்தக் கணத்தில் தான் அந்த மனிதனின் முகத்தில் வித்தியாசமான ஒன்றைக் கவனித்தேன். அவனுக்கு மூக்கே இருப்பதாகத் தெரியவில்லை. மூக்கு இருக்கவேண்டிய இடத்தில் ஒரு பள்ளம் இருந்தது. ஆனால் மூக்கில்லாத அந்த மனிதனின் முகம் தான் இதுவரை என் வாழ்வில் நான் பார்த்த

முகங்களிலேயே அமைதியாகத் தோற்றங்காட்டியது. ஆனால் என்னுடைய மன அமைதி முற்றிலும் குலைந்துவிட்டிருந்தது. சுற்றி நடப்பதை அறிய முடியாத துயிலுக்குள் என்னை வலிந்து புகுத்திக்கொள்வதற்கு, எதைக்கேட்டாலும் தருவதற்கு அந்தத் தருணத்தில் நான் தயாராக இருந்தேன். என்னுடைய இதயம் மரணவேகத்தில் ஓடிக்கொண்டும் முரசு போல அடித்துக் கொண்டிருந்தும் கூட, என் மனவுறுதியாலும் நான் என் கவனத்தை ஒரே இடத்தில் குவித்ததாலும் அதிசயத்தக்க விதத்தில் நான் எப்படியோ ஆழ்ந்து உறங்கிவிட்டேன்.

நான் விழித்தெழுந்தபோது கண்கள் கூசின. விடிந்து அவ்வளவு நேரமாகி விட்டிருந்தது. என்னுடைய கூடாரத்தில் நான் தனியாக இருந்தேன். என்னுடைய இடது பக்கம் மிகப் பெரிய கறுப்பு நிறப் பெட்டி ஒன்று இருந்தது. கூடாரத்தின் பெரும்பகுதி இடத்தை அது அடைத்துக் கொண்டிருந்தது. ஒரு பூனை படுக்கக் கூட அங்கு இடமில்லை எனில் ஒரு ஆள் எப்படி அங்கு படுத்திருக்க முடியும்?

ஆக நான் கற்பனையில் இருந்தேன் என்பது தெளிவாகிவிட்டது. காரணமற்ற ஒன்றுக்காக இவ்வளவு பதறினேனே என்று நினைத்தேன்.

அதற்குப் பிறகு தாக்கூர் குடும்பத்தினரிடம் விடைபெற்றுக் கிளம்புவதற்கு முன் பப்லுவுடன் அமர்ந்து தேனீர் அருந்திக் கொண்டிருந்தேன். அதற்கு முந்தைய இரவு என்னுடைய கூடாரத்தில் ஒரு பேயைப் பார்த்ததாக நான் அவனிடம் விளையாட்டாகக் கூறினேன். இதைக் கேட்டு அவன் மகிழ்ச்சியுடன் சிரித்தான். சிரிக்காமல் அவனால் எதையுமே செய்யமுடியாதது போல் தோன்றியது. “உன்னுடைய கூடாரத்தை நீ எங்கு அமைத்திருந்தாய்?” என்று கேட்டான்.

“கணப்பு அடுப்பு அமைக்கப்பட்ட இடத்திற்கு அருகே, மூங்கில் மரங்களுக்குக் கீழ் தான் என் கூடாரம் இருந்தது” என்றேன்.

“இப்போது நீ இங்கிருந்து கிளம்புவதால் இதைச் சொல்வதில் எந்தப் பிரச்சினையும் இல்லை. சில நாட்களுக்கு முன்பு தான் அந்த மூங்கில் மரங்களினருகே ஒருவர் இறந்துபோய் விட்டார். அவர் யார் என்று எங்களுக்குத் தெரியாது. பக்கத்துக் கிராமத்தில் வசித்த யாரோ ஒருவர்” என்றான்.

“அவர் எப்படி இறந்தார்?” என் தேனீரின் சூட்டை ஆற்றுவதற்காக அதனை ஊதியபடி கேட்டேன்.

“அந்த ஆள் ஒரு சண்டையில் ஈடுபட்டதாகவும் அவனுடன் சண்டை போட்ட அந்த இன்னொருவன் இவனுடைய மூக்கை கிரிக்கெட் மட்டையால் அடித்து உடைத்துவிட்டதாகவும் அவன் அதே இடத்தில் இறந்து விட்டதாகவும் சொல்கிறார்கள்” என்றான்.

பயத்தில் எனக்குத் தொண்டை அடைத்துக்கொண்டது. தேனீர்க் கோப்பையைக் கீழே வைத்தேன். ஒரு சில கணங்களுக்கு எனக்கு மூச்சே இல்லை.

“ஏதாவது பிரச்சினையா என்ன? நீ விழிப்பதைப் பார்த்தால் இப்போது நீயே ஒரு பேய் மாதிரி இருக்கிறாய்” என்று பப்லு சிரித்தான்.

அவனுக்குப் பேய்களைப் பற்றிய நம்பிக்கை இல்லை என்பது வெளிப்படையாகத் தெரிந்தது; ஏன், எனக்கும் தான்.

***

தென்சின் டிகி (Tenzin Dickie)

எழுத்தாளரும் மொழிபெயர்ப்பாளருமான தென்சின் டிகி ஹார்வர்ட் பல்கலையில் ஆங்கில இலக்கியமும், நுண்கலைகளில் முதுகலைப் பட்டத்தைக் கொலம்பியாவிலும் பெற்றவர். இவர் நியூயார்க் நகரில் வசிக்கிறார். இவருடைய படைப்புகளும் மொழியாக்கங்களும் டிபெட்டன் ரிவ்யூ, இண்டியன் லிட்டரேச்சர், கல்ச்சுரல் ஆந்த்ரபாலஜி, தி வாஷிங்டன் போஸ்ட் ஆன்லைன், ஹிமாசல் சவுத் ஏஷியன், வர்ட்ஸ் வித்தவுட் பார்டர்ஸ், மாடர்ன் பொயட்ரி இன் டிரான்ஸ்லேஷன் ஆகியவற்றில் பிரசுரிக்கப்பட்டுள்ளன. இவர் 'ட்ரெஷரி ஆஃப் லைவ்ஸ், எ பயோகிராஃபிகல் எண்சைக்ளோபீடியா ஆஃப் டிபெட், இன்னர் ஏஷியா அண்ட் தி ஹிமாலயன் ரீஜியன்' எனும் இதழின் ஆசிரியர் ஆவார். இவர், அமெரிக்கன் லிட்டரரி டிரான்ஸ்லேட்டர்ஸ் அசோசியேஷனின் உறுப்பினராக 2014–2015ஆம் ஆண்டு பொறுப்பு வகித்துள்ளார்.

பட்லிகுஹலில் ஒரு குளிர்காலம்

வட இந்தியாவின் நாகர் மலைகளுக்கு இடையே இருந்த குறுகலான பள்ளத்தாக்கில் தனிமையான ஒரு சிறிய கிராமம் இருந்தது. அங்கிருந்த திபெத்திய உண்டு உறைவிடப் பள்ளியான பட்லிகுஹலில் ஒரு குளிர் பருவத்தின்போது நான் தங்கியிருந்தேன். அருகிருந்த சிறு நகரத்திலிருந்து கிராமத்துக்குச் செல்ல, பெயரற்ற ஒரு ஒற்றைச் சாலை மட்டுமே இருந்தது. நான் அங்கு வசித்ததாகச் சொன்னேன். ஆனால் நான் சொன்னதற்குப் பொருள் அங்கு நான் தனித்து விடப்பட்டுவிட்டேன் என்பது தான். குளிர்ப் பருவகாலத்தில் தான் என் பெற்றோர் ஓய்வின்றிப் பணியாற்ற வேண்டியிருக்கும் என்பதால் அவர்களால் என்னைப் பள்ளியிலிருந்து ஊருக்கு அழைத்துச் செல்ல இங்கு வரமுடியவில்லை. ஆகவே தன்னுடைய குழந்தைகளை கூட்டிப் போக வந்திருந்த ஒருவரிடம் என்னையும் அழைத்துக்கொண்டு வரும் வேலையை அவர்கள் ஒப்படைத்து இருந்தனர்.

துரதிர்ஷ்டவசமாக ஐந்தாம் வகுப்பில் இரண்டு தென்சின் லாமோக்கள் இருந்ததால் அந்த நபர் எனக்குப் பதிலாக வேறொரு பெண்ணைத் தன் வீட்டுக்கு அழைத்துச் சென்றுவிட்டார். அவளைத் திருப்பியனுப்புவது தவறென நினைத்த என் பெற்றோர் அந்த விடுமுறைக் காலம் முழுவதும் அவளைத் தம்முடனேயே இருத்திக் கொண்டனர். இது கேட்பதற்கு வியப்பாக இருக்கலாம். ஆனால் இது போன்ற விஷயங்கள் நாம் நினைக்கக் கூடியதை விட அதிகளவில் நடைபெறுகின்றன. ஆகவே யாருமற்ற அநாதைகள், திபெத்தில் வசிக்கும் பெற்றோருடைய குழந்தைகள் அல்லது தம் குழந்தைகளைக் குளிர்பருவ விடுமுறைக்கு வீட்டுக்கு

328

அழைத்துச் செல்ல இயலாத வறுமை நிலையில் இருந்த பெற்றோரின் குழந்தைகள் ஆகியோருடன் நான் தங்கியிருந்தேன்.

பெற்றோர், ஆசிரியர்கள் என தவறைச் சுட்டிக்காட்டித் திருத்துபவர்கள் யாருமற்ற என் வாழ்வின் அதிசுதந்திரக் காலமாக அது இருந்தது. மாணவர் விடுதியை மேற்பார்வையிடும் அன்னையர் மட்டும் இங்கேயே தங்கியிருந்தார்கள். ஆனால் நாங்கள் அவர்களைக் கண்டுகொள்ள வேண்டிய அவசியமேயில்லாது இருந்தது. அதே பழைய பணியாளர் தான் இப்போதும் பள்ளி மணியை அடித்தார். ஆனால் அந்த மணி தன்னுடைய பழைய கொடுங்கோன்மையை இப்போது முற்றிலும் இழந்துவிட்டிருந்தது. காலை உணவு, மதிய உணவு, தேநீர் நேரம், இரவு உணவு என்பது மட்டுமே இப்போது மணியோசையின் அர்த்தமாக இருந்தது. எங்களுக்குச் சுகமளிப்பதான ஓசையாக அது மாறிவிட்டிருந்தது. பள்ளி நாட்களில் நாங்கள் அதிகாலை ஐந்து முப்பதுக்கு எழுந்து எங்கள் பள்ளிச் சீருடையை அணிந்துகொண்டு, படுக்கையின் நான்கு முனைகளும் கூராக ராணுவத் துல்லியத்துடன் இருக்கும்வண்ணம் அதிவேகத்துடன் சீராக மடித்து வைப்போம். காலைச் சிற்றுண்டிக்குப் பிறகு படிப்பதற்கு ஒதுக்கப்படும் ஒரு மணி நேரம் துவங்கும்வரை நாங்கள் விடுதியின் நீண்ட அறையைத் தூசு தட்டிப், பெருக்கித், தூய்மைப்படுத்துவோம். அதற்குப் பிறகு காலைப் பிரார்த்தனைக் கூட்டம் நடக்கும். அது முடிந்ததும் அந்த நாளுக்குரிய வகுப்புகள் தொடங்கும். ஆனால் இவை எதுவுமே இந்தக் குளிர்பருவத்தில் இல்லை.

காலையில் தாமதமாக எழுந்து, வாரத்துக்கு ஒரு முறை மட்டுமே விடுதியைத் தூய்மைப்படுத்தினோம். இவற்றை எல்லாம் விட சிறப்பான விசயம் எதுவென்றால் நினைத்த போதெல்லாம் எங்களால் தொலைக்காட்சி பார்க்க முடிந்தது தான். எங்கள் விடுதியின் அன்னை எங்களுடைய விருப்பப்படி நடந்துகொள்ளலாம் என்று விட்டுவிட்டார்கள். விடுதி அன்னையின் மூத்த மகன் அங்கு வந்து சேர்ந்ததும் கூட இது போன்ற ஒரு குளிர்பருவத்தில் தான். இனி தங்களால் செய்யக் கூடியது எதுவுமில்லை என்று மருத்துவர்கள் அவனை மருத்துவமனையிலிருந்து அனுப்பிவிட்டனர். குர்தா எனப்படும் தன் உடையின் மீது இந்தியர்களைப் போல ஒரு குலு சால்வையை அணிந்து நடைவழியில் குறுக்கும்

நெடுக்குமாக நடந்து கொண்டேயிருந்தான். அவனுடைய குரல் மங்கிக்கொண்டே போவதை ஒவ்வொரு வாரமும் ஒரு பார்வையாளனாக நான் கவனித்துக் கொண்டிருந்தேன். அவனுடைய முகத்தில் எப்போதும் ஒரு வெறுமை இருந்தது. இரவுகளில் நாங்கள் உறங்கும்போதும் அவனுடைய இருமல் ஓசை கேட்டபடி இருந்தது.

எனக்கும் ஷிரெப்புக்கும் நிறைய ஓய்வு நேரம் கிடைத்தது. ஷிரெப் என்னுடைய வகுப்பில் படித்தான். ஆனால் எங்கள் நெருங்கிய நட்பு எந்த தவிர்க்க முடியாத சூழலாலும் உருவானதில்லை. அது மட்டுமின்றி அன்றைய காலகட்டத்தில் ஆண்களும் பெண்களும் நட்பாக இருக்கமாட்டார்கள். ஆனால் பதினொரு வயது மட்டுமே நிரம்பிய, பருவமுறாத நாங்கள் எப்போதும் நிறைய நேரத்தை ஒன்றாகவே கழித்தோம்; பின்னாட்களில் தான் அது விசித்திரமான ஒன்றாக மற்றவர்களுக்குத் தோன்றியது.

அவன் எப்போதும் விதிகளை மீறியபடியும், அது குறித்துக் கவலைப்படாதவனாகவும், அஜாக்கிரதையாகவும் இருந்தான். அவனுடைய நெற்றியில் ஒரு சிறு மயிர்க் கற்றை சீராக்க முடியாதவண்ணம் சுழித்திருந்தது. பிரச்சினைக்குரிய ஒருவனாக அவன் வளர்வான் என்பதே இதன் அர்த்தம் என்று எல்லோரும் சொன்னார்கள். ஷிரெப்பைப் பொருத்தவரை ஒருவர் அவனுடைய நண்பராகிவிட்டால் அவர்களைக் குஷிப்படுத்துவதில் அவன் மிகுந்த ஆர்வத்துடன் இருப்பான். அவனிடம் இயல்பாகவே ஒரு கருணை இருந்தது. மென்மையான மனமுடைய நிறைய பேரைக் கடினமாக்கிய உண்டுறை பள்ளியால் அவனிடம் இருந்த இந்தக் கருணைத் தன்மையை வெளியேற்ற இயலவில்லை. அவனிடமிருந்த அவ்வளவு முரட்டுத்தனத்துக்கும் இடையே ஆச்சரியமான வகையில் அவன் உணர்ச்சி வயப்படுகிறவனாக இருந்தான். நாங்கள் அன்றைக்கு போபோ பசாங்கின் அறைக்குச் சென்றபோது அவன் எங்களைத் தடுத்து நிறுத்தாதது அதனால்தான் எங்களுக்கு விசித்திரமாக இருந்தது.

அந்த நாள் இப்போதும் எனக்கு நன்றாக நினைவிருக்கிறது. நாங்கள் பள்ளியிலிருந்து ரகசியமாக வெளியேறி சந்தைக்குச் சென்றோம். பிறகு திரையரங்கை நோக்கி நடந்தோம். எங்கள் இருவரிடமுமே பணமில்லை. ஆனால் பட்லிகுஹலில்

இருந்த திரையரங்குகளில் திரைப்படத்தின் முன்னோட்டத்தை இலவசமாகக் காண்பிக்கும் ஒரு விநோதமான பழக்கம் நிலவியது. அது புதிய படங்களின் கதை முன்னோட்டங்கள் கிடையாது. ஒரு வருடம் அல்லது அதற்கும் முந்தைய காலத்தில் வெளிவந்த பழைய படங்களுடையவை. திரைப்படம் துவங்கும் வரை கூட்டத்தை மகிழ்விப்பதற்காக அதை இடுவார்கள். வழக்கமாக ஒரு திரைப்படத்தின் முதல் பாதியையோ அல்லது இறுதிப் பாதியையோ காண்பிப்பார்கள். எங்கள் பள்ளியில் படித்த மாணவன் ஒருவன் மிஸ்டர் இண்டியா படத்தின் முதற் பகுதியை மட்டும் பதினான்கு முறை பார்த்திருக்கிறானே தவிர இரண்டாம் பகுதியைப் பார்த்ததே இல்லை. திரைப்படத்தின் முடிவில் நிகழும் சண்டைக் காட்சிகளின்போது விலங்குத் தோலால் ஆன குறுஞ்சட்டையை அணிந்தபடி மோட்டார் சைக்கிள் ஓட்டும் கதாநாயகன், ஏகப்பட்ட வில்லன்களைப் புவியீர்ப்பு விசைக்குச் சவாலிடும்படி சண்டையிட்டுத் துரத்தும் காட்சிகள் அவனுக்குப் பிடித்திருந்தது. ஆனால் எனக்குப் பிடித்தது படத்தின் முதல் பாதி தான். எனக்குத் திரைப்படத்தின் முடிவு தெரியவேண்டிய தேவையில்லை. ஏனெனில் என்னால் அதை எப்போதுமே கற்பனை செய்து கொள்ள முடியும். ஆனால் அவை எல்லாம் எப்படி நடந்தது என்பதைப் புரிந்துகொள்வதற்காக படத்தின் ஆரம்பக் காட்சிகளை நான் நிச்சயம் பார்த்தாக வேண்டியிருந்தது. படத்தின் ஆரம்பக் காட்சிகள் தான் மிக முக்கியமானவை. துவக்கத்தைப் பற்றி அறியாமல் நம்மால் முடிவைப் புரிந்துகொள்ள முடியாது.

இருக்கைகளின் இடையே உள்ள வழியில் ஒரு வெளிச்சக் கீற்று மேலும் கீழும் நகர்ந்தது. திரையரங்க அனுமதிச் சீட்டுகளை விநியோகிப்பவர் முன்னோட்டம் முடியப்போகிறது என்று சமிக்ஞை காட்டினார். அரங்கம் முழு திரைப்படத்தைக் காணத் தயாரானது. “படம் முடியப் போகிறது. நாம் கிளம்பவேண்டிய நேரம் வந்துவிட்டது” என்றேன்.

“பொறு. பொறு” என்ற ஷிரெப்புடைய கண்கள் திரையின் மீது பதிந்திருந்தன. “அவள் இறக்கும்வரை காத்திருப்போம்.”

மடியும் தறுவாயில் இருந்த தன் விதவைத் தாயைக் கைகளில் ஏந்தியபடி கதாநாயகன் அழுது கொண்டிருந்தான். இறக்கும் முன் மூச்சுத் திணறியபடி கடைசியாக அவள் ஏதோ சொன்னாள். ஒரு

குறுஞ்சட்டை அவனுடைய தோள்களிலிருந்து தொங்கியபடி கிடக்க அவனுக்கருகே இருந்த கதாநாயகியும் அழுது கொண்டிருந்தாள்.

"அவள் அவனிடம் என்ன சொன்னதாக நீ நினைக்கிறாய்?" என்ற கேள்விக்கு நான், "போய் வருகிறேன் மகனே. திரைப்படம் முடியப்போகிறது. நான் இப்போது போகவேண்டும் என்றிருப்பாள்" என்றேன்.

ஷிரெப், "போய் வருகிறேன் மகனே. நாம் அடுத்த பிறவியில் சந்திக்கலாம்" என்று ஒருவேளை சொல்லியிருப்பாளோ?" எனக் கேட்டான்.

"என்னுடைய அடுத்த பிறவியில் நானே உனக்குக் குழந்தையாகப் பிறக்கலாம். ஆகவே நீ எனக்காகக் கவலைப்படுவதைவிட்டு சில குழந்தைகளைப் பெற்றுக் கொள். ஆனால் அந்தப் பெண்ணிடமிருந்து உன்னுடைய குறுஞ்சட்டையைத் திரும்ப வாங்கிக்கொள்ள மட்டும் மறந்துவிடாதே. நீ அணியும்போது தான் அது அழகாக இருக்கிறது. ஒருவேளை இப்படிச் சொல்லியிருக்கலாம்" என்றேன்.

"நீ இறுதிக்காட்சியை கெடுத்துவிடுகிறாய்" என்றபடி ஷிரெப் செறுமினான்.

"நான் இறுதிக் காட்சியை காப்பாற்றுகிறேன்" என்று சொல்லிக்கொண்டே நான் எழுந்து நின்றேன்.

எங்களுக்கருகே அமர்ந்திருந்த மூன்று இந்திய ஆண்கள் தங்கள் இருக்கைகளில் இருந்து எழாமல் தங்களுடைய கால்களை மட்டும் நகர்த்தி எங்களுக்கு வழிவிட்டனர். இதனால் நாங்கள் அவர்களுடைய கால்களை நெருக்கி, கால் முட்டிகளை இடித்துக்கொண்டு அவர்களைக் கடந்து செல்ல வேண்டியதாயிற்று. முன்னோட்டம் பார்த்துக்கொண்டிருந்த இன்னும் சிலருக்குப் பின்னால் நாங்களும் சென்றோம். இருளான திரையரங்கில் இருந்து வெளியே வந்த அடுத்த நொடி எதிர்பாராமல் நம்மைத் திடீரெனத் தாக்கும் கடுமையான சூரிய ஒளியால் நாம் கண்களைச் சிமிட்டியபடி நிற்பது எப்போதுமே மிக ஆபத்தான ஒரு தருணம். எங்களுடைய ஆசிரியர்

ஒருவரிடம் சிக்கிக்கொள்ளும் அபாய நிலை ஏற்படுவதற்கான வாய்ப்பும் அப்போதுதான் மிக அதிகம். கூரிய வெளிச்சத்தில் கண்களைத் திறக்க முடியாமல் நான் என் கைகளைக் கண்களின் மீது குவித்துப் பார்த்தபோது காட்சி தெளிவாகத் தெரிந்தது. சாலையின் இன்னொருபுறம் நின்றுகொண்டிருந்த ஒரு பேருந்து சில நொடிகளில் உறுமலுடன் உருண்டு, நகர்ந்து, பிறகு கிளம்பத் துவங்கியது. வயதான ஒரு திபெத்தியப் பெண் தன்னுடைய கைகளை வெளியே நீட்டிக்கொண்டிருப்பது இப்போது தெரிந்தது. என் அறிவுக்கு முன்பாக செயல்பட்ட என் உடல் கலவரத்தில் சூடானது.

"அது மோமோ பசாங் தானே?" என்று நான் கிசுகிசுத்தேன். எதிர்பாராத இடங்களில் பெரியவர்களைச் சந்திப்பது ஆபத்தில் போய்முடியும் என்பதைக் குழந்தைப் பருவத்திலேயே நாம் கற்றுக்கொண்டு விடுகிறோம். அவளுக்குக் கண் தெரியாது என்பது அதற்குப் பிறகு தான் எனக்கு நினைவுக்கு வந்தது. அவ்வளவு தொலைவில் இருந்து அவள் எங்களைப் பார்த்திருக்க வாய்ப்பே இல்லை. வயதான ஒரு திபெத்தியப் பெண்ணுக்குச் சற்றும் பொருந்தாதபடி அழுக்கான, கரித் துணி போலிருந்த, மோசமான கிழிந்த ஆடையை மோமோ பசாங் அப்போது அணிந்திருந்தாள்.

மோமோ பசாங்கின் வயதோ, பட்லிகுஹலுக்கு அவள் எப்படி வந்து சேர்ந்தாள் என்பதோ யாருக்குமே தெரியாது. பட்லிகுஹல் என்ற இடம் கண்டுபிடிக்கப்படும் முன்பே அவள் மூப்படைந்திருந்தாள் என்று எங்களை விட வயதில் மூத்த சிறுவர்கள் சொல்லியிருக்கின்றனர். முன்னாள் சமையற்காரர்கள், பள்ளி விடுதியின் அன்னையர், தையல்காரர்கள் என மற்ற பெரியவர்கள் அனைவரும் இங்கு வருவதற்கு முன் பட்லிகுஹலிலோ அல்லது வேறெதோ திபெத்தியப் பள்ளிகளிலோ பணியாளர்களாக இருந்தவர்கள். ஆனால் இந்த மோமோ யார்? அவள் பூமியின் ஆதிக் காலம் தொடங்கியபோதே வயது முதிர்ந்துவிட்ட ஒரு பெண்ணைப் போலத் தோற்றமளித்தாள். மற்ற பெரியவர்கள் வகுப்பறைக் கட்டிடங்களின் அருகே இருந்த முதியவர் இல்லத்தில் வசித்தனர். அவர்கள் அனைவரையும் விட அதிக வயதான மோமோ பள்ளிக்கூடத்திற்குக் கீழிருந்த ஒரு அறையில் தன்னந்தனியாக வசித்தாள். மற்ற பெரியவர்கள் மாணவர்களிடம் மிகவும் அன்பாக நடந்துகொண்டனர். அவர்கள்

தங்கள் முதுகு சூரிய வெளிச்சத்தில் படுமாறு அமர்ந்து சத்தமாகப் பிரார்த்தித்தும், ஒருவரோடு ஒருவர் கதை பேசிக்கொண்டும் இருப்பார்கள். ஒரு மாணவனைப் பார்க்கும்போது அவனுக்குத் தருவதற்கென எப்போதுமே அவர்களிடம் ஒரு புன்னகையோ அல்லது ஒரு சிறு இனிப்போ இருக்கும். மோமோ தன்னுடைய நேரத்தை எப்போதுமே மற்றவர்களுடன் செலவிட்டது கிடையாது. பள்ளியைச் சுற்றி அவள் நடைபயின்று கொண்டிருக்கும்போதோ அல்லது தன்னுடைய உணவை எடுத்துக்கொள்வதற்காக அவள் சமையலறைக்குச் செல்லும் வழியிலோ எதிர்பாராது அவளைப் பார்க்க நேர்ந்தால் அவள் எப்பொழுதும் தனித்தே இருப்பதையும் முணுமுணுப்பாக யாரையோ சபித்துக் கொண்டிருப்பதையும் கேட்க முடியும்.

"அவள் இங்கு என்ன செய்கிறாள்?" என்றான் ஷிரெப்.

அவளுடைய ஒரு கையில் குச்சியும் இன்னொரு கை, மணிக்கட்டிலிருந்து தொங்கிக்கொண்டிருந்த சிறிய பாத்திரத்தைச் சில்லறைக்காக நீட்டியபடியும் இருந்தது. எங்கள் கண் முன்னே தெரிந்த காட்சியைப் புரிந்து கொள்ள எங்களுக்குச் சில நொடிகள் தேவைப்பட்டன. அவள் பிச்சை எடுத்துக்கொண்டிருந்தாள். அவள் தன்னுடைய சூபாவின் கீழ்ப் பகுதியைத் தூக்கி அந்தச் சாலையிலேயே சிறுநீர் கழித்திருந்தால் கூட நாங்கள் அந்த அளவுக்கு அதிர்ச்சி அடைந்திருக்க மாட்டோம்.

ஆண்கள், பெண்கள், குழந்தைகள் என எண்ணிலடங்காத பிச்சைக்காரர்கள், தம் எல்லா நம்பிக்கையையும் இழந்து துயரத்துடன் மக்களின் கண்ணெதிரே பட்டப்பகலில் இறப்பதை, இதற்கு முன் நான் தில்லியிலும் பெங்களூருவிலும் பார்த்திருக்கிறேன். ஏற்கனவே பணக் கஷ்டத்தில் இருந்த என் பெற்றோர் தங்களால் முடிந்தபோது அவர்களுக்கு உதவினர். தன்னொரு கையையோ காலையோ இழந்து, உடலுறுப்புகள் பாதிப்படைந்த பிச்சைக்காரர்களுக்கே என் தந்தை எப்போதும் பிச்சையிட்டார். என் அம்மா, குழந்தைகளை வைத்திருந்த பெண்களுக்குப் பிச்சை அளித்தார். ஆனால் மிகச் சிறிய ஊரான பட்லிகுஹலில் கிராம மக்களே பெருமளவில் வாழ்ந்தனர். அவர்கள் இந்தியர்களோ திபெத்தியர்களோ இல்லை. அவர்கள் யாருமே பெரும் செல்வந்தர்கள் இல்லையென்றாலும் பிச்சை

எடுக்க வேண்டிய அவசியமும் யாருக்கும் இல்லை. ஒரு திபெத்தியர் பிச்சை எடுத்ததை நான் இதற்கு முன் பார்த்ததே இல்லை. திபெத்தியர்கள் செய்யக்கூடிய இன்னும் பல விஷயங்களையும் அதுவரை நான் அங்கு பார்க்கவில்லை என்பதைப் பின்னாட்களில் நான் புரிந்து கொண்டேன். ஒரு திபெத்தியப் பேருந்து ஓட்டுனரையோ, தேன் விற்பனை செய்பவரையோ, பால் விற்பனை செய்பவரையோ நான் அங்கு பார்க்க முடியவில்லை. ஒரு திபெத்தியக் கலைஞனையோ, திபெத்திய நடிகனையோ, திபெத்திய விஞ்ஞானியையோ கூட நான் அங்கு பார்த்ததே இல்லை. நாடு கடத்தப்பட்ட இந்த இடத்தில் திபெத்தியர்களான எங்களுக்குரியதாக குறிப்பிட்ட சில பணிகள் மட்டுமே இருந்தன.

மோமோ பசாங்கைக் கவனிப்பதற்காக நாங்கள் அங்கு மேற்கொண்டு நின்றுகொண்டு இருக்காமல் வேகமாகக் கிளம்பிவிட்டோம். மதிய உணவு துவங்கும் நேரத்தில் பள்ளியில் இருந்தோம்.

மதிய உணவுக்குப் பிறகு நாங்கள் வகுப்பறைக் கட்டிடங்களுக்குப் பின்னிருந்த இடத்தில் கோலி விளையாடிக் கொண்டிருந்தபோது குல்ஃபி விற்பனை செய்பவர் அங்கு வந்தார். அவர் நதியில் இருந்து எடுத்த அழுக்கான தண்ணீரினால் குல்ஃபி செய்து விற்றதாக எங்களுடைய ஆசிரியர்கள் சொன்னார்கள். ஆனால் நாங்கள் அதைப் பற்றிக் கவலைப்படவில்லை. அவர் அதனை ஒரு மூங்கில் கூடையில் சாக்குத் துணி ஒன்றால் இறுக்கமாகக் கட்டி வைத்திருப்பார். கயிறு போல பிணைக்கப்பட்டுத் தலைப்பாகையின் தோற்றத்தில் தன் தலை மீதிருக்கும் ஒரு துணியின் மீது அந்தக் கூடையை வைத்திருப்பார். குளிர் காலத்திலும் கூட குல்ஃபி விற்பதற்காக அவர் பள்ளிக்கூடத்திற்கு வருவார். ஆனால் விடுமுறைக் காலத்தில் அங்கு தங்கியிருந்த குழந்தைகளில் பெரும்பாலோரிடம் பணம் இருக்காது.

"குல்ஃபி! குல்ஃபி!" என்ற குரல் எங்களுக்குக் கேட்டது.

எங்களைவிடப் பெரிய சிறுவன் ஒருவன் சுவரோரம் இருந்த ஜன்னல் விளிம்பில் கால் வைத்து ஒரே தாவலில் கீழே குதித்து, கிழிந்த ரூபாய்த் தாள் ஒன்றை அந்த இந்தியரிடம் நீட்டினான். குல்ஃபி விற்பவர் தன்னுடைய பெட்டியைத் தரையில் வைத்து

சம்மணமிட்டு அமர்ந்தார். தன் தலையில் கட்டியிருந்த தலைப்பாகைத் துணியை தன்னொரு கையால் அவிழ்க்கத் துவங்கினார். அதை எடுத்ததும் அவர் இன்னும் சோகமாகவும் மெலிந்தும் தோற்றமளித்தார். ஒரு பெரிய துண்டு குல்ஃபியைத் தட்டையான இரும்பு தட்டலகுக் கரண்டியால் வெட்டியவர், நடிகை ஹேமமாலினியின் புகைப்படம் இருந்த செய்தித்தாள் ஒன்றில் அதைச் சுற்றி அந்தச் சிறுவனிடம் தந்தார்.

அந்தச் சிறுவன் ஒரு குல்ஃபித் துண்டை இரண்டு பர்ஃபித் துண்டுகளைப் போல உடைப்பதை நாங்கள் பார்த்தோம். ஒரு துண்டை வேகமாகத் தன்னுடைய வாயில் இட்டவன், அது வெகு சூடாக இருப்பது போலவும் அவனுடைய வாயை அது எரித்துவிடுவது போலவும் வேகமாகச் சாப்பிட்டான். நாங்கள் கவனிக்கிறோம் என்பதை உறுதிப்படுத்திக்கொண்ட பிறகு நிதானமாகத் தன்னுடைய விரல்களை நக்கினான். நாங்கள் ஏதாவது சொல்வோம் என்பதற்காக அவன் காத்திருந்தான்.

“மிச்சமிருப்பதை நீ வேகமாகச் சாப்பிடாவிட்டால் செய்தித்தாளில் இருக்கும் கறுப்பு மை குல்ஃபியின் மீது கறையாகப் படிந்துவிடும்” என்றான் ஷிரெப்.

“அப்படியா? நான் குல்ஃபியை அதிகமாக வாங்கிவிட்டேன் என்று நினைக்கிறேன். செய்தித்தாளைக் கறையாக்க நான் விரும்பவில்லை. அதை நான் உங்களோடு பங்கிட்டுக்கொள்ள வேண்டும்...ம்ம்... இல்லை, நானே அதைச் சாப்பிட்டுவிடுவது தான் நல்லது” அருமையான நகைச்சுவை ஒன்றைச் சொல்லிவிட்டது போல அவன் இளிக்கவும், நாங்களும் சிரித்து வைத்தோம். நம்மை விட வயதில் மூத்த சிறுவர்கள் நம்மைப் பகடி செய்வதாக கருதிக்கொள்ளும் போது நாமும் அவர்களோடு சேர்ந்து சிரிக்க வேண்டியிருக்கிறது. செய்தித்தாளை மடித்துத் தன் பற்களால் கவ்வியபடி முதல் தளத்தில் இருந்த வகுப்பறை ஜன்னலின் அடிப் பகுதியின் மீது கால் வைத்து ஏறினான். பிறகு கவனமாகத் தன் பாதங்களை அழுந்த வைத்து ஜன்னலின் மேற்பகுதியின் விளிம்பை எட்டிப் பிடித்து இரண்டாம் தளத்துக்குள் எளிதாகக் குதித்தான். மிகுந்த எச்சரிக்கையுடன் மெல்ல எழுந்து நின்ற அவன் தன்னுடைய காற்சராய்களைத் தூசு தட்டி இரண்டாவது துண்டு குல்ஃபியைத் தன்னுடைய வாய்க்குள் வேகமாகப் போட்ட பிறகு செய்தித்தாளைக் கீழே

வீசினான். நீளமான ஒரு சிகப்பு நிறப் பட்டாசுச் சரமும் அதனுடன் சேர்ந்து கீழே விழுந்தது. நாங்கள் அவன் அங்கிருந்து கிளம்பி வகுப்பறைக்குள் செல்வதைப் பார்த்தோம். காற்றில் சிறிது அலைக்கழிந்த அந்த செய்தித்தாள் பிறகு மெதுவாகத் தரையில் விழுந்தது. ஹேமமாலினியின் அழகான முகம் பாழ்பட்டுவிட்டிருந்தது. ஷிரெப் அந்தத் தாளை எடுத்துத் தன்னுடைய காற்சராய்ப் பைக்குள் திணித்துக்கொண்டான்.

அந்தச் சிறுவன் வகுப்பறைக்குள் நுழைந்த பிறகு குல்ஃபி விற்பவர் அங்கேயே அமர்ந்தபடி மற்ற மாணவர்களுக்காகக் காத்திருந்தார். ஆனால் அதற்குப் பிறகு யாருமே குல்ஃபி வாங்க வரவில்லை. நானும் ஷிரெப்பும் குல்ஃபி விற்பவரை ஓரக் கண்களால் பார்த்தபடி கோலி விளையாடிக் கொண்டிருந்தோம். இறுதியில் அவர் தன் மணிக்கட்டைத் தட்டினார். இந்த சமிக்ஞைக்காகத் தான் நாங்கள் அவ்வளவு நேரமும் காத்திருந்தோம். எங்களுடைய சட்டையின் கைப் பகுதிகளை சுருட்டிவிட்டுக்கொண்டு அவரருகே போய் எங்கள் கைகளை அவரை நோக்கி நீட்டினோம். இரு சிறிய துண்டு குல்ஃபிகளை வெட்டியவர் எங்கள் இருவரின் மணிக்கட்டின் மீதும் தலா ஒரு துண்டை வைத்தார்.

“ருக்கோ” என்றார். இது எங்களுக்குத் தெரிந்த ஒரு சொல். அதன் பொருள் “காத்திரு” என்பது தான்.

ஒன்று, இரண்டு, மூன்று என நானும் ஷிரெப்பும் சத்தமாக எண்ணத் துவங்கினோம். தொடர்வண்டியின் தண்டவாளங்களைப் போல என் மணிக்கட்டின் மெல்லிய நீல நிற நரம்புகள் தெளிவாகத் தெரிந்தன. அதன் மீது, ஒரு ஆரஞ்சுப் பழத் துண்டு செருகப்பட்டிருப்பது போல அந்த குல்ஃபி தோற்றங்காட்டியது. எட்டு, ஒன்பது, பத்து... அந்தக் குல்ஃபி என் மணிக்கட்டின் மீது ஒரு கூரான பனிக் கத்தி போல் முதலில் இருந்தது. பிறகு அது நெருப்புத் துண்டு போலானது. லேசான அந்தத் துண்டின் கனம் நேரம் செல்லச் செல்லக் கூடிக் கொண்டே போவது போலத் தோன்றியது. சிறிது வலித்தது. இப்போது குல்ஃபி குழையத் துவங்கியது.

பதினைந்து, பதினாறு, பதினேழு... ஷிரெப்பின் முகம் வெளிறிப்போயிருந்தது. குல்ஃபி விற்பனை செய்பவர் முதலில் ஷிரெப்பையும் பிறகு என்னையும் பார்த்தார். பாலேடு நிறைந்த

திண்மையான ஒரு துளி என்னுடைய மணிக்கட்டிலிருந்து உருண்டது. எண்ணிக்கை இருபத்தி ஒன்றை அடைந்ததும் ஷிரெப் எண்ணுவதை நிறுத்தினான். "நான் முடித்துவிட்டேன். நான் முடித்துவிட்டேன்" என்று சொன்னவன், வேகமாகத் தன்னுடைய குல்ஃபித் துண்டை விழுங்கினான். நான் மூச்சிறைக்க நிம்மதி அடைந்தேன். வழக்கம்போலவே ஷிரெப் தான் இதில் அதிக நேரம் நீடித்தான். முகத்தைச் சாய்த்துக் கவனமாக என் மணிக்கட்டை என் வாய்வரை கொண்டுவந்து குல்ஃபியை விழுங்கியபோது, பாலின் இனிப்பான சுவை என் நாக்கில் படர்வதை உணர்ந்தேன். குல்ஃபி விற்பனை செய்பவரின் முகம் மாறவில்லை. ஆனால் அவர் திருப்தி அடைந்ததாக நான் நினைத்தேன். அவர் தன்னுடைய பொருட்களை எடுத்து வைக்க ஆரம்பித்தார். கயிற்றைப் போன்று பிணைத்திருந்த துணியைப் பஞ்சாபிகள் அணியும் புக்ரியைப் போலத் தன் தலையைச் சுற்றி அவர் கட்டுவதை நாங்கள் பார்த்துக் கொண்டிருந்தோம். பிறகு அவர் அந்தக் கூடையைத் தன் தலை மீது வைத்தார். நான் என்னுடைய மணிக்கட்டைச் சூரியனை நோக்கி நீட்டினேன். "ஷுக்ரியா" என்ற சொல்லை நாங்கள் அறிந்திருந்தாலும் அதை நாங்கள் எப்போதும் அவரிடம் சொன்னதில்லை. குல்ஃபி விற்பனை செய்பவருக்கு நன்றி சொல்லவேண்டிய அவசியம் இல்லை. இவ்வாறு அவரைச் செய்யத் தூண்டிய உள்ளுணர்வு எதுவாக இருந்தாலும், அதன் பெயர் கருணை இல்லை என்று நாங்கள் அறிந்திருந்தோம்.

ஷிரெப் தன்னுடைய சட்டைப் பைக்குள் கையைவிட்டு எதையோ வெளியே எடுத்தான். சுருட்டப்பட்ட செய்தித்தாளுக்குள் நீளமான சிவப்பு நிறப் பொட்டு கேப் பட்டாசு ஒன்று இருந்தது. அந்தச் சிறுவனுடைய கைகளில் இருந்து கீழே விழுந்தது அது தான். இந்தியப் பண்டிகையான தீபாவளி நெருங்கிக் கொண்டிருந்தது. சந்தைக் கடைகள் எல்லாவிதமான பட்டாசுகளையும் விற்பனை செய்தன.

"இதை நாம் என்ன செய்யலாம் லாமோ?" என்று ஷிரெப் கேட்டான். வெடிமருந்து வைக்கப்பட்டிருந்த பொட்டு கேப் பட்டாசின் கரடுமுரடான கூர்முனைகள் உப்புத் தாளில் இருக்கும் உருண்டை வடிவ குண்டுகளைப் போல என் விரல்களின் மீது பட்டன.

குளிர் காலத்தின்போது மாலை வேளைகளில் மோமோ பசாங் கணப்பு நெருப்பு மூட்டுவது என் நினைவுக்கு வந்தது. நான் அவளுடைய அறைக்குச் சென்றதே இல்லை. ஆனால் எங்கள் விடுதியில் இருந்த சில மூத்த சிறுவர்களுக்கு அங்கு சென்று தணல் அடுப்புக்கு அருகில் அமர்வது பிடித்திருந்தது. அவர்கள் யாரென்றே தெரியாதபோதும் கருணையோடு அவள் அவர்களை அங்கே குளிர் காய அனுமதித்ததாகவும் அவர்கள் சொன்னார்கள்.

“எனக்குத் தெரியும்” என்றேன்.

ஷிரெப்பும் நானும் கூடைப்பந்து மைதானத்தின் குறுக்கே நடந்தோம். எல்லோரும் எங்களையே பார்ப்பது போல் உணர்ந்தோம். உணர்ச்சிகளை வெளிப்படுத்தாமல், எந்த நோக்கமுமின்றி எதோ ஒரு திசையில் நடைபயில்வதாகக் காட்டிக்கொள்ள முயற்சி செய்தோம். எல்லோருக்கும் நாங்கள் மோமாவின் இடத்திற்குப் போகிறோம் என்பது தெரியவேண்டும் என்பது போலவும் அவர்கள் எங்களை நிறுத்தி ஏன் என்று கேட்கவேண்டும் என்றும் நினைத்தோம். கூடத்தின் கீழ், பள்ளி வளாகத்தின் புற எல்லையைப் பார்த்தபடி அதன் தென் முனையில் மோமோவின் அறை இருந்தது. பள்ளி மாணவர்கள் நடனமாடும்போது அணியும் உடைகள், வாத்தியக் கருவிகள், பழைய மேஜைகள், இருக்கைகள் எனப் பல்வேறு தட்டுமுட்டுச் சாமான்கள் வைக்கப்பட்டிருந்த சிறு சேமிப்புக் கிடங்குகள் அங்கு வரிசையாக இருந்தன. மோமோ அத்தகைய அறை ஒன்றில் வசித்தாள். திறந்திருந்த அறைக் கதவைத் தட்டிவிட்டு பிறகு அதனைத் தள்ளித் திறந்தோம். மோமோ தன் படுக்கையில் கூன்போட்டு அமர்ந்திருந்தாள். அழுக்கேறிக் கலைந்து புரண்ட தலைமுடி அவளுடைய தலைக்குப் பின் ஒரு ஒளிவட்டம் போல் தோன்றியது.

“யாரது?” என்று கேட்டாள். ஷிரெப்பும் நானும் ஒருவரை ஒருவர் பார்த்துக் கொண்டோம்.

“யாரது?” என்று மறுபடி சத்தமாகக் கேட்டாள். இருட்டில் தன் கண்களைத் துழாவிக் கூர்ந்து கவனித்தவள் “இப்போது மோமோவுக்குக் கண்களே இல்லை” என்றாள்.

“மோமோ, நாங்கள் விடுதியில் இருக்கும் சிறுவர்கள். இங்கு இருக்கும் கணப்பு அடுப்பின் அருகில் வந்து அமர்வதற்காக வந்தோம்” என்று நான் அவளிடம் சொன்னேன்.

“என்ன? மோமோவுக்கு இப்போது காதுகளும் இல்லை” என்றாள்.

“நாங்கள் நெருப்பின் அருகே வந்து அமர்வதற்காக இங்கு வந்தோம்” என்று நான் மிக உரத்த குரலில் சொன்னதும் இறுதியில் அவளுக்கு அது கேட்டது. அவள் சரி எனும் விதமாகத் தலையசைத்து உள்ளே வருமாறு கைகளைக் காட்டிச் சைகை செய்தாள். அறையின் நடுவே வார்ப்பு இரும்பினால் ஆன ஒரு பீப்பாய் இருந்தது. அதனுள் இருந்த சாம்பல் படலத்தின் கீழ் சிதறிக்கிடந்த செம் மஞ்சள் நிறமான கரி அந்த இடத்திற்கு ஒரு மங்கலான வெளிச்சத்தைத் தந்து கொண்டிருந்தது. இருக்கைகளுக்குப் பதில் கவிழ்த்து வைக்கப்பட்ட வாளிகள் இருந்தன. நாங்கள் நெருப்பின் அருகே போய் அமர்ந்தோம்.

மோமோவின் அறையில் நிறைய தட்டுமுட்டுப் பொருட்கள் கிடந்தன. வித்தியாசமான வடிவங்களில் இருந்த சில பெரிய பொருட்களின் மீது போர்த்தப்பட்டிருந்த நீல நிறத் தார்ப்பாய்கள் தூசுபடிந்து காணப்பட்டன. அவை அறையின் ஒரு பாதியை அடைத்துக் கொண்டிருந்தன. சரியான முறையில் செதுக்கப்படாத மரச்சாமான்களை மூடியது போல அவை வினோத வடிவங்களில் இருந்தன. அறையின் இன்னொரு பாதியில் அவளுடைய கட்டிலும் அவளுடைய துணிகள் வைக்கப்பட்டிருந்த ஒரு பெரிய அலுமினியப் பெட்டியும் இருந்தன. பெட்டியின் மீது ஒரு சிறிய பீடத்தைப் பொருத்தியிருந்தாள். தலாய்லாமாவின் புகைப்படமும், நிலவில் ஒளிரும் பொடாலா அரண்மனையின் புகைப்படமும் அதில் இருந்தன. புகைப்படத்தின் இடது பக்கம் புனிதருடைய உருவம் ஒரு சூரியனுக்குள் காணப்பட்டது. புகைப்படத்தில் காணப்பட்ட பொடாலா அரண்மனைக்கு முன்னிருந்த குளத்தின் தண்ணீர் அசைவற்று இருந்தது. அதில் விழுந்த நிழலில் தெரிந்த அரண்மனைகளில் ஒன்று தலைகீழாகத் தெரிந்தது. அது பார்ப்பதற்கு பொடாலா அரண்மனைகளில் ஒன்று விழ, இன்னொன்று எழுவது போல் காட்சியளித்தது. ஒரு பித்தளை நைவேத்தியக் கிண்ணத்தைப் புகைப்படத்தின் முன் வைத்திருந்தாள். வழக்கமாக வைக்கப்படும் ஏழு

கிண்ணங்களுக்குப் பதில் அந்த ஒன்று மட்டும் தான் அங்கிருந்தது. அதுவும் பாதி நீரால் மட்டுமே நிறைந்திருந்தது. புகைப்படத்தின் மீது வைக்கப்பட்டிருந்த கஹடா எனும் வெண்பட்டுத் துண்டு பழுப்பேறிக் கறுத்துப்போயிருந்தது. நூலில் கட்டப்பட்டுத் தொங்கிக்கொண்டிருந்த ஒற்றை விளக்கு மங்கிய மஞ்சள் நிற வெளிச்சத்தை அந்த அறைக்கு அளித்தது. அந்த வெளிச்சத்தில் மோமோவும் ஷிரெப்பும் மஞ்சள்காமாலை வந்தவர்கள் போலத் தெரிந்தனர். அறையின் மேற்பரப்பு முழுதும் படிந்து, சுவர்களின் பிளவுகள் அனைத்திலும் கசிந்து கொண்டிருந்த அடர்த்தியான அழுக்கு, அந்த அறை பல வருடங்களாக அப்படியே இருந்ததைக் காட்டியது.

கட்டில் கிரீச்சிட எழுந்த மோமோ தன் கட்டிலினருகே தரை மீது குவியலாகக் கிடந்த மரக்குச்சிகளில் இருந்து இரண்டு மிக மெலிந்த குச்சிகளைத் தேர்ந்தெடுத்து நெருப்பிலிட்டாள். பிறகு அவற்றின் மீது மேலும் சில நிலக்கரித் துண்டுகளைப் போட்டாள். மரக்குச்சிகள் 'ஹிஸ்' எனச் சத்தமிட்டு நெருப்பை உமிழ்ந்து சுடர்விட்டு எரிந்தன. அதிலிருந்து முதலில் தோன்றிய பிரகாசமான வெளிச்சம் எங்கள் கண் முன்னேயே தளர்ந்து பிறகு மங்கலாகிச் சிறிது நேரம்வரை மட்டுமே நீடித்தது.

"நெருப்பு நன்றாக எரிய சில மரக் கட்டைகள், சில சிறிய மரக் கிளைகள் தேவை. குச்சிகள் 'இப்படி' என்பதற்குள் வேகமாக எரிந்து போய்விட்டன" என்று தன் விரல்களைச் சிட்டிகை போட்டு காண்பித்தான் ஷிரெப். மோமோ அவனைக் கண்டுகொள்ளவே இல்லை. ஒருவேளை அவன் சொன்னது அவளுக்குக் கேட்டிருக்காது என்று நினைத்து நாங்கள் காத்திருந்தோம். தன் முகத்தைச் சுளித்தபடி என்னைப் பார்த்த ஷிரெப், "நன்றாக எரியக்கூடிய மரக் கட்டைகளை நான் போய்க் கொண்டு வருகிறேன்" என்றான். தரையில் குவிந்து கிடந்த மரக் குச்சிகளை நோக்கி எரிச்சலாக ஒரு பார்வையை வீசிவிட்டு அங்கிருந்து வெளியேறினான்.

குறைந்துகொண்டிருந்த தணலருகே நானும் மோமோவும் அமைதியாக அமர்ந்திருந்தோம். மோமோ ஒடுங்கி அமர்ந்திருந்த காட்சியை நெருப்பின் செந்நிற ஒளியில் பார்த்தபோது தீய சக்திகளைக் குவித்து வைத்திருப்பது போல எனக்குத் தோன்றியது. பகல் பொழுதுகளில் எந்தத் தீங்கும் செய்யாது

சாதாரணமாகத் தோற்றமளித்து, இரவுகளில் மாமிசம் சாப்பிடும் பேய்களாக மாறும் சூனியக்காரிகளின் கதைகளை என்னை விட வயதில் மூத்த சில சிறுமிகள் எனக்குச் சொல்லியிருக்கின்றனர். அறிவீனமான கதைகள் தான். ஆனால் மிகுந்த அற்புதமான கதைகள் கூட சில சமயங்களில் எதோ ஒரு பாதிப்பை கதை கேட்பவரின் மீது ஏற்படுத்திவிடுகிறது. இந்த எல்லாக் கதைகளிலும் யாராவது தவறாகப் பேசினாலோ தவறான செயலில் ஈடுபட்டாலோ சூனியக்காரி அவர்களைக் கொன்று விடுவாள். சூனியக்காரியிடம் எந்தவிதமான சமாதானமும் சொல்லமுடியாது. நான் அந்த அமைதியை உடைக்க விரும்பியபோது எதிர்பாராத விதமாக என் வாயிலிருந்து அந்தக் கேள்வி வெளிப்பட்டுவிட்டது.

"மோமோ, நீங்கள் ஏன் இன்று சந்தையில் பிச்சை எடுத்துக் கொண்டிருந்தீர்கள்?" என்று கேட்டேன்.

மோமோ நடுங்கும் குரலில், "என்ன? நீ என்ன சொன்னாய்?" எனக் கேட்டாள்.

"மோமோ, நீங்கள் ஏன் சந்தையில் பிச்சை எடுத்துக்கொண்டு இருந்தீர்கள்? உங்களை இன்று நான் அங்கே பார்த்தேன்" என்றேன்.

"என்ன? எனக்குக் காது கேட்கவில்லை" என்றாள் மோமோ. அவளுக்கு நான் பேசுவது கேட்கிறது என்பது திடீரென அந்த நொடியில் எனக்கு நிச்சயமாகத் தெரிந்தது.

"மோமோ" என்று நான் மறுபடி சத்தமாக வற்புறுத்தும் குரலில் கேட்டேன். "நீங்கள் ஏன் பிச்சை எடுத்துக்கொண்டு இருந்தீர்கள் மோமோ?"

தன்னுடைய தலையை இல்லை என்ற விதத்தில் அசைத்து "மோமோவுக்கு இப்போது காதுகளே இல்லை" என்றாள்.

குளிரில் திடீரென என்னுடல் நடுங்கத் தொடங்கியதும் நான் உட்கார்ந்திருந்த வாளியைப் பிடித்து கணப்பு அடுப்புக்கு அருகில் இழுத்து நெருப்பை நோக்கி என் கைகளை நீட்டினேன். ஒரு மரக்குச்சி என் பாதத்துக்கு அருகே தரை மீது விழுந்தது. நான் அதை கன்னான் மீது வீசினேன். திடீரெனத் தோன்றிய சிறு நெருப்பு என்னுடைய மெல்லிய விரல்களைச் சிவப்பாக்கிக்

காண்பித்தது. அப்போது என்னுடைய பாதிக் கைகள் நெருப்பில் இருந்தது போலக் காட்சியளித்தன. ஷிரெப் வருவதற்கு இன்னும் எவ்வளவு நேரம் ஆகும்? எனச் சலிப்புடன் நினைத்தேன்.

மோமோ மறுபடி மறுபடி தன்னுடைய தலையை அசைத்தபடி "மோமோவுக்கு வயதாகிவிட்டது. மோமோவுக்குக் கண்கள் இல்லை. மோமோவுக்குக் காதுகள் இல்லை. மோமோவுக்கு வேலை இல்லை. மோமோவிடம் பணம் இல்லை. மோமோவுக்கு மிக அதிக வயதாகிவிட்டது. மோமோ இறப்பதற்காக மட்டுமே காத்துக்கொண்டிருக்கிறாள். இப்போது செய்வதற்கு வேறு எதுவுமில்லை" என்று சொன்னாள்.

மோமோவுக்கு என்று ஒரு குடும்பம் இல்லை. அவளுக்கு யாருமே இல்லை என்பது எனக்குத் தெரியும். பட்லிகுஹலில் இருப்பவர்களைப் பொருத்தவரை மோமோ எப்போதுமே தனியாகவே இருந்திருக்கிறாள். அவள் ஏற்கனவே ஒரு வாழ்க்கையை திபெத்தில் வாழ்ந்து முடித்திருந்ததை இப்போது தான் நான் உணர்ந்தேன். அந்தப் பழமையான நாட்டில் அவள் தன் இளமைக் காலத்தைக் கழித்திருக்கிறாள். அவளிடம் அப்போது என்னவெல்லாம் இருந்தது என்று யாருக்குத் தெரியும்? ஒரு வீடு, ஒரு கணப்பு அடுப்பு, கணவன், குழந்தைகள், பெற்றோர், உடன்பிறந்தவர்கள். பட்லிகுஹலில் வசித்த வேறெவரையும் விட அவளுக்குத்தான் அதிக வயது. இதற்குமுன் குடும்பம் என்று ஒன்று அவளுக்கு இருந்திருந்தால் இப்போது எஞ்சியிருப்பவை வெறும் நினைவுகளே. இப்போதும் இந்தத் தருணத்திலும்கூட மற்ற எதையும்விட அவள் விரும்பியது இரக்கத்தைத் தான். அதற்குப் பொருள் இரக்கமே தவிர அனுதாபம் இல்லை என்பதை என்னால் அறிய முடிந்தது. அவள் தன்னை நெருங்கிக்கொண்டிருக்கும் மரணத்தைப் பற்றிக் கசப்பாக உணர்ந்ததை நானும் உணர்ந்தேன். அது என்னைப் பயமுறுத்தியது. ஆனால் 'மரணம் என்பது வாழ்க்கையை இயற்கையான முறையில் முடிவுக்குக் கொண்டு வரும் ஒரு வழி' என்கிற மிக இள வயதினருக்கே உரிய இரக்கமற்ற திடமான நம்பிக்கை எனக்கும் அப்போது இருந்தது. மரணத்தால் ஏற்படும் இழப்பைப் பற்றியோ, வாழ்வதற்குத் தேவையான எந்தப் பொருளுமில்லாத வயதான ஒரு பெண் இன்னமும் எதற்காக வாழ விரும்புகிறாள் என்பதைப் பற்றியோ நான் சிறிதும் உணரவே இல்லை.

நான் அவளிடம் அப்போது ஏதாவது கேள்வி கேட்டிருக்கலாம். "உங்கள் பொழுதை நீங்கள் எப்படிக் கழிக்கிறீர்கள்? இந்தக் குளிர்காலம் சென்ற குளிர் காலத்தைவிட அதிகக் குளிருடன் இருக்கிறதா? கணப்பு அடுப்புக்கு இன்னும் நெருக்கமாக அமர விரும்புகிறீர்களா? நீங்கள் அமர்ந்திருக்கும் இடத்தில் உங்களுக்கு கதகதப்பாக இருக்கிறதா?" என்று ஏதாவது பேசியிருக்கலாம். ஆனால் நான் எதுவும் பேசவில்லை. அவளை வெறுமனே பார்த்துக் கொண்டிருந்தேன். "வயதானவர்கள் இப்படித்தான் ஆகிவிடுவார்கள்" என்று நினைத்தேன்.

ஷிரெப் திரும்பி வந்ததும் நிம்மதியாக உணர்ந்தேன். அவன் மரக் கிளைகளின் சிறிய கட்டு ஒன்றைத் தன்னுடைய கைகளில் வைத்திருந்தான். அவற்றை மரக் குச்சிகளின் அருகே போட்டுவிட்டு வெடவெடத்தான். "வெளியே பயங்கரக் குளிராக இருக்கிறது மோமோ" என்றபடி தன்னுடைய கைகளைத் தேய்த்துக்கொண்டான். என்னைப் பார்த்து "நமக்கு இன்னும் பெரிய கணப்பு நெருப்பு தேவை என்று நினைக்கிறேன்" என்றான்.

"இல்லை, இல்லை. நமக்குத் தேவையில்லை" என்று நான் சொல்ல விரும்பினேன். ஷிரெப் அந்தக் கிளைகளை நெருப்பின் மீது இடத் துவங்கினான். பரவிக் கிடந்த நிலக்கரியின் மீது மூன்று கிளைகளை முக்கோண வடிவில் இட்ட பிறகு அதன் மீது சில மரக் குச்சிகளைப் போட்டான். மரக்குச்சிகள் உடனடியாக நெருப்புப் பற்றிக்கொண்டன. ஆனால் அந்தக் கிளைகள் பற்றுவதற்கு சிறிது நேரமானது. நாங்கள் அவற்றைப் பார்த்தபடி காத்திருந்தபோது மரக் கட்டைகள் மெதுவாக சிகப்பு நிறத்தில் ஒளிரத் துவங்கின. மோமோ தன்னுடைய கண்களை மூடிக்கொண்டு தன் ஜெபமாலையை உருட்டிக்கொண்டிருந்தாள். ஜெபமாலை உருட்டும் சத்தமும் மோமோவின் மெல்லிய முணுமுணுப்பும் மட்டுமே அந்த அறையில் ஒலித்தன.

சத்தமின்றி அந்தப் பொட்டு கேப் பட்டாசுச் சரத்தை இரண்டு பகுதிகளாகக் கிழித்த ஷிரெப் அதன் ஒரு பகுதியை என்னை நோக்கி நீட்டினான். அறை வெம்மையாகத் துவங்கியது. கிளைகள் இப்போது நெருப்பின் ஒளிவட்டம் போல் தோன்ற, நெருப்பு திடமாக எரியத் துவங்கியது. ஷிரெப் கிசுகிசுப்பான ஒரு குரலில் "லாமோ" என்று என்னை அழைத்தான். நான்

முடியாது என்று தலையசைத்தேன். இரண்டு பாதிகளையும் அவனையே வைத்துக்கொள்ளுமாறு சைகை செய்தேன். ஆனால் அவன் தன்னுடைய கையை நீட்டியபடியே இருந்தான். அவனுடன் அந்தப் பட்டாசை பகிர்ந்துகொள்ளுமாறு என்னை வற்புறுத்தினான். நாங்கள் இருவரும் ஒருவரையொருவர் முறைத்துப் பார்த்துக்கொண்டோம். மெலிந்த செங்கற் சிகப்பு நிறப் பட்டாசு தன் மீது பிரதிபலித்த நெருப்பின் ஒளியில் ஒரு உயிரினம் போல ஒளிர்ந்தது. நான் கேப் பட்டாசை எட்டி எடுத்தபோது உடல் முழுதும் கண்கள் பதித்த நீளமான மெலிந்த காகிதப் பாம்பைப் போல அதனை உணர்ந்தேன். அச்சத்தால் என் கழுத்திலும் முதுகிலும் முள் குத்தும் ஒரு உணர்வு ஏற்பட்டது. அமைதியாக ஒரே நேரத்தில் நானும் ஷிரெப்பும் அவரவர் கையிலிருந்த பட்டாசுச் சுருளை நெருப்பிலிட்டோம். சில கணங்கள் எதுவும் நிகழவில்லை.

பிறகு பட்டாசில் இருந்த சிறிய அளவிலான வெடிமருந்து, வார்ப்பு இரும்பினாலான பீப்பாய்க்குள் வரிசையாக வெடிக்கத் துவங்கியது. டப் டப் டப் டப்... டப் டப் டப் டப்... டப் டப் டப்...

நெருப்பில் இருந்து பொறி பறந்தது. வெகு நேரம் நிகழ்ந்ததாக எனக்குத் தோன்றினாலும், நிஜத்தில் அது பத்து நொடிகளாக மட்டுமே இருந்திருக்கும். அந்தச் சிறிய அறைக்குள் வெடிச் சத்தம் அவ்வளவு பெரிய ஓசையை எப்படி ஏற்படுத்தியது என்று நான் திடுக்கிட்டேன்.

அது மோமோவின் மீது ஏற்படுத்திய விளைவு கிட்டத்தட்ட அதிசயிக்கத்தக்கதாக இருந்தது. தன் இருக்கையிலிருந்து துள்ளியெழுந்த அவளுடைய கைகளில் இருந்து பறந்த ஜெபமாலை என் பாதத்தின் அருகே ஒரு சிறிய சத்தத்துடன் தரையில் விழுந்தது. பிறகு மோமோ அலறத் துவங்கினாள். "சீனர்கள் வந்துகொண்டிருக்கிறார்கள். சீனர்கள் வந்து கொண்டிருக்கிறார்கள்" என்று உச்சஸ்தாயியில் அலறினாள்.

அவளுடைய கண்கள் வெண்ணிறப் படலம் படிந்து எதையும் பார்க்க முடியாதனவாக இருந்தன. தான் கணுக்கால் அளவு ஆழமான தண்ணீரில் நிற்பது போலவும், அதில் தன் சூபா நனைத்துவிடக்கூடாது என்பது போலவும் அதன் கீழ்ப் பகுதியின் முனைகளைத் தன் இரண்டு கைகளாலும் பிடித்துத்

தூக்கிக்கொண்டாள். கிழிந்து, சாயம் போயிருந்த சூபாவை அணிந்திருந்த வயதான இந்தப் பெண் ஒரு பட்டாசு வெடித்த சத்தத்துக்கே பித்துப் பிடித்தவள் போல நடந்துகொண்டது மிகுந்த கேலிக்குரியதாக எனக்குத் தெரிந்தது.

ஷிரெப்பும் நானும் அதிவேகமாக அங்கிருந்து ஓட்டமெடுத்தோம். அவளுடைய அறைக் கதவுக்கு வெளியே மூச்சிறைக்கச் சிரித்துக்கொண்டு நின்றோம். எங்கள் வயிற்றைப் பிடித்துக்கொண்டு பலமாகச் சிரித்தோம். விழுந்து புரண்டு சிரித்தோம். நாங்கள் இருவரும் ஒருவரை ஒருவர் இறுகப் பிடித்துக்கொண்டு ஒரே குரலில், "சீனர்கள் வருகிறார்கள். சீனர்கள் வருகிறார்கள்" என்று ஓயாது திரும்பத் திரும்ப அதையே சொன்னோம்.

"போக்கிரிப் பிள்ளைகள், போக்கிரிப் பிள்ளைகள்" என்று மோமோ கடுங் கோபத்துடன் கத்தினாள். தன் முட்டியை மடக்கியபடி எங்களை நோக்கிவந்து, "தலைமை ஆசிரியரிடம் உங்களைப் பற்றி நான் புகார் தரும்வரை காத்திருங்கள்" என்றாள்.

ஷிரெப்பும் நானும் என் விடுதியறையை அடையும்வரை ஓட்டமாய் ஓடினோம். எங்களுடைய வெற்றிக் கதையை மற்ற மாணவர்களிடம் சொல்லும்போது அவசரத்தில் சில சொற்களைத் தவறாகச் சொல்லிவிடுவோம். நாங்கள் சொல்லி முடிக்கும்போது அனைவரும் சிரித்துக் கை தட்டினார்கள். அந்தக் குளிர்காலம் முழுதும், தீபாவளி முடிந்து பல நாட்களுக்கு பிறகும், சந்தையில் இருந்த கடைகளில் பட்டாசுகள் மொத்தமும் விற்றுத் தீர்க்கும்வரை மோமோ பசாங்கின் கணப்பு அடுப்பில் கேப் பட்டாசுகளை சிறுவர்கள் இட்டுக்கொண்டிருந்தனர். ஒவ்வொருமுறை அவ்வாறு நிகழ்ந்தபோதும் அது சிறுவர்களின் குறும்பு மட்டும் தான் என்று சுய உணர்வு பெற்று உணரும் வரை, மற்றவரின் ஏளனத்துக்கு ஆளாகி, திகில் ஏற்படுத்தும் குரலில் மோமோ அலறிக்கொண்டே இருந்தாள்.

***

தென்சின் சண்டியூ (Tenzin Tsundue)

'கிராஸிங் தி பார்டர்' எனும் தன் கவிதைப் புத்தகத்தை தென்சின் சண்டியூ, மும்பை பல்கலைக்கழகத்தில் முதுகலை மாணவராக இருந்தபோது வெளியிட்டார். திபெத்திய புலம்பெயர்ந்தோர் குறித்த *'கோரா'* *'கதைகள், கவிதைகள்'* எனும் அவருடைய இரண்டாவது நூல், தன் எட்டாவது பதிப்பு காணுமளவுக்கு மிக அதிக அளவில் விற்பனையானது. *'செம்ஷூக்'* எனும் கட்டுரைகளின் தொகுப்பு அவருடைய மூன்றாவது நூலாகவும், *'செங்சோல்: ஸ்டோரீஸ் அண்ட் பொயம்ஸ் ஆஃப் ரெசிஸ்டென்ஸ்'* நான்காவது நூலாகவும் வெளிவந்தது. 2011ஆம் ஆண்டில் புனைகதைக்கான பிகாடர் – அவுட்லுக் பரிசை இவர் வென்றார்.

சும்கியின் பனிச் சிங்கம்

பரபரப்பான நியூயார்க் நகரச் சாலையொன்றின் நடுவே பனிச் சிங்கத்தின் கதையை மறுபடியும் தனக்குச் சொல்லுமாறு தன் அப்பாவை வற்புறுத்துகிறாள் சும்கி. கெஞ்சும் அவளுடைய பெரிய கண்கள் எதிர்பார்ப்புடன் சுருங்கின. சாலையின் இருபுறமும் பார்த்தபடி நடந்த டாஷி, தன் மகள் சும்கியின் கட்டை விரலைப் பிடித்து அவளை அழைத்துச் சென்றார். பிறகு அவளிடம், “வீட்டுக்குப் போன பிறகு கதை சொல்லட்டுமா?” என்று கேட்டார்.

“வீட்டுக்குப் போனால் தொலைக்காட்சியிலேயே பனிச் சிங்கத்தின் கதை வரும்” என்று வாகன நெரிசலின் இரைச்சலுக்கு இடையே அவள் கூச்சலிட்டாள்.

தன் மகள் எவ்வளவு அடம் பிடிப்பாள் என்று அறிந்திருந்ததால் வேறுவழியின்றி டாஷி அவளுக்கு கதை சொல்ல ஒப்புக்கொண்டார்.

“வெள்ளை வெளேரென இருக்கும் உலகின் மிக உயர்ந்த மலையான இமயமலையின் உச்சியில் பனிச் சிங்கங்கள் வசிக்கின்றன. மிகுந்த கருணையும் தூய்மையுமுடைய இதயம் கொண்டவர்களால் மட்டுமே பனிச் சிங்கத்தைப் பார்க்கமுடியும். அதில் முக்கியமான விஷயம் என்னவென்றால் அதன் தலை மட்டுமே உன்னுடைய உடல் அளவுக்குப் பெரியதாக இருக்கும்” என்று கதையைத் துவக்கினார். இதனைக் கேட்டுப் பெரும் ஆனந்தத்தில் திளைத்து, தன்னுடைய சிறிய கைகளை ஆரவாரமாகத் தட்டியபடி கீச்சிட்டுச் சிரித்துக் கொண்டிருந்த தன்னுடைய சிறு மகளின் கன்னங்களை லேசாகக் கிள்ளினார் டாஷி.

“பனிச் சிங்கத்தினுடைய அடர்த்தியான தோல் பனிமலையில் கூட அதைக் கதகதப்பாக வைத்திருக்கும். அதனுடைய பிடரி, பூதாகரமான தலை, முதுகு, கை, கால்கள் நெடுகிலும் பிரகாசமான பச்சைநிற மயிர் பரவி இருக்கும்” என்று விளக்கினார் டாஷி. “பனிச் சிங்கங்கள் என்ன சாப்பிடும் என்று யாருக்குமே தெரியாது. ஆனால் அவற்றின் வாய் மிகப் பெரிதாக இருக்கும்” என்றார். இதைச் சொல்லும்போது உற்சாகம் பொங்க தன் வாயைப் பெரிதாகத் திறந்து, பற்களைக் காட்டி, தன் கண்களை அகல விரித்தார். திடீரென ஊஞ்சலாட்டும் ஒரு பாவனையில் தன்னுடைய மகளை அள்ளி எடுத்தவர் தன் தோள் மீது அவளை இருத்திக்கொண்டார். அதற்குப் பிறகு அவர்கள் இருவரும் டிங்டி... டிங்டி... டிங், டிங்டி ...டிங்டி டிங்டி, டிங்டி டி... என்று பாடியபடி உலகின் மிகப் பெரிய நகரத்தின் பரபரப்பான வீதியில் நடனமாடினார்கள்.

வீட்டுக்கு வந்ததும் தொலைக்காட்சியின் எதிரே இருந்த சதுரவடிவமான மெத்தை மீது சும்கி அமர்ந்துகொள்ள, அவளுடைய தந்தை கடமையுணர்வோடு தொலைக்காட்சிப் பெட்டியின் குமிழைத் திருகியதும் ஒரு காணொளி இயங்கியது. இந்தியாவில் வசித்த ஒரு திபெத்திய நடனக் குழுவினர் ஆடும் பனிச் சிங்க நடனம் திரையில் தெரிந்தது. சும்கி தன்னுடைய கைகளை அசைத்துத் தன் குதிரைவால் தலைமுடியை முன்னும் பின்னும் ஆட்டினாள்.

சும்கி உறங்கிவிட்டாளா என்று பார்ப்பதற்காக அவளுடைய தந்தை மீண்டும் அந்த அறைக்கு வந்தபோது திரையில் தெரிந்த பனிச் சிங்கத்தின் முன் அவள் ஆழ்ந்த உறக்கத்தில் இருந்தாள். டாஷி அவளைத் தன் கைகளில் ஏந்திப் படுக்கையில் இட்டு அவளுடைய காதுகளில், “நாம் இந்தியாவுக்குச் செல்லும்போது நிஜப் பனிச் சிங்கம் ஆடும் நடனங்களைப் பார்ப்போம். தாயில்லாத என் மகளே, இனிய இரவாகட்டும்” என்று கிசுகிசுத்தார். பிறகு விளக்குகளை அணைத்துவிட்டுக் கதவை மூடினார்.

இந்தியாவின் தர்மசாலாவில் வசிக்கும் சும்கியின் தாத்தா பாட்டியின் வீட்டில் தம் கோடை விடுமுறையைக் கழிப்பதற்காக சும்கியும் அவளுடைய அப்பாவும் இப்போது வந்திருந்தனர். மேக்லியோட் கஞ்ச்சின் சாலையோரம்

அமைந்திருந்த அவர்களுடைய வீட்டின் முதல் தளத்தில் நின்றபடி லாசா அஸ்போஸ் வகை நாயை சும்கி உற்றுப் பார்த்துக் கொண்டிருந்தாள்.

டாஷி சும்கியிடம், "நாளை நாங்கள் டிரையுண்ட் மலையுச்சிக்குப் போகிறோம். நீயும் எங்களுடன் வர விரும்புகிறாயா? அங்கு கூடாரங்கள் அமைத்து எங்களுக்கான உணவை நாங்களே சமைத்து உண்போம். அங்கேயே படுத்து உறங்குவோம்"என்றார்.

சில நொடிகள் யோசித்த சும்கி, "அங்கு மலையுச்சியில் பனிச் சிங்கங்கள் இருக்குமா?" என்று கேட்டாள்.

டாஷி தன்னுடைய பெற்றோரைப் பார்த்தபடி, "எனக்குத் தெரியாது. நாம் அங்கு போய் அவை இருக்கின்றனவா என்று கண்டுபிடிப்போம்" என்று பதில் சொன்னார்.

மலையேறுபவர்கள் அடுத்த நாள் காலை கடும் முயற்சியுடன் சின்னஞ் சிறு அடிகள் வைத்துச் செங்குத்தான அந்த மலை உச்சியை நோக்கிச் சரிவான பாதையில் மூச்சிறைத்தபடி வரிசையாக முன்னேறிச் சென்றனர். சூரியன் தன் பொற்கதிரொளியோடு உதித்தபோது சும்கி தன் தந்தையைவிட சில அடிகள் முன்னே சென்றுகொண்டிருந்தாள். சரிவின்மீது ஏறும் படிகளாக மாறியிருந்த பெரிய அடுக்கடுக்கான கற்கள் மீது தன் பிஞ்சுக் கைகளையும் கால் முட்டியையும் வைத்து ஏறினாள். அவளுடைய தந்தை இமைக்காது அவளைப் பார்த்துக்கொண்டிருந்தார்.

அந்தச் சாலை ஒரு இடத்தில் வளைந்தபோது சும்கி அங்கிருந்த பாறை ஒன்றின் மீதமர்ந்து, தன்னிடமிருந்த அங்கிள் சிப்ஸ்கள் சிலவற்றைக் குரங்குகளுக்கு உணவாகத் தருவதை அவர் பார்த்தார். வேகமாக அந்த இடத்துக்குச் சென்ற டாஷி குரங்குகளைத் துரத்தியதால் சும்கி குழப்பமடைந்தாள்.

டாஷி அவளிடம், "சும்கி, நீ என்ன செய்துகொண்டிருக்கிறாய்? இந்தக் குரங்குகள் உன்னைக் கடித்துவிடும். உனக்கு பயமாக இல்லையா?" என்று சத்தமாகக் கேட்டபடி மண்டியிட்டு அமர்ந்து தன் குழந்தையை அணைத்துக்கொண்டார்.

"எனக்குக் குரங்குகளைக் கண்டால் பயமே இல்லை. நான் அவற்றை நேசிக்கிறேன்" என்றாள்.

சிறிதுதூரம் நடந்ததும் வளைந்துசென்ற பாதையின் திருப்பமொன்றை அடைந்த அவர்கள் அனைவரும் அங்கிருந்த பலகைக் கற்களின் மீதமர்ந்து ஓய்வெடுத்தனர். டிரையுண்ட் மலையுச்சியின் பசுமையான பரந்த வெளியின் பின்பக்கத்தை அவர்களால் அங்கிருந்து தெளிவாகப் பார்க்கமுடிந்தது. பைன் மரங்கள், ஊசி இலை மரங்கள், இமய மலையின் சீமை ஆல் மரங்களின் நடுவே பூத்திருந்த காட்டுப் பூவரசம் பூக்களால் அந்த மலையே விளக்குகளால் அலங்கரிக்கப்பட்டது போலிருந்தது.

பள்ளத்தாக்கில் மிதந்து சென்ற தென்றல் காற்று, மலர்ந்து கொண்டிருந்த பூக்களின் வாசத்தை ஈரப்பதமான மலைக் காற்றில் சிறிது கலந்தது. அவர்களைச் சுற்றியிருந்த பனிச் சிகரங்களின் மீது காணப்பட்ட மூடுபனி, பள்ளத்தாக்கிலிருந்து சிகரங்களைப் பார்க்கும் மக்களின் கண்களுக்குத் தெளிவாகத் தெரியாமல், மேகங்கள் போலக் காட்சியளித்தது. மலைக்குக் கீழே பரவியிருந்த காங்ரா பள்ளத்தாக்கை அங்கிருந்து எட்டிப் பார்த்த டாஷி காடுகளால் போர்த்தப்பட்டிருந்த ஒரு குன்றைச் சுட்டிக்காட்டி, "இது தான் மேக்லியோண்ட் கஞ்ச்" என்றார்.

பெரிய தொலைநோக்குக் கண்ணாடி வழியாகப் பார்த்த சும்கி, "ஆனால் எனக்குத் தெரியவில்லையே!" என்று சிணுங்கினாள்.

மலையேறுபவர்கள் இப்போது டிரையுண்ட் மலையை அடைந்து கூடாரங்களை அடித்தார்கள். ஏகப்பட்ட பொருட்களால் நிரம்பி வழிந்துகொண்டிருந்த பெரிய பயணப் பைகளில் இருந்து ஆடைகள், தற்காலிகப் படுக்கை உருவாக்கத் தேவையான பொருட்கள், உணவுப் பொருட்கள் ஆகியவை தேடி வெளியே எடுக்கப்பட்டன. பிறகு அவை அனைத்தும் மாசற்றுப் பரந்து விரிந்திருந்த பசும்புல்வெளி நெடுகப் பரப்பி வைக்கப்பட்டன.

மூன்று பாறைகளை வைத்து உருவாக்கப்பட்ட கணப்பு அடுப்பில் மலையேற்றக் குழுவைச் சேர்ந்த யாரோ தேநீர் தயாரிக்கத் துவங்கியிருந்தார்கள். விறகு அடுப்பில் இருந்து எழுந்த புகை கொதித்துக்கொண்டிருந்த தேனீர்க் குமிழ்களுடன் மேலெழுந்தது.

"மதிய உணவுக்குப் பிறகு, நித்தியப் பனி உறைகோடு காணப்படும் ஐலேகா மலை வரை நாம் ஏறவேண்டும்" என்றார் நண்பர்.

"நீங்கள் பனிச் சிங்கச் சிறுமியை உங்களுடன் அழைத்து வாருங்கள். ஒருவேளை அந்த விசித்திர விலங்கைச் சந்திக்க அரிதான ஒரு வாய்ப்பு அங்கு நமக்குக் கிடைத்தாலும் கிடைக்கும்" என்று அவர் கேலி செய்தார்.

களைப்படைந்தவளாகக் கூடாரத்துக்குத் திரும்பிவந்த சிறுமி பயணத்தின் இடையில் உறங்குவதற்குப் பயன்படும் உறங்கு பையின் மீது படுத்து ஓய்வெடுத்தாள். மலையேற்றத்திற்குத் தங்களோடு வராமல் கூடாரத்தில் தங்கியிருந்த ஒரு முதியவரின் பொறுப்பில் சும்கியை விட்டுவிட்டு குழுவிலிருந்த மற்றவர்களுடன் டாஷி அங்கிருந்து கிளம்பினார்.

அவள் கூடாரத்தில் படுத்துக் கிடக்கையில் "டிங்க்ட்டி... டிங்க்ட்டி...டிங், டிங்க்ட்டி...டிங்க்ட்டி...டிங்க்" என்று பனிச் சிங்கம் நடனமாடும் ஓசை அவளுக்குக் கேட்டது. ஒரு மங்கலான உருவம் அவளுடைய கூடாரத்துக்கு வெளியே அசைந்தது. அவள் கூடாரத்தை மெதுவாகத் திறந்து வெளியே வந்து கூர்ந்து பார்த்தாள். வெண்ணிற மயிருடைய ஒரு பெரிய விலங்கின் வால் பகுதி மட்டும் கூடாரத்தின் பின்புறம் தெரிந்தது. அஞ்சி ஒடுங்கிய சும்கி வேகமாகக் கூடாரத்தினுள்ளே ஓடிவிட்டாள். அவளுக்கு நன்கு பழக்கப்பட்ட பனிச் சிங்கத்தின் நடன ஓசை அந்த உச்சி வெயிலில் தொடர்ந்து வெளியே ஒலித்துக் கொண்டிருக்கிறது.

துணிச்சலை வரவழைத்துக்கொண்டு பாதுகாப்பான தன் கூடாரத்தைவிட்டு மீண்டும் வெளியே வந்த சும்கி பெரும் வியப்பில் நகர முடியாமல் நிற்கிறாள். பேருருக் கொண்ட ஒரு பனிச் சிங்கம் பாறைகளின் பின்னிருந்து பாய்ந்து வந்து அவள் முன்னே நின்றது. அவள் அசையவே இல்லை. அந்தத் தருணத்தின் அமைதியில் முரசுகளின் பெருத்த ஓசை அடங்கி, உறைந்துவிட்டது.

தன் தலையை உயர்த்தி அந்தச் சிங்கத்தைப் பார்த்த சும்கி அதன் பிரம்மாண்டமான தலையைப் பார்த்துத் திகைத்துப் போனாள். அந்த விலங்கின் நெஞ்சில் இருந்த வெள்ளை முடியைத்

தொடுவதற்காக அவள் மெதுவாகத் தன் கையை எட்டி நீட்டுகிறாள். முதலில் அவளுடைய விரல்களும் பிறகு சிறிய கையும் சிங்கத்தினுடைய வெண்ணிறத் தோலின் மென்மைத் தன்மையை உணர்கின்றன. அந்த விலங்கின் கைகள் மீது அவள் தன்னுடைய கையைப் படரவிட்டபோது அது தன் தோள்களைச் சிறிது குலுக்கிப் பின் தன் கண்களைச் சிமிட்டியது.

முரசு, புல்லாங்குழல் மணிகள், ஜால்ரா ஆகியவற்றின் சீரான தாள லயத்தில் ஒரு வகையான இசை திடீரென உயிர்பெற்று ஒலிக்கத் துவங்கியது. சிங்கம் உடனே அந்தத் தாளத்துக்கு நடனமாடத் தொடங்கியது. சுழன்று ஒரு வட்டமிட்டு, சும்கியின் முகத்துக்கு நேரே வந்து நிற்கவும் அவளும் சிங்கத்துடன் நடனமாடுகிறாள். அவர்கள் கால்களை உயர்த்தித் துள்ளலாக இடதும் வலதுமாக ஒரு நடை நடக்கின்றனர். பிறகு பனிச் சிங்கம் தன் பின்னங்கால்களால் எழுந்து நிற்கிறது. சத்தமாகக் கைதட்டிய சும்கி வெற்றிக் களிப்பில் மீண்டும் மீண்டும் துள்ளி குதிக்கிறாள்.

அதன்பிறகு நின்றுகொண்டிருக்கும் சிங்கத்தைப் பார்த்து தான் செய்வது போலத் திரும்பச் செய்யுமாறு சொல்கிறாள். முதலில் தன் இடது கையையும் பிறகு வலது கையையும் பக்கவாட்டில் காற்றில் உயர்த்தி சைகை செய்கிறாள். இப்போது தன் தலையைப் பலமாக அசைத்து "ப்பூ" என்கிறாள். பிறகு, "நான் செய்வது போலவே செய்" என்கிறாள். சிங்கம் தன் நாக்கை நீட்டியபடி இரு பாதங்களையும் காதுவரை உயர்த்துகிறது. இப்போது "உன்னுடைய பிட்டத்தை இப்படி ஆட்டு" என்று ஆணையிடுகிறாள். அடுத்து, "நீ இப்போது வேறு ஒன்று செய்யப் போகிறாய்?" என்றவள் தன் கோணங்கித்தனமான சேஷ்டைகள் தீர்ந்து போய், அடுத்து என்ன செய்யச் சொல்வது என அவளுக்கே புரியாமல் நின்றாள். சிங்கம் தன்னுடைய இடது கண்ணை இருமுறை சிமிட்டி, பிறகு வலது கண்ணை இருமுறை சிமிட்டுகிறது. இந்த சமிக்ஞை புரியாவிட்டாலும் அவள் தன்னைக் கட்டுப்படுத்த முடியாமல் சிரிக்கிறாள்.

பிறகு தன் வயிற்றைத் தரையில் அழுந்தும்படி படுத்துக்கொண்ட சிங்கம், தன்னுடைய வலது காதைத் தன் வலது பாதத்தால் தொடுகிறது. சும்கியும் புல்வெளியின் மீது அதே போல் படுத்துக் கொண்டாள். ஆனால் சிங்கத்துடைய செயல்களின் அர்த்தத்தை

இப்போதும் அவளால் புரிந்துகொள்ள முடியவில்லை. தன் முதுகு தரையில் படும்படி மல்லாக்க விழுந்தவள் அந்த விலங்கைப் பார்த்து வெடித்துச் சிரிக்கிறாள். சுற்றிலும் அமைதி நிலவிய அந்தத் தருணத்தில் சிங்கத்தின் வலது முழங்கையை மெதுவாகத் தொட்டு அதன் மிகப் பெரிய பாதத்துடன் தன்னுடைய பிஞ்சுப் பாதத்தை ஒப்பிட்டு அளந்து பார்க்கிறாள். பிறகு இன்னும் நெருங்கி அந்த மாபெரும் விலங்கைக் கட்டிக்கொண்டு அதனருகே அமர்கிறாள். அதன் வெண்ணிறத் தோலின் மென்மையையும் கதகதப்பையும் தன் கன்னங்களின் மீது உணர்ந்தவளாக அப்படியே படுத்து புராணக் கதைகளில் தான் கேள்விப்பட்டிருந்த அந்த விலங்கின் கைகளில் ஆழ்ந்து உறங்குகிறாள்.

அதே நேரத்தில் சிங்கத்தின் வயிற்றில் எதுவோ நகர்ந்தது. வியர்த்து ஒழுகியபடி ஒரு நடனக் கலைஞர் அலங்கோலமாக அதன் வயிற்றிலிருந்து வெளியே வருகிறார். இப்போது சிங்கத்தின் தலை நிலத்தை நோக்கித் தாழ்கிறது. இன்னொரு நடனக் கலைஞர் வெளியே வருகிறார். பாறைகளுக்குப் பின்னிருந்து ஒரு வட்டவடிவ முரசு, ஒரு மணி, இரு தாளக் கருவிகள் ஆகியவற்றை ஏந்தியபடி இசைக் கலைஞர்களும் புல்லாங்குழல் வாசிப்பவர் ஒருவரும் வெளியே வருகின்றனர். அதில் ஒருவர் சும்கியைக் கூடாரத்துக்குக் கொண்டு செல்கின்றார். தலைமை நடனக் கலைஞர், “கிளம்புங்கள். இன்பச் சுற்றுலா முடிந்துவிட்டது. நாம் நிறைய பயிற்சி செய்துவிட்டோம். கீழிறங்கிப் போகலாம். இல்லையெனில் நாம் வீடு சேர்வதற்குள் இருட்டிவிடும்” என்று சொல்கிறார்.

மலையேறும் குழுவினர் தங்களுடைய கூடாரத்துக்குத் திரும்பி வந்துகொண்டிருக்கும்போது, பசுமை போர்த்திய அந்தக் குன்றின் செங்குத்தான முனைகளில் இருந்து நடனக் கலைஞர்கள் ஒற்றை வரிசையில் மெதுவாக இறங்கி, அந்த இடத்தைவிட்டுச் சென்றுகொண்டிருக்கிறார்கள்.

கூடாரத்தில் உறங்கிக்கொண்டிருந்த தன்னுடைய மகளை டாஷி எழுப்புகிறார். உயர்ந்த மலை உச்சிகளிலிருந்து தான் அவளுக்காகப் பொறுக்கிக்கொண்டு வந்த கற்களை அவளிடம் தருகிறார். அவள் வேகமாக வெளியே ஓடிச் சென்று சுற்றுமுற்றும் பார்த்துத் திரும்ப வந்து, “பனிச் சிங்கம் எங்கே?

அது இங்கே இருந்தது. நான் அதைச் சந்தித்தேன். நாங்கள் ஒன்றாக விளையாடினோம்" என்கிறாள். அது எங்கே எனும் தன் கேள்விக்குப் பதில் சொல்லுமாறு அவரை வற்புறுத்துகிறாள். டாஷி அதை நம்பவில்லை.

அவர் "நீ தூங்கிக் கொண்டிருந்தாய். தூக்கத்தில் கனவு கண்டிருப்பாய்" என்கிறார்.

சும்கி, "இல்லை" என்று வழக்கம் போல வாதிடுகிறாள்.

"அது நிஜமான சிங்கம். அது இங்கு தான் இருந்தது" என்றவள் சிங்கத்தோடு சேர்ந்து நடனமாடியபடி தான் உருண்டுகொண்டிருந்த பசுமையான புல்வெளியைச் சுட்டிக் காட்டுகிறாள்.

டாஷி, தன்னுடைய மகள் சுட்டிக்காட்டிய இடத்துக்கு அவளைப் பின்தொடர்ந்து சென்றார். புல்லின் மடல்கள் மீதிருந்து எதையோ கண்டெடுத்த சும்கி மறுக்கவேமுடியாத ஒரு அத்தாட்சியாக, வெற்றி பெற்ற மகிழ்ச்சியுடன் அவருடைய கைகளில் எதையோ ஒப்படைக்கிறாள். அது வெள்ளையும் பச்சை நிறமும் கலந்த நீளமான ஒரு சிறு மயிர்க் கற்றை.

சும்கி பனிச் சிங்கத்துடன் இருந்ததற்கான ஆதாரமான அந்த மயிர்க் கற்றையைத் தன் கட்டை விரலுக்கும் ஆட்காட்டி விரலுக்கும் இடையே இறுக்கிப் பிடித்துக்கொண்டு தன் மகளின் முன்னே மண்டியிட்டு அமர்ந்த டாஷி, "ஆமாம். மிகக் கருணையான, தூய்மையான உள்ளத்தால் மட்டுமே பனிச் சிங்கத்தைப் பார்க்க முடியும்" என்று உறுதிபட அறிவிக்கிறார்.

***

தோண்டப் டாஷி ரெக்ஜோங் (Dhondup Tashi Rekjong)

தோண்டப் டாஷி ரெக்ஜோங், கொலம்பியா பல்கலைக்கழகத்தின் நவீன திபெத்தியப் பாடத் திட்டத்தினுடைய ஒரு பகுதியாக வெளியாகும் *'டிபெட் வெப் டைஜஸ்ட்'* எனும் இதழின் ஆசிரியராக உள்ளார். புகழ்பெற்ற *காப்தா* எனும் திபெத்திய இணைய இதழின் ஆசிரியராக இருந்தவர் தற்போது சீன, ஆங்கிலக் கட்டுரைகளைத் திபெத்திய மொழியில் மொழிபெயர்த்து வெளியிடும் ஒரு இணைய இதழின் ஆசிரியராகத் திகழ்கிறார். *பட்டர் லேம்ப், சென்போ* ஆகிய பத்திரிகைகளில் இவருடைய சிறுகதைகள் ஜிக்மேய் நுப்பா எனும் புனைபெயரில் வெளிவந்துள்ளன.

டோல்மா

1

டோல்மாவின் முழுப் பெயர் செரிங் டோல்மா. பள்ளியில் அனைவரும் அவளை டோல்மா என்று அழைத்தனர். ஆரம்பப் பள்ளியில் இருந்தே நாங்கள் நண்பர்களாக இருந்தோம். நாங்கள் படித்த ஆரம்பப் பள்ளிக்கு டோர்நியி என்று பெயர். நான் பிறந்து வளர்ந்த கிராமத்தில் இருந்து டோர்நியி பள்ளிக்கு நடந்து செல்லக் குறைந்தது இருபது நிமிடங்களாவது ஆகும். முதலில் ஒரு சிறிய பள்ளத்தாக்கின் மோசமான பாதையில் நடக்க வேண்டும். பிறகு செங்குத்தான மலைப் பகுதியில் ஏற வேண்டும். பின்னர் பெரிய வயல்களைக் கடந்து போக வேண்டும். இறுதியில் டோர்நியி பள்ளியை அடைய முடியும்.

டோல்மாவும் நானும் ஒரே வகுப்பில் படித்தவர்கள் மட்டுமில்லை, நாங்கள் இருவரும் நண்பர்களும் கூட. அவளுடைய திபெத்திய மொழியும் என்னுடைய கணித அறிவும் மிகச் சிறப்பாக இருக்கும். அவளுடைய கணித வீட்டுப் பாடத்தில் அவளுக்கு நானும், என் திபெத்திய மொழி வீட்டுப் பாடத்தில் அவள் எனக்குமாக ஒருவருக்கொருவர் உதவிக் கொண்டோம்.

நாங்கள் நான்காம் வகுப்புப் படித்துக் கொண்டிருந்தபோது ஒரு நாள் என் பாடங்களை நான் எழுதி முடிக்காததால் வகுப்பிலேயே இருந்தேன். எல்லா மாணவர்களும் வீட்டுக்குப் போய்விட்டனர். முன்பே எழுதி முடித்துவிட்டாலும் எனக்காக டோல்மா அங்கேயே காத்திருந்தாள்.

"நீ எனக்காகக் காத்திருக்க வேண்டாம்" என்று சிறிது கூச்சத்துடன் சொன்னேன்.

"நீ எழுதி முடித்த பிறகு நாம் இருவரும் ஒன்றாக நடந்து செல்லலாம். நான் உனக்கு இந்தப் பாடத்தை எழுத உதவி செய்கிறேன்" என்றாள்.

"சரி. நன்றி" என்று நான் தலையசைத்தேன். ஆரம்பத்தில் எனக்குப் பதில் தெரியாத கேள்விகளை மட்டும் அவளிடம் கேட்டேன். அவற்றிற்கான பதில்களை டோல்மா எனக்கு விளக்கிச் சொன்னாள். ஆனால் வெகு விரைவிலேயே டோல்மாவின் குறிப்பேட்டைப் பார்த்து நான் அப்படியே நகலெடுக்கத் துவங்கினேன். டோல்மா எதுவும் சொல்லாமல் தன் குறிப்பேட்டை மட்டும் எனக்குக் காட்டினாள். வகுப்பில் சில புதிய சொற்கள் தரப்பட்டு அவற்றுக்கான வாக்கியங்களை அமைக்கச் சொல்வார்கள். 'அறிவாற்றல்' என்ற சொல்லுக்கு அவள், "எங்கள் வகுப்பைச் சேர்ந்த பும்கியாபுக்கு நிறைய அறிவாற்றல் இருக்கிறது" என்று ஒரு வாக்கியத்தை அமைத்திருந்தால் அதை நான் அப்படியே எடுத்து எழுதிவிடமாட்டேன். அதைச் சிறிது மாற்றி "எங்கள் வீட்டிலேயே என் தந்தைக்குத் தான் அதிக அறிவாற்றல் இருக்கிறது" என்பது போல எதையாவது எழுதுவேன்.

ஒரு வழியாக வீட்டுப்பாடத்தை முடித்த நான் நிம்மதியாகவும் மகிழ்ச்சியாகவும் உணர்ந்தேன். டோல்மாவின் முகத்திலும் ஒரு புன்னகை தெரிந்தது. நான் என் வீட்டுப் பாடத்தை முடித்ததை நினைத்து அவள் புன்னகை செய்கிறாளோ என்று யோசித்தேன். ஆனால் அவளிடம் அத்தகைய ஒரு கேள்வியைக் கேட்க எனக்குத் துணிச்சல் இல்லை. அப்போது எனக்குப் பதினான்கு வயது. டோல்மாவுக்குப் பதிமூன்று வயது இருக்கக்கூடும். எனக்கு சரியாகத் தெரியவில்லை.

நான் வகுப்புக்கு வராவிட்டாலோ வீட்டு நினைவால் மனம் கலங்கினாலோ, பாடங்களைக் கவனமாகக் குறிப்பெடுக்கும் டோல்மா, அவற்றை எனக்காகப் படித்துக் காண்பிப்பாள். தன் வீட்டுப் பாடக் குறிப்பேடுகளைத் தொடர்ந்து எனக்குத் தந்துகொண்டு இருந்தாள். நாங்கள் நண்பர்கள் மட்டுமின்றி படிப்பில் ஒன்றாகப் பயிற்சி எடுப்பவர்களாகவும் இருக்கிறோம் என்றால் அதற்கு, நாங்கள் ஒருவர் மீது ஒருவர் அக்கறை

செலுத்துகிறோம் என்பது தானே அர்த்தம். நாங்கள் ஒன்றாக அமர்ந்து படிப்பதையும் பள்ளிப் பாடங்களில் ஒருவருக்கொருவர் உதவி செய்வதையும் எங்கள் வகுப்பு மாணவிகள் பார்த்தனர். அவர்களில் சிலர் “டோர்ஜீயும் டோல்மாவும் ஜோடிகள்” என்று எங்களைக் கிண்டல் செய்தனர்.

“டோர்ஜீயும் டோல்மாவும் ஜோடிகள்” என்கிற இந்தச் சொற்றொடர் சில காலம் வரை டோர்நியி பள்ளியின் தலைப்புச் செய்தியாக விளங்கியது. இந்தச் செய்தி பள்ளியின் கதவுகளைக் கடந்து எங்கள் கிராமத்தின் நிலங்கள்வரை போய்விட்டது. ஒரு நாள் நான் பள்ளி முடிந்து வீட்டுக்கு வரும் வழியில் எங்கள் கிராமத்தின் இடையரான பெமாவை எதிர்பாராமல் சந்தித்தேன். அவர் என்னிடம், “டோர்ஜீ, நீயும் டோல்மாவும் ஜோடிகள் என்று ஒரு பேச்சு இப்போது அடிபடுகிறதே. அது உண்மையா?” என்று கேட்டார்.

என்ன சொல்வது என்று தெரியாமல் அவரைப் பார்த்துப் புன்னகைத்தேன். உண்மை என்னவென்றால் டோல்மாவும் நானும் ஜோடிகளா இல்லையா என்று என்னால் சொல்ல முடியவில்லை. நாங்கள் உறுதியான ஒரு உறவை நோக்கிச் சென்றுகொண்டிருக்கிறோமா அல்லது நண்பர்கள் மட்டும் தானா? நிஜமாகவே எனக்கிது தெரியவில்லை.

ஒரு வேளை இதற்குக் காரணம் “டோர்ஜீயும் டோல்மாவும் ஜோடிகள்” என்ற வரி அடிக்கடி என் காதுகளில் விழுந்து கொண்டிருந்ததாகத் தான் இருக்கும். எது எப்படியோ, டோல்மாவின் மீதான என் உணர்வுகள் பாசம் மிக்க நட்பிலிருந்து காதலாக மாறத் துவங்கியது. ஆனால் யாராவது என்னிடம், “நீ எப்படி டோல்மாவைக் காதலிக்கலாம்?” என்று அப்போது கேட்டிருந்தால் என்னால் அவர்களுக்கு எந்த பதிலும் தந்திருக்க முடியாது.

ஒரு நாள் கணித வகுப்பின்போது கரும்பலகையைப் பார்க்காமல் நான் திரும்பத் திரும்ப டோல்மாவைப் பார்த்துக் கொண்டிருந்தேன். இதைக் கவனித்த கணித ஆசிரியை கார்ட்சோகியி என்னுடைய கவனத்தைக் கரும்பலகையின் பக்கம் ஈர்ப்பதற்காக ஒரு ‘சாக்’ துண்டை என் மீது வீசினார். அது நேராக என் நெற்றியின் மீது வந்து விழுந்தது. வகுப்பிலிருந்த அனைவரும் சிரித்தனர். அவமானத்தில் என் முகம் நெருப்பில்

எரிவதைப்போல இருந்தது. அதற்குப் பிறகு அன்றைய வகுப்பில் கார்ட்சோ கியியையோ டோல்மாவையோ பார்க்க முடியாத நான் தலை கவிழ்ந்து அமர்ந்திருந்தேன். என் வகுப்புத் தோழர்கள் அனைவரும் சிரித்தார்கள். ஆனால் டோல்மா சிரிக்கவில்லை. அவள் ஏன் மற்றவர்களுடன் சேர்ந்து சிரிக்கவில்லை? அவள் அமைதியான முறையில் எனக்கு ஆதரவு அளிக்கிறாளா அல்லது அவளுக்கும் அது அவமானமாக இருந்ததா? நான் டோல்மாவை விரும்பத் துவங்கியதில் இருந்து என்னுடைய ஒட்டுமொத்த சிந்தனையும் அவளைச் சுற்றியே இருந்தது. எப்போதும் அவளைப் பற்றியே நினைத்துக் கொண்டிருந்தேன். சில நாட்களில் இருட்டத் துவங்குவதற்கு முன் மொட்டைமாடிக்குச் சென்று டோல்மாவின் வீடு இருந்த கிராமத்தைப் பார்த்துக்கொண்டே நிற்பேன். டோல்மாவும் தன்னுடைய கிராமத்தில் அமர்ந்து என் கிராமம் இருக்கும் திசையை இவ்வாறு பார்த்தபடி இருப்பாள் என்று நம்பினேன்.

என்னுடைய இந்த வினோதமான நடத்தையைப் பார்த்த என் அம்மா, "இங்கு நின்றுகொண்டு என்ன செய்து கொண்டிருக்கிறாய்? கீழே இறங்கி வா" என்று பலமுறை என்னிடம் சொல்வார்கள். ஆனால் நான் பதில் கூறாமல் இருப்பதைப் பார்த்து என்னுடைய அம்மா பாவம் குழம்பிப் போவார்கள். நான் வழக்கமாக கணப்பு அடுப்பின் அருகே அமர்ந்து அடுத்த நாளுக்கான பாடங்களை எழுதிக் கொண்டிருப்பேன். அல்லது என் பாட்டியுடன் எதாவது கதை பேசிக்கொண்டிருப்பேன். ஆனால் டோல்மாவின் நினைவு மீண்டும் மீண்டும் தோன்ற ஆரம்பிக்கவும் நான் மாடிக்குப் போவது அதிகமாகியது.

டோல்மா என்னை விடக் குள்ளமாக இருப்பாள். அவளுடைய உதட்டின் வலது பக்கத்தில் ஒரு சிறிய மச்சம் இருந்தது. நீளமோ குட்டையோ இல்லாத தன் தலைமுடியை இரட்டைப் பின்னல் போட்டு, மஞ்சள் மலர் பொருத்திய நெகிழி வளையங்களில் கட்டியிருப்பாள். எங்களுடைய உடற்பயிற்சி வகுப்புகளின்போது பள்ளியின் விளையாட்டு மைதானத்தில் விளையாடுவதும் ஓடுவதுமாக இருப்போம். அப்போது அவளுடைய பவழக் காதணிகள் ஒரு பக்கத்திலிருந்து இன்னொரு பக்கமாக ஊஞ்சலாடும். வழக்கமாக அவள் சிகப்பு நிறக் காற்சராயும் சிகப்பு நிறக் கான்வாஸ் காலணிகளும் அணிந்திருப்பாள். அவளுடைய

சிகப்பு நிறக் காற்சராயின் பக்கவாட்டில் மூன்று பொத்தான்கள் இருந்தன. எங்கள் வகுப்புகள் சில சமயங்களில் சலிப்பாக இருக்கும்போது நான் என் தலையைத் தாழ்த்தி ஓரக்கண்ணால் டோல்மாவின் கான்வாஸ் காலணிகள், காலுறைகள், அவளுடைய காற்சராயின் பொத்தான்கள் ஆகியவற்றைப் பார்த்துக்கொண்டிருப்பேன்.

2

கோடை விடுமுறை முடிந்து ஆகஸ்ட் மாதம் எட்டாம் தேதி பள்ளி மறுபடி துவங்கியது. நான் நான்காம் வகுப்பிலிருந்து ஐந்தாம் வகுப்புக்குச் செல்கிறேன். வகுப்புகள் துவங்கிய முதல் நாள் காலை நான் மிகவும் பரபரப்பாக இருந்தேன். காலையிலேயே விரைவாக எழுந்து சிற்றுண்டிக்காகக் காத்திருந்தேன். பள்ளிக்குச் செல்வதற்காக எவ்வளவு முடியுமோ அவ்வளவு வேகமாகச் சாப்பிட்டேன். அம்மா என் தேனீர்க் கோப்பையில் ஊற்றிய தேனீரில் பாதி மட்டும் குடித்துவிட்டு என்னுடைய தோள்பையை மாட்டிக்கொண்டு வீட்டிலிருந்து கிளம்பினேன். என்னுடைய ஆர்வத்தைப் பார்த்து அம்மா திகைத்துப்போனாள்.

"நீ பள்ளிக்குச் செல்வதற்கு ஏன் இவ்வளவு பரபரப்பாக இருக்கிறாய்?" என்று கேட்டாள். அங்கிருந்து ஓட்டமாக ஓடிக்கொண்டே சொன்ன, "நான் கிளம்பிப்போய் விட்டேன்" என்ற ஒரு பதிலைக் காற்றின் மூலமாகத் தான் அவள் கேட்டிருப்பாள். நான் ஏன் அவ்வளவு ஆர்வத்துடன் இருந்தேன் என்று என் அம்மாவிடம் சொல்லவில்லை. நான் பள்ளிக்குச் செல்வது குறித்து ஆர்வத்துடன் இல்லை. ஆனால் மறுபடி டோல்மாவைப் பார்ப்பதற்காக, மீண்டும் அவளுடன் ஒன்றாக ஒரே வகுப்பில் இருக்கப்போவதற்காகவே நான் அன்று காலை அவ்வளவு பரபரப்பாக இருந்தேன்.

கார்ட்சோ கியியின் கணித வகுப்பு தான் அன்று எங்களுடைய முதல் வகுப்பு. நாங்கள் இப்போது ஐந்தாம் வகுப்புக்கு வந்து விட்டாலும் அதே வகுப்பறையில் தான் அமர்ந்திருந்தோம். ஆசிரியர் வருவதற்கு முன் மாணவர்கள் அனைவரும் அவரவருடைய இருக்கைகளில் அமர்ந்துவிட்டிருந்தார்கள். ஆனால் டோல்மா அதுவரை வரவில்லை. நான் அவளுக்காகக்

காத்திருந்தேன். நான் டோல்மாவை நினைத்தபடி அமர்ந்திருக்கையில் வகுப்பறைக்குள் நுழைந்த கார்ட்சோகியி ஐந்தாம் வகுப்புக் கணிதப் பாடப் புத்தகங்களை எல்லா மாணவர்களுக்கும் அளித்தார்கள்.

"மாணவர்களே, நீங்கள் இப்போது ஐந்தாம் வகுப்புக்கு வந்து விட்டீர்கள். நீங்கள் இன்னும் சிறு குழந்தைகள் இல்லை. இரண்டு வருடங்களில் நீங்கள் நடுநிலைப் பள்ளியின் தேர்வுகளை எதிர்கொள்வீர்கள். ஆகவே, ஐந்தாம் வகுப்பும் ஆறாம் வகுப்பும் உங்கள் அனைவருக்கும் மிக முக்கியமானவை" என்று கறும்பலகைக்குக் கீழிருந்த மேடையின் மீது நின்றபடி எங்களைப் பார்த்துச் சொன்னார்கள். நாங்கள் மரியாதையுடன் எங்கள் ஆசிரியையைப் பார்த்தபடி அவர்கள் மேற்கொண்டு பேசுவதற்காகக் காத்திருந்தோம்.

வகுப்பறைக்கு வெளியே சத்தம் போட்டுக்கொண்டிருந்த சில மாணவர்களை ஒரு பார்வை பார்த்தவர், "நீங்கள் அனைவரும் நடுநிலைப் பள்ளித் தேர்வுகளில் நன்முறையில் தேர்வு பெறுவீர்கள் என்று நம்புகிறேன். அதற்கு நாம் அனைவரும் ஒன்று கூடி உழைப்பது மிகவும் முக்கியம்" என்று சொல்லி நிறுத்தினார்.

நான் அவர்களுடைய சொற்களைக் கேட்டுக்கொண்டிருந்தாலும் டோல்மாவைப் பற்றி தான் யோசித்துக்கொண்டிருந்தேன். அவளுக்கு இன்று உடல்நிலை சரியில்லையா? அல்லது வகுப்புகளுக்குத் தாமதமாக வரப் போகிறாளா? என்னால் வகுப்பில் கவனம் செலுத்தமுடியவில்லை. என்னுடைய சிந்தனை முழுக்க டோல்மாவைச் சுற்றியே இருந்தது. வகுப்பு முடியும் நேரத்தில் கார்ட்சோ கியி மாணவர்களின் வருகைப் பதிவைக் குறித்தார்கள். ஆனால் டோல்மாவின் பெயரை அவர் கூப்பிடாதது விசித்திரமாக இருந்தது. நான் என்னுடைய வலது கையை உயர்த்தி டோல்மாவின் பெயரை நினைவூட்ட விரும்பினேன். ஆனால் வகுப்புத் தோழர்கள் என்னைக் கிண்டல் செய்வார்கள் என்பதால் நான் கையை உயர்த்தவில்லை.

இடைவேளையில் நான் பள்ளி அலுவலகத்திற்குச் சென்றபோது கதவருகே மூன்றாம் வகுப்பு திபெத்திய ஆசிரியர் திரு.கேதுப் அவர்கள் தன்னுடைய ஆட்காட்டி விரலுக்கும்

கட்டை விரலுக்கும் இடையே ஒரு வெண் சுருட்டைப் பிடித்தபடி நின்றுகொண்டு இருந்தார்.

"நீ யாரைத் தேடிக் கொண்டிருக்கிறாய்?" என்று புகையை உள்ளிழுத்தபடி கேட்டார்.

"நான்... எங்களுடைய கணித ஆசிரியை கார்ட்சோ கியியைத் தேடுகிறேன்" என்றேன்.

"சிறிது நேரம் இரு" என்று சொன்னவர் தன்னுடைய வெண்சுருட்டைத் தரையில் வீசிவிட்டு அலுவலகத்துக்குள் சென்றார்.

நான் மெல்ல பூனைப் பாதம் வைத்து அலுவலக ஜன்னல் வழியாக உள்ளே பார்த்தேன். நிறைய புத்தகங்கள் அடுக்கி வைக்கப்பட்டிருந்த ஒரு மேஜையருகே அமர்ந்து கார்ட்சோ கியி எதையோ வாசித்துக்கொண்டிருந்தார். பள்ளியில் ஒரே ஒரு அலுவலகக் கட்டடம் தான் இருந்தது. தங்களுடைய பணிகளைச் செய்வதற்காக அனைத்து ஆசிரியர்களுக்கும் சேர்த்து ஒரு அலுவலகம் இருந்தது. ஒன்று அல்லது இரண்டு ஆசிரியர்கள் ஒரு மேஜையைப் பகிர்ந்துகொண்டார்கள். அவர்கள் தங்களுடைய பாட சம்பந்தமான பணிகளையும், வகுப்புகளை நிர்வகிப்பது தொடர்பான மற்ற பணிகளையும் செய்வதற்கு அவர்களுக்கு ஒதுக்கப்பட்ட இடம் அதுதான். விரைந்து வெளியே வந்த கார்ட்சோ கியி, தான் படித்துக் கொண்டிருந்த புத்தகத்தைத் தன் வலது கையில் வைத்திருந்தார்.

"நீ என்னையா தேடிக்கொண்டு வந்தாய்? என்ன விஷயம்?" என்று கேட்டார்.

"ஆமாம். நான்... டோல்மா..." என்று நான் சொல்லி முடிப்பதற்கு முன்பாகவே இடைமறித்த அவர், "டோல்மாவுக்கு என்ன?" என்று கேட்டார்.

"நான் டோல்மாவின் கணிதப் பாடப் புத்தகத்தையும் குறிப்பேட்டையும் வாங்குவதற்காக வந்தேன்" என்று வலிந்து சொன்னேன்.

"டோல்மா இனி பள்ளிக்கு வரமாட்டாள். அவளுடைய அம்மாவுக்கு உடல்நிலை சரியில்லை. தன்னைக் கவனித்துக்

கொள்வதற்காக டோல்மா வீட்டில் இருக்கவேண்டும் என்று அவள் விரும்புகிறாள்" என்றார்.

"அப்படியா? அடுத்த பருவத்தில் பள்ளி மறுபடி திறக்கும்போது வருவாளா?" என்று நான் கேட்டேன்.

"அது எனக்குத் தெரியாது. நீ இப்போது உன் வகுப்புக்குத் திரும்பிச் செல்" என்று சொன்ன கார்ட்சோ கியி மறுபடி அலுவலகத்திற்குள்ளே சென்றுவிட்டார்.

டோல்மா இனி பள்ளிக்கு வரப்போவதில்லை. ஒரு வாளி குளிர்ந்த நீரை யாரோ என் மீது ஊற்றியது போல உணர்ந்தேன். மனதுடைந்து குழம்பிய எனக்கு அடுத்து என்ன செய்வது என்று தெரியவில்லை. அடுத்த வகுப்பு துவங்கிவிட்டதா இந்த வகுப்பு முடிந்ததா என்பது கூட எனக்குப் புரியவில்லை. அன்று பள்ளி முடிந்ததும் வீட்டுக்குச் சென்ற நான் என்னுடைய அம்மாவிடம் அடுத்த நாள் நான் பள்ளிக்கு போகப் போவதில்லை என்று சொன்னேன்.

"நீ என்ன சொல்கிறாய்? இன்று காலை தான் பள்ளி செல்வது குறித்து அவ்வளவு உற்சாகத்துடன் இருந்தாய். இப்போது வந்து இனி நான் பள்ளிக்கே போகப் போவதில்லை என்று சொல்கிறாயே?" என்று என் அம்மா என்னைப் பார்த்து ஆச்சரியத்துடன் கேட்டார்கள். பிறகு நான் மறுபடி "நான் இனி பள்ளிக்குப் போகமாட்டேன்" என்று முகத்தில் ஒரு சோக பாவனையுடன் சொன்னேன்.

"நீ பள்ளிக்குப் போகப் போவதில்லை என்பது உன் அப்பாவின் காதில் விழாமல் பார்த்துக்கொள்" என்று என் அம்மா என்னை எச்சரித்துவிட்டு சமையல் அறைக்குள் சென்றுவிட்டார்.

"நிஜமாகவே நான் இனி பள்ளிக்குப் போ மாட்டேன். நான் படிக்கவேண்டும் என்றால் ஹெனான் பள்ளிக்கு வேண்டுமானால் போகிறேன். ஆனால் டோர்நியி பள்ளிக்குப் போகமாட்டேன்" என்று அவள் பின்னாடியே சென்று நான் வற்புறுத்திக் கொண்டிருந்தேன். ஆனால் அவள் நான் சொல்வதைக் கண்டுகொள்ளவே இல்லை. டோல்மா அங்கிருந்து போய் விட்டபடியால் டோர்நியி பள்ளியில் தொடர்ந்து படிக்க எனக்கு விருப்பமே இல்லை. அங்கிருந்து தூரமாக வெகுதூரமாக

சென்றுவிட விரும்பினேன். அவளை நான் மறுபடி பார்க்கக் கூடாது என்ற குறுக்கு புத்தி எனக்கு ஏற்பட்டது. நான் அங்கிருந்து போயே ஆகவேண்டும் என்று நினைத்தேன்.

என்னை வேறு ஒரு பள்ளிக்கு அனுப்பிவிடுமாறு என் அம்மாவைத் தொடர்ந்து நச்சரித்துக் கொண்டிருந்தேன். வகுப்புகளில் ஆசிரியர்கள் என்ன சொல்கிறார்கள் என்பதில் கவனம் செலுத்தாமல் அடிக்கடி பகற்கனவுகளில் ஆழ்ந்து கிடந்தேன். பெரும்பாலான நேரங்களில் கரும்பலகையைப் பார்ப்பதற்கு பதிலாக என்னுடைய மேசையின் மீது செதுக்கப்பட்டிருந்த வரிகளைப் பார்த்துக்கொண்டிருந்தேன்.

ஆசிரியர்கள் என்னுடைய இந்த நடவடிக்கைகளை நிச்சயம் கவனித்திருக்க வேண்டும். நான் படிப்பில் கவனம் செலுத்துவதில்லை என்று பள்ளி இயக்குனர் இரண்டு முறை என் வீட்டுக்குத் தகவல் அறிக்கை அனுப்பினார். இறுதியில் என் அம்மா வேறு வழியின்றி அப்பாவை அழைத்து, நான் டோர்நியி பள்ளியில் சரியாகப் படிக்காததால் அவர் ஆசிரியராகப் பணிபுரியும் ஹெனான் பள்ளியில் என்னைச் சேர்த்துவிடலாம் என்றாள்.

இது நடந்து சில நாட்களிலேயே நான் டோர்நியி பள்ளியை விட்டு வெளியேறி மங்கோலியப் பகுதியில் இருந்த ட்ராக்மர் ஹெனான் ஆரம்பப் பள்ளியில் படிக்கத் துவங்கினேன். அதற்குப் பிறகும் என்னால் டோல்மாவை மறக்கமுடியவில்லை. ஒவ்வொருமுறை நான் கோடை விடுமுறைக்கும் குளிர்பருவ விடுமுறைக்கும் வீட்டுக்கு வரும்போதும் டோல்மாவைப் பார்க்க ஏங்கினேன். அவளைப் பார்த்தால் மட்டும் போதும் எனத் தோன்றியது. ஆனால் கிராமத்தில் இருந்தவர்களிடம் அவள் எங்கிருக்கிறாள் என்று தெரியுமா எனக் கேட்கிற துணிச்சல் எனக்கில்லை. அவளை நேரில் சந்திக்கும் தைரியமும் எனக்கு இல்லை. உண்மை என்னவென்றால் எனக்கு டோல்மாவின் கிராமம் எங்கிருக்கிறது என்று தெரியுமே தவிர, அந்தக் கிராமத்தில் அவளுடைய வீடு எங்கிருக்கிறது என்று தெரியாது. அவள் வசித்த நயிங்லோ கிராமம், மேல் நயிங்லோ கீழ் நயிங்லோ என்று இரண்டாகப் பிரிக்கப்பட்டிருந்ததால் அவள் வீட்டைக் கண்டுபிடிப்பது இன்னும் சிரமம்.

பிறகு ஒரு குளிர்பருவத்தின்போது எங்கள் கிராமத்தில் ஒரு திருமணம் நடந்தது. மற்ற கிராமங்களில் இருந்து வந்திருந்த சில சிறுமிகளும் இளம்பெண்களும் கொண்ட ஒரு குழுவினரிடையே டோல்மா இருந்ததாக நான் கேள்விப்பட்டேன். என் நண்பன் நம்கா ஜிடா தான் இந்தச் செய்தியை என்னிடம் சொன்னான். டோல்மாவின் மீது எனக்கிருந்த ஈர்ப்பு அவனுக்குத் தெரியும். டோல்மா அங்கிருந்தது தெரிந்ததும் திருமணம் நடக்கும் இடத்திற்கு உடனே சென்றேன். பதற்றத்தையும் ஆனந்தத்தையும் ஒரே சமயத்தில் உணர்ந்தேன். நீ எப்படி இருக்கிறாய் என்று அவள் கேட்டால் நான் என்ன பதில் சொல்வது? ஒரு வேளை அவள் என்னைப் புறக்கணித்துவிட்டால் என்ன செய்வது? டோல்மாவும் சில பெண்களும் வீட்டுக்கு வெளியே நிற்பதைத் தொலைவிலிருந்து பார்த்தேன். டோல்மா தன் தலையைச் சுற்றி சிகப்புநிற அலங்காரக் கழுத்துக் குட்டை ஒன்றை அணிந்திருந்தாள். அந்த இடத்தை இயல்பாகக் கடந்துபோவது போல நான் அவர்களின் முன்னே நடந்து சென்றேன். டோல்மா என்னைப் பார்த்தாள். நான் பேசுவதற்கு முன் அவளே என்னிடம் பேசினாள்.

"நீ எப்படி இருக்கிறாய்?" என்று கேட்டாள்.

"அட. நீயா! நீ எப்படி இருக்கிறாய்?" என்றேன்.

"கோடை விடுமுறைக்கு ஊருக்கு வந்திருக்கிறாயா?" என்று கேட்டாள்.

"ஆமாம். ஆமாம்" என்றேன். வேறு என்ன பேசுவது என்று தெரியவில்லை. நான் மிகவும் மனக்கலக்கத்துடன் இருந்தேன். நான் வேறு ஏதாவது பேசுவேன் என்று டோல்மா காத்திருந்தாள். நானும் வேறு எதையாவது சொல்ல வேண்டும் என்று தீவிரமாக யோசித்துக்கொண்டிருக்கும் போதே டோல்மாவுடன் இருந்த பெண்களில் ஒருத்தி அவளைக் கூப்பிட்டாள்.

"சரி. பிறகு பார்க்கலாம்" என்று சொன்ன டோல்மா அங்கிருந்து கிளம்பிவிட்டாள்.

"சரி" என்று பதில் சொல்லக்கூட என்னால் முடியவில்லை. அவள் அங்கிருந்து நடந்துபோவதை வெறுமனே பார்த்தபடி

இருந்தேன். நான்காம் வகுப்புக்குப் பிறகு அவளை முதன்முதலாக அப்போதுதான் பார்த்தேன்.

3

தன்னாட்சி பெற்ற ஹெனான் மங்கோல் மாகாணத்தில் இருந்த ஹெனான் உயர்நிலைப் பள்ளியில் சேர்ந்த பிறகு நான் என் கிராமத்து வீட்டுக்குச் செல்வதும், டோல்மா பற்றிய செய்திகளைக் கேட்பதும் மிகவும் குறைந்து போனது. உயர்நிலைப் பள்ளித் தேர்வுகள் எழுதி முடித்தபிறகு 2003 ஆம் ஆண்டில் லாண்சோவில் இருந்த நார்த்வெஸ்ட் யூனிவர்சிடி ஃபார் நேஷனாலிட்டீசில் கல்வி பயில்வதற்கு எனக்கொரு வாய்ப்பு கிடைத்தது. இலக்கியம் படைப்பாற்றல் ஆகியவற்றைக் குறித்து அங்கு பயின்றேன். பல்கலையில் நான் நிறைய மாணவிகளுடன் சுற்றினேன். எத்தனை திபெத்திய, சீனப் பெண்களோடு சுற்றிக் கொண்டிருந்தேன் என்று சொல்ல முடியாத அளவுக்கு நிலைமை இருந்தது. ஆனால் அப்போதும் கூட டோல்மாவை என் மனதிலிருந்து என்னால் வெளியேற்ற முடியவில்லை. பல்கலை வளாகத்தின் தனிச்சுற்றுக்கான கவிதைச் சிறப்பிதழில் டோல்மா எனும் தலைப்பில் ஒரு கவிதை கூட எழுதிப் பிரசுரித்தேன். அந்தக் கவிதையை அவள் பார்த்திருக்க நிச்சயம் வாய்ப்புக் கிடையாது.

உண்மையில் அவள் அந்தச் செய்தியைக் கேள்விப் பட்டிருந்தாலும் கூட அத்தகைய ஒரு கவிதையை என்னால் எழுதமுடியும் என்று அவள் நம்பியிருக்கமாட்டாள். நான் அவளைப் பார்த்து ஏறக்குறைய ஏழு அல்லது எட்டு ஆண்டுகள் ஓடிப்போய் விட்டன.

நான் வடமேற்குப் பல்கலையில் இருந்து பட்டம் பெற்ற பிறகு க்விகங்காய் தொலைக்காட்சி நிலையத்தில் ஒப்பந்தப் பணியாளராக அதிர்ஷ்டவசமாக எனக்கு வேலை கிடைத்தது. திபெத்தியப் பிரிவின் தலைவராக அங்கு பணியாற்றிவந்த என் மாமாவுக்குத்தான் நான் நன்றி கூறவேண்டும். நான் பல்கலையில் பயின்ற இலக்கியத்துக்கும் இப்போது தொலைக்காட்சி நிலையத்தில் பார்த்துக்கொண்டிருக்கின்ற வேலைக்கும் என்ன தொடர்பு என்பதை என்னால் கூற முடியாது. ஆனால் ஒரு ஒப்பந்தப் பணியாளராக இருந்தாலும் கூட தொலைக்காட்சி

நிலையத்தில் வேலை செய்வதை நான் மிகப் பெருமையாகக் கருதினேன். அதுமட்டுமின்றி மூன்று அல்லது நான்கு வருடங்கள் கடுமையாக உழைத்தால் தொலைக்காட்சி நிலையத்தில் முழு நேரப் பணியாளராக மாற வாய்ப்பிருப்பதாக என் மாமா சொன்னார். முதலில் நான் என்னுடைய மாமாவின் வீட்டில்தான் தங்கியிருந்தேன். அவருக்கு இரண்டு மகள்கள், ஒரு மகன் என மூன்று குழந்தைகள் இருந்ததால் வெகுவிரைவிலேயே நான் அங்கிருந்து வெளியேறினேன். பிறகு தொலைக்காட்சி நிலையத்தின் அருகே இருந்த சீனப் பகுதியான யாங்சேட்டில் என் நண்பன் ஒருவனுடன் ஒரு குடியிருப்பைப் பகிர்ந்துகொண்டேன். புதிதாக தொலைக்காட்சி நிலையத்தில் சேர்ந்திருந்த திபெத்தியப் பணியாளர்கள் நிறைய பேர் அங்கு வசித்தனர். மற்ற இடங்களைவிட அங்கு வாடகை குறைவாக இருந்தது. நானும் என் நண்பனும் இணைந்து அந்த இடத்திற்கு ஒரு மாதத்திற்கு முன்னூறு யுவான் வாடகை செலுத்தினோம். உள்ளூர் ஷிணிங் திபெத்தியர்கள் அந்தப் பகுதிக்கு யங்லங் கிராமம் என்கிற ஒரு திபெத்தியப் பெயரைக்கூடச் சூட்டியிருந்தார்கள்.

நான் டோர்நியி கிராமத்திற்குச் சென்றது எப்போது என்று எனக்குத் துல்லியமாக நினைவில்லை. அநேகமாக அதுவொரு ஆகஸ்டு மாதமாக இருக்கலாம். மேஹ்லோ நகரைச் சென்றடைந்ததும் நான் வீட்டை நோக்கி நடக்கத் துவங்கினேன். முன்பிருந்த காலகட்டத்துடன் ஒப்பிடுகையில் இப்போது மிகச்சில ஆட்களையே பாதையில் காணமுடிந்தது. சாலைகள் கட்டிமுடிக்கப்பட்ட நாட்களிலிருந்து பெரும்பாலான மக்கள் மோட்டார் சைக்கிள்களிலும் கார்களிலுமே பயணம் செய்தனர். விஷமுறிவுக் காளானின் விலை ஏறவும் கார்கள், மோட்டார் சைக்கிள்கள் வாங்குவோரின் எண்ணிக்கையும் அதிகரித்திருந்தது. ஷிணிங்கில் பணிபுரிந்த என்னுடைய நண்பன் ஒருவன், "நான் எப்போது மேஹ்லோவுக்குச் சென்றாலும் இங்கிருந்து யாராவது வந்து என்னை அழைத்துப்போகச் சொல்லிக் கேட்பேன்" என்றான். அரசுப் பணியாளர்கள் ஒரு சிலர் மட்டுமே அந்தப் பாதையில் நடந்து சென்றுகொண்டிருந்தனர்.

ஆனால் நான் நடக்க விரும்பினேன். மேஹ்லோவில் இருந்து டோர்நியியைச் சென்றடைய ஒரு மணி நேர நடை மட்டுமே. முதலில் சக்யில் கிராமத்தில் பல வீடுகளைக் கடந்து தமகே

மலைவரை ஏறவேண்டும். பிறகு பள்ளத்தாக்கைச் சென்றடையும் ஒரு நீண்ட தடத்தில் தொடர்ந்து செல்ல வேண்டும். இந்தப் பள்ளத்தாக்கின் ஊடாக நடந்தால் முன்பு நீரூற்றாக இருந்து, இப்போது காய்ந்து போயிருந்த லுடோணாங் எனும் ஒரு இடத்தை வந்தடைவோம். லுடோணாங்கிற்கு மறுபுறம் அடோங் கிராமம் இருந்தது. நேராக நடந்தால் "டோல்மா விக்கிரகம்" எனப்படும் இடத்தை அடையலாம். புனித டோல்மாவாக வணங்கப்படும் தாரா எனும் பெண் தெய்வத்தின் உருவம் அங்கிருக்கும் ஒரு பெரிய பாறையின் மீது வீற்றிருக்கும்.

சுயம்புவாக உருவானதால் கிராம மக்கள் அதனைப் புனிதமாகக் கருதினர். அறிவியல் இதனை எப்படி ஏற்றுக்கொள்ளும் என்பதைப் பற்றி எனக்கு எந்தக் கருத்தும் இல்லை. அந்த இடத்தில் நெடுஞ்சாலை கட்டப்பட்ட பிறகு டோல்மாவின் உருவம் மறைந்துபோனது. அங்கிருந்து நேராகச் சென்றால் அந்த இடம் கியாமோஷோங் பள்ளத்தாக்கை இரண்டு பகுதியாகப் பிரித்தது. வலது பக்கம் நயி கிராமமும் அரோல் கிராமமும் இருந்தன. இடது பக்கம் நயிங்லோ, சேய்சா, க்யாமோ ஆகிய மூன்று கிராமங்களும் இருந்தன. நகரத்திற்குப் போய்விட்டு வரும் பயணவழியில் கிராமத்தினர் அமர்ந்து ஓய்வெடுக்கும் இடமாக இந்த மொத்தப் பகுதிகளுக்கும் சேர்த்து கியாமோஷோங்தான் இருந்தது. ஓய்வெடுப்பதற்காக நானும் அங்கு அமர்ந்தேன். என்னுடைய தண்ணீர்க் குப்பியைத் திறந்து சிறிதளவு நீரை அருந்தினேன். என்னுடைய மனம் அலைபாயும்படி தொலைதூரத்தில் ஒரு பெண் தோன்றினாள். அவள் நீலமும் பச்சைநிறமும் கலந்த ஒரு பையைத் தன் வலது தோளிலும், இடது கையில் ஒரு நெகிழிப் பையும் வைத்திருந்தாள். அந்தப் பெண் நெருங்கி வந்த பிறகே எனக்கு அவளை அடையாளம் தெரிந்தது. அது டோல்மா!

"வணக்கம். எப்படி இருக்கிறாய்? உன்னைப் பார்த்துப் பல காலம் ஆகிவிட்டது" என்றேன்.

பதிலுக்கு 'வணக்கம்' 'எப்படி இருக்கிறாய்' என்றெல்லாம் எதுவுமே சொல்லாத டோல்மா, "கிராமத்தினராகிய நாங்கள் அடிக்கடி ஒருவரை ஒருவர் பார்த்துக்கொள்கிறோம். நகரத்தில் வசிப்பவர்களைத்தான் எங்களால் பார்க்க முடிவதில்லை" என்று புன்னகை செய்தாள்.

"ஹாஹா" என்று நான் சிரித்தேன். அவளும் சிரித்தாள்.

"நான் விளையாட்டுக்குச் சொன்னேன்" என்ற டோல்மா என்னருகே வந்து அமர்ந்துகொண்டாள். நான் குழம்பினேன். அதற்கு மேல் அவளிடம் என்ன பேசுவது என்று எனக்குத் தெரியவில்லை.

"நீ இப்போது நகரத்தில் இருந்து வருகிறாயா?" என்று கேட்டேன்.

"ஆமாம். என்னுடைய கணவர் சில நாட்களாக உடல் நலமின்றி இருக்கிறார். ஆகவே அவருக்குச் சில மருந்துகள் வாங்குவதற்காக நான் நகரத்துக்குச் சென்றேன். என்னுடைய கணவரும் என் அம்மாவும் மட்டும்தான் வீட்டில் இருக்கிறார்கள். என் அம்மாவுக்கு இப்போது வயதாகிவிட்டது. ஆகவே நான்தான் இப்போது குடும்பத்தை நடத்திக் கொண்டிருக்கிறேன்" என்றாள்.

"உனக்குத் திருமணமாகி விட்டது என்பதுகூட எனக்குத் தெரியாது. மன்னித்துவிடு. உனக்கு நான் வாழ்த்துத் தெரிவித்திருக்க வேண்டும்" என்று சொல்லி அவளைப் பார்த்தேன்.

"ஆமாம். எனக்குத் திருமணமாகிவிட்டது என்றுதான் சொல்ல வேண்டும். என்னுடைய அண்ணனுக்குத் திருமணம் நடந்து அவன் தன் மனைவியுடன் தனிக் குடித்தனம் நடத்துவதற்காக வீட்டை விட்டு போய்விட்டான். என் பெற்றோர் ஒரு வரனை உள்ளூரிலேயே தேடி எனக்குத் திருமணம் செய்து வைத்துவிட்டார்கள்" என்று மேலும் சொன்னாள். இந்த தகவல்களை எல்லாம் அவள் சொல்லிக் கொண்டிருந்தது எங்களுடைய உரையாடலை மிகத் தீவிரமானதாகவும் அந்தரங்கமானதாகவும் மாற்றிக்கொண்டிருந்தது.

"அப்படியா! திருமணம் எவ்வகையில் நடந்தாலும் ஒருவர் மீது ஒருவர் நேசம் செலுத்துவது தான் முக்கியமான விஷயம். நீ மகிழ்ச்சியாக இருக்கிறாய் எனில் எல்லாம் நன்மைக்கே. திபெத்தியர்கள் எப்போதுமே நிச்சயிக்கப்பட்ட திருமணங்களையே செய்துகொள்கிறார்கள். பல காலமாக

நம்முடைய மரபார்ந்த வழக்கத்தின் ஒரு பகுதியாக இது இருக்கிறது" என்றேன்.

அறிவாளியாகவும் மெத்தப் படித்தவனாகவும் பேச முயற்சி செய்தேன். டோல்மா எந்த பதிலும் சொல்லாமல் ஒரு சிறு குச்சியை பிடித்திழுத்து அதை வைத்து அங்கிருந்த புல்லைத் தட்டிக்கொண்டிருந்தாள். இதையே மறுபடி மறுபடி செய்து கொண்டிருந்தாள். நான் ஒரு தண்ணீர்க் குப்பியை எடுத்து அவளிடம் தந்தேன்.

"வேண்டாம். என்னிடம் தண்ணீர் இருக்கிறது" என்றபடி தன் நெகிழிப் பையிலிருந்து தண்ணீர்க் குப்பியொன்றை வெளியே எடுத்தாள்.

"உனக்குத் திருமணம் ஆகிவிட்டதா?" என்று கேட்டாள்.

"இல்லை. நான் சில நாட்களுக்கு முன்பு தான் ஷிணிங்கிற்கு வந்து சேர்ந்தேன். என் மனதில் திருமணம் பற்றிய எண்ணமே இப்போது இல்லை. என் குடும்பமும் இன்னும் அது பற்றி பேச ஆரம்பிக்கவில்லை. நான் திருமணம் செய்துகொள்ள விரும்பினாலும் ஒரு நல்ல பெண் கிடைப்பது கடினமாக இருக்கிறது" என்று நான் கிண்டலாகச் சொன்னேன். நாங்கள் இருவரும் சிரித்தோம்.

"நன்கு படித்து, அரசுப் பணியில் இருக்கும் உனக்கு ஒரு நல்ல பெண் கிடைக்கவில்லை என்பதை என்னால் நம்ப முடியவில்லை" என்றாள்.

நான் பதில் சொல்லும் முன், "நானும் ஷிணிங்கிற்குச் சில முறைகள் சென்று இருக்கிறேன். போன வருடம் என் அம்மாவிற்கு உடல்நலம் இல்லாமல் இருந்தபோது அங்கிருக்கும் ஒரு மருத்துவமனைக்கு அவளை அழைத்துச் சென்றோம். எனக்குத் தெரிந்த சிறிய அளவிலான எழுத்தறிவும் படிப்பறிவும் தான் அப்போது எனக்குக் கை கொடுத்தது. என் கணவருக்கு எழுதப் படிக்கத் தெரியாது. அவர் வெறும் ஆடு மேய்ப்பவர்" என்றாள்.

அவனுடைய அம்மாவைப் பற்றி, அவள் நான்காம் வகுப்பிற்குப் பிறகு ஏன் பள்ளிக்கு வரவில்லை என்பதைப் பற்றி என அவளிடம் கேட்க எனக்கு நிறைய கேள்விகள் இருந்தன.

ஆனால் அவற்றையெல்லாம் கேட்பதற்கு எனக்கு அப்போது துணிச்சல் இல்லை.

“சரி. நீ மறுபடியும் ஷிணிங்கிற்கு வரும்போது நிச்சயமாக என்னைத் தொடர்புகொள்ள வேண்டும். என்னால் உனக்கு உதவ முடியும். உன்னிடம் அலைபேசி இருக்கிறதா?” என்று கேட்டேன்.

“இருக்கிறது” என்றவள் ஒரு ஐஃபோனை வெளியே எடுத்தாள். விஷ முறிவுக் காளானுக்குத் தான் எல்லாப் புகழும். அதன் காரணமாகத் தான் மிக எளிய மக்களிடம்கூட ஐஃபோன் இருக்கிறது என்று நினைத்தேன். அவளுடைய அலைபேசி எண்ணைப் பெற்றுக்கொண்டு உறுதி செய்துகொள்ள அவளுடைய எண்ணை உடனே அழைத்தேன். அவளுடைய அலைபேசி ஒலிக்கத் துவங்கியது. செரிங் சாம்ட்ரப் எனும் பாடகரின் “அண் ஏரோ ஆஃப் எ க்ளான்ஸ் ஷாட் அட் யூ ஃப்ரம் டெண்சன் டவுண்” பாடலை அவள் தன்னுடைய அலைபேசியின் அழைப்பொலியாக வைத்திருந்தாள்.

“இது என்னுடைய அலைபேசி எண்” என்று அவளிடம் சொன்னேன். நாங்கள் இருவரும் சிறிது நேரம் அமைதியாக இருந்தோம். எங்களுடைய அலைபேசி எண்களைப் பரிமாறிக்கொண்ட பிறகு உரையாடலை மீண்டும் எங்கிருந்து தொடங்குவது என்று எனக்குத் தெரியவில்லை. அவள் நான் ஏதாவது சொல்வேன் என்பதற்காகக் காத்திருப்பது போலத் தெரிந்தது.

ஒரு புத்த துறவியும் ஒரு முதியவரும் எங்களை நோக்கி வருவதைப் பார்த்தோம்.

“நாம் இப்போது கிளம்பலாமா?” என்றேன்.

“ஆம். கிளம்பலாம். அலைபேசியில் பேசிக்கொள்வோம்” என்றவள் எழுந்து நின்றாள். நாங்கள் இருவரும் விடைபெற்றுக் கொண்டோம். நான் கியாமோஷாங் பள்ளத்தாக்கின் வலது பக்கமாக இருந்த பாதையில் நுழைந்தேன். டோல்மா இடது பக்கம் சென்றாள். டோல்மாவின் சொற்கள் என்னுடைய எண்ண ஓட்டத்தினிடையே மறுபடி கேட்டது.

“என் கணவருக்கு எழுதப் படிக்கத் தெரியாது. அவர் வெறும் ஆடு மேய்ப்பவர்.”

இரவு உணவுக்குப் பிறகு எல்லோரும் உறங்கச் சென்று விட்டார்கள். என்னுடைய தங்கையும் நானும் மட்டும் விழித்திருந்தோம். அவள் அடுத்த நாளுக்குத் தேவைப்படும் ரொட்டிக்கான நொதியைத் தயாரித்துக் கொண்டிருந்தாள். சிறிது நேரம் அரட்டை அடித்துக்கொண்டிருந்த நாங்கள் பிறகு உறங்கச் சென்றுவிட்டோம். தொலைவில் எங்கோ ஒரு நாய் குரைத்துகொண்டிருந்ததைத் தவிர இரவு அமைதியாக இருந்தது. நான் படுக்கையில் படுத்தபடி டோல்மாவோடான என்னுடைய உரையாடலைப் பற்றி யோசித்துக் கொண்டிருந்தேன். அவளுடனான என்னுடைய சந்திப்பை நினைவுகூர்ந்து கொண்டிருந்தபோது என்னுடைய அலைபேசி கண் சிமிட்டியது. அதை எடுத்துப் பார்த்தபோது "நீ 'வீசேட்' பயன்படுத்துகிறாயா?" எனும் டோல்மாலின் குறுஞ்செய்தி அதில் இருந்தது.

"ஆமாம். என்னுடைய அலைபேசி எண்ணை நீ அதில் இட்டால் உன்னால் என்னைக் கண்டுபிடிக்க முடியும். அதில் என்னுடைய பெயர் வைல்ட் யாக் என்றிருக்கும்" என்றேன்.

"என்னுடைய பெயர் ஷெப்பெர்ட் கர்ல்" என்றாள்.

நான் வீசேட்டைத் திறந்தேன். அவள் சற்றுமுன் எனக்கு நட்பழைப்பு அனுப்பியிருப்பதைப் பார்த்ததும் நான் உடனே அதை ஏற்றுக்கொண்டேன்.

"நீ இப்போது என்ன செய்து கொண்டிருக்கிறாய்?" என்றாள்.

"நான் என்னுடைய மூட்டுகளை இரு கைகளாலும் கட்டிக் கொண்டிருக்கிறேன்" என்று தட்டச்சு செய்தேன்.

"பாவம். ஒரு அரசு அதிகாரி இதைச் செய்ய வேண்டியிருப்பது எவ்வளவு சோகமானது" என்று அவள் பதிலுரைத்தாள்.

"நீ எனக்காக அவ்வளவு வருத்தப்படுகிறாய் என்றால் நீ வேண்டுமானால் இங்கு வந்து என் மடி மீது உட்கார்ந்து கொள்ளேன்" என்று எழுதினேன்.

"நான் உன்னுடைய பிட்டத்தை வருட வேண்டும் என்று விரும்புகிறாயா என்ன?" என்று கேட்டாள்.

"என்ன பேசுகிறாய் என்பதில் நீ கவனமாக இரு. என் பாலியல் உணர்ச்சிகள் தூண்டப்பட்டுவிட்டால் பிறகு எனக்கு தான் அது பிரச்சினையாகிவிடும்" என்று, மிக வெளிப்படையாக என் விருப்பத்தைத் தெரிவித்தேன்.

"உன்னுடைய ஆண்குறி விழித்துக் கொண்டால் என்னிடம் வா. நான் என்னுடைய கால்களை விரித்து உனக்காகக் காத்திருப்பேன்" என்று காமம் பொங்கும் அவளுடைய பேச்சைத் தொடர்ந்தாள்.

"நான் சும்மா விளையாட்டுக்குச் சொன்னேன். நாம் இதை நிறுத்துவது நல்லது. உன்னுடைய கணவருக்குத் தெரிந்தால் நாளையே இங்கு வந்து அவர் என்னைக் கொன்றுவிடுவார்" என்று பதில் எழுதினேன். நான் மனம் கலங்கி அமைதியிழந்து விட்டேன்.

டோல்மா, "அவர் ஏற்கனவே படுக்கைக்குச் சென்றுவிட்டார். நான் சமையலறையில் இருக்கிறேன்" என்றாள். அவள் அந்த உரையாடலைத் தொடர விரும்பியது போலத் தெரிந்தது.

"எனக்கே பயம் இல்லை என்கிறபோது உனக்கென்ன பயம்? நான் என்னுடைய கால்களைத் திறந்து வைத்திருக்கிறேன் என்கிறேன். அப்போதும்கூட உன்னால் என்னிடம் வர முடியவில்லை. ஹாஹா."

"உனக்கு நேரமிருந்தால் நாம் விரைவில் எங்காவது சந்திப்போமா? நான் இங்கு சில நாட்கள் இருப்பேன். ஆனால் இப்போது உறங்கப் போ. இனிய இரவு" என்றேன்.

வீசேட்டில் காம ரசம் சொட்ட இப்படித் தொடர்ந்து பேசுவது எனக்கு அசௌகரியமாக இருந்தது. டோல்மா இதற்கு எவ்விதம் பதில் சொல்வாள் என்று காத்திருந்தேன். ஆனால் அவளிடம் இருந்து எந்த பதிலும் இல்லை. நான் என்னுடைய அலைபேசியைப் பார்த்தபடி இருந்தேன். ஒரு நிமிடம் சென்றது. பிறகு இரண்டு நிமிடங்கள் போனது. பத்து நிமிடங்கள் இருக்கும். அதற்குப் பிறகு அவள் "இனிய இரவு" என்றொரு குறுஞ்செய்தி அனுப்பியிருந்தாள். அவ்வளவு தான். வேறு எதுவும் இல்லை. நான் திரும்ப பதில் சொல்லவில்லை. எனக்குத் துணிச்சல் இல்லை. மகிழ்ச்சியாகவும் அதே

சமயத்தில் அசௌகரியமாகவும் உணர்ந்தேன். டோல்மா என்னை மறந்துவிடவில்லை. அவள் என்னை நினைவில் வைத்திருந்தது மட்டுமில்லாமல் என்னோடு சரசமாடவும் பாலியல் உணர்வுகளைத் தூண்டும் சொற்களைப் பரிமாறிக் கொள்ளவும் விரும்புகிறாள். ஆனால் இதைப் பற்றி யாருக்காவது தெரிய வந்தால் என்ன ஆகும்?

நான் அவளைப் பற்றியே நினைத்துக் கொண்டிருந்தேன். அவளுக்குத் திருமணமாகி விட்டிருந்தது. ஆனால் அவள் தனது கணவனை நேசிக்கவில்லை. "என்னுடைய கணவருக்கு எழுதப் படிக்கத் தெரியாது. அவர் வெறும் ஆடு மேய்ப்பவர்." இந்தச் சொல்லால் அவள் தன்னுடைய கணவரை அவமானப்படுத்துகிறாள் தானே? தன் கணவர் மீது அவளுக்கு அக்கறை இருந்தால் இம்மாதிரியான ஒரு விஷயத்தை அவள் என்னிடம் சொல்லியிருப்பாளா? கிராமங்களில் நிச்சயிக்கப்படும் திருமணங்களில் மணமக்கள் ஒருவரை ஒருவர் நேசிக்கின்றார்களா என்பதைப் பற்றி பெற்றோருக்குக் கொஞ்சமாவது அக்கறை இருக்காதா? எனக்கும் டோல்மாவுக்கும் இடையே நடந்த இந்த உரையாடலை யாராவது கண்டுபிடித்தால் இது மிகப்பெரிய ஒரு பிரச்சினைக்கு வழி வகுக்காதா? அமைதியாக இருந்துவிடுவதே நல்லது. இத்தகைய சிந்தனைகள் மறுபடி மறுபடி என் தலைக்குள் சுழன்றன.

இரண்டு நாட்களுக்குப் பிறகு டோல்மா வீசேட்டில் மறுபடி எனக்குச் செய்தி அனுப்பியிருந்தாள்.

"நீ இன்னும் இங்குதான் இருக்கிறாயா? எனக்கு ஏன் நீ எந்தச் செய்தியும் அனுப்பவில்லை?"

"மன்னித்துவிடு. நான் அங்கு இல்லை. அவசரமாக ஒரு வேலை வந்துவிட்டதால் நான் ஷிணிங்கிற்குத் திரும்ப வர வேண்டியதாகிவிட்டது. நான் இப்போது அலுவலகத்தில் இருக்கிறேன்" என்று பொய் சொன்னேன்.

"நீ என்னிடம் பொய் சொல்கிறாய்" என்று பதில் சொன்னாள்.

"ரோங்வா மடாலயம் மீது ஆணையாக நான் பொய் சொல்லவில்லை" என்று சத்தியம் செய்தேன்.

“சரி. உன் வேலைக்கிடையே நான் தொந்தரவு செய்ய மாட்டேன். விடை பெறுகிறேன்” என்றாள்.

“விடைபெறுகிறேன்” என்று நானும் பதில் அளித்தேன். அவ்வளவு தான்.

நான் ஷிணிங் கிளம்பிப் போகவில்லை. மறுபடி டோல்மாவைச் சந்திப்பது குறித்து நான் மிகப் பதட்டமாக இருந்தேன். நான் கவனமாக இல்லாமல் டோல்மாவுடன் தொடர்பு ஏற்படுத்திக் கொண்டால் எங்கள் இருவருக்கும் அது பெரிய பிரச்சினையை உருவாக்கும் என்பதை என்னால் இப்போதே கணிக்க முடிந்தது. ஆகவே நான் என்னைக் கட்டுப்படுத்திக் கொண்டேன்.

4

ஷிணிங்கிற்குத் திரும்ப வந்த பிறகு நான் என்னுடைய வழக்கமான மும்முரமான வேலைச் சூழலில் சிக்கிக் கொண்டேன். அடுத்து வந்த இரண்டு வாரங்களுக்கு என்னுடைய எந்த நண்பர்களையும் சந்திப்பதற்கு எனக்கு வாய்ப்புக் கிடைக்கவில்லை. ஒருநாள், ஒரு சனிக்கிழமை மதியம், நான் வேலையை முடித்துவிட்டுக் கிளம்பிக் கொண்டிருந்தபோது என்னுடைய நண்பன் டோர்ட்சே அழைத்தான். மிண்ட்கு உணவகத்தில் அன்றைய இரவு உணவை அவனுடன் உண்பதற்கு எனக்கு நேரமிருக்கிறதா என்று கேட்டான். நான் அவனை அங்கு சந்திப்பதாகச் சொன்னேன். சில திபெத்தியக் கூறுகளைத் தன்னகத்தே கொண்ட அந்த உணவகத்தை எனக்கு மிகவும் பிடிக்கும். சாப்சா எனும் ஊரைச் சேர்ந்த என் கல்லூரித் தோழனான அவன் கங்டணாங் புகைப்பட நிலையத்தில் பணி புரிந்தான்.

அலுவலகத்திலிருந்து நேராக அந்த உணவகத்திற்குச் சென்றேன். டோர்ட்சே எனக்காகக் காத்திருந்தான். தன் முகத்திலிருந்த புன்னகையை அவனால் மறைக்க முடியவில்லை.

இருக்கையில் அமர்ந்தபடி, “இன்று மிகவும் மகிழ்ச்சியாக இருக்கிறாயே. என்ன விஷயம்?” என்று கேட்டேன்.

“முதலில் என்ன வேண்டும் என்பதை உணவகச் சிப்பந்தியிடம் சொல்லிவிடுவோம். பிறகு அந்தச் செய்தியை நான் சொல்கிறேன்” என்று மறுபடி புன்னகை செய்தான்.

“என்ன செய்தி? உண்மையிலேயே ஏதாவது செய்தி இருக்கிறதா அல்லது நீயும் என்னைப் போல ஒரு பத்திரிகையாளராகப் போகிறாயா?” என்று அவனைப் பார்த்துச் சிரித்தேன்.

“இந்நாட்களில் யாரிடம்தான் செய்தி இல்லை?” என்று சொன்னவன் தன்னுடைய ஐஃபோனை எடுத்து இணையத்தில் உலவி எதையோ தேடினான்.

“விளையாட்டுக்குச் சொன்னேன். எந்த சிறப்பான செய்தியும் என்னிடம் இல்லை. ஆனால் இன்றிரவு நான் ஒரு பெண்ணைச் சந்திக்கப் போகிறேன். அவள் ரெப்கோங் எனும் ஊரைச் சேர்ந்தவள்” என்றவன் மறுபடி தன்னுடைய அலைபேசியை எடுத்து தகவலைச் சரி பார்த்தான்.

“ரெப்கோங்கில் எந்தப் பகுதி?” என்று கேட்டேன். இந்தப் பெண் யாராக இருக்கும் என்று யோசித்தேன்.

“அவளுடைய கிராமத்தைப் பற்றி எனக்கு எதுவும் தெரியாது. ஆனால் அவளுடைய பெயர் டோல்மா. நாங்கள் வீசேட் மூலமாக சந்தித்தோம். நாங்கள் சந்தித்து இத்துடன் ஆறு மாதங்கள் ஆகிவிட்டன”

அவளுடைய பெயர் டோல்மா. எனக்குள் ஒரு மெல்லிய கலக்கம் பரவுவதை உணர்ந்தேன்.

“உன்னிடம் அவளுடைய புகைப்படம் எதாவது இருக்கிறதா?” என்று கேட்டேன். இந்தப் பெண் யார் என்று கண்டுபிடிக்க வேண்டுமென்று உண்மையாகவே நினைத்தேன்.

“என்னிடம் அவளுடைய ஒரே ஒரு புகைப்படம் தான் இருக்கிறது” என்று சொன்னவன், அதைத் தேடி எடுத்தான்.

“இதோ இருக்கிறது. அவள் அழகாக இருக்கிறாள் இல்லையா?” என்றபடி அவளுடைய புகைப்படத்தை எனக்குக் காட்டினான்.

பேச்சிழந்து, அதிர்ச்சியுடன் அந்தப் புகைப்படத்தைப் பார்த்தேன். அது என்னுடைய டோல்மா, டோர்நியி டோல்மா.

அந்தப் புகைப்படத்தில் அவள் அந்தச் சிகப்பு நிற கழுத்துக் குட்டையைக் கூட அணிந்திருந்தாள். இப்போதும் என்னால் என் கண்களை நம்பமுடியவில்லை.

"ஏன் இவ்வளவு அமைதியாக இருக்கிறாய்? உனக்கு அவளைப் பிடிக்கவில்லையா?" என்னுடைய முகபாவனையைக் கவனித்து இப்படிக் கேட்டான்.

"ஹாஹா. இல்லையில்லை அவள் மிக அழகாக இருக்கிறாள்" என்று என்னுடைய உணர்வுகளை மறைத்துக்கொண்டு சொன்னேன்.

"அவள் திபெத்திய மருத்துவமனையில் தங்கி இருக்கிறாள். அவள் இங்கு வந்து சில நாட்களாகி விட்டன. இன்று இரவு எவரெஸ்ட் விடுதிக்கு அவளை வரச் சொல்லி இருக்கிறேன்" என்ற அவனுடைய முகத்தில் மறுபடி அந்த புன்னகை தோன்றியது.

"அப்படியா? சரி, சரி" என்றேன். வேறு என்ன சொல்வது என்று எனக்குத் தெரியவில்லை.

டோர்ட்சேவிடம் டோல்மாவைப் பற்றி ஒரு வார்த்தைகூட நான் பேசவில்லை. எனக்கு அவளைத் தெரியுமா என்று அவனும் கேட்கவில்லை. அவள் யாரோ ஒரு அன்னியப் பெண் போல நான் நடித்தேன். உணவு உண்ட பிறகு நாங்கள் இருவரும் அவரவர் வழியில் பிரிந்து சென்றோம். அவன் ஒரு வாடகைக் கார் எடுத்துக்கொண்டு விடுதிக்குச் சென்றான். நான் என் வீட்டுக்கு நடந்துபோனேன்.

கோடைகாலத்து வெள்ளம் போல என்னுடைய மனதில் கேள்விகள் எழுந்துகொண்டிருந்தன. ஷிணிங்கில் இருந்தால் டோல்மா ஏன் என்னை அழைக்கவில்லை? வீசேட் மூலமாக டோர்ட்சே போல இன்னும் எத்தனை ஆண்களை அவள் சந்தித்திருக்கிறாள்? அவள் ஏன் திபெத்திய மருத்துவமனையில் தங்கி இருக்கிறாள்? அவள் ஆண்களை இவ்வாறு சந்திப்பது அவளுடைய கணவனுக்குத் தெரிந்திருக்குமா? டோல்மாவைப் பற்றி எந்த அளவுக்கு யோசித்தேனோ அந்த அளவுக்கு என்னுடைய தலைவலி மோசமானது.

டோர்ட்சேவை சந்தித்து ஏறக்குறைய ஒரு மாதத்திற்குப் பிறகு மேஜையின் ஓரத்தில் வைக்கப்பட்டிருந்த என்னுடைய அலைபேசி சிணுங்கியது. அதை எடுத்துப் பார்த்தபோது டோல்மாவிடம் இருந்து ஒரு குறுஞ்செய்தி வந்திருந்தது.

"நீ ஷிணிங்கில் இருக்கிறாயா? நான் ஷிணிங் புகைவண்டி நிலையத்தில் இருக்கிறேன். உன்னால் முடிந்தால் இங்கு வா. நான் உன்னைச் சந்திக்க விரும்புகிறேன். இன்று மதியம் மூன்றரை மணிக்கு நான் லாசாவுக்குக் கிளம்புகிறேன்" என்பதே அந்தச் செய்தி.

"ஆம். நான் ஷிணிங்கில் தான் இருக்கிறேன்" என்று பதில் எழுதினேன்.

"நீ லாசாவுக்குப் போகிறாயா? உன்னுடைய தாயையும் கணவரையும் புனித யாத்திரை அழைத்துப் போகிறாயா?"

"இல்லை, நான் தனியாக இருக்கிறேன். நான் லாசாவுக்குத் தனியாகத்தான் போகிறேன். ஒருவேளை அப்படியே இந்தியாவிற்குப் போனாலும் போய்விடுவேன்."

நான் என்னுடைய கணினியை அணைத்துவிட்டு என் உயரதிகாரியிடம் கூடச் சொல்லாமல் உடனடியாக அலுவலகத்தைவிட்டு வெளியேறினேன். புகைவண்டி நிலையத்திற்குச் செல்ல ஒரு வாடகை காரை அமர்த்திக் கொண்டேன். சாலைகளில் சென்றுகொண்டிருந்த மக்களைப் பார்த்தபோது அவர்கள் அனைவரும் என்னுடைய சிந்தனையில் இருந்த விதவிதமான டோல்மாக்களாக எனக்குக் காட்சியளித்தனர். ஆரம்பப் பள்ளியில் பயின்ற டோல்மா, திருமணக் கொண்டாட்டத்தில் இருந்த டோல்மா, திருமணமான டோல்மா, வீசேட் டோல்மா, டோர்ட்சே போன்ற ஆண்களை விடுதி அறைகளில் சந்தித்த டோல்மா, இப்போது எனக்காகப் புகைவண்டி நிலையத்தில் காத்துக்கொண்டிருக்கிற டோல்மா என அவளுடைய பல்வேறு தோற்றங்களில் எனக்கு அவள் இப்போது தெரிந்தாள்.

***

பெமா செடான் (Pema Tseden)

திபெத்தைச் சேர்ந்த திரைப்பட இயக்குனர் மற்றும் எழுத்தாளர். திபெத்தின் அம்டோ பிரதேசத்திலுள்ள த்ரிகா என்னும் இடத்தில் பிறந்தவர். திபெத்திய இலக்கியங்களை பாடமாகப் பயின்று அவற்றின் மீது ஆர்வங்கொண்டு எழுதவும் மொழிபெயர்க்கவும் தொடங்கினார். பிறகு பெய்ஜிங் பல்கலைக்கழகத்தில் திரைப்பட உருவாக்கம் குறித்த முனைவர் பட்டம் பெற்றார். இவர் இயக்கிய முதல் திரைப்படமான *தி சைலண்ட் ஹோலி ஸ்டோன்* தங்கச் சேவல் விருதினை வென்றது. திரைப்படங்கள் சார்ந்து அப்பாஸ் கிரஸ்தமியைத் தன் ஆதர்ஷம் என்று சொல்கிறார் பெமா செடான். கடந்தகாலத்தை கண்மூடித்தனமாக நேசிக்கும் மனிதர்களே திபெத்தைப் பற்றிய தவறான எண்ணங்களைப் பரப்புகிறார்கள், ஏனெனில் அவர்கள் திபெத்தைச் சேர்ந்தவர்களில்லை, மேலும் அவர்களுக்கு இன்றைய திபெத் குறித்த எந்தப் புரிதலும் இல்லையென்பதே பெமா செடானின் நிலைப்பாடு. திரைப்படங்களால் எந்தக் கலாச்சாரத்தையும் காப்பாற்றமுடியாது, ஆனால் அவற்றை நினைவுகளில் பொதித்து வைக்க முடியும், அதையே என் திரைப்படங்களின் வாயிலாக முயலுகிறேன் என்றும் சொல்கிறார். இவருடைய சிறுகதைகளின் தொகுப்பு *ஸ்நோ* என்கிற பெயரில் 2013-இல் வெளியானது.

நாடோடி இசைக்கலைஞனின் கனவு

1.

நாடோடி இசைக்கலைஞனான செரிங் ஒரு கனவினைத் தேடி தேசமெங்கும் பிரயாணம் செய்தான்.

2.

செரிங்குக்குப் பதினான்கு வயது நிறைவடைந்த வசந்த காலத்தின் ஓர் இரவில் அவனுக்கோர் கனவு வந்தது. அவனது கனவின் நிலவெளியில் ஒரு பெண் தோன்றினாள். செரிங்கிற்கு ஏற்கனவே தன் மொழியோடு நல்ல பரிச்சயமிருந்த காரணத்தால் அவ்வப்போது எளிமையான பாடல்களையும் எழுதி வந்தான். அந்தக் கனவை விவரிக்கும் வகையில் தனது குறிப்பேட்டில் அவன் பதிவு செய்தது:

"நேற்று, ஒரு பெண் என் கனவில் தோன்றினாள். நான் இதற்குமுன் அவளைப் பார்த்ததேயில்லை. இப்போதும் அவளது உருவத்தை என் மனதுக்குள் தெளிவாகப் பார்க்கிறேன். அவளுக்கு என் வயதுதானிருக்கும். முகவாயில் பச்சைநிற மருவோடிருந்த அழகான வட்ட முகம். தலையில் சின்னச்சின்ன இழைகளாகப் பின்னிய அவளது கூந்தல் மிக அழகாயிருந்தது. அவளை நான் துரத்திச் சென்றபோது நாமிருவரும் ஓடிப்பிடித்து விளையாட வேண்டுமென்று சொன்னாள். பயங்கரமாகக் களைத்து மூச்சு வாங்கும்வரை அவளைத் துரத்தினேன், என்றாலும், எத்தனை துரத்தினாலும், என்னால் அவளைப் பிடிக்க முடியவில்லை. எங்களை மறந்து வெகுநேரம் விளையாட்டில் தொலைந்திருந்தோம். பிறகு அவள் கிளம்பிச் சென்றாள். நிஜ வாழ்விலும் அவளை எனக்குத்

தெரியும் என்பதாக உணர்ந்தேன். அவளது பெயரோ எந்தக் கிராமத்தைச் சேர்ந்தவள் என்பதோ எனக்குத் தெரியாது. ஆனால் அவளை ஒருபோதும் மறக்க மாட்டேன்."

மறுநாள் தன் அப்பாவிடம் தனது கனவினை செரிங் விவரித்தபோது அவர் அவனிடம் சிரித்துக்கொண்டே, "நீ வளரும்போது, உன் கனவுகளில் வரும் இந்தப் பெண்ணையே உனக்கான மணமகளாக்கிக் கொள்ளலாம்" என்றார்.

முகத்தில் புன்னகையோடு நினைவுகளில் தொலைந்தவனாக செரிங் அமர்ந்திருந்தான்.

அந்தப் பெண் செரிங்கின் கனவுகளில் பலமுறை தோன்றினாள். ஒவ்வொரு முறையும் அவர்கள் ஓடிப்பிடித்து விளையாடினார்கள். ஒவ்வொரு முறையும் செரிங் தன் கனவினைப் பற்றிய தகவல்களைப் பதிவு செய்து அவற்றைத் தன் தந்தையிடம் விவரிப்பான். ஒவ்வொரு முறையும் அவர் சிரித்தபடியே, "நீ வளரும்போது, உன் கனவுகளில் வரும் இந்தப் பெண்ணையே உனக்கான மணமகளாக்கிக் கொள்ளலாம்" என்றார்.

ஒவ்வொரு முறையும் அந்தக் கனவு என்ன சொல்ல வருகிறதென்பதைப் புரிந்துகொள்ள முடியாமல் முகத்தில் புன்னகையோடு நினைவுகளில் தொலைந்தவனாக செரிங் அமர்ந்திருப்பான். இந்தக் கனவுதான் அவனுடைய வாழ்க்கையின் தேடலாகிப்போகும் என்பதை அப்போது யார்தான் அறிந்திருக்கக்கூடும்?

3.

> சூரியன் கிட்டத்தட்ட அஸ்தமித்திருந்தது. அந்திப்பொழுதின் வருகையால் வானம் தெளிவற்றிருந்தது. ஒவ்வொரு நாளின் முடிவிலும் அன்றிரவு தான் எங்கு தங்குவோம் என்பதை செரிங் ஒருபோதும் அறிந்திருக்கவில்லை.

இத்தனை வருடங்களும், அந்தக் கனவும், டிராகனின் தலையால் அலங்கரிக்கப்பட்ட பிவாங் எனும் பிடில் போன்ற நரம்பிசைக்கருவியும், அவனுடைய உடலின் இரண்டாவது தோலைப்போல அவனோடு ஒட்டிக்கிடந்தன. தன் கனவுக்கான தேடலில் எத்தனை சமவெளிகளையும் மலைகளையும்

பள்ளத்தாக்குகளையும் அவன் கடந்திருப்பான் என்பதை யாரறிவார்? மேலும், இன்னும் எத்தனை சமவெளிகளையும் மலைகளையும் பள்ளத்தாக்குகளையும் அவன் கடக்க வேண்டியிருக்கும் என்பதையும் யாரறிவார்? முடிவற்ற இந்தப் பயணத்தில் தனது புலன்கள் ஒவ்வொன்றாக செயலிழப்பதாக அவன் உணர்ந்தான். சில சமயங்களில், இதற்கு மேல் தன்னால் முன்னேறிச் செல்லமுடியாது என்றெண்ணும்படியாக உடலாலும் மனதாலும் சோர்வாய் உணர்வான். ஆனால், தனது கனவினைத் தேடி, எண்ணற்ற சோதனைகளைக் கடந்து, நெடுஞ்சாலைகளின் வழியே அவன் பயணத்தைத் தொடர்ந்தான். தனது கனவு உண்மையா அல்லது பொய்யா என்று ஆச்சரியம் கொள்வான். அதன் பிறகு, "ஒரு கனவினைக் கண்டடைவதற்கின்றி வேறெதற்காக நாம் இந்த உலகிற்கு வருகிறோம்?" என்ற பொன்மொழி நினைவுக்கு வந்தது. அவனது இதயம் நம்பிக்கையாலும் எதிர்பார்ப்பினாலும் மீண்டும் நிறைந்திட தனது கனவுக்கான தேடலைத் தொடருவான்.

4.

செரிங் வளர்ந்து இளைஞனானபோது அவனது கனவுகளில் வந்த பெண்ணும் வளர்ந்து யுவதியானாள். அவனது கனவுகளில் இன்னும் அவள் தோன்றிக்கொண்டுதான் இருந்தாள். அந்தப் பெண் வளர வளர செரிங்கின் இதயம் கோடைக்கால ஏரியைப் போலக் குழம்பித் தவித்தது. வெகுகாலத்துக்கு முன்பே ஓடிப்பிடித்து விளையாடுவதை அவர்கள் நிறுத்தியிருந்தார்கள். எப்போதும் போல செரிங் தனது ஒவ்வொரு கனவையும் பதிவு செய்தான். ஆனால் கனவுகளைத் தன் தந்தையிடம் பகிர்ந்துகொள்வதை நிறுத்திவிட்டான். கிட்டத்தட்ட இரண்டு வருடங்களுக்கு, அந்த ஒரே கனவையே அவன் ஒவ்வொரு முறையும் கண்டான். அந்தக் கனவினைப் பற்றிய அவனுடைய குறிப்பு இதுதான்:

"நேற்று அவள் மீண்டும் என் கனவில் தோன்றினாள். எப்போதும் போல அவளுடைய முகம் வட்டமாகவும் அழகாகவுமிருக்க முகவாயில் பச்சைநிற மருவும் அப்படியே இருந்தது. பூமிக்கு வந்த தேவதை போலத் தோன்றினாள். நான் அவளுடைய மார்புகளையும் அமைதி ததும்பும்

முகத்தின் மெல்லிய உணர்வுகளையும் பார்த்தபோது, தனது இளமையின் பூரண அழகில் அவள் பதினாறு வயது நிரம்பிய பெண்ணாக மலர்ந்திருக்கிறாள் என்பது என் கவனத்தை ஈர்த்தது. அவளுடைய அழகான கண்கள் என் மீது நிலைத்திருந்தன. அவற்றில் ஒளிந்திருந்த ரகசிய நம்பிக்கைகளையும் கனவுகளையும் நான் புரிந்துகொண்டேன். அவள் தன் வாயை விரித்து, மென்மையாகவும் அழகாகவுமிருந்த தன் உதடுகளை மெல்ல அசைத்தாள். ஆனால் அவள் ஒரு வார்த்தைகூடப் பேசவில்லை. அவளுடைய பெயர் என்ன என்பதை அதுவரையிலும் நான் அறிந்திருக்கவில்லை, அவளும் ஒருபோதும் எனது பெயரைக் கேட்டதில்லை. நான் மென்மையான குரலில், அவளிடம் பெயரைச் சொல்லும்படி கேட்டேன். ஆனால் அவள் வெறுமனே புன்னகைத்தாளே தவிர பதிலேதும் சொல்லவில்லை. அசையாமல், தொட்டுக் கொள்ளாமல், ஒருவரையொருவர் ஆசையோடு பார்த்தபடி, நாங்கள் எதிரெதிரே நின்றிருந்தோம். என் கைகளை நீட்டி அவளைத் தொட முயன்றேன், ஆனால் நான் எவ்வளவுதான் அவளை நெருங்கிச் சென்றாலும், என்னால் அவளைத் தொடவே முடியவில்லை. பிறகு நான் விழித்துக்கொண்டேன்."

5.

நாடோடி இசைக்கலைஞனான செரிங் மிகவும் சோர்வாக உணர்ந்தான். நடப்பதை நிறுத்தி, டிராகன்-தலை பிவாங்கைத் தோளிலிருந்து எடுத்துத் தரையின் மேல் வைத்தான். மேற்திசையில் திரும்பி எங்கோ தொலைவில் வெறித்துப் பார்த்தபடி நின்றிருந்தான்.

அடிவானில் சூரியன் மறைந்திருந்தது. மீதமிருந்த செஞ்சூரியக் கதிர்களால் மாலைநேர மேகங்கள் ரத்தமாய்ச் சிவந்திருந்தன. செரிங்கின் முன்பாக ஒரு நதி பாய்ந்தோடியது. அதன் பெயரை அவன் அறிந்திருக்கவில்லை. எதிர்த்திசையில் பாயும் நதி. ஒரு மாதம் முன்பு, நீர்ப்பரப்பின் விளிம்புகள் உறைந்திருந்த காலகட்டத்தில்தான் செரிங் முதன்முறையாக அந்த நதியை வந்தடைந்தான். அப்போதிருந்து, அவன் மீண்டும் மீண்டும் இந்த நதியைச் சந்திக்கிறான். வசந்தகாலம் வந்தபிறகும் புற்களும் பச்சையமும் துளிர்விட்டிருக்கவில்லை, இன்னும் குளிர்காலம்தான் என்பதாக அனைத்தும் வெண்மையாகவும்

வறண்டும் கிடந்தன. கரையிலிருந்து உடைந்துவந்த பனிப்பாளங்கள் நீரோட்டத்தைத் தொடர்ந்து நதியில் சுழித்தோடின. நீரிலிருந்து வீசிய குளிர்காற்றில் தன் உடல் நடுங்குவதை செரிங்கால் தடுக்கமுடியவில்லை.

டிராகன்- தலை பிவாங்கைத் தோளின் பின்புறம் தொங்கவிட்டபடி நதியை நோக்கி நடந்தான். நதியை நெருங்குகையில், திடீரென்று அவனுக்குத் தாகமும் பசியும் எடுத்தது. தரையில் சப்பனமிட்டு அமர்ந்து தன்னுடைய சுப்பாவின்[1] மடிப்பிலிருந்து மரக்கிண்ணத்தையும் சாம்பா[2] வைத்திருந்த பையையும் வெளியே எடுத்துத் தரையின் மீது வைத்தான். பிறகு சாம்பா வைக்கப்பட்டிருந்த தனது பையைத் திறந்து, சிறிதளவு சாம்பாவை அள்ளி எடுத்துத் தன் வாய்க்குள் போட்டுக்கொண்டான். கிண்ணத்தில் சிறிது தண்ணீரைக் கோரியெடுத்துக் குடித்து, தன் வாயிலிருந்த சாம்பாவை நன்றாக மென்றான். வயிறு நிறைய உண்டபிறகு, தனது கிண்ணத்தையும் பையையும் உடைகளின் மடிப்புகளுக்குள் மீண்டும் வைத்தான். நீரைப் பார்த்தபடியே தன் கனவினை எண்ணிக்கொண்டான். சிறிது நேரம் கழித்து, தன்னுடைய டிராகன்-தலை பிவாங்கை எடுத்து வருடியவன் அதனை இசைக்கத் தொடங்கினான். உணர்வுகளைத் தூண்டும் ஆண்மை நிரம்பிய குரலில் துயரம் நிறைந்ததோர் பாடலைப் பாடினான்:

"என் கனவுகளின் காதலே,
நீ எங்கிருக்கிறாய்?
உனக்கான தேடலில்
எண்ணற்ற மலைகளை, பள்ளத்தாக்குகளை சமவெளிகளை
நான் கடந்தேன்.
என் கனவுகளின் காதலே,
நீ எங்கிருக்கிறாய்?"

இந்தப் பாடலை எழுதும்போது அவனுக்குப் பதினெட்டு வயது. பாடுவதற்கு அவனுக்கு மிகப் பிடித்தமான பாடல் அது. அவன் சமவெளிகளையும் நகரங்களையும் கடந்து சென்ற பிறகும் மனிதர்களை அலைக்கழிக்கும்படியான அந்த இசை எதிரொலித்துக் கொண்டேயிருந்தது. காற்று அப்பாடலின் வரிகளை உலகின் அனைத்து மூலைகளுக்கும் கொண்டு சென்றது. பிவாங்கைத் தன் விரல்களால் வருடிய

செரிங் தொலைதூரத்தை வெறித்துப் பார்த்து ஆழமாகப் பெருமூச்செறிந்தான்.

6.

தந்தைவழிச் சொத்தென்பதாக செரிங்கிற்கு வந்து சேர்ந்தது அந்த டிராகன்-தலை பிவாங் மட்டுமே. புகழ்பெற்ற இசைக்கலைஞரான செரிங்கின் தந்தை பேரரசர் கீசர் எனும் மாபெரும் காவியத்தின் பல கதைகளை மனப்பாடமாகத் தெரிந்து வைத்திருந்தார். அத்துடன், ஆம்டோ, உ-சாங், காம் ஆகிய பிரதேசங்களின் எண்ணற்ற பாடல்களையும் அவர் அறிந்திருந்தார். டிராகன்-தலை பிவாங் அவரிடமிருந்த காரணத்தால், அவரது புகழ் கோடைக்கால இடியைப்போல தொலைதூர தேசங்களுக்கும் பயணித்தது. இந்த பிவாங்கை செரிங்கின் தந்தைக்கு அவருடைய தந்தை தான் இறக்கும் தருவாயில் வழங்கினார். செரிங்கின் தாத்தாவும் புகழ்பெற்ற இசைக்கலைஞராக இருந்தவர். தனது மரணப்படுக்கையில் பிவாங்கை மகனிடம் தந்து, "இந்த டிராகன்--தலை பிவாங் ஐந்தாம் தலாய்லாமாவின் காலத்தைச் சேர்ந்த இசைக்கருவி. சந்தனமரத்தால் செய்யப்பட்ட இந்தக் கருவியைக் காக்க பத்துக்கும் மேற்பட்ட உனது மூதாதையர்கள் தங்கள் உயிரை இழந்திருக்கிறார்கள். இந்த பிவாங் உன்னை ஈடு இணையற்ற இசைக்கலைஞனாக மாற்றும்" என்றிருக்கிறார். அந்தக் காலகட்டத்தில் செரிங்கின் தந்தைக்கு பிவாங்கை எப்படி வாசிக்க வேண்டுமென்று கூடத் தெரியாது. தன் தந்தையின் கையிலிருந்த பிவாங்கை அவர் ஒருமுறை கூட தொட்டுப் பார்த்ததுமில்லை. கவனமாகவும் ஆச்சரியத்தோடும் இந்த இசைக்கருவியின் நரம்புகளை அவர் தீண்டியபோது இதுவரை கேட்டிராத விசித்திரமான இசை அவரது காதுகளில் ஒலித்தது. மிகச்சரியாக அந்தத் தருணத்தில், இதுநாள்வரை அவர் அனுபவித்திராத வினோதமான உணர்வு உடலெங்கும் ஓட, சட்டென்று தானொரு தேர்ந்த இசைக்கலைஞனாய் மாறிப்போனதாக அவருக்குத் தோன்றியது. அப்போதிருந்து, அவர் விலைமதிப்பற்ற பிவாங்கைத் தன் முதுகில் தாங்கியபடி வெவ்வேறு நிலங்களுக்குப் பிரயாணித்து, நாடோடியாய் அலையத் தொடங்கினார்.

செரிங்கின் தந்தைக்கு முப்பது வயதிருக்கும்போது காம் எனும் பிரதேசத்தை வந்தடைந்தார். வெப்பம் மிகுந்த கோடைக்காலம். ஒளிவீசும் பச்சைப் புல்வெளிகளையும் புற்களினூடாக மலர்ந்திருந்த வெள்ளை, சிவப்பு, மஞ்சள் மலர்களையும் பார்த்து அந்த நிலத்தின்மீது காதல் வயப்பட்டார். அங்கு ஒருமாதகாலம் தங்கினார். தனது டிராகன்-தலை பிவாங்கின் நரம்புகளை மீட்டி, இனிமையாகவும் மென்மையாகவுமிருந்த குரலில், காலங்காலமாக அந்த விளைநிலங்களில் வாழ்ந்த மக்களிடம் அவர் லிங்கின் பேரரசர் கீசரைப் பற்றிய கதைகளைச் சொன்னார். சோகம் ததும்பும் துயரார்ந்த பல பாடல்களை அவர்களுக்காகப் பாடினார். அவருடைய இசையும் பாடல்களும் அதுவரையில் இசையே கேட்டிராத அந்த மனிதர்களின் வாழ்வில் மகிழ்ச்சியைக் கொண்டுவந்ததோடு நில்லாமல் ஒரு பெண்ணின் மனதையும் அவருக்கென வென்று தந்தன. அந்தப் பெண்தான் செரிங்கின் தாய். அவர் புல்வெளிகளை நீங்கி அங்கிருந்து கிளம்பியபோது அந்தப் பெண்ணும் அவரோடு கிளம்பினாள். ஒரு வருடத்தில் செரிங் பிறந்தான். அதன் பிறகு, சில நாட்களிலேயே அந்தப் பெண் இறந்து போனாள். செரிங்கின் தந்தை சோகத்தைத் தன் இதயத்தில் பூட்டி வைத்துவிட்டு, மீண்டும் தன் பிவாங்கை ஏந்தினார். செரிங்கைத் தன் சுப்பாவின் மடிப்புக்குள் இறுக்கிக்கொண்டு தனித்தலையும் நாடோடி இசைக்கலைஞனாக மீண்டும் தன் பயணத்தைத் தொடர்ந்தார். செரிங்கின் அழுகையைக் கேட்கும்போதெல்லாம் தன் மனதில் ஒரு சந்தோசத்தை உணர்ந்தார்.

7.

ஒரு நாள், நாடோடி இசைக்கலைஞனான செரிங் தன்னுடைய அன்றைய தினத்தின் பயணத்தை முடித்து ஓய்வெடுத்துக் கொண்டிருக்கையில், ஆண்மை நிரம்பிய குரலில் அந்தச் சோகமான சிறிய பாடலைப் பாடத் தொடங்கினான். எப்போது செரிங் இந்தப்பாடலைப் பாடினாலும் உடனடியாக அவனது நினைவுகள் இன்னும் அவன் தேடிக்கொண்டிருந்த கனவினை நோக்கிப் பயணிக்கும்.

மெல்லத் தன் தலையை உயர்த்தித் தொலைவில் பார்த்தான். அந்திப்பொழுது சூழும் நேரம். நெருங்கிவரும் இருளுக்குள் மூழ்கிக்கிடந்த தொலைதூர மலைகள் தெளிவில்லாமல்

தெரிந்தன. நான்கு திசைகளிலிருந்தும் சத்தமின்றி ஊடுருவிய பலத்த குளிர்காற்று அவன் அமைதியைக் குலைத்தது. அவ்வப்போது ஒன்றிரண்டு பறவைகள் தலைக்கு மேல் பறந்து சென்றன. டிராகன்-தலை பிவாங்கை இசைத்தபடி செரிங் மீண்டும் தன் கனவினை நினைத்துக் கொண்டான்.

சிறிது நேரம் கழித்து, தன்னுடைய சுப்பாவின் உள்ளிருந்து ஒரு சிறிய குறிப்பேட்டை எடுத்து வாசிக்கத் தொடங்கினான். தனது பதினான்கு வயது தொடங்கி அவன் கண்ட ஒவ்வொரு கனவைப் பற்றியும் எழுதப்பட்ட குறிப்புகள் இந்தக் குறிப்பேட்டில் இருந்தன. இருள் சூழ்ந்திருந்த காரணத்தால், குறிப்பேட்டின் பக்கங்களில் இருந்த வார்த்தைகள் தெளிவற்று மங்கலாயிருந்தன. ஆனாலும் அவன் ஒவ்வொரு பக்கமாக நிதானமாகத் திருப்பினான். இந்தப் பக்கங்களில் தென்பட்ட ஒவ்வொரு வார்த்தையும், ஒவ்வொரு பக்கமும், அவன் மூளையில் வரையப்பட்ட ஓவியம் போலத் தெளிவாயிருந்தன. புத்தகத்தைப் பார்க்காமல் கூட, ஒவ்வொரு கனவும் தன் முன்னால் ஒரு அற்புதக்காட்சியென விரிவதை அவனால் பார்க்க முடியும். குறிப்பேட்டின் பக்கங்களை இருபுறமும் மாற்றி மாற்றிப் பலமுறை வாசித்தான். பிறகு அதை மடக்கி மீண்டும் தன் சூபாவுக்குள் வைத்துக்கொண்டான். மீண்டும் தலையை உயர்த்தி, தொலைவில் பார்த்து, தான் தேடிக்கொண்டிருந்த கனவினைப் பற்றி மறுபடி நினைத்தான்.

8.

செரிங்கின் ஒவ்வொரு கனவினூடாகவும் அந்தப் பெண் அற்புதமான அழகுபொருந்திய யுவதியாக வளர்ந்தாள். அவளுக்கான அன்பும் ஏக்கமும் அவனுடைய உடலைத் துயரத்தால் துளைக்க, செரிங்கின் வாழ்க்கை மிகுந்த வலிநிறைந்ததாய் இருந்தது. இந்தக் காலகட்டத்தில், செரிங்கின் கனவுகளுக்குள் அந்தப் பெண் அரிதாகவே நுழைந்தாள். அவன் இதற்குமுன் அறிந்திராத ஆழமான சோகம் அவனைத் துன்புறுத்தியது. அவள் தன் முன் உண்மையிலேயே நிற்பதுபோல அவளுடைய உருவம் அவனுடைய கண்ணுக்குத் தெரிந்தது. ஒரு கணம் கூட அவனால் நிம்மதியாயிருக்க முடியவில்லை. அவன் இந்த காலகட்டத்தின் கனவுகளைப் பற்றிய சின்னதொரு

தகவலைக்கூட தவறவிடாமல் எண்ணெய்படிந்த சிறிய குறிப்பேட்டில் பதிவு செய்தான். மேலும் தன் தந்தையையோ வேறு யாரையுமோ அந்தக் குறிப்பேட்டைப் பார்க்கவும் அனுமதிக்கவில்லை. எப்பொழுதும், யாரும் தன்னை கண்டுபிடிக்க முடியாததொரு தனிமையான இடத்தைத் தேடியமர்ந்து, தன்னுடைய சிறிய குறிப்பேட்டில் தான் எழுதி வைத்திருந்த கனவுகளை அவன் மீண்டும் மீண்டும் வாசித்தான். சில தருணங்களில் அந்தக் கனவுகளிலிருந்து வெளியேற மறந்துவிடுவான். இந்தத் தருணங்களில் அவன் கண்டது ஒரே கனவுதான். இந்தக் காலகட்டத்தில் அவன் கண்ட கனவினைப் பற்றி எண்ணெய் படிந்த அவனுடைய சிறிய குறிப்பேட்டில் எப்படி எழுதப்பட்டிருந்ததோ அப்படியே இங்கு தரப்பட்டுள்ளது:

"அவள் இப்போது வளர்ந்திருந்தாள். அதில் எந்தச் சந்தேகமுமில்லை. இப்போது அவள் முகத்தில் அமைதியின்மையோ அசௌகரியத்தின் சாயல்களோ ஏதுமில்லை. அவளுடைய கன்னங்கள் இளமையின் மேன்மையால் மின்னின. முகவாயிலிருந்த பச்சைநிற மரு இன்னும் அங்குதானிருந்தது, அவள் வெகு அழகாகவும் பிரகாசமாகவும் தோன்றினாள். கறுத்த ஆழமான தன் கண்களை அகலவிரித்து என்னைப் பார்த்தாள். கொழுந்து விட்டெரியும் அன்பும் காதலும் அவற்றுள் ஒளிந்து கிடந்ததையும் கண்களின் இமைகளுக்கும் அவளது தனிமைக்குமிடையே பொதிந்து கிடந்த துயரத்தையும் நான் கண்டேன். ஒவ்வொரு வேகமான மூச்சுக்கும் ஏற்றார்போல அவளுடைய மார்பு உயர்ந்து தாழ்ந்தது. கிட்டத்தட்ட என்னுடைய மூச்சு நின்று போகுமளவுக்கு அபரிமிதமான காமத்தின் உணர்வால் நான் ஆட்கொள்ளப்பட்டேன். அவளும் பொங்கும் காம உணர்வில் தன்னை இழந்திருந்தாள். ஏதோ சொல்ல முயன்றபோது அவளது மென்மையான உதடுகள் நடுங்கின. ஒருவரை நோக்கி மற்றொருவர் மெல்ல நகர்ந்தோம். ஏக்கத்தோடு ஒருவரையொருவர் உற்றுப்பார்த்தோம். எங்கள் இதயங்கள் துடிக்கும் ஓசையை எங்களால் கேட்க முடிந்தது. இப்போது எங்களுக்கிடையே இரண்டு அல்லது மூன்று அடிகளே மிச்சமிருந்தன. நாங்கள் நடப்பதை நிறுத்தினோம், கண்கள் திறந்திருந்தும் காதலால் பார்வையிழந்தவர்களாக ஒருவரையொருவர் அமைதியாகப் பார்த்தபடி நின்றிருந்தோம்.

பொறுத்துக்கொள்ள முடியாததொரு இடைவெளிக்குப் பிறகு உதடுகள் நடுங்க ஒருவரையொருவர் முத்தமிட முயன்றோம். ஆனால் திடீரென்று, இடியைப்போல் அதிரவைக்கும் பயங்கரமானதொரு சத்தம் கேட்டது. எங்களுடைய கால்களின் கீழிருந்த நிலம் விரிசலுற்று, விவரிக்கவியலாத ஆழத்தைக் கொண்டிருந்ததொரு, வெகு ஆழமான பள்ளத்தாக்கினை எங்களுக்கிடையில் உருவாக்கும் வகையில், இரண்டாகப் பிளந்தது. அத்தனை நம்பிக்கையையும் இழந்த ஒரு காதலோடு ஒருவரையொருவர் பார்த்தபடி நாங்களிருவரும் கணவாயின் எதிரெதிர் முனைகளில் நின்றிருந்தோம். ஒருவரைப் பார்த்து மற்றவர் சத்தமிட விரும்பியும் அப்படிச் செய்ய இயலாதவர்களாக, வாய்பேச முடியாது, மூடர்களாய் ஒருவரையொருவர் அமைதியாகப் பார்த்துக்கொண்டிருந்தோம்."

9.

இருட்டியது. இருளின் போர்வை மட்டுமே கண்ணுக்குப் புலப்படும் ஒரே சங்கதியென்பதாக இரவென்னும் திரைச்சீலை நிலத்தின் மீதாகக் கவிழ்ந்தது. முன்போலவே, உலகின் நான்கு முனைகளிலிருந்தும் குளிர்ச்சியான காற்று இடைவிடாது வீசியது. பனிப்பாளங்கள் ஒன்றோடொன்று மோதி நீரை வாரியிறைத்த நதியின் மீது பிரகாசமான ஒரு வெண்ணிற ஒளி அதிர்வுடன் ஒளிர்ந்தது. பனி உருகி வழிய தொலைதூரத்துக்குள் நதி ஓடி மறைந்தது.

நாடோடி இசைக்கலைஞனான செரிங் ஒரு குன்றின் மீது நின்றிருந்தான். தன்னுடைய டிராகன்--தலை பிவாங்கை நிலத்தின் மீது வைத்தபிறகு பாறையில் சாய்ந்து கண்களை மூடினான். கடினமான நாள் தந்த அயர்ச்சி, பலிபீடத்து எலியைப்போல அவன் மேல் திருட்டுத்தனமாகப் படர்ந்தது, தளர்வான மேலங்கியைப்போல் அவனை மொத்தமாக மூடி, உடலையும் மனதையும் கட்டிப்போட்டது. தான் ஓய்வெடுக்க வேண்டிய நேரம் நெருங்கிவிட்டதாக அவன் நினைத்தான்.

10.

காதலையும் ஏக்கத்தையும் பிரதிபலிக்கும் செரிங்கின் ஆத்மார்த்தமான ஆண்மை நிரம்பிய குரல் அவனுக்கு இயற்கையாய் அமைந்த குரலல்ல, மாறாக, பயிற்சியால் அவன்

பிற்காலத்தில் வரித்துக்கொண்டது. செரிங் சிறுவனாயிருந்த காலம் முதலே இசையை வெகுவாக நேசித்தான். அவனைப் பற்றி அவன் அப்பாவுக்கு மிகுந்த நம்பிக்கையிருந்தது. அவர் அவனிடம், "உன்னுடைய குரல் அத்தனை நன்றாகயில்லை. ஆனால் அதன் காரணமாக நீ மாபெரும் இசைக்கலைஞனாக வரமுடியாது என்று அர்த்தமில்லை. ஆழ்ந்த அர்ப்பணிப்போடு நீ கற்றுக்கொள்ளவும் பயிற்சி செய்யவும் வேண்டும்" என்பார்.

தன்னுடைய கனவுகளால் துன்புறுத்தப்பட்ட காலங்களில் அவன் தனது வேதனையையும் வலியையும் தனக்குள் ஆழமாகப் புதைத்தான். தன் வயிற்றின் ஆழத்தில் ஒரு பந்துக்குள் அவற்றை ஒளித்துவைத்து தந்தையுடனான பாடங்களுக்குள் தன்னைத் தொலைத்தான்.

மூன்று கோடைக்காலங்களின் சுட்டெரிக்கும் வெப்பத்தையும் மூன்று குளிர்காலங்களின் உறையச்செய்யும் குளிரையும் கடந்து, ஆயிரம் டிராகன்களின் தகிக்கும் பெருமூச்சுகளிலும் சினங்கொண்ட உறுமல்களினூடாகவும் அவன் வரிசைகளையும் இசைக்குரலின் முழு விசையாற்றல் அளவுகளையும் கற்றுத்தேர்ந்தான். இசையையும் ஒலியின் ஆழங்களையும் வெறுமையையும், அவற்றின் உச்சங்களையும் தொனியையும் கற்றான். ஒவ்வொரு நாளின் பயிற்சியும் அவை முடிவடையும்போது அவனை அசையக்கூட திராணியற்றவனாக்குமளவுக்கு சோர்வடையச் செய்தன. அவனுடைய தொண்டையில் ரத்தம் கசிந்து சீழ் வடிந்தது.

அவனுடைய பதினேழாவது வயதில், செரிங் தன் பயிற்சியை நிறைவு செய்ததற்குப் பிறகானதோர் இரவில், வெகுதொலைவிலிருந்து வித்தியாசமாக ஒலித்த மென்மையான இசையைத் தன்னுடைய கனவில் கேட்டான், இதற்கு முன் அவன் இதுபோன்ற இசையைக் கேட்டதில்லை. வெண்ணிறத் தலைமுடியும் வெளுத்த தாடியும் கொண்டிருந்த முனிவரொருவர் அவன் கண்களின் முன் தோன்றினார். வலதுபுறம் சுருண்டிருந்த சிறிய வெண்ணிறக் கிளிஞ்சலை அவர் செரிங்கின் வாயில் திணித்தார். அந்தக் கிளிஞ்சலை அவனை விழுங்கச் செய்தபின் அவர், "கேள், மகனே. நீ ஆசைப்படுவதைப் போலவே மாபெரும் இசைக்கலைஞனாக நீ வருவாய். உன் இனிமையான

குரலால் இந்த நிலத்தின் மக்களுடைய இதயங்களில் மகிழ்ச்சியைக் கொண்டுவருவாய்.”

மீண்டும் தொலைவிலிருந்து இனிமையானதொரு இசை ஒலித்தது. அதன் பிறகு வானத்தில் தோன்றி மறையும் வானவில்லைப் போல வெண்ணிறத் தலைமுடியும் வெளுத்த தாடியும் கொண்டிருந்த அந்த முனிவரும் மறைந்தார்.

செரிங் தூங்கி எழுந்தபோது வெளியே பிரகாசமாயிருந்தது. இரவில் தான் கண்ட கனவு உடனடியாக அவன் நினைவுக்கு வந்தது. ஆச்சரியத்தோடு எழுந்தமர்ந்து தன் கனவினை எண்ணியவன், ஆரம்பம் முதல் இறுதிவரை மீண்டும் ஒருமுறை யோசித்துப் பார்த்துக் குழம்பினான். தனக்குள் சிறிதாய் ஏதோ ஒரு மாற்றம் நிகழ்ந்திருப்பதாக உணர்ந்தான். ஆனால் அந்த மாற்றம் என்னவென்பது அவனுக்குப் புரியவில்லை.

பாடும் ஆசை திடீரென அவனுள் கிளர்ந்தெழுந்தது. நம்ப முடியாத சங்கதி என்னவெனில், அவனது குரல் பழைய குரலாயிருக்கவில்லை. ஏக்கத்தையும் காதலையும் வெளிப்படுத்தும் ஆத்மார்த்தமான ஆண்மை நிரம்பிய குரலாக அது மாறியிருந்தது. அதிசயமான வகையில் தனக்கொரு தெய்வீக ஆசிர்வாதம் கிட்டியதாக அவன் உணர்ந்தான். தன்னைத்தானே கட்டுப்படுத்த முடியாமல் மேலும் கீழுமாகக் குதித்தான். வியப்பிலும் மகிழ்ச்சியிலும் ஆழ்ந்தவன் தன்னை ஆசிர்வதித்த முனிவரைத் தொழவும் வாழ்த்தவும்வேண்டி தன் கண்களை மூடினான்.

கூடாரத்துக்கு வெளியே ‘மணி’ எனும் பிரார்த்தனைகளைச் செய்து கொண்டிருந்த அவன் தந்தை அழகான இந்தப் பாடலைக் கேட்டு, தன் காதுகளை நம்ப முடியாதவராக, இப்போது தான் கேட்ட பாடல் எங்கிருந்து வந்தது என்று கேட்பதற்காகக் கூடாரத்தின் உள்ளே நுழைந்தார். புன்னகைத்தபடி செரிங் மீண்டும் அந்தப் பாடலைப் பாடினான். அவன் தந்தை இதை நம்ப முடியாமல் அவனை வெறித்துப் பார்த்துக் கொண்டிருந்தார். பிறகு தன் கனவில் என்ன நிகழ்ந்ததென்பதை செரிங் அப்படியே தன் தந்தையிடம் சொன்னான்.

அந்தக் கதை ஏற்படுத்திய அதிர்ச்சியில், செரிங்கின் தந்தை அசைவற்றுச் சமைந்துபோய் அதைக் கேட்டார். பிறகு,

சுருக்கங்கள் நிரம்பிய அவரது முகத்தில் நீளமானதொரு புன்னகை படர்ந்தது, உணர்ச்சி ததும்ப, "அஸி, எனது கனவு நனவாகி விட்டது. எனது கனவு நனவாகிவிட்டது" என்றார். அந்த வருடம், மரணம் அவன் தந்தையைத் தேடியடைந்து அவரை எங்கோ தொலைதூரத்துக்கு இழுத்துச் சென்றது.

11.

நாடோடி இசைக்கலைஞனான செரிங் சிறிது நேரத்தில் உறக்கத்தில் ஆழ்ந்து கனவுகளின் நிலத்துக்குப் பயணித்தான். அவனுடைய கனவில் அந்தப் பெண் எங்கோ தொலைவிலிருந்து அவனை நோக்கி விரைந்து வந்தாள். அவளது கூந்தல் தாறுமாறாகக் கலைந்து கிடக்க எப்போதும் அவளிடமிருக்கும் அமைதியையும் மென்மையான உணர்வுகளையும் இப்போது காணவில்லை. கண் சிமிட்டுவதற்குள் அவள் அவனுக்கு அருகே நின்றிருந்தாள். இப்போது அவர்களுக்கிடையில் பல அடிகள் இடைவெளி இருந்தது. ஏதோ சொல்ல விரும்புவதைப்போல உதடுகளையசைத்தாள். அவளது உதடுகள் நடுங்குகையில் முகவாயிலிருந்த பச்சைநிற மருவும் நடுங்கியது. அவன் அவளை நோக்கி நகர்ந்து "ஏன் இத்தனை வேதனையோடிருக்கிறாள்" என்று கேட்க விரும்பினான். ஆனால் உதடுகளைத் திறந்தும் அவனால் ஒலியெழுப்ப முடியவில்லை. அவள் பயத்தோடு தனக்குப் பின்னால் பார்த்தபடி அவனை நோக்கி அவசரமாக ஓடிவந்தாள். இப்போது அவர்களுக்கிடையில் நான்கு அல்லது ஐந்து அடிகளே இருந்தன. தற்காலிகமானதொரு புன்னகை முகத்தில் அரும்ப இருவரும் நடப்பதை நிறுத்தி ஒருவரையொருவர் பார்த்துக் கொண்டார்கள். ஆனால் இன்னும் நெருங்கி வருவதற்கான அடுத்த அடியை எடுத்து வைக்க முற்பட்டபோது தங்களுடைய பாதங்களை நகர்த்தமுடியவில்லை என்பதை உணர்ந்தார்கள். சிலைகளாக மாறிப்போனதைப்போல சிக்கிக் கொண்டிருந்தார்கள். ஒருவரை நோக்கி மற்றவர் நகர கடுமையாக முயன்றாலும் நான்கு அல்லது ஐந்து அடிகள் என்கிற இடைவெளி மாறாமல் அப்படியே இருந்தது. பிறகு, மிக மெதுவாக, அந்த இடைவெளி குறைய ஆரம்பித்தது. அவளைத் தேற்றுவதற்காக அவன் தன்

கைகளை அவளை நோக்கி நீட்டினான். அவளும் உதடுகளை அசைத்தபடி தனது கையை அவனை நோக்கி உயர்த்தினாள். ஆனால் மீண்டும், அவர்களுடைய கைகள் தொட்டுக் கொள்ளவிருந்த தருணத்தில், இப்போது அவற்றினிடையே ஒரு விரலிடையளவு இடைவெளிதானிருந்தது. தங்களால் நகர முடியவில்லை என்பதையும் ஓவியமொன்றில் உறைந்திருக்கும் உருவங்களைப்போலத் தாங்கள் சிக்கிக்கொண்டிருப்பதையும் அவர்கள் உணர்ந்தார்கள். கண்களில் மின்னும் நம்பிக்கையோடும் பெருவிருப்பத்தோடும் ஒருவரையொருவர் பார்த்தார்கள். ஏமாற்றமும் சந்தேகமும் குழப்பமும் அவர்கள் முகத்தை நிறைத்தது. திடீரென பயங்கரமான ஒரு சத்தம் கேட்டது. எங்கிருந்தோ உருவான பேரலையொன்று அவர்கள் இருவருக்கிடையே பாய்ந்து, மீண்டும் மேலெழுகையில் அவளைத் தன்னோடு இழுத்துச் சென்றது. அவன் அவள் பின்னால் ஓடினான். அவளை நோக்கி அலறினாலும் அவனுடைய உதடுகளிலிருந்து எந்தச் சத்தமும் வெளிவரவில்லை. அவன் நீரலையின் பின்னால் ஓடிக்கொண்டேயிருந்தான். சட்டென்று அலைகளிலிருந்து பலத்த சிரிப்பொலி கிளம்பி வர அவனது கழுத்தின் ரோமங்கள் குத்திட்டு நின்றன. பிறகு, திடீரென்று, எவ்வித அடையாளமுமின்றி அனைத்தும் மறைந்துபோனது.

இந்த பயங்கரமான கனவிலிருந்து செரிங் திடீரென்று விழித்தெழுந்தான். அவனுடைய முகம் வெளுத்து, மூச்சு சீரின்றி வேகவேகமாக வெளிப்பட, உடல் வியர்வையில் நனைந்திருந்தது.

விடிந்தபிறகும் செரிங்கால் அந்த பயங்கரமான கனவினைவிட்டு வெளியேற முடியவில்லை. அவன் முகம் வெளுத்தே கிடந்தது. அவன் மூச்சுவிடவும் சிரமப்பட்டான்.

சிறிது நேரம் கழித்து நிமிர்ந்து உட்கார்ந்தவன், மெதுவாகத் தொலைதூரத்தை உற்றுப்பார்த்து தன் பார்வையை அடிவானத்தின் மீது பதித்தான். மற்ற விஷயங்களைக் கோர்வையாக யோசிப்பதன் மூலம் இந்தப் பயங்கரக் கனவிலிருந்து வெளியேற முயன்றான்.

செரிங் மெல்ல மெல்ல ஓரளவு அமைதியடைந்தான். இந்தக் கனவு எத்தனை பயங்கரமானதாக இருந்தாலும், வழக்கம்போல, அதனைத் தன் குறிப்பேட்டில் குறித்து வைத்துக்கொள்ள வேண்டுமென்று எண்ணினான். கனவை மீண்டும் நினைவில் கொண்டுவந்து, தன்னுடைய எண்ணெய் படிந்த தன்னுடைய சிறிய குறிப்பேட்டில் அவன் அதனை எழுதும்போது அவன் கைகள் நடுங்கின.

12.

தெய்வீக ஆசிர்வாதம் கிடைத்தபிறகு, செரிங் மகிழ்ச்சியோடிருந்த காலத்தில்தான் அவன் அப்பா அவனுடைய எண்ணெய்படிந்த சிறிய குறிப்பேட்டைப் பார்த்தார். குறிப்பேட்டை வாசித்தவர் அமைதியற்றவராக உணர்ந்தார். ஒருபுறம், செரிங் கடவுள்களால் ஆசிர்வதிக்கப்பட்டிருக்கிறான் என்பதில் மகிழ்ந்தாலும் மறுபுறம் அக்கனவுகள் மகனை சோகமுறச் செய்வதாக வருத்தம் கொண்டார். அவனுடைய தந்தையின் முகத்தில் மென்மேலும் சுருக்கங்கள் படர்ந்தன. அவர் மெலிந்துகொண்டே போனார். பனிக்காலக் குளிர்காற்று எப்போதையும்விட மிகவும் தீவிரத்தோடு வீசியதோர் இரவில் அவனுடைய தந்தை பாவ புண்ணியங்கள் நிறைந்த இவ்வுலகை நீங்கிச்சென்றார். தன் தந்தையின் மரணத்துக்குப் பிறகு தனிமையில் பயணங்களை மேற்கொண்ட செரிங் அலைந்து திரியும் ஒரு நாடோடி இசைக்கலைஞனாக மாறினான்.

இறக்கும் தருவாயில், செரிங்கின் தந்தை அவனுடைய கைகளை இறுகப்பற்றிக்கொண்டு, "ஒருபோதும் நீ உன்னுடைய கனவைத் தேடி போகக்கூடாது. அதுவொரு மாயை" என்று கூறியிருந்தார்.

செரிங் எதுவும் பேசாமல் தன் தந்தையின் சுருக்கங்கள் நிறைந்த முகத்தைப் பார்த்தபடி நின்றிருந்தான். கண்களில் அன்புவழிய அவன் தந்தை அவனைப் பார்த்தார். பிறகு, மெல்ல, அவருடைய முகத்தின் ஒளி மங்கி அவருடைய கண்கள் மூடின.

செரிங்கின் தந்தை எண்ணற்ற மனித சந்தோசங்களையும் துக்கங்களையும் தன் வாழ்நாளில் பார்த்திருந்ததோடு

பல நேரான பாதைகளையும் குறுக்குவழிகளையும் கூட அறிந்திருந்தார். வாழ்வின் மேன்மையும் கீழ்மையும் அவருக்குப் புரிந்ததாலேயே அவர் அவற்றைக் கூறியிருக்க வேண்டும் என்று தன் தந்தையின் மரணத்துக்குப் பிறகு செரிங் நினைத்துக் கொண்டான்.

13.

தொலைதூரம் தெரிந்த அடிவானில் சூரியன் செந்தழலாய் ஒளிர்ந்தது. வழிதப்பி வந்த கருமேகச் சிதறல்கள் சூரியனின் முனைகளை நெருங்கின. சிறிது நேரம் கழித்து, மேகங்கள் சூரியனின் கடைசிக் கிரணங்களையும் விழுங்கி, நிலவைப் போல சூரியனையும் வெண்மையாகத் தோற்றமளிக்கச் செய்தன.

நாடோடி இசைக்கலைஞனான செரிங் முன்னெப்போதையும் போல தன் பாதையில் சென்றான். முந்தைய நாள் இரவில் தான் கண்ட பயங்கரமான கனவைப் பற்றி யோசித்துக் கொண்டேயிருந்தான். மனக்குழப்பத்தாலும் துயரத்தாலும் பீடிக்கப்பட்டிருந்தவன் மனதில் துளி அமைதியில்லை. அன்றும், பெயர் தெரியாத அதே நதியைத்தான் அவன் மீண்டும் தொடர்ந்து சென்றுகொண்டிருந்தான். வழக்கத்துக்கு மாறாக தண்ணீர் அன்று தெளிவாக இல்லை. மேலும் நதியின் கரைகளில் மிதக்கும் பனிப்பாளங்களும் மறைந்திருந்தன. சுற்றியிருந்த வயல்களில் காய்ந்த புற்களும் கால்நடைத்தீவனங்களும் நிறைந்திருந்தன. இதைப் பார்த்தபிறகு, செரிங் முன்பைவிட அதிகமாகத் துயரமடைந்தான்.

சூரியன் அஸ்தமிக்கத் தொடங்கியது. அடிவானில் வட்டமிட்ட கருமேகங்கள் இப்போதும் வானில் மெல்ல நகர்ந்து கொண்டிருந்தன. அவன் தன் எதிரே தெளிவற்றதாகவும் மங்கலாகவும் ஒரு கிராமம் தென்பட சந்தோசமாய் உணர்ந்தான். அவன் ஒரு கிராமத்தைப் பார்த்து பல நாட்களாகிவிட்டன. ஒரு கிராமத்தைப் பார்க்கும்போதெல்லாம் அவன் மனம் இயல்பாகவே மகிழ்ச்சி கொள்ளும். ஏனெனில் கிராமம் என்பது மனிதர்களைக் குறிக்கும். இதுபோன்ற கிராமங்களில் அவன் வழக்கமாக இரண்டு அல்லது மூன்று நாட்கள் தங்குவான். அவனுடைய இசையில் மயங்கும் மனிதர்கள் அவன் அந்த

ஊரைவிட்டுக் கிளம்பிச் செல்லும்போது பரிசுகளை மழையாய்ப் பொழிவார்கள்.

அந்த நதி, இன்னும் அதன் பெயரை அவன் அறிந்திருக்கவில்லை. அந்தக் கிராமத்தின் திசையிலிருந்துதான் அது பாய்ந்து கொண்டிருந்தது, எனவே நதியின் வழியாகவே அவன் தொடர்ந்து நடந்தான்.

கிராமத்தை நெருங்கியபோது, பெயரற்ற நதியினருகே மக்கள் கூட்டமாகக் குழுமியிருப்பதைக் கண்டான். அவர்களனைவரும் உரத்த குரல்களில் பேசிக்கொண்டிருந்தார்கள். நடப்பதை நிறுத்தி சிறிது நேரம் அவர்களையே பார்த்துக் கொண்டிருந்தவன் பிறகு மெல்ல அவர்களை நோக்கி மீண்டும் நடக்கத் தொடங்கினான்.

அவன் அவர்களிடையே வந்து சேர்ந்தபோது அங்கு கூடியிருந்த ஆட்களில் ஒருவன் அவனை அடையாளம் கண்டுகொண்டான். செரிங்கின் பக்கம் திரும்பியவன் அவனைப் பார்த்துத் திகைத்து நின்றான்.

செரிங் நடப்பதை நிறுத்தினான். வணக்கம் தெரிவிக்கும்வண்ணம் இரு கைகளையும் கூப்பி பிறகு, "ஏன் நீங்கள் அனைவரும் இங்கு ஒன்றுகூடியுள்ளீர்கள்?" என்று கேட்டான்.

அவன் "தண்ணீர் அடித்துச் சென்ற பெண்ணைப் பார்ப்பதற்காக நாங்கள் இங்கு வந்தோம்" என்றபடி வியப்பு நிறைந்த முகத்துடன் அவன் செரிங்கைப் பார்த்தான்.

"அந்தப் பெண் எப்படியிருப்பாள்?"

சட்டென்று ஒரு பயம் இதயத்தைக் கவ்வ செரிங் இந்தக் கேள்வியைச் சற்றுத் தயக்கத்தோடுதான் கேட்டான்.

அந்த நபரின் முகத்திலிருந்த ஆச்சரியம் நீங்கியது. இதைச் சொல்ல வேண்டுமென்பதாய் கிட்டத்தட்ட அவனுக்கு ஆணையிடப்பட்டிருக்கிறது என்பதைப்போல, எந்தத் தயக்கமுமின்றி அவன் சொல்லத் தொடங்கினான். "நம்புவதற்குக் கடினமாயிருக்கும். இந்த உடலை நீர் கொண்டு வந்தது என்று சொன்னால் யார்தான் நம்புவார்கள்? இப்போதுதான் உறக்கத்திலிருந்து விழித்தவளைப்போல அவள் கன்னங்கள்

நிறம் அவ்வளவு பொலிவுடனிருந்தது. அவளது முழு உடலும் அவ்வளவு சுத்தமாக இருந்தது-ஒரு பொட்டு தூசு கூட அவள் மீது படிந்திருக்கவில்லை. ம்ம்ம்! அவளது முகவாயில் பச்சைநிற மருவொன்றும் இருந்தது. ஆகா! அவள் எப்பேர்ப்பட்ட அழகி!"

செரிங்கின் மூளை ஒருகணம் இருண்டுபோனது. அவனுடைய காதுகளில் எதுவும் விழவில்லை. வேதனையில் கதறி அழுதான். "ஆனால் அவள்தான் நான் தேடிக் கொண்டிருந்த கனவு!" என்றான்.

மொத்தக் கூட்டமும் பெரும் ஆச்சரியத்துடன் அவனைத் திரும்பிப் பார்த்தது. அவனுடைய பார்வைக்கு அவர்களுடைய உருவங்கள் மங்கலாக மாறின. அவன் மெல்ல முன்னேறி நடந்தான்.

செரிங் கிராமத்தை விட்டுக் கிளம்பியபோது இரவாகியிருந்தது. பெயர் தெரிந்திராத அந்த நதியின் முன்னால் குத்துக்காலிட்டு அமர்ந்தான். எண்ணெய்படிந்த தன்னுடைய சிறிய குறிப்பேட்டை வெளியே எடுத்தான். அதன் பக்கங்களைக் கிழித்து ஒவ்வொன்றாக நதியில் எறிந்து நீர் அவற்றை அடித்துக்கொண்டு போவதை அங்கேயே அமர்ந்து வெகுநேரம் பார்த்துக் கொண்டிருந்தான். பிறகு பார்வையை எங்கோ தொலைதூரத்தில் நிலைநிறுத்தி, தனது டிராகன்-தலை பிவாங்கின் நரம்புகளை இசைத்து, வலியும் துயரமும் பொங்கி வழியும் இனிமையான தாழ்ந்த குரலில் அவன் இந்தப் பாடலைப் பாடினான்.

"என் கனவுகளின் காதலே,
நீ மறைந்துவிட்டாய்.
உனக்கான தேடலில்
எண்ணற்ற மலைகளை, பள்ளத்தாக்குகளை சமவெளிகளை
நான் கடந்தேன்.
என் கனவுகளின் காதலே,
நீ மறைந்துவிட்டாய்."

குறிப்புகள்

1. சுப்பா – நீண்ட அங்கி
2. சாம்பா – பார்லி அல்லது கோதுமையை வறுத்துத் தயாரிக்கப்படும் திபெத்திய உணவு வகை.

ஆங்கில மொழிபெயர்ப்பாளர்கள் குறிப்புகள்

லாரன் ஹார்ட்லி, கொலம்பியப் பல்கலைக்கழகத்தின் சி.வி. ஸ்டார் ஈஸ்ட் ஏஷியன் நூலகத்தினுடைய திபெத்தியக் கல்விப் பிரிவின் நூலகராக உள்ளார். அத்துடன் கிழக்காசிய மொழிகள், கலாசாரத் துறையில் திபெத்திய மொழி விரிவுரையாளராகவும் பணியாற்றுகிறார். இவர் 2003ஆம் ஆண்டு திபெத்தியக் கல்வி குறித்த தன்னுடைய முனைவர் ஆய்வுப் பட்டத்தை இந்தியானா பல்கலைக்கழகத்தில் பெற்றார். டியூக் யுனிவர்சிட்டி பிரஸ் 2008 ஆம் ஆண்டு வெளியிட்ட *'மாடர்ன் டிபெட்டன் லிட்டரேச்சர் அண்ட் சோஷியல் சேஞ்ச்'* எனும் நூலின் இணை ஆசிரியராகவும் விளங்கினார்.

ஜம்பா, இந்தியாவிலுள்ள தர்மசாலாவில் இயங்கும் தொண்டு நிறுவனம் ஒன்றில் ஆராய்ச்சியாளராகவும் மொழிபெயர்ப்பாளராகவும் பணியாற்றி, தற்போது அமெரிக்காவில் வசிக்கிறார்.

கிறிஸ்டோஃபர் பீகாக், லண்டன் பல்கலைக்கழகத்தின் ஸ்கூல் ஆஃப் ஓரியண்டல் அண்ட் ஆஃப்ரிக்கன் ஸ்டடீசில் பட்டம் பெற்றவர். நவீன சீன இலக்கியம் எனும் தலைப்பில் கொலம்பியப் பல்கலைக்கழகத்தில் முனைவர் பட்ட ஆய்வில் தற்போது ஈடுபட்டுவருகிறார். சீன மக்கள் குடியரசில் திபெத்திய இலக்கியத்துக்கான இடம், நவீன திபெத்திய புனைவெழுத்து, கவிதைகள், அறிவுசார் படைப்புக்களில் காணப்படும் இனம், தேசியம் குறித்த பிரச்சினைகள் இவருடைய ஆய்வின் மையப் பொருளாக உள்ளன. அத்துடன் இவர் சீன, திபெத்திய மொழிபெயர்ப்புகளில் ஈடுபட்டுவருகிறார்.

ஜேன் பெர்கின்ஸ், இதழியலாளரும், பத்திரிகை ஆசிரியரும், நூலாசிரியரும் ஆவார். இவர் ஹாங்காங் சிங்கப்பூர் ஆகிய இரண்டு நாடுகளில் பல்லாண்டுகள் பணியாற்றிய அனுபவம்கொண்டவர்.

கேத்தரின் சுஜி, ஆசியாவின் உட்புறப் பகுதிகளிலும் இமாலயப் பிராந்தியத்திலும் வெளிவருகின்ற *தி ட்ரெஷரி ஆஃப் லைட்ஸ்* எனும் இதழின் ஆசிரியராகப் பணியாற்றுகிறார். இவர் மிடில்பரி கல்லூரியில் ரஷ்ய மொழிப் பாடத்தில் தன் இளங்கலைப் பட்டத்தையும், சாண்டா பார்பரா நகரில் உள்ள கலிஃபோர்னியா பல்கலைக்கழகத்தில் மத ஆய்வுகள் தொடர்பான முதுகலைப் படிப்பையும் பயின்றார். பூர்வீகம்தொட்டு நியூயார்க் நகரவாசியான கேத்தரின் கணவருடனும் இரண்டு குழந்தைகளுடனும் தற்போது புரூக்ளினில் வசிக்கிறார்.